எனது தேசத்தை மீளப் பெறுகிறேன்

ஆப்பிரிக்க உலகச் சிறுகதைகள்
தமிழில் : எம். ரிஷான் ஷெரீப்

எனது தேசத்தை மீளப்பெறுகிறேன்: ஆப்பிரிக்க உலகச் சிறுகதைகள்

தமிழில் : எம்.ரிஷான் ஷெரீப்

: © ஆசிரியருக்கு

அட்டை வடிவமைப்பு : சங்கர்

முதற்பதிப்பு : டிசம்பர் 2017

வெளியீடு : வம்சி புக்ஸ்
19, டி.எம்.சாரோன்,
திருவண்ணாமலை - 606 601
செல்: 9445870995 , 04175 - 235806

அச்சாக்கம் : மணி ஆப்செட், சென்னை - 600077

விலை : ₹ 350/ -

ISBN : **978-93-84598-49-5**

Enadhu Desathai Meela Perugiren : African Short Stories

InTamil : M. Rishan Shareef

: © Author

Cover Design : Shankar

First Edition : December 2017

Published by : Vamsi books
19.D.M.Saron,
Tiruvannamalai - 606 601.
9445870995, 04175 - 235806

Printed by : Mani Offset, Chennai - 600 077

: ₹ 350/-

ISBN : **978-93-84598-49-5**

www.vamsibooks.com - e-mail: vamsibooks@yahoo.com

பாதுகாக்க வேண்டும்

உலகத்தின் அதிசிறந்த நூல்களில் ஒன்றாகாகக் கருதப்படும் 'டொன் குவிசோட்' நாவலை எழுதியவர் பெயர் செர்வாண்டே. அவருக்கு மொழிபெயர்ப்பு பிடிக்காது. மூல நாவலின் அழகை எவ்வளவு முயன்றாலும் கொண்டு வர முடியாது என்பது அவர் கருத்து. மொழிபெயர்ப்பு ஒரு கம்பளத்தின் பின்பக்கம்போல என்று அவர் சொல்வார். அதே நூல். அதே வர்ணம். அதே வடிவமைப்பு. இருந்தாலும் முன்பக்கம் இருப்பதுபோல கம்பளத்தின் பின்பக்கம் இருப்பதில்லை. மோசமாக அமைந்துவிடுகிறது என்பார்.

மொழிபெயர்ப்பு, மூலநூலின் ஆத்மாவைக் கடத்துவதில்லை என்பது இன்னும் சிலருடைய வாதம். அது மாத்திரம் அல்ல, ஆபத்தானதும்கூட. கிரேக்க மொழியில் இருந்து பைபிளை மொழிபெயர்த்ததற்காக வில்லியம் ரிண்டால் என்ற ஆங்கில எழுத்தாளருக்கு இங்கிலாந்து அரசன் கொலைத்தண்டனை விதித்தான். மொழிபெயர்ப்பு நகைச்சுவை தருவது என்றுகூட சிலர் சொல்லலாம். அமெரிக்க ஜனாதிபதியாக கார்ட்டர் இருந்த சமயம் அவர் போலந்துக்குப் பயணம் செய்தார். அவருக்கு ஒரு மொழிபெயர்ப்பாளரை ஏற்பாடு செய்தார்கள். கார்ட்டர் 'நான் அமெரிக்காவிலிருந்து புறப்பட்டேன்' என்று சொன்னார். அதை மொழிபெயர்ப்பாளர் ' நான் அமெரிக்காவை கைவிட்டு வெளியேறியபோது' என்று மொழிபெயர்த்துவிட்டார். இரண்டு நாட்டுப் பத்திரிகையாளர்களும் இந்தப் பிழையை ஒருவாரமாகக் கொண்டாடினார்கள்.

உம்மாவுக்கு

மொழிபெயர்ப்பு என்பது மிகவும் நுணுக்கமான வேலை. அதிலும் ஆங்கிலத்திலிருந்து தமிழுக்கு மொழிபெயர்ப்பது இலகுவான செயல் அல்ல. தமிழின் வாக்கிய அமைப்பு ஆங்கில வாக்கிய அமைப்புக்கு நேர் எதிராக இருப்பதால் மொழிபெயர்ப்பு கடினமாகிறது. ஆங்கிலச் சொற்களுக்கு நேரான தமிழ்ச் சொற்கள் இருந்தால் மட்டும் போதாது. மூலத்துக்கு விசுவாசமாக இருப்பதோடு அதற்குச் சொந்தமான உணர்வுகளையும் மொழிபெயர்ப்பு பிரதிபலிக்க வேண்டும். புறநானூறு மொழிபெயர்த்த ஜோர்ஜ் ஹார்ட் மூலநூலில் எத்தனை வரிகள் இருந்தனவோ அதே அளவுக்கு ஆங்கிலத்தில் வரிகள் இருக்கும் விதமாகத் தான் மொழிபெயர்ப்பைச் செய்ததாகக் கூறுகிறார்.

ரஸ்ய எழுத்தாளர் ரோல்ஸ்ரோயுடைய 'போரும் அமைதியும்' நாவலை கொன்ஸ்டான்ஸ் கார்னெட் என்ற பெண்மணி ஆங்கிலத்தில் 1904லேயே மொழிபெயர்த்துவிட்டார். 1300 பக்கங்கள் கொண்ட நாவல் அது என்பதால் அவர் இரவும் பகலும் ஓய்வின்றி உழைத்தார். இறுதிக்கட்டத்தில் அவருடைய கண் மங்கலாகத் தொடங்கிவிட்டதால் இன்னொரு பெண்மணி மூலத்தை வாசிக்க அவர் மொழிபெயர்ப்பைத் தட்டச்சு செய்தார் என்று சொல்வார்கள். 100 வருடங்கள் கழித்து இருவர் அதே நாவலை மறுபடியும் ஆங்கிலத்தில் மொழிபெயர்த்தனர். லாரிசா வொலோகோன்ஸ்கி மற்றும் ரிச்சார்ட் பீவர். ஒரு நேர்காணலில் இவர்கள் சொன்னது வியப்பளித்தது. மொழிபெயர்க்கும் போது ரோல்ஸ்ரோய் காலத்தில் புழக்கத்திலிருந்த ஆங்கில வார்த்தைகளை மட்டுமே இவர்கள் பயன்படுத்தினார்களாம். நினைக்கவே எத்தனை மலைப்பாக இருக்கிறது.

மொழிபெயர்ப்பு என்பது இப்படிப் பலவிதமான நுட்பங்களைக் கொண்டது. இந்தத் தொகுப்பில் உள்ள கதைகளைப் படிக்கும்போது அவை மொழிபெயர்க்கப்பட்டவை என்று தோன்றுவதில்லை. ஆசிரியரே அவற்றைப் படைத்திருக்கிறார் என்ற எண்ணம்தான் வருகிறது. ஒரு மொழிபெயர்ப்பாளருக்கு அந்த நாட்டு கலாச்சார

பரிச்சயம் இருப்பது முக்கியம். உதாரணமாக ஆபிரிக்காவில் மணமுடித்த ஆண்கள் தங்கள் தனிக்குடிசைகளிலேயே தங்குவார்கள். அவர்களுடைய மனைவிமாரும் பிள்ளைகளும் வேறு குடிலில் வசிப்பார்கள். அவர்களின் மனைவிமார் முறைவைத்து கணவருடன் அவர் குடிசையில் இரவு தங்கிப் பின் திரும்புவார்கள். ஆடுகளோ, மாடுகளோ விலையாகக் கொடுத்து ஆண்கள் பெண்களை மணந்துகொள்ளலாம். இப்படியான கலாச்சாரக் கூறுகள் கெடாமல் மிக லாவகமாகக் கடந்துசெல்கிறார் இந்த நூலின் மொழிபெயர்ப்பாளரான ரிஷான் ஷெரீப். அந்தவிதத்தில் அவருடைய மொழிபெயர்ப்பு மூலத்துக்கு மிகவும் விசுவாசமாக இருந்தது என்றுதான் கூற வேண்டும்.

இத் தொகுப்பில் 30 ஆபிரிக்க சிறுகதைகள் உள்ளன. 13 ஆபிரிக்க நாடுகளைச் சேர்ந்த 22 எழுத்தாளர்கள் படைத்த சிறுகதைகள். இந்த 22 எழுத்தாளர்களில் நாலு பேர் பெண்கள். இதில் எழுதிய சிலர் ஆபிரிக்காவில் மிகப் பிரபலமானவர்கள்; சிலரோ உலகப் புகழ் அடைந்தவர்கள். கென்யா நாட்டின் கூகி வா தியாங்கோவை உலகம் அறியும். பல பல்கலைக்கழகங்களில் பேராசிரியராகக் கடமையாற்றியவர். இவருடைய அரசியல் நிலைப்பாடு காரணமாக நாடு கடத்தப்பட்டவர். நைஜீரிய நாட்டைச் சேர்ந்த பென் ஒக்ரி எழுதிய The Famished Road நாவல் புக்கர் பரிசு பெற்றது. எகிப்து நாட்டைப் பிறப்பிடமாகக் கொண்ட அரபு எழுத்தாளர் நஜீப் மஹ்ஃபூஸ் இலக்கியத்துக்கான நோபல் பரிசை 1988இல் பெற்றார். டொங்காலா இன்னொரு புகழ்பெற்ற எழுத்தாளர். இவர் எழுதிய 'மனிதன்' சிறுகதை உலகத்தின் கவனத்தைப் பெற்றது. சினுவா ஆச்சிபியை ஆப்பிரிக்க இலக்கியத்தின் பிதாமகர் என்று கூறுவார்கள். இவரிடமிருந்துதான் ஆப்பிரிக்க இலக்கியம் தொடங்கியது. நைஜீரியாவின் தேசிய விருதைப் பெற்ற இவர் எழுதிய Things Fall Apart நாவல் 2007இல் மான்புக்கர் சர்வதேச விருதை வென்றதுடன் 45 மொழிகளில்

மொழிபெயர்க்கப்பட்டிருக்கிறது. பெண் எழுத்தாளர்களில் கிரேஸ் ஒகொட் முக்கியமானவர். ஆங்கிலத்தில் முதலில் வெளிவந்தது இவருடைய தொகுப்புத்தான்.

இப்படியான புகழ்பெற்ற ஆசிரியர்களுடைய படைப்புகள் இந்த நூலில் அடங்கியிருப்பது வாசகர்களின் அதிர்ஷ்டம். இந்தத் தொகுப்பை வாசிப்பதன் மூலம் ஆப்பிரிக்க கண்டத்தின் இதயத் துடிப்பை, எகிப்திலிருந்து தென்னாபிரிக்கா வரை, கென்யாவிலிருந்து கானா வரை உணர்ந்துகொள்ள முடியும். இந்தக் கதைகள் பல ஆங்கில மொழியிலேயே எழுதப்பட்டவை. சில பிரெஞ்சு மொழியிலும், அரபு மொழியிலும், போர்த்துக்கீசிய மொழியிலும் எழுதப்பட்டு பின்னர் ஆங்கிலத்தில் மொழிபெயர்க்கப்பட்டவை. கதாசிரியர்கள் அனைவரும் பேராசிரியர்கள் அல்லது கல்வியாளர்கள் அல்லது பெரும் உத்தியோகம் வகித்து அனுபவப்பட்டவர்கள். சிறுகதை இலக்கியத்தில் தோய்ந்தவர்கள். ஆகவே சிறுகதைகள் நேர்த்தியானவையாகவும், ஆழமானவையாகவும் காணப்படுவதில் ஆச்சரியம் ஒன்றும் இல்லை.

ஒரு மொழியிலிருந்து இன்னொரு மொழிக்கு மாற்றம் செய்யும்போது இரண்டு மொழிகளும் செழுமையடைகின்றன. இரு மொழி இலக்கியங்களும் வளர்கின்றன. பன்மொழி வல்லுநர்கள் சொல்வார்கள், ஒரு மொழியில் உள்ள வார்த்தை ஒன்றை மிகச் சரியாக மொழிபெயர்க்க இயலாது என்று. வார்த்தைகள் அந்த மொழிக் கலாச்சாரத்தோடு ஒன்றியவை. ஆப்பிரிக்காவில் ஒரு மொழி இருக்கிறது. அதில் இடது கால் செருப்புக்கு ஒரு வார்த்தை; வலது கால் செருப்புக்கு இன்னொரு வார்த்தை. மொழிபெயர்ப்பைக் கடினமாக்குவது இப்படியான வித்தியாசங்கள்தான். இத்தனை இடர்ப்பாடுகளையும் தாண்டித்தான் மொழிபெயர்ப்பு நிகழ வேண்டும். அதில் வெற்றி கண்டிருக்கிறார் ரிஷான் ஷெரீப்.

நெப்போலியன் எகிப்துக்குப்படை எடுத்தபோது ஒரு சாதாரண சிப்பாய் ரொசெட்டா துறைமுகத்தில் ஒரு கல்லைத் தற்செயலாகக்

கண்டெடுத்தான். அதில் மூன்று மொழிகளில் அரச ஆணை ஒன்று பொறிக்கப்பட்டிருந்தது. கிரேக்க மொழி, எகிப்திய மொழி மற்றும் ஹிரோகிலிபிக்ஸ் என்னும் பட எழுத்து. ஆயிரம் வருடங்களாக முற்றிலும் அழிந்துபோன ஒரு மொழியை ரொசெட்டா கல் மீட்டுத் தந்திருக்கிறது என்றால் மொழிபெயர்ப்பு எத்தனை முக்கியத்துவம் வாய்ந்தது என்பதை ஓரளவுக்கு உணர்ந்துகொள்ளலாம்.

இத்தனை பெருமை மொழிபெயர்ப்புக்கு இருந்தாலும், மொழிபெயர்ப்பாளருக்குப் போதிய அங்கீகாரம் கிடைப்பதில்லை. சன்மானமும் பெரிதாக வழங்கப்படுவதில்லை. ஒருவர் மொழிபெயர்த்த நாவலுக்கு நோபல் பரிசு கிடைத்தால் முழுப்பணமும் மூல ஆசிரியருக்குத்தான் போகிறது. மொழிபெயர்ப்பாளருக்கு ஒன்றுமே கிடையாது. இந்த அநீதியைப் பலர் சுட்டிக்காட்டியிருக்கிறார்கள். சமீபத்தில் இது மாறத்தொடங்கியிருக்கிறது. நோபல் விருதுக்கு அடுத்த நிலையில் கருதப்படும் புக்கர் சர்வதேச விருது பரிசுத்தொகை 2015இல் இருந்து மொழிபெயர்ப்பாளருக்கும் மூல ஆசிரியருக்கும் சரிசமமமாகப் பிரித்துக் கொடுக்கப்படுகிறது. மிகவும் பாராட்டப்படவேண்டிய முடிவு. மொழிபெயர்ப்பாளர்களை ஊக்குவிப்பது அந்தந்த நாட்டு மக்களின் கடமையாகும். அவர்களால்தான் மொழிவளம் பெறுகிறது. வளர்கிறது.

ரிஷான் ஷெரீபை எனக்கு 15 வருட காலமாகத் தெரியும். அவரை நேரிலே பார்த்தது கிடையாது. பேசியதில்லை. மின்னஞ்சல் தொடர்புதான். அவருடைய அபார வளர்ச்சியை நான் தொடர்ந்து கவனித்து வருகிறேன். சிங்களமும் தமிழும் பக்கத்துப் பக்கத்தில் பல ஆயிரம் வருடங்கள் இலங்கையில் வாழ்ந்தாலும் சிங்களத்திலிருந்து தமிழுக்கோ அல்லது தமிழிலிருந்து சிங்களத்துக்கோ மொழிபெயர்ப்புகள் அரிதாகவே நிகழ்கின்றன. ரிஷான் ஷெரீப் சிங்களத்திலிருந்து தமிழுக்கு மொழிபெயர்க்கிறார். கவிதை, கட்டுரை,

சிறுகதை, புத்தக மதிப்புரை எழுதுகிறார். ஆவணப்படம் எடுக்கிறார். கள ஆய்வு செய்கிறார். இலங்கை அரசின் இலக்கியத்துக்கான சாகித்திய விருது, மற்றும் கனடா இலக்கியத் தோட்ட விருது உட்பட பல விருதுகளை வென்றிருக்கிறார். இப்பொழுது 30 ஆப்பிரிக்க சிறுகதைகளை த்தமிழுக்கு மொழிபெயர்த்திருக்கிறார். இரண்டு மொழிகளில் மொழிபெயர்க்கும் திறமை கொண்டவர்கள் எந்த நாட்டிலும் அரிது. பன்முகத்திறமை கொண்ட இவர் பாதுகாக்கப்படவேண்டியவர்.

அ. முத்துலிங்கம்

கனடா, 26 செப்டம்பர் 2017

மொழிபெயர்ப்பாளர் உரை

ஆபிரிக்கப் பெருங் கண்டமானது, பல மொழிகளைப் பேசும் பல நாடுகளை உள்ளடக்கியது. எனவே நாவல்கள், சிறுகதைகள், கவிதைகள், காவியங்கள், நாடகப் பிரதிகள் உள்ளிட்ட ஆபிரிக்க இலக்கியம் படைக்கப்பட்ட மொழிகளும்கூட பலவிதமானவை. தற்காலத்தில் ஆபிரிக்க இலக்கியங்கள் பலவும் ஆங்கிலம், ஃப்ரெஞ்ச், போர்த்துக்கீஸ், அரபு போன்ற சர்வதேச மொழிகள் பலவற்றிலும் நேரடியாக எழுதப்பட்ட போதிலும், ஆபிரிக்கக் கண்டத்தில் இருக்கும் ஓரோர் நாடுகளினதும், ஒவ்வொரு மொழிகளும் இருபதாம் நூற்றாண்டில் படைப்பிலக்கியங்களுக்காகப் பயன்படுத்தப்பட்டிருக்கின்றன.

கடந்த நூற்றாண்டில் சுதேச மொழிகளில் எழுதப்பட்டிருக்கும் நாவல்களோ, சிறுகதைகளோ, கவிதைகளோ, நாடகங்களோ சர்வதேச வாசகர்களை இலக்காகக் கொண்டு எழுதப்படவில்லை. அவை, அம்மக்கள் வாழ்ந்த வாழ்க்கையின் ஆவணப் பதிவுகள். வேற்று நாட்டவரின் அடக்குமுறைக்கு ஆளாக்கப்பட முன்பு தாம் வாழ்ந்து வந்த வாழ்க்கை முறையையும், அடிமைகளாகக் கழிக்க நேர்ந்த துயர் நிறைந்த காலங்களையும், ஆபிரிக்கர்கள் தமது ஆக்கிரமிப்பாளர்களை வெறுப்பதன் காரணத்தையும் அப்படைப்புகள் தெளிவாக விவரிக்கின்றன.

ஆபிரிக்காவிலுள்ள அனைத்து நாடுகளிலும், சிறுகதை எனும் இலக்கிய வடிவம் பரவலாவதற்கு முன்பிருந்தே வாய்வழியாகச் சொல்லப்படும் நாட்டுப்புறக் கதைகளும், நாட்டார் பாடல்களும்

பரவலாக இருந்து வந்திருக்கின்றன. அவற்றின் யதார்த்தம் கலந்த எழுத்து வடிவ நீட்சிகளாகக் கடந்த நூற்றாண்டின் ஆபிரிக்க நாவல்களையும், சிறுகதைகளையும் கூறலாம்.

ஆபிரிக்காவின் சிறந்த பல இலக்கியப் படைப்புகள் ஆங்கிலம் உட்பட சர்வதேச மொழிகள் பலவற்றிலும் இலக்கிய ஆர்வலர்களால் மொழிபெயர்க்கப்பட்டமையானது, ஆபிரிக்காவில் மேற்கத்தேய மொழிகள் பரவலாகத் தொடங்கியதன் ஒரு நன்மையாகக் குறிப்பிடலாம். பிராந்திய மொழிகளில் எழுதப்பட்ட உலகத் தரம் வாய்ந்த ஆபிரிக்க இலக்கியங்கள் பெரும்பாலானவை ஆங்கில மொழியில் மொழிபெயர்க்கப்பட்டிருக்கின்றன. அவற்றுள் ஆபிரிக்க எழுத்தாளர்களது சர்வதேசம் முழுவதும் சிறந்த சிறுகதைகளாக அறியப்பட்ட சிறுகதைகள் எழுத்தாளர்களின் தனித் தொகுப்புகளாகவும், பல எழுத்தாளர்களது சிறுகதைகளை இணைத்த கூட்டுத் தொகுப்புகளாகவும் வெளிவந்திருப்பதைக் காணலாம். சுதேச மொழிகளில் மட்டுமே எழுதப்பட்டிருந்த சர்வதேச தரம் வாய்ந்த இவ்வாறான இலக்கியப் படைப்புகள் உலகம் முழுவதற்கும் செல்வதற்கு இம் மொழிபெயர்ப்பு செயற்பாடே உதவியிருக்கிறது. இதன் மூலம் தேடல் மிகுந்த மொழிபெயர்ப்பாளர்களின் முக்கியத்துவம் புலப்படுகிறது.

தற்காலத்தில் ஆங்கிலமும், பிற சர்வதேச மொழிகளும் ஆபிரிக்காவில் பரவலாகியிருப்பதன் காரணத்தால், சர்வதேச வாசகர்களைத் திருப்திப்படுத்துவதற்காக வேண்டி ஆபிரிக்க கலாச்சாரத்தைத் தாண்டிய இலக்கியங்களைப் படைப்பதிலேயே ஆபிரிக்காவின் நவீன தலைமுறையினர் ஆர்வம் காட்டி வருவதைக் காணக் கூடியதாக இருக்கிறது. இந்த நூற்றாண்டில் வெளிவந்து கொண்டிருக்கும் நவீன தலைமுறை ஆபிரிக்க இலக்கியங்களை வாசிக்கும்போது கடந்த நூற்றாண்டின் இலக்கிய வடிவங்களிலிருந்து வேறுபட்ட, பண்டைய மக்களின் நம்பிக்கைகளை, கலாசாரக் கூறுகளை

பெரும்பாலும் மறுதலித்த எழுத்துக்களாக அவற்றின் நிலைப்பாடு புலப்படுகிறது. அந்த மாற்றம் தவிர்க்க முடியாதது.

எனது ஐந்து வருடங்களுக்கும் மேற்பட்ட, உலகப் புகழ்பெற்ற ஆபிரிக்க சிறுகதைகள் குறித்த வாசிப்பில், மனதைப் பெரிதும் ஈர்த்தவையும், பாதித்தவையுமே என்னால் இங்கு மொழிபெயர்க்கப்பட்டிருக்கின்றன. இவற்றுள் சில, எழுத்தாளர்களால் நேரடியாக ஆங்கிலத்தில் எழுதப்பட்டவை. ஏனையவை அனைத்தும் பிராந்திய மொழிகளில் எழுதப்பட்டு, ஆங்கிலமொழிக்கு மொழிபெயர்க்கப்பட்டவை. அவ்வாறாக மூல மொழி பிராந்திய மொழியாக இருக்கும் சிறுகதைகளைத் தமிழுக்கு மொழிபெயர்க்கும்போது அவற்றில் குறிப்பிடப்பட்டிருக்கும் உவமைகள், பழமொழிகள், சிலேடைகள் போன்றவற்றை மிகச் சரியாக தமிழுக்குக் கொண்டுவர, எனக்குப் பரிச்சயமான சிங்கள மொழிக்கு மொழிபெயர்க்கப்பட்ட இம் மூலச் சிறுகதைகளைத் தேடி வாசிக்க வேண்டியிருந்தது. எனவே இத் தொகுப்பிலிருக்கும் சிறுகதைகள் ஆங்கிலம் மட்டுமல்லாது, அவை மொழிபெயர்க்கப்பட்டிருந்த சிங்கள மொழியின் உதவியைக் கொண்டும் மொழிபெயர்க்கப்பட்டிருக்கின்றன.

மேற்கத்தேய ஊடகங்களில் நர மாமிசம் உண்ணும் காட்டுமிராண்டிகளாகவும், வன்முறையாளர்களாகவும், ஒழுக்கமற்றவர்களாகவும், மனிதாபிமானமற்றவர்களாகவும் சித்தரிக்கப்படும் ஆபிரிக்கர்களையே நாம் பெரும்பாலும் கண்டிருக்கிறோம். ஆனால் அவர்கள் உண்மையில் அவ்வாறானவர்கள் அல்ல. நேர்மையும், மனிதாபிமானமும் மிக்க அம்மக்களது நிஜ சொரூபத்தையே இந்தத் தொகுப்பிலுள்ள சிறுகதைகள் விவரிக்கின்றன. இந்த உண்மையானது, தமிழ் வாசகர்களிடத்திலும் கொண்டு செல்லப்பட வேண்டும் என்ற நிலைப்பாட்டிலேயே இச் சிறுகதைகளைத் தமிழில் மொழிபெயர்த்திருக்கிறேன். இத்தொகுப்பிலுள்ள சிறுகதைகள்

ஆபிரிக்க உலக இலக்கியத்தின் ஒரு துளி மாத்திரமே. இந்த ஒரு துளியைக் கொண்டு முழு ஆபிரிக்க இலக்கியத்தையும் மதிப்பிட முடியாது. மதிப்பிடவும் கூடாது.

இத்தொகுப்பில் உள்ளடக்கப்பட்டிருக்கும் கடந்த நூற்றாண்டில் எழுதப்பட்டு வெளிவந்த உலகப் புகழ்பெற்ற சிறுகதைகள் அனைத்தும் ஆபிரிக்க மக்களது மரபுகள், கலாச்சாரங்கள், பாரம்பரிய பழக்க வழக்கங்கள் சூழ்ந்த வாழ்வியல் குறித்தும், யுத்தம், புலம்பெயர்தல் மற்றும் அடிமை வாழ்க்கை, நிறவெறி அனுபவங்கள் குறித்தும், இயற்கை, தொற்றுநோய்கள் ஏற்படுத்தும் தாக்கங்கள் குறித்தும், வரலாறு மற்றும் சமூக நடைமுறைகளைக் குறித்தும் எழுதப்பட்டிருப்பவை. வருடக்கணக்காக ஆபிரிக்கா எதிர்கொள்ள வேண்டியிருக்கும் கோடையும், பஞ்சமும், வியாதிகளும் ஏற்படுத்தும் விளைவுகளையும், குடும்ப நடைமுறைகளையும், கொடும் வறுமையிலும் கௌரவமாக வாழ முற்படும் பெண்களது நிலைப்பாட்டையும், தாய்மைக்கு உரிய முக்கியத்துவத்தையும், அந்நியர்களது ஆக்கிரமிப்பை ஏன் தாம் வெறுக்கிறோம் என்பதையும் இச்சிறுகதைகள் விவரிக்கின்றன. ஆண் எழுத்தாளர்கள் கூட தம் சிறுகதைகளில் பெண்களை மிகுந்த கௌரவத்துக்குரியவர்களாக, யதார்த்தமாக எழுதியிருப்பதைக் காணலாம்.

இக்கணத்தில் ஆபிரிக்க இலக்கியத்தில் சர்வதேசமே கொண்டாடும் சிறுகதைகள் சிலவற்றை இத்தொகுப்புகாகத் தேர்ந்தெடுப்பதிலும், மொழிபெயர்ப்புப் பிரதிகளின் குறைநிறைகளைத் தெளிவுபடுத்தி, தகுந்த ஆலோசனைகளை வழங்கி எனக்கு உதவியும், தொடர்ந்தும் என்னை இயங்க ஊக்கப்படுத்துவதிலும் எப்போதும் துணை நிற்கும் சகோதரி கவிஞர் ஃபஹீமா ஜஹானை மிகுந்த நன்றியோடு நினைவுகூர்கிறேன்.

ஓர் இலக்கியப் படைப்பை மொழிபெயர்ப்பதென்பது இலகுவான விடயமல்ல. மூலப் பிரதியில் எழுத்தாளர் குறிப்பிட முனையும் அதே

உணர்வை, வாக்கியப் பிசகில்லாமலும், சொற்பிழைகளின்றியும், சுவாரஸ்யமாகவும் தாம் மொழிபெயர்க்கும் பிரதியிலும் கொண்டுவர மொழிபெயர்ப்பாளர்கள் மிகவும் பாடுபட வேண்டியிருக்கிறது. அது மிகத் தேவையானது என்பதோடு மிகவும் முக்கியமானது. மூலப் பிரதியிலுள்ள ஒரு வசனத் தெளிவுக்காக, மொழிபெயர்ப்பாளர்கள் பெரிய ஆய்வையே மேற்கொள்ள வேண்டியிருக்கிறது. அவ்வாறு செய்தால்தான் மொழிபெயர்க்கப்படும் மொழியின் வாசகர்களுக்கு அது ஒரு பூரணமான படைப்பாகப் போய்ச் சேரும்.

இத்தொகுப்புக்காக, மொழிபெயர்ப்பாளர்கள் எதிர்கொள்ளும் சிக்கல்கள் குறித்து தனக்கேயுரித்தான மொழிநடையில் ஓர் அற்புதமான முன்னுரையைத் தந்திருக்கிறார் எனது நீண்ட கால அன்பு நண்பர் எழுத்தாளர் அ. முத்துலிங்கம் அவர்கள். தொழில்நிமித்தம் ஆபிரிக்காவில் நெடுங்காலம் வசித்த அனுபவம் அவருக்கிருக்கிறது. எனவே இதிலுள்ள சிறுகதைகள் விவரிக்கும் சூழலும், களமும் எம்மை விடவும் அம் மனிதர்களோடு இணைந்து வசித்த அவருக்கே நெருக்கமாக இருக்கின்றன. மிகுந்த பணி நெருக்கடிக்கு மத்தியிலும் சிறந்தவொரு முன்னுரையை எழுதித் தந்த அன்பு நண்பருக்கு எனது மனமார்ந்த நன்றியும், அன்பும் எப்போதும் உரித்தாகும்.

எனக்கு எப்போதும் ஊக்கம் தருபவரும், கைப்பிரதியைப் பார்த்து, தொகுப்பாகப் பதிப்பிக்க முன்வந்தவருமான வம்சி பதிப்பக உரிமையாளர் சகோதரி எழுத்தாளர் ஷைலஜா பவா செல்லதுரை அவர்களையும் இக்கணத்தில் நன்றியோடு நினைவுகூர்கிறேன். அத்தோடு மூலப் பிரதிகளை மொழிபெயர்க்க அனுமதித்த எழுத்தாளர்களுக்கும், வெளியீட்டாளர்களுக்கும் நன்றியைத் தெரிவிக்க இச்சந்தர்ப்பத்தையும் பயன்படுத்திக்கொள்கிறேன். உலகம் முழுவதும் தனக்கென பல வாசகர்களைக் கொண்டுள்ள, சர்வதேச விருதுகளை வென்றுள்ள வம்சி பதிப்பகம் மூலமாக வெளிவரும் இத்தொகுப்பு வாசகர்களுக்கு மிக இலகுவாகப் போய்ச் சேரும்

என்பதோடு தமிழ் வாசகர்களிடத்தில் ஆபிரிக்க இலக்கியத்துக்கும் ஒரு குறிப்பிட்ட இடம் உருவாகக் காரணமாக அமையும் என நம்புகிறேன்.

அத்தோடு இத்தொகுப்பிலுள்ள சிறுகதைகளைப் பிரசுரித்த ***அம்ருதா, காலச்சுவடு, உயிர்மை, தீராநதி, தளம், எங்கள்தேசம், விடிவெள்ளி, அடவி, ஆக்காட்டி, நவீன விருட்சம், வல்லினம், கலைமுகம், மகுடம், மலைகள், வல்லமை, திணை, தளவாசல், குறளி*** உள்ளிட்ட அனைத்து இலக்கிய இதழ்களுக்கும், எனது மொழிபெயர்ப்புக்களை வாசித்து, என்னை எப்போதும் ஊக்கப்படுத்தும் மொழிபெயர்ப்பாளர்கள் சுகுமாரன், ஜெயந்தி சங்கர், பாவண்ணன், ஸ்ரீதர் ரங்கராஜுக்கும் எனது மனமார்ந்த நன்றி.

'ஆபிரிக்கர்களாகிய உங்களது அதிர்ஷ்டத்தின் காரணமாகவே ஒழுங்கையும், கலாச்சாரத்தையும், மதத்தையும், இன்னும் பிறவற்றையும் எடுத்துக்கொண்டு நாங்கள் உங்களிடம் வந்திருக்கிறோம் என வெள்ளையர்கள் கூறுகின்றார்கள்.

எனினும் அவர்கள் முன்னிறுத்தும் உரிமைகள் போலியானவை என நான் கூறுகிறேன். அடிமை ஆட்சி முறையின் பிரதிபலனாக எதுவுமே கிடைக்கவில்லை என நான் கூற மாட்டேன். எமக்கு அவர்களிடமிருந்து நிறையவே கிடைத்தன. எனினும் துரதிர்ஷ்டவசமாக, மேற்கத்தேய நாகரிகத்துக்கும், எமது நாகரிகத்துக்குமிடையிலான மோதலில் மேற்கத்தேய நாகரித்தை உச்சத்தில் வைத்துப் போற்றி, எமது நாகரிகத்தின் உயர்பண்புகளைப் பாதுகாக்கத் தவறி விட்டோம்.

ஆபிரிக்கர்கள் சடுதியாக ஆகாயத்திலிருந்து குதித்தவர்களல்ல. அவர்கள் ஆயிரக்கணக்கான வருடங்கள் ஆபிரிக்காவில் வேர் விட்டு கிளைத்து வளர்ந்து வாழ்ந்து வந்த மக்கள் கூட்டத்தினர். அதனால் அவர்களுக்கென்று பிரத்தியேகமான சடங்குகள், சம்பிரதாயங்கள், கலைகள், கலாச்சாரங்கள், வரலாறுகள் இருக்கின்றன என்பதை எடுத்துக்

கூற வேண்டியிருக்கிறது. எமது நாகரிகத்தை, கலாச்சாரத்தைக் கீழ்த்தரமாகக் கருதவைப்பதற்கு முயற்சிக்கும் மேற்கத்தேயர்களின் முயற்சியைத் தோற்கடிக்க, அவர்கள் ஆபிரிக்காவை நாசப்படுத்திய விதத்தை எழுதி வைக்க வேண்டும் என நான் நம்புகிறேன்' என்கிறார் எழுத்தாளர் சினுவா ஆச்சுபி.

ஆயிரக்கணக்கான வருடங்கள் பயங்கரமான விலங்குகளுக்கு மத்தியில் வாழப் பழகியிருந்த தைரியமான ஆபிரிக்க மக்களது வளங்களைக் கொள்ளையடித்து, குடும்ப கட்டமைப்புகளில் பேரழிவுகளை உண்டாக்கி, தம் ஆயுத விற்பனைக்காகவும், ஆபிரிக்காவின் வளங்களைக் கொள்ளையடிப்பதற்காகவும் அம்மக்களை அடிமைகளாக மாற்றியதில் ஸ்பெயின், பிரான்ஸ், போர்த்துக்கேய, ஐரோப்பிய வல்லரசுகளுக்குப் பெரும்பங்கிருக்கிறது. அக்காலத்தில் கல்வியிலும், பொருளாதாரத்திலும் பின்தங்கியிருந்த போதிலும் மனிதாபிமான ரீதியில் கொடிய மிருகங்களைப் புரிந்துகொள்ள முடிந்த ஆபிரிக்கர்களால், நயவஞ்சகமான வெள்ளையின மனிதர்களைப் புரிந்துகொள்வது சிரமமாகவே இருந்திருக்கிறது.

இத்தொகுப்பில் சிறுகதைகளை எழுதியுள்ள பலரும் தற்போது மரணித்து விட்டார்கள். எனினும் அந்நியர்களின் ஆக்கிரமிப்பில் கட்டுப்பட்டிருக்கும் ஆபிரிக்கர்கள், காலகாலமாக வாழும் தமது கலை, இலக்கியப்படைப்புக்கள் மூலம் தமது தேசத்தை மீளப் பெற்றுக்கொண்டேயிருக்கிறார்கள்.

என்றும் அன்புடன்,
எம். ரிஷான் ஷெரீப்
10.10.2017

மொழிபெயர்ப்பாளர் பற்றிய குறிப்பு

எம். ரிஷான் ஷெரீப்

எம். ரிஷான் ஷெரீப் இலங்கையைச் சேர்ந்த தமிழ் எழுத்தாளரும், கவிஞரும், ஊடகவியலாளரும் ஆவார். கவிதை, சிறுகதை, கட்டுரை, மொழிபெயர்ப்பு, புகைப்படம் ஆகிய துறைகளில் பங்களிப்பு செய்து வருகிறார்.

இவர் இதுவரை வெளியிட்டுள்ள தொகுப்புகள்

- 'வீழ்தலின் நிழல்' (கவிதைத் தொகுப்பு, காலச்சுவடு பதிப்பக வெளியீடு, முதற்பதிப்பு 2010, இரண்டாம் பதிப்பு 2013)

- 'அம்மாவின் ரகசியம்' (மொழிபெயர்ப்பு நாவல், காலச்சுவடு பதிப்பக வெளியீடு 2011) - இந் நாவல், 2011 இல் வெளிவந்த சிறந்த மொழிபெயர்ப்பு நாவலுக்கான இலங்கை அரச சாகித்திய இலக்கிய விருதினையும், பணப்பரிசினையும் வென்றது.

- 'தலைப்பற்ற தாய்நிலம்' (மொழிபெயர்ப்புக் கவிதைத் தொகுப்பு, எழுநா - நிகரி பதிப்பக வெளியீடு, 2013) - கவிஞர் ஃபஹீமாஜஹானுடன் இணைந்து மொழிபெயர்த்த, சிங்களக் கவிஞர் மஞ்சுள வெடிவர்தனவின் சிங்களக் கவிதைகளின் மொழிபெயர்ப்புத் தொகுப்பு.

- 'கறுப்பு ஜூன் 2014' - இலங்கை முஸ்லிம்கள் மீது நடத்தப்பட்ட வன்முறைகளும் அவற்றுக்கான பின்னணியும்! (FTE வெளியீடு, 2014)

- 'அடைக்கலப் பாம்புகள்' (சிறுகதைத் தொகுப்பு, வம்சி பதிப்பக வெளியீடு, 2016) இத்தொகுப்பு இலங்கை அரச சாகித்திய இலக்கிய விருது இறுதிச் சுற்றுக்குத் தெரிவானது.

- 'இறுதி மணித்தியாலம்' (சிங்களக் கவிதைகளின் தமிழ் மொழிபெயர்ப்புத் தொகுப்பு, வம்சி பதிப்பக வெளியீடு, 2016) - இத்தொகுப்பு இலங்கை அரச சாகித்திய இலக்கிய விருது இறுதிச் சுற்றுக்குத் தெரிவானதோடு, கனடா தமிழ் இலக்கியத் தோட்டம் வழங்கிய 2016 ஆம் ஆண்டின் சிறந்த மொழிபெயர்ப்புக்கான இயல் விருதையும், பணப்பரிசினையும் வென்றது.

தொடர்புக்கு : mrishanshareef@gmail.com

#		
1.	பச்சை இலைகள்	21
2.	கரு நாகம்	38
3.	எதிரொலிகள்	54
4.	மீள் வருகை	64
5.	உயிர்த் தியாகம்	75
6.	கறுப்புக் குருவி	92
7.	கோடையோடு போனவள்	109
8.	தவிர்க்கவியலா தெற்கின் காற்று	119
9.	தொழில்	134
10.	கலவரம்	148
11.	போய்-போய் எனப்படுபவன்	159
12.	இரவின் பாடல்	166
13.	திருமணம்	176
14.	சூது கவ்வும்	183
15.	மழை மேகக் கடவுளுக்காக	191

16.	வேட்டை	199
17.	இல்லை என்பதே பதில்	212
18.	சகோதரிகள் இருவர்	219
19.	விடுதி	232
20.	மிகோவிக்கான வழியில்	238
21.	கோணல் பிரார்த்தனை	248
22.	கட்டன்ஹாவும் மனைவியும்	269
23.	பீதி	282
24.	சாராம்சம்	289
25.	வேட்பாளர்	296
26.	அவ்வாறெனில் இது ஏன் இவ்வாறு நிகழ்ந்தது?	310
27.	அகுளகே	315
28.	சாபம்	324
29.	மனிதன்	340
30.	எனது தேசத்தை மீளப் பெறுகிறேன்	350

பச்சை இலைகள்

(கென்யா - க்றேஸ் ஒகொட்)

அது ஒரு கனவு போல இருந்தது. பிறகு அந்த ஓசை படிப்படியாக அதிகரித்தது. நியாகர் போர்வையை அகற்றிவிட்டு காது கொடுத்துக் கேட்டான். ஆமாம். அவன் நினைத்தது சரி. கனத்த காலடிச் சப்தங்களும், குரல்களும் அருகாமையில் கேட்டன. தனது மனைவியை எழுப்புவதற்காக அவன் சுற்றி வரப் பார்த்தான். அவளைக் காணவில்லை. அவன் உடனடியாக எழுந்து கதவருகே சென்றான். கதவு பூட்டப்பட்டிருக்கவில்லை. 'நியாமுந்தி எங்கே? அவள் இந்தளவு அமைதியாக அவளது குடிலுக்குச் சென்றது எவ்வாறு?' அவன் திகைத்தான். 'கதவுக்குத் தாழ்ப்பாளிட என்னை எழுப்பாது, அவளது குடிலுக்குச் சென்று விடுமாறு அவளிடம் கூறியது நானல்லவா? அவள் நாளை என்னைச் சந்திக்க வருவாள்.'

''கள்ளன்... கள்ளன்... அங்கே... அங்கே''

கூச்சலிடும் சப்தம் இப்பொழுது முப்பது யாரளவு அருகாமையில் கேட்டது. நியாகர் தனது கட்டுமஸ்தான உடலைச் சுற்றி போர்வையைப் போர்த்திக்கொண்டு, இருளிலேயே தடவித் தடவி வேலோடு தடியொன்றையும் எடுத்துக்கொண்டு தனது குடிலிலிருந்தும் வெளியே வந்தான்.

'பிட்... பிட்... பிட்' என்ற சத்தத்தோடு ஒரு குழு நுழைவாயிலைத் தாண்டி ஓடிக்கொண்டிருந்தது. நுழைவாயிலைத் திறந்த அவன் வேலியோரத்தில் மறைந்துகொண்டான். குழுவைச் சடுதியாக எதிர்கொள்ள நியாகர் விரும்பவில்லை. ஏனெனில், அக்குழு யாரோ பயங்கரமான ஒருவனைப் பின்னால் துரத்திக் கொண்டு ஓடிக்கொண்டிருப்பது நிச்சயம்.

மூன்று, நான்கு பேர் நுழைவாயிலைக் கடந்து ஓடிச் சென்றனர். தொடர்ந்து பெரிய கும்பலொன்று அவர்களைத் தொடர்ந்தது. ஒளிந்திருந்த இடத்திலிருந்தும் வெளியே வந்த நியாகர் அவர்கள் பின்னால் ஓடிச் சென்றான்.

"இந்தப் பொறுக்கி என்னோட ஆறு எருமைகளைத் திருடிட்டுப் போய்ட்டான்" என எவரோ கூறுவது அவனுக்குக் கேட்டது.

"கவலைப்படாதே... அவங்க அதுக்கான விலையைக் கொடுக்க வேண்டி வரும்" என இன்னொரு குரல் பதிலளித்தது.

துரத்திச் செல்லும் குழுவை நெருங்க நியாகரால் முடிந்தது. தனது நுழைவாயிலைத் தாண்டிச் சென்ற மூன்று அல்லது நான்கு பேரும் மாட்டுத் திருடர்களென்பது அவனுக்குப் புரிந்தது. அவர்கள் வளைவொன்றில் திரும்பினர். முப்பது யாரளவு முன்னால் மூவர் ஓடிக்கொண்டிருந்தனர். அவர்கள் திருடர்களாக இருக்கக்கூடும்.

"அவர்களைத் தப்பிக்க இடமளிக்கக் கூடாது" என ஒருவன் கத்தினான்.

"இல்லை... இடம் கொடுக்க மாட்டோம்" என கும்பலும் ஒரே குரலில் கத்தியது. இரு சாராருக்கும் இடையிலிருந்த இடைவெளி குறைந்தது. பிறைச் சந்திரன் ஒளிந்துகொண்டதும் இருள் அரசாளத் துவங்கியது.

"அவங்களை நோக்கி வேல்களை எறிஞ்சுடாதீங்க... குறி தப்பிடுச்சுன்னா அவங்க அதை எங்களைத் தாக்கப் பயன்படுத்திக்குவாங்க" என வயதான ஒருவர் கத்தினார்.

திருடர்கள் தவறான பாதையில் பிரவேசித்தனர். அதனால் அவர்களுக்கு மாஸாலா மக்களையும், மிரோகி மக்களையும் பிரிக்கும் ஓபோக் ஆற்றின் குறுக்கே இடப்பட்டிருக்கும் பாலத்துக்கான வழி தவறியது. வலப்பக்கம் திரும்பிய அவர்கள் கண்டது தண்ணீரையேயன்றி பாலத்தையல்ல. அவர்கள் நீரின் அருகாமை வரை சென்றிருந்தார்கள்.

"அதோ... அதோ" துரத்தி வந்த கும்பலின் ஓசை எதிரொலித்தது. திருடர்கள் ஆற்றைக் கடந்து செல்ல பொருத்தமானதும், பாதுகாப்பானதுமான இடத்தைத் தேடிக் கண்டுபிடிப்பதற்கு முன்பே மக்கள் அவர்கள் மீது மொய்த்துக்கொள்ளத் துவங்கியிருந்தனர். தமது கைகளிலிருந்த கட்டைகளால் அவர்கள், திருடர்கள் கீழே விழும்வரை தாக்கினார்கள். அகப்பட்டுக் கொண்ட திருடர்களின் அலறல்களால் வானம்கூட அதிர்ந்தது. ஆனாலும் அக்கும்பல் அனுதாபம் காட்டவில்லை. இந்தக் கலவரத்துக்கிடையில் ஒரு திருடன், இடையிலிருந்த புதருக்குள்ளே புகுந்து காணாமல் போயிருந்தான்.

"துரத்து... துரத்து..." என ஒருவன் கத்தினான். அவன் காணாமல்போன திசையை நோக்கி மூவர் மூச்சிறைத்தவாறு ஓடினர். பின்னர் எதிரே அடர்ந்த முற்புதரைக் கண்டதும் நின்றுவிட்டனர். பிறகு தமது கைகளிலிருந்த கட்டைகளால் புதர்களைத் தாக்கினர். எனினும் எந்தவொரு ஓசையும் கேட்கவில்லை. அவன் தப்பிச் சென்றிருந்தான்.

ஏனைய திருடர்களில் ஒருவன் தனது கையிலிருந்த கத்தியால் தன்னைத் துரத்தி வந்த ஒருவனின் தோளில் குத்தினான். கத்தி குத்தப்பட்டிருந்தவாறே அவன் கீழே சாய்ந்தான். இந்தக் கலவரத்துக்கிடையில் திருடன் சடுதியாக ஆற்றில் குதித்தான்.

அனைவரும் திகைத்துப்போய்ப் பார்த்திருக்க, அவன் கடும் முயற்சி செய்து நீந்தி அடுத்த கரைக்குச் சென்றிருந்தான்.

ஒமோரோவின் தோளில் குத்தப்பட்டிருந்த கத்தியை அப்புறப்படுத்திய நியாகர் இரத்தம் பெருக்கெடுப்பதைத் தடுப்பதற்காக அவனது காயத்தைத் தனது கைகளால் அழுத்தினான். இன்னும் நடுங்கிக்கொண்டிருந்த ஒமோரோ சிரமத்தோடு எழுந்து நியாகரின் உடலில் சாய்ந்து நின்றுகொண்டான். வழிந்தோடும் இரத்தத்தின் காரணமாக ஒமோரோவின் பின்புறம் ஈரமாகிக் கொண்டிருந்தது.

மற்றுமொரு திருடன் முனகியபடி புற்தரையின் மீது விழுந்திருந்தான். ஏனைய இருவரும் தப்பிச் சென்றிருந்த காரணத்தால் எஞ்சியிருந்தவனுக்குத்தக்க பாடத்தைப் புகட்ட வேண்டுமென எல்லோரும் தீர்மானித்தனர். அவர்கள், கீழே விழுந்திருந்த திருடனின் நெஞ்சிலும், தலையிலும் ஆழமாகத் தாக்கினர். முனகியபடி தனது கைகளையும் கால்களையும் விரித்து ஒன்று சேர்த்த திருடன் உயிரைவிடத் தயாரானான்.

''ஆஹ்... ஆஹ்... உங்க கையால எதிரியைச் சாக இடமளிக்க வேணாம். கள்ளனோட ஆவி எங்க ஊருக்குள்ள வந்துடும். அதனால நாங்க சீக்கிரமா எங்க வீடுகளுக்குப் போயிடுவோம். அதுக்கப்புறம் கள்ளனோட உயிர் போகட்டும்''

ஒமோரோவின் எச்சரிக்கையை எல்லோரும் ஏற்றுக்கொண்டனர். அவர்கள் அக்கம்பக்கத்திலிருந்த மரங்களிலிருந்து பச்சை இலைகளைப் பறித்து வந்து காயமுற்றிருந்த திருடனை முழுமையாக மூடினர். அடுத்த நாள் காலையில் தமது இனத்தைச் சேர்ந்தவர்கள் அனைவரையும் அழைத்து திருடனை ஆற்றங்கரையில் புதைத்து விடலாமெனத் தீர்மானித்தனர்.

தொடர்ந்து கிராமத்தவர்கள் அமைதியாக வீடுகளை நோக்கிச் சென்றனர். ஒமோரோவின் தோளிலிருந்து இரத்தம் வழிவது

நின்றிருக்கவில்லை. உதவுவதற்குத் தானாகவே முன்வந்த தனது நண்பர்கள் இருவரின் உதவியோடு கைத்தாங்கலாக அவன் நடந்துசென்றான். இன்னும் இருள் அடர்ந்திருந்தது. அவர்களது கண்கள் இப்போது இருட்டுக்குப் பழகியிருந்தன. அவர்கள் நியாகரின் வீட்டை நெருங்கினர். இன்னும் நுழைவாயில் கதவு திறந்தேயிருந்தது.

"விடிகாலையிலேயே வந்துட மறந்துடாதே. பொம்பளைங்க ஆற்றுக்குப் போறதுக்கு முன்னாடி நாங்க சம்பவம் நடந்த இடத்துக்குப் போயிடணும்."

நியாகர் குடிலுக்குள்ளே சென்றான். ஏனையவர்கள் திரும்பிப் பார்க்காமல் முன்னே நடந்தனர். கிராமம் முழுவதும் அமைதியாக இருந்தது. பெண்கள் விழித்திருந்தனர். எனினும் அவர்கள் தமது கணவர்களோடு கதைக்கப் பயந்தனர். என்ன நடந்திருந்தாலும் காலை ஒன்பது மணியாகும்போது எப்படியும் தெரிய வந்துவிடுமென அவர்கள் அறிந்திருந்தனர். தமது கணவன்மார் பத்திரமாகத் திரும்பி வந்திருப்பதை உறுதியாகத் தெரிந்துகொண்டதன் பிறகு அவர்கள் உறங்கச் சென்றனர்.

தனது குடிலுக்குள் நுழைந்த நியாகர், தனது மருந்துப் பையைத் தேடிப் பார்த்தான். அது ஒரு மூலையில் வைக்கப்பட்டிருந்தது. மருந்துப் பையைத் திறந்தவன், மூங்கிலால் செய்யப்பட்ட பாத்திரமொன்றை உள்ளேயிருந்து எடுத்து அதைத் திறந்தான். அதற்குள்ளேயிருந்து சிறிதளவு சாம்பலைக் கையிலெடுத்து கொஞ்சமாக நாக்கில் தடவி எச்சிலோடு விழுங்கினான். சிறிதளவு சாம்பலை உள்ளங்கையில் கொட்டி எடுத்துச்சென்று நுழைவாயில் கதவினருகில் விசிறினான். பிறகு மூங்கில் பாத்திரத்தை மூடி மருந்துப் பையின் உள்ளே வைத்தான். இப்பொழுது அவனது மனது அமைதியடைந்திருந்தது.

கட்டிலின் ஒரு மூலையில் அமர்ந்த நியாகர் தனது ஆடைகளை மாற்றிக்கொள்ளத் தயாராகி பின்னர் தனது எண்ணத்தை மாற்றிக்கொண்டான். அதற்குப் பதிலாக வெற்று ஆகாயத்தை

அமைதியாகப் பார்த்துக் கொண்டிருந்தான். முடிவாக வெளியே செல்ல மனதைத் தயார்படுத்திக்கொண்டான். மெதுவாக கதவைத் திறந்த நியாகர் ஓசையெழுப்பாது அதைப் பூட்டினான். யாரும் அவனது சத்தத்தைக் கேட்கக் கூடாது. நுழைவாயில் கதவைப் பற்றிய சிந்தனையற்று அவன் முன்னே நடந்துசென்றான்.

'நான் நுழைவாயில் கதவைப் பூட்டினேனா?' எனக் குழப்பத்துக்குள்ளான அவன் திரும்பிப் பார்த்தான். ஆமாம். அவன் அதனைப் பூட்டியிருந்தான். அல்லது அவ்வாறு அவனுக்குத் தென்பட்டது.

இடைக்கிடையே கேட்கும் அபசகுனமான சப்தங்களைத் தவிர, இரவு அமைதியாகத்தான் இருந்தது. சூரியன் உதிக்கும் நேரம் நெருங்கிக்கொண்டிருந்தது. புதிய நாளொன்று பிறக்கும் முன்பாக உண்டாகும் பளிச்சிடும் வெளிச்சத்தின் மெல்லிய அறிகுறிகளை கிழக்குத் திசையில் காணக்கூடியதாக இருந்தன.

'அவனது பையில் நிறையப் பணமிருக்கும்' என ஓசையெழுப்பாது சொல்லிக்கொண்டான். களவாடிச் செல்லும் மாடுகளை, கிடைக்கும் முதல் சந்தர்ப்பத்திலேயே விற்றுவிடுவார்கள் என்பதை அவன் அறிந்திருந்தான். திருடனைப் பரிசோதிக்காதிருந்தது ஏனையவர்களின் முட்டாள்தனம். அவன் மீண்டும் காதைக் கூர்மையாக்கினான்.

'யாராவது வருகிறார்களோ?'

'இல்லை.' அவனுக்குக் கேட்டிருந்தது அவனது காலடியோசையின் எதிரொலி.

'சில நேரம் தப்பிச் சென்ற திருடர்கள் இருவரும் மீண்டும் இங்கே வரக் கூடும்' அவன் பதறியவாறு சிந்தித்தான்.

'இல்லை... அவர்கள் வர மாட்டார்கள். இங்கே சுற்றித்திரிய அவர்கள் என்ன வடிகட்டிய முட்டாள்களா?'

பச்சை இலைகளால் மூடப்பட்டிருந்த மேடு தென்பட்டது. அவனது முள்ளந்தண்டு சிலிர்ப்பதை உணர்ந்தான். தனது இதயத்தின் ஓசை நின்றிருப்பதாக அவனுக்குத் தோன்றியது. அவன் சற்று நின்றான். அவனது இதயம் இன்னும் வேகமாக அடித்தது. அவன் பதற்றமாக உணர்ந்தான். வேகமாக நடந்தான். அவனது காலடிச் சத்தத்தின் எதிரொலி அவனுக்குத் தொந்தரவாக இருந்தது.

கொலை நடந்த இடத்தை அண்மித்த நியாகருக்கு அனைத்தும் முன்பிருந்தது போலவே இருப்பதாகத் தோன்றியது. எந்தத் தீர்மானத்துக்கும் வர முடியாமல் அவன் ஒரு கணம் அங்கேயே நின்றான். எவரும் வரவில்லை என்பதை உறுதிப்படுத்திக் கொள்வதற்காக அவன் எல்லாப் பக்கங்களையும் பார்த்தான். கண்ணுக்கெட்டிய தூரம் வரை எவருமே இல்லை. சடலத்தினருகே தன்னந்தனியனாக நின்றுகொண்டிருப்பது அவன் மாத்திரம்தான். அவனுக்குப் பயம் தோன்றியது. பிணமொன்றைத் தொந்தரவு செய்வது ஏன்? அவனது மனசாட்சி அவனிடம் கேட்டது.

‘பணத்தை வைத்து உனக்கு என்ன செய்ய வேண்டியிருக்கிறது? உனக்கு மூன்று மனைவியரும், பன்னிரண்டு பிள்ளைகளும் இருக்கின்றார்கள். உனக்கு வேண்டியளவுக்கு உணவு இருக்கிறது. மாடுகள் இருக்கின்றன. அதற்கும் மேலதிகமாக உனக்கு என்ன வேண்டும்?’ என அவனது மனசாட்சி வினவியது. அவனது பயம் அதிகரித்தது. அவன் திரும்பிச் செல்ல நினைத்தான். எனினும் அதை விடவும் பலமானதொரு சக்தி அவனை முன்னால் தள்ளியது.

‘நீ இவ்வளவு தூரம் இப்படி வந்தது ஒரேயொரு காரணத்துக்காகத்தான். சடலம் உன் முன்னால் இருக்கிறது. உனது கையை அவனது பையில் இடுவது மாத்திரம்தான் நீ செய்ய வேண்டியிருக்கிறது. உடனே பணம் முழுவதும் உனது கையில். உனக்கு வேண்டியளவுக்கு செல்வம் இருக்கிறதென்று மனதை ஏமாற்றப் பார்க்காதே. உலகில் எந்த மனிதனுக்கும் அவனுக்குப் போதுமான அளவு செல்வம் அவனிடம் இல்லை.’

நியாகர் சடலத்தின் அருகே குனிந்து அதனை மூடியிருந்த பச்சை இலைகளை அகற்றினான். பிணத்தின் மார்பு மீதிருந்த அதனது கை நியாகரின் கையில் பட்டது. அவன் இன்னும் வெதுவெதுப்பாகவே இருந்தான். நியாகரது முள்ளந்தண்டு சில்லிட்டது. அவன் உடனே எழுந்து நின்றான்.

'செத்துப் போனவனிடம் சூடு இருக்க வாய்ப்பில்லை' எழுந்து நின்றபடி சிந்தித்தான். அந்த எண்ணத்தைப் புறந்தள்ளினான். ஒருவேளை அவனது இயலாமையின் காரணமாகப் பலவித எண்ணங்கள் மனதில் உதிக்கக் கூடும். அவன் மீண்டும் பிணத்தை நோக்கிக் குனிந்து அதனை மறுபக்கம் புரட்டிப் போட்டான். அவன் செத்துப் போயிருப்பது தெரிந்தது.

அவன் உடனடியாக சடலத்தின் சட்டைப் பைக்குள் கையை நுழைத்தான். முதலாவது பைக்குள் கை நுழைந்தது. அதில் ஒன்றுமிருக்கவில்லை. தொடர்ந்து இரண்டாவது பைக்குள் கை நுழைந்தது. அதுவும் வெறுமையாக இருந்தது. அவனது உள்ளத்திலிருந்த எதிர்பார்ப்புக்கள் சிதறிப்போயின. மாட்டுக் கொள்ளையர்கள் பணம் எடுத்துச் செல்வது சிறிய பொதியொன்றில் இட்டு, அதனை நூலினால் கட்டி, கழுத்தில் தொங்க விட்டபடிதான் என்பது அவனுக்கு நினைவுவந்தது. பிணத்தினை நோக்கிக் குனிந்தவன் அதன் கழுத்தைக் கண்டுகொண்டான்.

கழுத்தைச் சுற்றிக் கட்டப்பட்டிருந்த நூலில் சிறிய பொதியொன்று தொங்க விடப்பட்டிருப்பது தென்பட்டது. வெற்றிப் புன்னகை அவனது முகத்தில் தோன்றியது. நூலை வெட்டுவதற்குத் தனது கையில் கத்தியெதுவும் இல்லையாதலால், சிறியப் பொதியை பிணத்தின் தலையினூடாகக் கழற்றியெடுக்கத் தீர்மானித்தான். நியாகர் பிணத்தின் தலையைத் தூக்க முயற்சிக்கும்போது சடுதியாக அவனது வலது கண்ணின் மீது வேகமாக ஒரு அடி விழுந்தது. அந்தத் தாக்குதலில் சில யார் தூரம் வீசப்பட்டுப் போன நியாகர் மயங்கி விழுந்திருந்தான்.

சுய நினைவுக்கு வந்திருந்த திருடன் இன்னும் பலவீனமாகவே தன்னை உணர்ந்தான். எனினும் காலத்தை வீணடிக்க முடியாது. இரண்டாவது தடவையாகவும் கடுமையாக முயற்சித்ததன் பிறகு, அவனால் எழுந்து நின்றுகொள்ள முடியுமாக இருந்தது. அவனது உடல் இரத்த வெள்ளத்தில் கிடந்திருந்ததைக் கண்டுகொண்டான். எனினும், இப்பொழுது அவனது மனம் தெளிவடைந்திருந்தது. அனைத்து பச்சை இலைகளையும் சேகரித்த அவன், அவற்றைக் கொண்டு நியாகரின் உடலை மூடினான்.

தப்பியோடிய சந்தர்ப்பத்தில் கண்டுபிடித்துக்கொள்ள முடியாதிருந்த பாலத்தைத் தேடிக் கண்டடைந்தவன் உடனடியாக அங்கிருந்து தப்பிச்சென்றான். மரித்தவனின் ஆவி தன்னைப் பின் தொடரும் முன்பாக அவன் அங்கிருந்து தப்பிச் சென்றுவிட வேண்டும். சூரியோதயம் நெருங்கியிருந்தது. என்றாலும் மிகுவா நதியினருகே சென்ற அவனால் இரத்தக் கறை படிந்திருந்த தனது ஆடைகளைக் கழுவிக்கொள்ள முடியுமாக இருந்தது.

குலத் தலைவர் ஒலீலோ, சூரியோதயத்துக்கு முன்பாக மக்களை எழுப்பி விடுவதற்காகச்சாவு மேளத்தை அடிக்கச் செய்தார். ஒரு மணித்தியாலம் ஆவதற்குள்ளாக, குற்றங்கள் மற்றும் பொதுவான வழக்குகளுக்குத் தீர்ப்பளிக்கும் ஒபொக் மரத்தினருகே நூற்றுக் கணக்கான இனத்தவர்கள் ஒன்று கூடியிருந்தனர். ஒலீலோ மக்களை விளித்தார்.

''கேளுங்கள் எனது மக்களே! நேற்றிரவு எமது கோத்திரத்தில் நிகழ்ந்த சம்பவம் பற்றி எல்லோரும் இப்பொழுது அறிந்திருப்பீர்கள். ஒமோகோவின் மாட்டுப்பட்டியில் புகுந்த கள்வர்கள் அவரது ஆறு உழவு மாடுகளைக் களவெடுத்துச் சென்றிருக்கிறார்கள்.''

''ஓஹ்'' மக்கள் கூட்டம் தமது வியப்பைத் தெரிவித்தனர்.

"அதற்குப் பதிலாக இரத்தம் சிந்த வேண்டி வந்தது. எம்மிடம் இப்பொழுது ஒரு சடலம் இருக்கிறது'' என ஒலீலோ உரையைத் தொடர்ந்தார்.

"அப்படியா?" என ஒரு முதியவர் கேட்டார்.

"ஆமாம். அப்படித்தான். இப்பொழுது நான் சொல்வதைக் கேளுங்கள். மனம்போன போக்கில் கொலை செய்வது எமது சட்டத்தில் தடுக்கப்பட்டிருந்த போதிலும்கூட, திருடர்களையும், ஒழுக்கம் தவறியவர்களையும் நாங்கள் தீயவர்களாகவே கருதி வந்திருக்கிறோம். அவ்வாறான ஒருவனைக் கொலை செய்தால், கொன்றவன் கொலைக் குற்றவாளி அல்ல. அவன் தனது சமூகத்தைத் தீங்குகளிலிருந்தும் காப்பாற்றியிருக்கிறான். அப்படிப்பட்ட பாவியொருவனைக் கொலை செய்தவனை, அவனது மனைவி, பிள்ளைகளோடு சேர்த்து பத்திரமாகப் பார்த்துக் கொள்வது முழு சமூகத்தினதும் கடமையாகும். அது கட்டாயமானதுமாகும். அவ்வாறான ஒருவனைத் திரும்பவும் சமூகத்தில் சேர்த்துக்கொள்ள முன்பு அவனைத் தூய்மைப்படுத்த வேண்டும் என்பதுவும் உங்கள் எல்லோருக்குமே தெரியும்.

ஆனால் வெள்ளைக்காரர்களது சட்டம் இதைவிடவும் மாறுபட்டது. அவர்களது சட்டத்தின் பிரகாரம், உங்களது மாடுகளைத் திருடியவன் கையும் களவுமாகப் பிடிபட்டாலும், உங்களது மனைவிமாரோடு கட்டிலில் படுத்திருக்கும் கள்ளப் புருஷன் கையும் களவுமாகப் பிடிபட்டாலும் அவனை நீங்கள் கொன்றால் நீங்களும் கொலைக் குற்றவாளி ஆகிவிடுவீர்கள். அதனால் உங்களுக்கும் மரண தண்டனையே உரித்தாகும்.

எமது சட்டங்களை விட அவர்களது சட்டங்கள் உயர்வானவை என அவர்கள் நினைத்துக்கொண்டிருக்கிறார்கள். அதனால் நாங்கள் கவனமாகச் செயற்பட வேண்டும். எங்களுக்காக எமது மூதாதையர் இருக்கின்றார்கள். வெள்ளைக்காரர்களுக்கு அவ்வாறு யாரும் இல்லை. அதனால்தான் வெள்ளைக்காரர்கள் தங்களில் யாரேனும் செத்துப் போனால் வீட்டை விட்டு எங்கேயாவது தூரமாகக் கொண்டுபோய்ப் புதைத்துவிடுகிறார்கள்.

நாங்கள் இப்பொழுது செய்ய வேண்டியது இதுதான். நாங்கள் ஒரு திருடனைக் கொலை செய்து விட்டோம் என்ற தகவலைத் தெரிவிப்பதற்காக எங்களில் முப்பது பேரை வெள்ளையர்களிடத்தில் அனுப்புவோம். ஊரார் எல்லோரும் ஒன்று சேர்ந்து திருடனைக் கொன்றதாக இக்குழு போய் வெள்ளைக்காரர்களிடம் கூற வேண்டும். எனது பேச்சுக்குச் செவிமடுங்கள் பிள்ளைகளே! வெள்ளைக்காரர்களது தந்திரங்களை நடைமுறைப்படுத்த முடியுமாக இருப்பது, எமக்கிடையே பேதங்கள் இருந்தால் மாத்திரம்தான். நாங்கள் ஒன்றுபட்டிருந்தால் எங்களில் ஒருவரைக் கூட கொல்ல முடியாது.''

'பெரியவர் சிறப்பாக உரையாற்றினார்' என மக்கள் ஆரவாரித்தனர். முப்பது பேரைத் தேர்ந்தெடுத்த அவர்கள், அந் நபர்களை வெள்ளையரின் முகாமை நோக்கி அனுப்பி வைத்தனர்.

பெண்கள் உள்ளிட்ட எஞ்சியிருந்த அனைவரும் ஆற்றங்கரையில் பச்சை இலைகளால் மூடப்பட்டிருந்த சடலத்தின் அருகே சென்றனர். பிறகு அவர்கள் வெள்ளைக்காரர்களது வருகையை எதிர்பார்த்துக் காத்திருந்தனர்.

நியாமுந்தி தனது சக்களத்தியை நெருங்கினாள்.

''நியாகர் எங்கே? நான் காணவேயில்ல?''

நியாமுந்தியின் சக்களத்தி கூட்டத்திற்குள்ளே பார்வையைச் செலுத்திப் பார்த்துவிட்டுப் பதிலளித்தாள்.

''அவர் அந்த முப்பது பேரோடு போயிருப்பார்னு நினைக்கிறேன். அவர் விடிகாலையிலேயே வீட்டைவிட்டுப் போயிருந்தார். நானும் விடிகாலையிலேயே எழுந்து[illegible] அ[illegible]வே கதவு திறந்திருந்துச்சு. அதுக்கு முன்னாலேயே அவர் வீட்டிலிருந்து புறப்பட்டிருக்கணும்'' என்றாள்.

ஆற்றங்கரை மேட்டிற்குச் செல்லும் ஒற்றையடிப் பாதையில் கால்வைத்த நியாமுந்தி, தனது பாதங்கள் இரண்டும் அதிகாலைப் பனித்

துளிகளால் ஈரமாவதை உணர்ந்தாள். பாதையின் வளைவுகளில் புற்களும், செடிகளும் உயரமாக வளர்ந்திருந்தன. அவற்றில் படிந்திருந்த பனித் துளிகள் காலையை வரவேற்க அலங்கரித்திருப் பதைப் போன்றிருந்தன. அவளுக்குத் தமது கணவன் எங்கே போயிருப்பான் என தனது மற்றுமொரு சக்களத்தியிடம் கேட்க வேண்டியிருந்தது. எனினும் அவளது முகத்தில் எவ்வித மாற்றங்களும் இல்லாததன் காரணத்தால், அவள் அமைதியாக இருக்கத் தீர்மானித்தாள்.

"நாங்க இங்க வர்றப்போ நமக்கு முன்னால குறுக்கிட்ட கறுப்புப் பூனையை எனக்குச் சுத்தமாப் பிடிக்கல" என நியாமுந்தி தனது சக்களத்தியிடம் கூறினாள்.

"ஆமா... அதிகாலைல பயணம் ஒண்ணு போகும்போது முதன்முதலா கறுப்புப் பூனையை முன்னால சந்திக்குறது கெட்ட சகுனம்தான்."

அவர்களுக்கு லாரியொன்றின் ஓசை கேட்டது. தொலைவில் பார்த்தவர்களுக்குப் புழுதி மண்டலத்தோடு போலிஸ் லாரிகள் இரண்டு வருவதைக் காணக்கூடியதாக இருந்தது.

ஐரோப்பிய போலிஸ் அதிகாரியொருவரும், ஆபிரிக்க அதிகாரிகள் நால்வரும் லாரியிலிருந்து இறங்கினர். அவர்கள் லாரியின் பின் கதவைத் திறந்துவிட்டனர். போலிஸிடம் சென்றிருந்த அவர்களது இனத்தவர்கள் முப்பது பேரும் அதிலிருந்து வெளியே இறங்கினர்.

"ஊர்த் தலைவர் எங்கே?" என வெள்ளைக்கார அதிகாரி கேட்டார். ஒலீலோ ஓரடி முன்னால் எடுத்து வைத்தார்.

"என்னிடம் உண்மையைச் சொல்லுங்கள். என்ன நடந்தது? இந்த நபர்கள் சொல்வதை என்னால் நம்ப முடியவில்லை. அவர்களை என்னிடம் ஏன் அனுப்பினீர்கள்?"

ஒலீலோ தனது மொழியில் தெளிவான உச்சரிப்போடும், மெதுவாகவும், அழுத்தமாகவும் அனைத்தையும் கூறினார். அவரது கருத்துகள் ஆபிரிக்க அதிகாரியொருவரால் மொழிபெயர்க்கப்பட்டது.

"நாங்கள் நேற்றிரவு கள்வனொருவனைக் கொன்றுவிட்டதைத் தெரிவிக்க நான் அவர்களை உங்களிடம் அனுப்பினேன்."

"என்ன? நீ ஒருவனைக் கொலை செய்துவிட்டாய்?" வெள்ளைக்காரன் ஒலீலோவை நெருங்கினான். ஏனைய போலிஸ்காரர்களும் அவனைப் பின்தொடர்ந்தனர்.

"நீ ஒருவனைக் கொலை செய்துவிட்டாய்?" என போலிஸ் அதிகாரி திரும்பவும் கேட்டான்.

"இல்லை. நாங்கள் ஒரு கள்வனைத்தான் கொன்றோம்" என ஒலீலோ தெளிவுபடுத்தினார்.

"உங்களுக்குள்ளே நீங்கள் ஆளையாள் கொலை செய்து கொள்ளும் இந்தச் சம்பிரதாயத்தை நிறுத்தும்படி நான் உங்களிடம் எத்தனை தடவை கூறியிருக்கிறேன்? நீதிமன்றத்தில் விசாரணை நடத்தி திருடன்தானெனத் தீர்ப்பளிக்கும்வரை யாரும் குற்றவாளியாக முடியாது. உங்களது ஆட்கள் எல்லோருமே செவிடர்கள்" என வெள்ளையன் ஒலீலோவை நோக்கி தனது கையிலிருந்த தடியால் சுட்டிக்காட்டியபடி கர்ஜித்தான்.

"இந்தத் தடவை சட்டத்தைப் பற்றி உங்களுக்கு நான் சொல்லித் தருகிறேன். யார் அவனைக் கொன்றது?" என வெள்ளையன் கோபத்தோடு கத்தினான்.

"நாங்கள் எல்லோரும்" என ஒலீலோ கூட்டத்தைக் கையால் சுட்டிக்காட்டியவாறு கூறினார்.

"விளையாடாதீர்கள். யார் அவனை முதலில் தாக்கியது?"

கூட்டம் பொறுமையை இழந்தது. அவர்கள் போலிஸார் ஐவரையும் நெருங்கினார்கள்.

''நாங்கள் எல்லோரும் திருடனைத் தாக்கினோம். நீங்கள் எங்களைக் கைது செய்து அழைத்துச் செல்ல வேண்டுமென்றால் அதைச் செய்யலாம். ஆனால் இன்னும் லாரிகளைக் கொண்டுவர வேண்டியிருக்கும்'' என்றார்கள்.

''செத்தவன் எங்கே?'' என வெள்ளைக்காரன் ஒலீலோவிடம் கேட்டான்.

''இங்கேதான்'' பச்சை இலைகளால் மேடிட்டிருந்த இடத்தைக் காட்டிவாறு ஒலீலோ பதிலளித்தார்.

போலிஸார் பச்சை இலை மேட்டை நோக்கிச் சென்றனர். மக்களும் அதை நோக்கி நகர்ந்தனர். வெள்ளைக்காரர்கள் பிணத்தினைக் கொண்டுசெல்ல முன்பு அதைப் பார்த்துக்கொள்வது அவர்களுக்கு அவசியமாக இருந்தது.

இந்தப் பிரதேசத்தில் இதற்கும் முன்பு ஒரு கொலை நடந்த சந்தர்ப்பத்தில், போலிஸ் அதிகாரிகள் சடலத்தை 'கிஸூமு' எனும் இடத்துக்குக் கொண்டு சென்றிருந்தனர். அங்கு அதை வெட்டித் தைத்தனர். பிறகுதான் சடலத்தைத் திருப்பித் தந்திருந்தனர்.

''இதோ உங்களுடைய ஆள். கொண்டுபோய்ப் புதை'' என்றார்கள். இவ்வாறான சடலங்களின் பித்தப்பையை அகற்றி போலிஸ் நாய்களுக்கு உணவாகக் கொடுப்பதாகச் சிலர் கூறினர். அப்போதுதான் அந்த நாய்களுக்கு இலகுவாக குற்றவாளிகளைப் பிடிக்க இயலுமாக இருக்குமாம். அநேகமானவர்கள் அவ்வாறான கதைகளை நம்பினர். இந்தச் சடலமும் போலிஸால் கொண்டு செல்லப்படக் கூடும்.

சடலத்தை மூடியிருந்த பச்சை இலைகளை அகற்றுமாறு ஐரோப்பிய போலிஸ் அதிகாரி, ஏனைய அதிகாரிகளுக்குக் கட்டளையிட்டார். சற்றுத் தயங்கிய அவர்கள் பிறகு அதற்கு உடன்பட்டனர்.

தனக்கு முன்னாலிருந்த உடலைக் கண்ட ஒலீலோவால் தனது கண்களையே நம்ப முடியவில்லை. அவர் தனது மக்களையும் போலிஸாரையும் பார்த்தார். அவன் நல்ல நிலையிலிருக்கிறானா? திருடன் எங்கே? அவர் இரண்டாவது தடவையாகவும் அந்த உடலைப் பார்த்தார். அவர் மாயைக்குள் அகப்பட்டிருக்கவில்லை. அது அவரது ஒன்றுவிட்ட சகோதரனான நியாகருடைய உடல்தான். அந்தச் சடலத்தின் வலது கண்ணில் மரக் குச்சியொன்று ஆழமாகக் குத்தப்பட்டிருந்தது.

நியாமுந்தி கூட்டத்திலிருந்து விலகி சடலத்தினருகே ஓடிச் சென்றாள். அவள் தனது கணவனின் உடலைக் கட்டிக் கொண்டு அலறினாள். பிறகு கூட்டத்தைப் பார்த்துக் கத்தினாள்.

"நீங்க கொன்ன கள்ளனெங்கே? எங்கே அவன்?"

குழப்பம் அதிகரித்தது. கூட்டம் சிறு சிறு குழுக்களாகப் பிரிந்தது. பெண்கள் ஒப்பாரி வைக்கத் துவங்கினர். முன் தினஇரவு திருடனைத் துரத்திச்சென்றவர்கள் ஒவ்வொருவரையும் சந்தேகத்தோடு பார்த்துக்கொண்டனர். அவர்களைப் பொறுத்தவரையில் நியாகர் திரும்பி வந்தது உறுதி. அதைச்சத்தியம் செய்துகூற முடியும். பிறகு ஒலீலோ தனது கண்ணீர் வழிந்தோடும் முகத்தை மறைக்க முயற்சிக்காது, தனது மக்களை அழைத்தார்.

"எனது மக்களே, பாவப்பட்ட கரமொன்று எங்களை நோக்கி நீண்டிருக்கிறது. அந்தக் கரத்துக்கு எமது சமூகத்தை அழிப்பதற்குச் சந்தர்ப்பம் கிட்டாதிருக்கட்டும்! நியாகர் செத்து போய்விட்டான். ஆனால் அவனது ஆத்மா எங்களுடனேயே இருக்கிறது."

நியாமுந்தி, ஊர்த் தலைவர் ஒலீலோவின் ஆறுதல் வார்த்தைகளால் சமாதானப்படவில்லை. திருடர்களுடன் உண்டான கலகத்தின் பிறகு நியாகர் திரும்பி வந்ததை ஆட்கள் சத்தியம் செய்து கூறியபோதும் அவள் அதை நம்பவில்லை. பிரேத பரிசோதனைக்காக கிஸுமுக்குக் கொண்டு செல்ல சடலத்தை லாரியில் ஏற்றிய சந்தர்ப்பத்தில் அவள் போலிஸ்காரர்களுடனும் முரண்பட்டாள். அவளது கணவனின் மரணம் குறித்து உடனடியாக கிராமம் முழுவதும் விரிவான விசாரணையொன்றை நடத்துவதாக வாக்குறுதியளித்து அவளை போலிஸார் ஆறுதல்படுத்தினர். எனினும் நியாமுந்தி தலையசைத்து மறுத்தபடி கதைத்தாள்.

''அவரை என்கிட்ட உயிரோடு ஒப்படைக்கிறோம்னு உங்களால உறுதியா சொல்ல முடியும்னா நான் உங்க பேச்சைக் கேட்கிறேன்'' என்றாள்.

நியாமுந்தி தனது ஆடையைக் கிழித்துக்கொண்டாள். ஒப்பாரி வைத்தபடி நகரும் மக்களின் பின்னால் கதறியழுதபடியும், ஒப்பாரி வைத்தபடியும் நடந்தாள். அவளது இரு கரங்களும் தலைக்கு மேலால் உயர்ந்திருந்தன.

எனது நேசன்

ஓஷிங்கின் மகன்

ஓமோலோவின் புதல்வன்

மழை பெய்து கொண்டிருக்கிறது

ஆமாம் மழை பெய்து கொண்டிருக்கிறது

இரவுகள் இனி அந்தகாரம் மிக்கதாகும்

இரவுகள் இனி நீண்டதும் குளிரானதுமாகும்

ஓஹ் எனது தாயின் மருமகனே

மன்னிக்கும் இதயம் என்னிடமில்லை

தயை காட்டும் இதயமும் என்னிடமில்லை

ஒப்பாரி வைக்கும் இவர்கள் அனைவருமே

ஏமாற்றுகிறார்கள் என்னை

ஆமாம் ஏமாற்றுகிறார்கள் என்னை

சூரியன் கவிழ்ந்து இருள் சூழும்போது

இவர்கள் என்னை

தனியே விட்டுச் சென்றுவிடுவார்கள்

குளிரிரவில்

பெண்கள் எல்லோரும் தமது

கணவன்மாரின் அணைப்புக்குள்ளிருப்பர்

ஆனால் ஒரேயொரு பெண்ணும்

அவர்களிடையேயில்லை

ஒரு பெண் கூட இல்லை

அவளது கணவனை

இரவில் என்னிடம் அனுப்ப

ஐயோ எனது நேசனே

ஒஷிங்கின் மகனே

எனது தாயின் மருமகனே.

கரு நாகம்

(கினி குடியரசு - கமாரா லயே)

அன்று நான் எனது தந்தையின் குடிசையைச் சுற்றி விளையாடிக் கொண்டிருந்த சிறுவனாக இருந்தேன். அப்போது எனக்கு எத்தனை வயது இருந்திருக்கும்? என்னால் உறுதியாகக் கூற முடியவில்லை. மிகக் குறைந்த வயது, சிலவேளை ஐந்து அல்லது ஆறு வயதைக் கடப்பவனாக இருந்திருக்கக் கூடும். எனது தாய், தந்தையோடு பட்டறையில் இருந்தேன். சுத்தியலால் அடிக்கும் ஓசையும், விதவிதமானவற்றை வாங்க வருபவர்களது குரல்கள் மற்றும் எப்போதுமே ஒலித்துக் கொண்டிருக்கும் பழகியவர்களது குரல்கள் என அனைத்துமே இப்பொழுதும் எனக்குக் கேட்பதைப் போலிருக்கின்றன.

திடீரென நான் விளையாடுவதை நிறுத்தினேன். குடிசையினருகே நிலத்தில் ஊர்ந்து செல்லும் நாகப் பாம்பொன்று என் கண்ணில் பட்டது. அப்பாம்பு குடிசையைச் சுற்றி ஒரு சவாரி போவதாக இருக்கக்கூடும். கண நேரத்துக்குப் பிறகு நான் அப்பாம்பினருகில் சென்றேன். எமது தோட்டத்து எல்லை வேலியில் நடப்பட்டிருந்த செடிகளின் சருகுகள் எப்போதும் நிலத்தில் பரவியிருக்கும். அவ்வாறு நிலத்தில் வீழ்ந்திருந்த குச்சியொன்றையெடுத்து அதனைப்பாம்பின் வாயருகே கொண்டுசென்றேன். பாம்பு விலகிச் செல்ல முயற்சிக்கவில்லை. எமது சிறிய விளையாட்டில் மகிழ, பாம்பு எண்ணியிருக்கக் கூடும். அது,

நான் நீட்டிய குச்சியை மெதுவாக தனது வாய்க்குள் எடுத்தது. அழகிய சிறிய விலங்குகளைப் போல அதுவும் அத்தடியை உணவாகக் கொள்வதாக இருக்குமென நான் எண்ணினேன். அதன் கண்கள் மகிழ்ச்சியால் பளிச்சிட்டன. அங்குலம் அங்குலமாக அதன் தலை, எனது கைக்கருகே வந்துவிட்டிருந்தது. குச்சியை முழுமையாக அது விழுங்கியிருந்தது. அதன் வாய் எனது விரல்களினருகே வந்து விட்டிருந்தது.

நான் புன்னகைத்தேன். எனக்கு எவ்வித அச்சமும் தோன்றவில்லை. இந்த நாகம், அதன் பற்களால் எனது விரல்களைத் தீண்டப் போவதை உணர்ந்தேன். எனது தந்தையின் மாணவனான டெமானி பட்டறையை விட்டு வெளியே வந்தது அந்தக் கணத்தில்தான். டெமானி எனது தந்தையைக் கூப்பிட்டுக் கத்திய உடனேயே நான் எழுந்துகொண்டேன். உடனடியாக நான் எனது தந்தையின் நண்பரொருவரின் கரங்களில் பாதுகாப்பாக இருந்தேன்.

என்னைச் சுற்றி பெரிய கலவரமே நடந்துகொண்டிருந்தது. ஏனைய எல்லோரை விடவும் சத்தமாக எனது தாய் அலறிக் கொண்டிருந்தாள். அத்தோடு நின்று விடாமல் எனக்குக் கைகளால் பலமாக ஓர் அடி அடித்தாள். அடியின் வலியை விடவும், திடீரென எழுந்த கூக்குரல்களால் குழப்பத்துக்குள்ளாகியிருந்த நான் அழ ஆரம்பித்தேன். சிறிது நேரத்துக்குப் பிறகு என்னைச் சுற்றியிருந்த ஓசைகள் மெதுமெதுவாக மறைந்துபோயின. எல்லாமும் முடிந்து போனதன் பிற்பாடு எனது தாய் என்னைக் கடுமையாக எச்சரித்தாள். அந்த விளையாட்டை மீண்டும் விளையாடக் கூடாது எனக் கூறினாள். அதன் அபாயம் உண்மையிலேயே எனக்குப் புரியாவிடினும் கூட நான் அதற்கு இசைந்தேன்.

எனது தந்தையின் குடிலானது, பட்டறையின் அருகிலேயே அமைந்திருந்தது. அக் குடிலின் சுவருக்கு வெளியே நீண்டிருந்த கூரையின் நிழலில் எப்போதுமே நான் விளையாடிக்

கொண்டிருப்பேன். எனது தந்தைக்கு மட்டுமே உரித்தான அந்தக் குடிலானது, ஏனைய குடில்களைப் போல களிமண்ணும் தண்ணீரும் கலந்து கட்டப்பட்ட ஒன்றல்ல. அது செங்கற்களால் கட்டப்பட்டிருந்தது. வட்டமாகக் கட்டப்பட்டிருந்த குடிலின் கூரையானது வைக்கோலினால் வேயப்பட்டிருந்தது. குடிலுக்குள் செல்ல செவ்வக வடிவில் கதவொன்று வைக்கப்பட்டிருந்தது. குடிலினுள்ளே வெளிச்சம் வருவதற்காகச் சிறிய ஜன்னலொன்றும் பதிக்கப்பட்டிருந்தது.

குடிலினுள்ளே வலப்பக்கமாக களிமண்ணால் கட்டப்பட்டிருந்த சிறிய கட்டிலின்மீது நார்ப் பாயொன்றும், தலையணையொன்றும் வைக்கப்பட்டிருந்தன. குடிலினுள்ளே பின்புறமாக, ஜன்னலிலிருந்து வரும் வெளிச்சம் மிக அதிகமாகக் கிடைக்குமிடத்தில் உபகரணப் பெட்டி வைக்கப்பட்டிருந்தது. இடது பக்கத்தில் பிரார்த்தனை நேரத்தில் உடுத்தும் ஆடை வைக்கப்பட்டிருந்தது. அத்தோடு மூலிகைச் செடிகளும், கொடிகளும் அடங்கிய மண் பாத்திரங்கள் வரிசையாக வைக்கப்பட்டிருந்தன. கட்டிலில் தலையணை வைக்கப்பட்டிருந்த இடத்துக்கு நேர்மேலாகத் தொங்க விடப்பட்டிருந்தவை எனது தந்தையின் உறக்கத்தைக் காத்தன.

உலோகத்தால் மூடப்பட்டிருந்த மண் பாத்திரங்களைச் சுற்றிவர தடித்த நூலால் சிப்பிகள் பிணைக்கப்பட்டிருந்தன. அதனால் அப்பாத்திரங்கள் மிகவும் அழகாக இருந்தன. குடிசைக்குள்ளிருந்தவற்றிலேயே அப்பாத்திரங்கள்தான் பெறுமதி வாய்ந்தவையென நான் புரிந்துகொண்டேன். அவற்றுள் மாயாஜால சக்தி வாய்ந்தவை அடங்கியிருந்தன. பாவகரமான அனைத்துத் தீங்குகளையும் துரத்தியடிக்கும் மருந்துகள் அப்பாத்திரங்களுக்குள் இருந்தன. அம் மருந்துகளை உடல் முழுவதும் தடவிக்கொள்வதன் மூலம் தீயவை அனைத்திலிருந்தும் காவல் பெறலாம். உறங்கச் செல்ல முன்பு எனது தந்தை, அம்மருந்துகள் எல்லாவற்றிலிருந்தும் கொஞ்சம் எடுத்து தனது உடலில் தடவிக் கொள்வார். அந்த ஒவ்வொரு

மருந்துக்கும் தனிப்பட்ட சக்திகள் இருந்தன. அந்தச் சக்திகள் என்னென்னவென்று எனக்குச் சரியாகத் தெரியாது. ஆகையால் எப்போதும் நான் விரைவாக தந்தையின் குடிசையை விட்டும் வெளியே வந்துவிடுவேன்.

நான் விளையாடிக்கொண்டிருந்த இடத்துக்கு எதிர்ப்புறத்தில் பட்டறை அமைந்திருந்தது. அதனால் எனக்கு எப்போதுமே பட்டறையைப் பார்த்துக்கொண்டிருக்க முடிந்தது. அவ்வாறே எனது பெற்றோருக்கும் என்னைக் கண்காணிப்பது இலகுவாக இருந்தது. அப்பிரதேசத்திலிருந்த கட்டடங்களிடையே பிரதானமான கட்டடமாக இருந்தது இந்தப் பட்டறைதான். எனது தந்தை எப்போதும் பட்டறைக்குள்ளிருந்து வேலை நடக்கும் விதத்தைக் கண்காணித்துக்கொண்டிருப்பார். மிகவும் முக்கியமானவொன்று அல்லது திருத்துவதற்குக் கடினமான வேலையெனில் தந்தையே அதைச் செய்து முடிப்பார். இந்த இடத்தில்தான் அவர் தனது நண்பர்களையும் வாடிக்கையாளர்களையும் சந்திப்பார். அதனால் இந்தப் பட்டறையானது, காலை தொடக்கம் முதல் இரவு வரை ஓசைகளால் நிரம்பியிருக்கும்.

அது மாத்திரமல்ல. எமது பிரதேசத்துக்குள் நுழையும் அல்லது வெளியே செல்லும் எவருமே பட்டறையைத் தாண்டித்தான் செல்ல வேண்டியிருந்தது. அதனால் எப்போதுமே இந்த இடம் போகும், வரும் பயணிகளாலும் நிறைந்திருக்கும். இந்த இடத்தைத் தாண்டிச் செல்லும் எவருமே எனது தந்தையுடன் சில வார்த்தைகளில் உரையாடியபடி, பட்டறைக்குள் வேலை நடைபெறும் விதத்தைச் சில நிமிடங்கள் பார்த்துக்கொண்டிருப்பர். சில வேளைகளில் நான் பட்டறை வாசலருகே போய் நின்றுகொள்வேன். உள்ளே செல்வது அபூர்வம். உள்ளேயிருக்கும் எல்லோருமே என்னை அச்சுறுத்துவார்கள். எவரேனும் என்னைப் பிடிக்கப் பார்த்தால் நான் ஓடி வந்துவிடுவேன்.

எனினும் பல காலம் கழிந்த பிறகு நான் பட்டறையின் ஒரு மூலையிலிருந்து எரியும் நெருப்பைப் பார்த்துக் கொண்டிருக்கப் பழகியிருந்தேன். அக்காலங்களில் நான் விளையாடும் இடமாக எனது தந்தையின் குடிலுக்கு வெளியேயிருந்த நிழல் இருந்தது. எமது காணியில் வளர்ந்துகொண்டிருந்த தோடம்பழ மரத்தினடியிலும் விளையாடப் பழகியிருந்தேன்.

பட்டறையைக் கடந்து சென்று அதன் பின்புற வாசலருகே போனால் உங்களால் நிச்சயமாகத் தோடம்பழ மரத்தைக் காண முடியும். எமது காடுகளில் வளரும் விசாலமான மரங்களைப் போன்ற ஒன்றல்ல இந்த தோடம்பழ மரம். ஆனாலும் இதன் பளபளப்பான அடர்ந்த இலைகளால் இருண்ட நிழல் அங்கு வீழ்ந்து கிடந்தது. தோடம்பழ மர நிழலானது, வெப்பமான சூரியக் கீற்றுகளிலிருந்து தப்பித்துக்கொள்ள ஏதுவான குளிர்ந்த இடமாக ஆகியிருந்தது. அதில் பூக்கள் பூக்கும் காலத்தில் மென்மையான நறுமணம் அப்பகுதி முழுவதும் பரவியிருக்கும். அதில் காய்கள் காய்க்கும் என்றாலும் அவற்றை எம்மால் பார்க்க மாத்திரமே முடிந்தது.

அந்தக் காய்கள் முற்றிக் கனியும்வரை எமது பேராவலை அடக்கியபடி காத்திருக்க வேண்டியிருக்கும். பிறகு எனது தந்தை, குடும்பத் தலைவர் என்ற ரீதியில் தோடம்பழங்களைப் பறிக்கும்படி கட்டளையிடுவார். அவற்றைப் பறிப்பவர், பைகளை நிரப்பி ஒவ்வொன்றாகத் தந்தையின் கைகளில் தருவார். எனது தந்தை, அப்பழங்களை அயல்வாசிகளுக்கும், ஊர் மக்களுக்கும், தனது வாடிக்கையாளர்களுக்கும் பங்கிட்டுக்கொடுப்பார். அதன்பிறகுதான் எமக்குத் தேவையான அளவு தோடம்பழங்களைப் பெற்றுக்கொள்ள முடிந்தது.

எனது தந்தை கஞ்சத்தனம் பார்க்காது வாரி வழங்குவார். எமது வீட்டுக்கு வரும் எந்த விருந்தினருக்கும் எம்முடன் உணவு உட்கொள்ளலாம். எனினும் விருந்தினர்கள் உட்கொள்ளும் வேகத்தில்

என்னால் உணவு உட்கொள்ள முடியாது. எனது பாகத்தை எடுத்து வைக்க எனது தாய் மறந்துவிட்டிருந்தால் நான் பசித்திருக்க வேண்டியிருக்கும்.

உட்காரு... சாப்பிடு... உன்னோட அப்பாவுக்கு புத்தியில்ல என அவள் வழமை போலவே கூறுவாள்.

உண்மையில் விருந்தினர் வருவது அவளுக்குப் பிடிக்கவில்லை. அவள் சமைக்கும் உணவைக்கொண்டு தமது வயிற்றை நிரப்பிக்கொள்பவர்களின் எண்ணிக்கை அதிகம். எனினும் எனது தந்தை சொற்பமாகவே உணவை உட்கொள்வார். அவர் உணவுப் பிரியராக இருக்கவில்லை.

நாங்கள் புகையிரத தண்டவாளத்துக்கு அருகிலேயே வசித்து வந்தோம். எமது காணியின் எல்லையாக இருந்த மர வேலிக்கு மறுபுறமாகப் புகையிரத தண்டவாளம் அமைந்திருந்தது. உண்மையில் புகையிரதமானது, எமது வேலிக்கு எவ்வளவு அருகாமையில் பயணிக்குமெனக் கூறுவதென்றால், சில சந்தர்ப்பங்களில் புகையிரத எஞ்ஜினிலிருந்து வரும் தீ தாக்கி எமது வேலி பற்றியெரியும். அனைத்தும் நெருப்பில் பற்றியெரிவதைக் காண அவசியமில்லையென்றால் உடனடியாக தண்ணீரை ஊற்றி வேலியை அணைக்க வேண்டியிருக்கும். இது ஒரு வகையில் பயங்கரமானதாகவும், திகிலூட்டும் செயலாகவும் இருக்கும்.

அதனால் அந்த இடத்தைத் தாண்டிச்செல்லும் எல்லாப் புகையிரதங்களையும் நான் கண்காணிக்க வேண்டியிருந்தது. கண்ணெட்டும் தூரம் வரைக்கும் புகையிரதம் இல்லையென்றாலும் கூட அதன் பளபளப்பான தண்டவாளங்களை பல மணி நேரமாக வெறுமனே பார்த்துக்கொண்டிருக்க நான் பழகியிருந்தேன். நிழல் தர மரமோ செடியோ அருகே இல்லாததன் காரணமாக இரயில் பாதை அதிக சூரிய வெப்பத்தால் மிகவும் சூடாகும். தண்டவாளங்கள் எந்தளவு வெப்பமாக இருக்குமென்றால், புகையிரத எஞ்ஜினிலிருந்து

எண்ணெய் சிந்தினால், அது உடனே காணாமல் போய்விடும். எண்ணெய் விழுந்த தடயமே எஞ்சியிருக்காது.

பாம்பைக் குடிசைக்கருகில் அழைத்து வந்தது இந்த உஷ்ணம்தானோ? இல்லாவிட்டால் எண்ணெய்யோ? எனக்குத் தெரியவில்லை. காய வைக்கப்பட்டிருக்கும் செம்மரங்களிடையே சர்ப்பங்கள் ஊர்வதை நான் கண்டிருக்கிறேன். நிஜத்தில் வேலி தாண்டி எமது தோட்டத்துக்குள் வர அவை பழகியிருந்தன.

பாம்புகளோடு விளையாடக் கூடாதென எனது தாய் எச்சரித்த தினம் எனக்கு நினைவு வந்தது. பாம்பொன்றைக் கண்டதுமே நான் அம்மாவிடம் ஓடினேன்.

"அங்க பாம்பொண்ணு" என்று கத்தினேன்.

"என்ன? இன்னுமொண்ணா?" என அம்மாவும் கத்தினாள்.

உடனே அவள் அந்தப் பாம்பு எந்த வர்க்கத்தைச் சேர்ந்ததெனப் பார்க்க வெளியே ஓடி வந்தாள். அந்தப் பாம்பும், ஏனைய எல்லாப் பாம்பு வகைகளையும் சேர்ந்ததென்றால் அது இறக்கும்வரைக்கும் தாக்கப்படும். எமது பிரதேசத்திலுள்ள ஏனைய பெண்களைப் போல, அம்மாவும் பாம்பு முழுமையாக அமைதியடையும் வரை தாக்குவாள். அதுவே தாக்குவது ஆணாக இருப்பின், சரியாகக் குறிபார்த்து ஒரேயடியில் பாம்பைக் கொல்வான்.

ஒரு நாள், சரீரத்தில் வைரம் பாய்ந்த சிறிய நாகப்பாம்பொன்றை நான் கண்டேன். அது எவ்வித அவசரமுமில்லாது பட்டறையை நோக்கி வந்துகொண்டிருந்தது. நான் வழமைபோலவே அம்மாவிடம் அதைத் தெரிவிக்க ஓடினேன். கறுப்பு நிறப் பாம்பினைக் கண்டதுமே எனது தாய் கனத்த குரலில் கூறினாள்.

"இந்தப் பாம்பைக் கொல்லக் கூடாது மகனே. இந்தப் பாம்பு, மற்றப் பாம்புகளைப் போல இல்ல. உனக்கு இந்தப் பாம்பினால எந்த

ஆபத்தும் வராது. இந்தப் பாம்புக்கு நீயும் எப்பவும், எந்தத் தொந்தரவும் செய்யக் கூடாது.''

இந்தப் பாம்பு, கொல்லப்பட வேண்டிய வர்க்கத்தில் சேர்ந்ததல்ல என்பதைப் பற்றி நானும், எனக்குத் தெரிந்த அளவில் எனது நண்பர்களும் தவிர்த்து ஏனைய அனைவரும் அறிந்திருந்தனர். நாங்கள் இன்னும் சிந்திக்கும் பருவமடையாத குழந்தைகளாக இருந்தோம்.

''இந்தப் பாம்புதான் உன் அப்பாவோட குல தெய்வம்'' என்றும் அம்மா கூறினாள்.

நான் அச்சிறிய பாம்பினைப் பார்த்துக்கொண்டிருந்தேன். அது அமைதியாக, சத்தமேயெழுப்பாது பட்டறை நோக்கி ஊர்ந்து சென்று கொண்டிருந்தது. எவராலும் தனக்கு எந்தத் தொந்தரவும் ஏற்படாது என அறிந்திருந்ததைப் போல அமைதியாகப் பயணித்தது. சூரிய ஒளியில் அதனது கரு நிற உடல் பளபளத்தது. அது பட்டறையை நெருங்கியதும்தான் பட்டறைச் சுவற்றிலிருந்த சிறிய ஓட்டையை முதன்முதலாக நான் கண்டேன். அந்த ஓட்டை நிலத்தோடு ஒட்டி அமைந்திருந்தது. ஓட்டைக்குள் நுழைந்த பாம்பு காணாமல் போனது.

''பார்த்தியா? அந்தப் பாம்பு உன் அப்பாவைப் பார்க்க வருது'' என அம்மா கூறினாள்.

நான் தெய்வங்களைப் பற்றி அறிவேன். ஆனால் இந்தக் காட்சி என்னை அதிர்ச்சிக்குள் தள்ளிய ஒரு சம்பவமாக இருந்தது. என்னால் கதைக்க முடியவில்லை. பாம்புக்கு எனது தந்தையோடுள்ள சம்பந்தம் என்ன? அதுவுமல்லாது இந்தப் பாம்பு மாத்திரம் ஏன்? இந்தப் பாம்பு யாராலும் கொல்லப்படுவது உசிதமல்ல. ஏனெனில் இது எனது தந்தையின் கடவுள். எனது தாய் அவ்வாறுதான் தெளிவுபடுத்தியிருந்தாள். அவ்வாறெனில் ஒருவரது இறைவன் உண்மையிலேயே யார்? தெய்வங்கள் எனப்படுபவை யாவை? நான் அவற்றை எல்லா இடங்களிலும் காண்கிறேன். அவை ஒரு செயலைத்

தடுப்பதோடு இன்னொரு செயலை ஊக்குவிப்பவை. எனக்கு இவையெதுவும் விளங்கவில்லை. நல்ல தெய்வங்களைப் போல மோசமான தெய்வங்களும் இருந்தன. எனக்குத் தெரிந்தளவில் நல்ல தெய்வங்களை விடவும் மோசமான தெய்வங்களின் எண்ணிக்கை அதிகம். இந்தப் பாம்பு என்னை எதுவும் செய்யாது என அறிந்துகொண்டது எவ்வாறு? இதுவும் இதே வர்க்கத்தைச் சேர்ந்த ஏனைய இதே போன்ற பாம்பையொத்தது தான் உண்மையில் இந்த கருநாகம் விசித்திரமான ஒன்றுதான் என்றாலும் இதுவும் ஒரு பாம்பு மாத்திரம்தான். எனக்கு இவையெதுவுமே விளங்கவில்லை. எனினும், இது பற்றிக் கதைக்க வேண்டியது ஆண்களுடன் மாத்திரமே என எண்ணிய நான் இரவாகும்வரை காத்திருக்கத் தீர்மானித்தேன்.

இரவுணவின் பின்னர், தனது நண்பர்களுடனான கலந்துரையாடல் நிறைவு பெற்றதும் எனது தந்தை அவர்களுக்கு விடைகொடுத்தார். பிறகு அவர் தனது குடிலுக்கு வெளியே சென்றமர்ந்தார். நான் அவருக்கருகே போய் அமர்ந்து கொண்டேன். முதன்முறையாக நான் சுற்றிவளைத்து கேள்விக்குள் நுழைந்தேன். ஏனைய எல்லாச் சிறுவர்களையும் போல சூரியனுக்குக் கீழேயிருக்கும் அனைத்தையும் குறித்து அவரிடம் கேள்வி கேட்டுக்கொண்டிருந்தேன். இறுதியில் என்னால் என்னைக் கட்டுப்படுத்த முடியாமல் போனது.

''அப்பா, அப்பாவைப் பார்க்க வர்ற அந்தச் சின்னப் பாம்பு யாரு?''

''எந்தப் பாம்பைப் பத்திக் கேட்குறே?''

''அந்தச் சின்னப் பாம்பு. அதைக் கொல்ல வேணாமுன்னு அம்மா சொன்னா''

''ஓஹ் !'' என்ற சொல் மட்டும்தான் அவர் வாயிலிருந்து வந்தது. சிறிது நேரம் என்னையே பார்த்துக் கொண்டிருந்தார். பதில் சொல்ல வேண்டுமா? கூடாதா? எனத் தீர்மானிக்க யோசிப்பதாக எனக்குத் தோன்றியது. சில வேளை அவர் எனது பால்ய வயது குறித்து சிந்திப்பதாக இருக்கக்கூடும். இவ்வாறான இரகசியங்களைப்

பன்னிரண்டு வயதுச் சிறுவனிடம் கூறுமளவிற்கு இந்தப் பிள்ளை வளர்ந்திருப்பானா? எனினும் திடீரென அவர் தனது முடிவினை மாற்றிக்கொண்டார்.

''அந்தப் பாம்பு எங்க மக்களுக்கு வழிகாட்டுற தெய்வங்களிலொண்ணு. இப்ப புரியுதா?'' என்று கேட்டார்.

''ஆமா'' சரியாக விளங்கவில்லையென்ற போதிலும் நான் கூறினேன்.

''அந்தப் பாம்பு எப்பவும் எங்க கூடவே இருக்கும்... எங்களோட ஒருத்தர் மாதிரி'' என அவர் கூறிக் கொண்டே போனார்.

''அது உண்மைதான்'' என முழு மனதோடு கூறினேன். ஏனைய எல்லோரையும் தாண்டி, எனது தந்தையின் முன்னால் பாம்பு தோன்றியதை வெளிப்படையாகக் காணக்கூடியதாக இருந்தது. எமது குடும்பத் தலைவர் அப்பா அல்லவா? எமது பிராந்தியத்தின் அனைத்துப் பட்டறைகளினதும் தலைவர் எனது தந்தை அல்லவா? நல்ல பட்டறைக்காரர் எனது தந்தை அல்லவா?

''அது எப்படி வருது?'' என நான் கேட்டேன்.

''தொடக்கத்தில் நானதைக் கனவில் கண்டேன். நான் தூங்கிட்டிருக்கும்போது பல தடவை கண்டிருக்கேன். அதுக்கப்புறம் நான் முழிச்சிட்டிருக்கும்போது அது வர்ற நேரத்த அது சொன்னது. அது, இடத்தையும் நேரத்தையும் சரியாச் சொன்னது. ஆனா, நெஜமா சொல்றதுன்னா அத முதல் முறையாக் கண்டபோது நானும் நல்லாப் பயந்துட்டேன். அதுவும் மற்றப் பாம்புகளைப் போலத்தான்னு நானும் நெனச்சேன் அதனால என்னைக் கட்டுப்படுத்திக்க வேண்டியிருந்தது இல்லேன்னா நான் அதைக் கொன்னிருப்பேன். நானதை அன்போட வரவேற்கலன்னு கண்ட பாம்பு, வந்த வழியிலேயே திரும்பப் போயிட்டுது. நான் அங்கிருந்து பாம்பு போறதையே பார்த்துக்கொண்டிருந்தேன். அதை அந்த இடத்துலேயே கொன்னு

போட்டுடுவேனோன்னு சந்தேகத்திலேயே இருந்தேன். ஆனா ஏதோவொரு பலமான கையொண்ணு என்னைத் தடுத்தது. பாம்பைத் தொடர்ந்து போகவிருந்த என்னோட பயணத்தையும் நிறுத்தியது. பாம்பு காணாமப் போற வரைக்கும் பார்த்துக்கொண்டேயிருந்தேன். அப்ப கூட பாம்பை என்னால லேசாப் பிடிச்சிருக்கலாம். வேகமா அடி வச்சிருந்தாக்கூடப் போதும். ஆனா என்னால என் கை, கால்களையே அசைக்க ஏலாம இருந்தது. அதுதான் கறுப்பு நாகத்தை நான் சந்திச்ச முதலாவது சந்தர்ப்பம்.''

ஒரு கணம் அமைதியாக இருந்துவிட்டு அவர் சொல்லிக் கொண்டே போனார்.

''அடுத்த நாள் ராத்திரி எனக்குத் திரும்பவும் அந்தப் பாம்பு கனவில் வந்தது. 'நீ சொன்ன மாதிரியே நான் வந்தேன். ஆனா நீ என்னை அன்பா வரவேற்கல. அதுக்குப் பதிலா மோசமான முறையில என்னை வரவேற்க நினைத்தாய். எனக்கு உன் கண்கள்ல அதைப் பார்க்க முடிந்தது. நான் மக்களுக்கு வழிகாட்டுற தெய்வம். நீ குடும்பத் தலைவன் என்கிறதாலதான் நான் உன் முன்னால வந்தேன். அதனால என்னை நீ பயத்தோடு பார்க்கவும், திரும்பிப் போகவும் வேணாம்... நான் உனக்கு நல்லதைக் கொண்டுவருவேன்' னு பாம்பு சொன்னது. அதற்கப்புறம் நான் பாம்பைக் கண்டதுமே வரவேற்றேன். அதேபோல பாம்பு எனக்கு அதிர்ஷ்டத்தைத் தவிர வேறொண்ணையும் கொண்டு வரல''

பிறகு எனது தந்தை ஒரு கணம் அமைதியாக இருந்துவிட்டு மீண்டும் கதையைத் தொடர்ந்தார்.

''அடுத்தவங்களை விட நானொண்ணும் பெரிய கெட்டிக்காரனில்லன்னு உனக்கு இப்ப விளங்கும். மத்தவங்கக்கிட்ட இருக்குறது போல சொத்துகளும் என்கிட்ட இல்ல. அடுத்தவங்கக்கிட்ட இருக்குறத விடவும் ரொம்பக் குறைவுதான் என்கிட்ட இருக்குற சொத்து. நான் எல்லாத்தையுமே ஆட்களுக்குக் கொடுத்துடறேன். என்னோட

சட்டையைக்கூடக் கழட்டிக்கொடுத்துடறேன். அதனால நான் அடுத்தவங்களை விட அதிகமாக தெரியப்பட்டிருக்கேன். என்னோட பெயர் எல்லாருடைய நாக்கு நுனிலயும் இருக்கு. மாவட்டத்துல உள்ள எல்லாப் பட்டறைக்காரர்களுக்கும் தலைவன் நான். அதெல்லாம் நடந்தது இந்தக் கறுப்பு நாகத்தினால்தான். அதுதான் நம் மக்களுக்கு வழி காட்டும் தெய்வம். நான் இந்தப் பாம்புக்குக் கடன்பட்டிருக்கேன். நடக்கப்போற எல்லாத்தையும் அது என்கிட்ட சொல்லும். அதனால விடிஞ்சு எழும்பிப் பார்க்குறப்போ என்னோட பட்டறைக்கு முன்னால யார் நின்னாலும் நான் ஆச்சரியப்படுறதில்ல. அவங்களோட சைக்கிளையோ, மோட்டார் சைக்கிளையோ, கடிகாரத்தையோ திருத்தித் தர சொன்னா நான் ஆச்சரியப்படுறதில்ல. அடுத்த நாள் நடக்கப் போற எல்லாமே முந்தைய நாள் ராத்திரி எனக்குத் தெரியவரும். அதனால என்கிட்ட கொண்டு வர்ற எதையும் விரைவாத் திருத்திக்கொடுக்க என்னால முடியுது. அந்த வேலையைப் பற்றி யோசிச்சுக் கொண்டிருக்கத் தேவையில்ல. அதனால நான் திறமையான பட்டறைக்காரன்னு பெயரெடுத்தேன். அதனாலதான் என்னால பாம்பை மறக்க முடியாது. நான் பாம்புக்குக் கடன்பட்டிருக்கேன். எங்க மக்களுக்கு வழிகாட்டுற தெய்வத்துக்கு நான் கடன்பட்டிருக்கேன்.''

அவர் மௌனமானார். இப்பொழுது எனக்கு எல்லாமும் புரிந்தது. எனது தந்தை எங்காவது பயணம் போய்விட்டு வந்தால் தனது தொழிலாளர்களிடம் இவ்வாறு கூறுவார்.

''நான் வெளியே போயிருந்தப்ப அவர் வந்தார்தானே? அவர் இந்த மாதிரி வேலைதானே கொண்டு வந்தார்?''

அப்பொழுது எல்லோருமே ஆச்சரியப்படுவார்கள். அந்த அனைத்து விடயங்களையுமே அவர் தெரிந்துகொண்டது பாம்பிடமிருந்துதான் என்பது இப்போது எனக்கு விளங்கியது. அப்போதெல்லாம் நான் தலையை உயர்த்திப் பார்க்கும்போது எனது தந்தை என்னையே பார்த்துக்கொண்டிருப்பதை நான் காண்பேன்.

''சின்னவனே, இன்னிக்கு நான் ஏன் இதையெல்லாம் உன்கிட்ட சொன்னேன்னா, நீ என்னோட மூத்த மகன் என்கிறதாலதான். நான் உன்கிட்ட இருந்து எதையுமே மறைக்கமாட்டேன். உன்கிட்டயும் தெய்வம் வரும். உன்னோட அப்பா எப்பவுமே நல்லது மாத்திரமே செஞ்சதாலதான் தெய்வத்தையே தனக்கிட்ட கொண்டுவர முடிஞ்சது. சில நேரம் எனக்கது தெரியாமக்கூட இருந்திருக்கலாம். நம் மக்களுடைய தெய்வத்தை உன்கிட்டயும் வரவழைக்கணும்னா நீயும் என்னைப் போலவே நடந்துகொள்ளணும். இப்ப இருந்து நீ என் கூடவே இருக்கணும்''

அவர் பளிச்சிடும் விழிகளால் என்னைப் பார்த்துக் கொண்டிருந்தார். திடீரென அவரது முகம் வாடியது.

''சின்னவனே, எனக்குப் பயமாயிருக்கு. எனக்கு ரொம்பப் பயமாயிருக்கு. நீ எப்பவுமே என்கூட இருக்குறதில்ல. நீ நாள் முழுக்க பள்ளிக்கூடத்துல இருப்பாய். எப்பவாவது ஒரு நாள் நீ இந்தப் பள்ளிக்கூடத்தையும் விட்டுட்டுப் பெரிய பள்ளிக்கூடத்துக்குப் போவாய். நீ என்னையும் விட்டுட்டுப் போய்விடுவாய்ச் சின்னவனே.''

இதைச் சொல்லும்போது அவரது முகம் கவலை கொண்டதாக இருந்தது. அவரது இதயம் கனத்திருப்பதை என்னால் உணர முடிந்தது. குடிசைக்குள் எரிந்துகொண்டிருந்த எண்ணெய் விளக்கிலிருந்து அவரது முகத்துக்கு மெல்லிய வெளிச்சம் விழுந்தது. திடீரென முதியவராகி விட்டவரைப்போல அவர் தெரிந்தார்.

''அப்பா'' என நான் முனகினேன்.

''மகனே'' அவர் உதடுகளை அசைத்தார்.

நான் தொடர்ந்தும் பள்ளிக் கூடம் போக வேண்டுமா? இல்லையெனில் பட்டறைக்குப் போக வேண்டுமா? என என்னுள்ளே

நிலையான தீர்மானமொன்று இருக்கவில்லை. என்னால் எதையும் சிந்தித்துப் பார்க்கக்கூட முடியவில்லை.

''இப்ப போ'' என எனது தந்தை கூறினார்.

நான் எழுந்து, எனது தாயின் குடிலுக்குப் போனேன். இரவு வானம் தங்கத் தாரகைகளால் பூரித்திருந்தது. இராப் பட்சிகளின் நாதம் கேட்டது. நான் பின்பற்ற வேண்டிய உண்மையான மார்க்கம் எது? அதற்கான வழி எங்கேயிருக்கிறது? எனது குழப்பம், ஆகாயத்தைப் போலவே விசாலமாகப் பரந்திருந்தது. ஆனால் அந்த ஆகாயத்தில் நட்சத்திரங்களில்லை. நான் எனது தாயின் குடிலுக்குள்ளேயே இருந்தேன். அப்போது அந்தக் குடில் எனது குடிலாகவும் இருந்தது. நான் உறங்கச் சென்றேன். எனினும் தூக்கம் வராததால் நான் அசௌகரியத்தோடு கட்டிலில் அங்குமிங்கும் புரண்டபடியிருந்தேன்.

''என்னாச்சு மகனே உனக்கு?'' என எனது தாய் என்னிடம் கேட்டாள்.

''ஒண்ணுமில்ல'' என்றேன். என்னிடம் கூறுவதற்கு ஏதுமில்லை.

''நீ ஏன் தூங்க மாட்டேங்குற?'' என எனது தாய் மீண்டும் கேட்டாள்.

''எனக்குத் தெரியல''

''சரி தூங்கு'' என்றாள்.

''சரி'' என்றேன்.

''தூங்கு... எப்பவும் தூக்கம்தான் ஜெயிக்கும்'' என கவலையோடு அவள் கூறினாள். அவள் கவலையோடு இருப்பது ஏன்? நான் மகிழ்ச்சியற்றிருப்பதாக அவள் அனுமானித்திருப்பாளோ? எனது உணர்வுகள் என்னவென்று அவள் எப்போதும் அறிவாள்.

நான் உறங்க முயற்சித்தேன். கண்களை மூடிக்கொண்டேன். ஆனால் அதற்கும் பலனற்றிருந்தது. எண்ணெய் விளக்கின் மந்த ஒளி விழுந்த எனது தந்தையின் முகத்தை என்னால் மறக்க முடியாது. அவர் திடீரென

முதியவராகிப் போனார். அவ்வளவு யௌவனம் மிக்க, அவ்வளவு உற்சாகமுள்ள எமது எல்லோரை விடவும் நல்ல குணங்கள் நிறைந்த அவர் சடுதியாக முதியவராகி விட்டாரென்பதை நான் உணர்ந்தேன்.

அவர் ஒருபோதும் போட்டியில் தன்னை முந்திச்செல்ல யாருக்கும் இடமளித்ததில்லை. அவரது உடல், எமது இளைஞர்கள் எல்லோரினதும் உடல்களை விடவும் பலம் வாய்ந்ததாக இருந்தது. 'அப்பா... அப்பா' நான் தொடர்ச்சியாகக் கூறிக்கொண்டேயிருந்தேன். 'அப்பா நான் என்ன செய்யணும்? சரியானது எது?' நான் ஓசையெழுப்பாது அழுதேன். அழுதவாறே உறங்கிப்போனேன்.

அதன்பிறகு ஒருபோதும் நாம் கருநாகம் குறித்துக் கதைத்துக் கொள்ளவில்லை. எனது தந்தை முதலும் கடைசியுமாக அன்று கதைத்திருந்தார். அதற்குப் பிறகு கருநாகத்தைக் கண்டதுமே நான் ஓடிப்போய் பட்டறைக்குள் அமர்ந்துகொள்வேன்.

சுவர் ஓட்டையில் வழுக்கியபடி செல்லும் அந்தப் பாம்பைப் பார்த்துக் கொண்டிருப்பேன். அக்கணத்தில் பாம்பு வந்திருப்பதை எனது தந்தை அறிந்திருந்தால் அவரது பார்வை ஓட்டையை நோக்கிச் செல்லும். உடனே புன்னகைப்பார். பாம்பு நேராக எனது தந்தையினருகே சென்று வாயைத் திறக்கும். தனக்கருகே பாம்பு வந்ததுமே எனது தந்தை அதன் வாலில் செல்லமாகத் தட்டுவார். அந்தக் கருநாகம் எனது தந்தைக்குச் சிறிதளவுகூட தீங்கு விளைவிக்க முயற்சிப்பதை ஒருபோதும் நான் கண்டதில்லை. எனது தந்தை பாம்பு உடலின் வால்நுனியைத் தடவிக் கொடுப்பதுவும், பாம்பு உடலை அசைப்பதுவும் கேள்விகளுக்குப் பதில் சொல்வதைப் போலவே இருக்கும். இந்த எண்ணங்கள் எனது மனதைச் சஞ்சலப்படுத்திற்று. இது மிகவும் விசித்திரமான கலந்துரையாடலென எனக்குத் தோன்றியது. எனது தந்தை கையை வைத்துக் கேள்வி கேட்பதோடு, பாம்பு உடலசைப்பதன் மூலம் பதில் தந்தது.

ஆமாம். அது கலந்துரையாடல் போன்றதுதான். நானும் என்றாவது ஒருநாள் இப்படித்தான் செய்ய வேண்டியிருக்குமா? இல்லை. நான் இன்னும் பள்ளிக்கூடம் செல்லும் மாணவன். ஆனாலும் எனது கையைப்பாம்பின் மீது வைக்கவும், அப்போது அது உடலை அசைக்கும் விதத்தை உணர்ந்துகொள்ளவும் நான் மிகவும் ஆசைப்பட்டேன். எனினும் பாம்பு எனது கையின் ஸ்பரிசத்துக்கு எவ்வாறு பதிலளிக்கும்? அதற்கு என்னிடம் கூற ஏதுமில்லாமல் இருக்கலாம். என்னிடம் கூற எதுவுமே இல்லாமல் போகும் என எண்ணி நான் அச்சமுற்றேன்.

பாம்பின் உடலைத் தடவிக்கொடுத்தது போதுமென எனது தந்தைக்குத் தோன்றியது. அவர் அதற்குதனியாக இருக்க இடமளித்தார். பிறகு இரும்பைத் தகர்க்கும் இடத்துக்கு முன்பாக ஆட்டுத் தோலை விரித்து அதன் மீது அமர்ந்து எனது தந்தை வேலை செய்துகொண்டிருக்கும் போது, ஆட்டுத் தோலின் கீழ் வந்த பாம்பு அவரைத் தீண்டியது.

எதிரொலிகள்

(தென்னாபிரிக்கா - ஆல்ஃப் வண்ணென்பர்க்)

மூவரும் புழுதியினிடையே நின்று வீதியின் பெயர்ப் பலகையைப் பார்த்தனர். ''இன்னும் ரெண்டு நாட்கள்ல நாங்க எங்க ஊர்ல இருப்போம்'' என்றான் தஸோலோ. அவனும், மெகீயும், தெம்பாவும் பல தினங்களாக, ஆயிரக்கணக்கான மலைகளிலிருந்து விழுந்திருந்த பள்ளத்தாக்குகளினூடான நெடும் பாதையில் வந்துகொண்டிருந்தனர். பகல் நேரங்களில் மஞ்சள் நிற நெருப்போடையில் நடந்துவரும் அவர்கள், இரவில் தெருவோரமாக ஓர் இடத்தில் தீ மூட்டி, தாகமுற்ற நிலத்தில் படுத்து ஓய்வெடுத்தனர்.

அவர்கள் குறைவாகவே கதைத்துக்கொண்டனர். தாம் கைவிட்டு வந்த இடத்தின் பயங்கரமானது இன்னும் அவர்களது மனதிலிருந்து நீங்கியிருக்கவில்லை. பெரியதொரு அனர்த்தத்தின் போது, அவர்களுடனிருந்த சுரங்கத் தொழிலாளர்களில் நானூறு பேரளவில் மரணமடைந்திருந்தனர். பாறைகள் உடைந்து விழுவதனால் அவர்களிடமிருந்து பிரிந்தவர்களை நெருங்கிக் காப்பாற்ற எடுத்த முயற்சி வெற்றியளித்திருக்கவில்லை.

அவர்களுக்கிடையே பயங்கர அமைதியிருந்தது. ஓலமிட்டபடியும், அதிர்ந்துபோயுமிருந்த மனைவிமாரும் உறவினரும் நண்பர்களும் திரும்பிச் சென்றதன் பிறகு அவர்கள் எறிந்துவிட்டுச் சென்ற கடதாசித்

துண்டுகள் போன்றவை காற்றில் அடித்துச் செல்லப்பட்டு முள்வேலியில் சிக்கிக்கொண்டிருந்தன. சாம்பல் நிற ஆகாயத்தில் இருண்ட மேகங்கள் பிரிந்து செல்லத் தயாராவதைப் போல பரவியிருந்தன.

''இந்தச் சூரியக் கீற்றுகளோட சூடு எங்க உடல்கள் மேல விழுந்துட்டேயிருக்கு. சரியாச் சொன்னா வெள்ளைக்காரர்களோட சட்டத்தைப் போல'' எனக் கூறிய தஸோலோ தனது கைகளிலும் கால்களிலும் படிந்திருந்த புழுதியைத் தட்டிவிட்டான்.

''சரியாச் சொன்னா எங்க ஆட்கள் சுரங்கத்துக்குள்ள கஷ்டப்படுறதைப்போல'' என்றான் மெகீ.

''நாங்க கதைக்கக் கூடாத விஷயங்களும் இருக்கு'' என தஸோலோ கூறினான்.

''நாங்க வெள்ளைக்காரர்களோட சட்டங்களை மாற்றலாம். ஆனா சுரங்கத்துக்குள் கஷ்டப்படுறதை ஒரு நாளும் மாற்ற முடியாது.''

சுரங்கத்துக்குள் அவர்கள் அனுபவிக்க நேர்ந்த துயரங்கள் நினைவுக்கு வந்ததனால் உருவான சோகத்தின் காரணமாக ஒரு கணம் அவர்கள் அமைதியாக இருந்தனர்.

''நாங்க இன்னிக்கு ராத்திரி இங்கேயே தங்கிடுவோம்''

''இல்ல. நாங்க ராத்திரியும் நடப்போம். நாளை அந்தியாகும்போது எங்களால வீட்டுக்குச் செல்ல இயலுமாயிருக்கும்'' என்று மெகீ கூறினான்.

''எனக்குன்னா இப்பவே வீட்டுக்கு வந்துசேர்ந்த மாதிரிதான். என்னோட கால்கள் சக்தி வாய்ந்தவை. களைப்பை உணரவே இல்லை.''

தஸோலோ தோட்டத்தைச் சுற்றியிருந்த பாதுகாப்பு வேலியின் உடைந்த ஓரிடத்தினூடாக வீதியில் பிரவேசித்தான். அவனைப்

பின்பற்றி அவர்களும் வரண்டுபோன மேட்டினூடு அமைந்திருந்த பெருந் தெருவில் நடந்துசென்றனர்.

''இதுதான் வழி'' என தஸோலோ, தலைவன் ஒருவனைப்போலக் கூறினான். அவர்கள் வீடுகளில் கழித்த காலங்களிலும், அவர்களது விவசாய வேலைகளில் தலைமை தாங்கியவன் தஸோலோதான். மண் பயனற்றதாகி, அறுவடைகள் தோல்வியடைந்த போது, அவர்கள் அவனுடன் தொழிலாளிகளை இணைத்துக்கொள்ளும் அலுவலகத்தை நோக்கி வந்தனர். ஒரு தடவை அவர்கள் அவனுடன் சிறைக்கும் சென்றிருந்தனர். அவனது ஆத்ம தைரியம் அவ்வளவு பிரபலமானது. எப்போதும் அது அவ்வாறேதான் நடந்தது.

''இது ஒரு நல்ல இடம்'' சரிவான ஓர் இடத்தில் தனது போர்வையை விரித்தபடி தஸோலோ கூறினான்.

''தண்ணீர் இருக்குற ஆழமான ஆறொன்றுக்குக் கிட்ட நாங்க போனா ரொம்ப நல்லது. அப்பத்தான் தெருவுல போற எவரும் எங்களைக் காண மாட்டாங்க'' என்ற மெகீ தொடர்ந்தும் கூறினான்.

''இந்த இடமென்றால் அபாயகரமானது''

ஆழ்ந்த அமைதி. பிறகு அவனது குரல் எதிரொலிக்கத் தொடங்கியது. அபாயகரமானது... அபாயகரமானது... அபாயகரமானது...

''எங்களைக் கிண்டல் செய்றது யாரு?'' என மெகீ கேட்டான்.

''அது மலைகளோட தந்திரம்'' என தஸோலோ பதிலளித்தான். தனது போர்வையை தஸோலோவின் போர்வைக்கருகிலேயே விரித்துக் கொண்ட தெம்பா ''இது நல்ல இடம்'' எனக் கூறி தஸோலோவின் கருத்தை ஆமோதித்தான்.

உஷ்ணம் குறைந்துகொண்டிருந்த ஓடையில் அமர்ந்திருந்த அவர்கள் வற்றிப்போன நதியைப் பார்த்துக் கொண்டிருந்தனர். முதலில் .கதைத்தது தஸோலோதான்.

''நாங்க இங்கே வந்தது பாதுகாப்பு வேலியைத் தாண்டிங்குறது உங்களுக்கு நினைவிருக்கா?''

''ஆமா... நீதான் வேலி உடைஞ்சிருக்குற இடத்தைக் காட்டினாய்''

''நாங்க வேலி உடைஞ்சிருக்குற இடத்துல புகுந்து வந்திருக்கிறோம் என்கிறதுக்கு அர்த்தம் என்ன தெரியுமா?''

''நாங்க வெள்ளைக்கார விவசாயியொருத்தருக்குச் சொந்தமான தோட்டத்துக்குள்ள வந்திருக்கிறோம்''

''சரி... என்னோட பசியைப் பற்றி இப்ப நான் சொல்றேன். என்னோட வயிறு கர்ஜிக்குது.''

''அப்ப நான் சொல்றேன். இந்த மாதிரி பண்ணைகள்ல ஆடுகள் இருக்கும்.''

''ஆமா... நீ புதுமையான ஒருத்தன்தான். அதை நான் எப்படி விளக்குறது? நீ புதுமையானவன் தான்... ஆமா'' என தெம்பாவின் முதுகில் தட்டிக்கொடுத்தபடியே தஸோலோ கூறினான்.

''நான் இந்த மாதிரி விஷயங்களெல்லாம் உன்கிட்ட இருந்துதானே கத்துக்கிட்டேன்'' என்று பதிலளித்தான் தெம்பா.

அவர்களது உரையாடல் மெகீயின் எண்ணவோட்டத்தினூடே மிக மெலிதாகவே கேட்டது. அவன் எதிர்கொள்ளப் போகும், வீட்டுக்குத் திரும்பச் செல்லும் சந்தோஷம் மாத்திரமே அவனது எண்ணங்களில் மிதந்தது. அவன் வந்த இடத்தில் நிகழ்ந்த அனர்த்தம், சுரங்கத் தொழிலாளர்கள் மீது உடைந்து விழுந்த மண்சரிவிலிருந்து தப்பித்துக்கொள்ள முடிந்த அதிர்ஷ்டம் மற்றும் வெள்ளைக்கார சுரங்க உரிமையாளர்களின் செயற்பாடுகளால்தான் இந்த அனர்த்தம் நிகழ்ந்ததாகச் சொல்லப்படும் கூற்றுக்கள் எல்லாமும் அவனது எண்ணங்களில் ஓசையெழுப்பின. அவர்கள் சுரங்கத் தொழிலாளர்களது பாதுகாப்பு குறித்துக்கவனத்தில் எடுக்கவில்லை. அவனது சிந்தனை அவனது நண்பனான மோஸஸின் மீது சென்றது.

அவனுக்குச் சுரங்கத்தை விட்டுச் செல்ல இன்னும் இரண்டு நாட்களே மீதமிருந்தன. அவன், இன்றைக்கு இரண்டு தினங்களுக்கு முன்பு, தனது குடும்பத்தோடு போய்ச் சேர்ந்துகொள்ளவிருந்தான். அதை எண்ணி அவன் எவ்வளவு மகிழ்ச்சியாக இருந்தான்? தனது வீட்டைப் பற்றிக் கதைக்கும்போது, அவனது கண்களிலிருந்து உவகை வெளிப்பட்டது. தொடர்ந்து பெரிய துப்பாக்கியொன்றிலிருந்து புறப்பட்ட பாரிய வெடிச் சத்தம். அவனது கனவின் மீது சுரங்கம் உடைந்து வீழ்ந்தது.

தொடர்ந்து, எதிர்பார்ப்புக்களோடு வேலை செய்த சில தினங்கள் அவனது நினைவில் உதித்தன. அவர்கள் மிகுந்த எதிர்பார்ப்புக்களோடு பல தினங்களாகச் சரிந்து வீழ்ந்திருந்த மண் குவியல்களை அப்புறப்படுத்தினர். ஆனால் அப்போதும் கூட அவனது எண்ணங்கள் வீட்டைச் சுற்றியே இருந்தன.

மொஸாம்பிக்கை நோக்கித் திரும்பிச் செல்லும் புகையிரதத்தை எதிர்பார்த்துக் காத்திருக்கும் காலத்தில், தமது மனைவிமார் தமது பாதுகாப்பைக் குறித்து சிந்தித்து கவலையோடு இருந்துக் கொண்டிருப்பதை மூவருமே அறிந்திருந்தனர். பிறகு, அவர்கள் தமது கிராமங்களைப் பார்க்கச் செல்வதற்கான பிரயாண வசதிகளைப் பெற்றுக் கொள்ள இன்னும் பல நாட்கள் எடுக்கும் என அவர்கள் கேள்விப்பட்டனர்.

தஸோலோ தனது விரிப்பை இழுத்து விட்டபடி கதைத்தான். ஏனைய இருவரும் அவனைப் பின்பற்றினர்.

''இந்த மெகீ கனவு கண்டுட்டிருக்கான்'' என தஸோலோ கூறினான்.

''ஆமா. முட்டாளே நாங்க ஆட்டைப் பற்றிக் கதைச்சாலும், நாங்க கதைச்சுக்கொண்டிருக்குறது எங்க சாப்பாட்டைப் பற்றித்தான்'' என்றான் தெம்பா.

''என்னோட மனசு, வேற பெரிய விஷயங்களால நிறைஞ்சிருக்கும் போது, சப்பாட்டைப் பற்றிக் கவலைப்படவா சொல்றீங்க?'' என்ற மெகீ தொடர்ந்தும் கூறிக் கொண்டே போனான்.

"இன்னும் ரெண்டு நாட்கள்ல நான் வீட்டுக்குப் போய் என்னோட பொஞ்சாதியைச் சந்திப்பேன். நான் கண்டதையெல்லாம் பற்றி என்னோட மகனுக்குக் கதைகளாச் சொல்லிக் கொடுப்பேன். நாங்க எல்லோரும் நெருப்பைச் சுற்றியிருந்து, இங்க நாங்க அனுபவிச்ச கஷ்டங்களையெல்லாம் பற்றிச் சொல்வேன். என்னோட இந்த வயிற்றுப்பாட்டை விட, என் குடும்பத்தோட சேரப் போற சந்தோஷம் எனக்குப் பெருசா இருக்கு. இனி, இது நான் காண்கிற கனவா?"

"நீ வாழ்க்கையைப் பற்றி எதுவுமே கத்துக்கல" எனக் கூறிய தஸோலோ, "உனக்குத் தெரிஞ்சதெல்லாம் சுரங்கம் வெட்டுறதும் கனவு காண்றதும் மாத்திரம்தான். சிந்திக்க மூளையில்ல" என்றான். அவனது குரலைத் தெருவிலிருந்த கசப்பான புழுதி மூடியிருந்தது.

"எங்களால கனவுகள்ல வாழ முடியாது" என தெம்பா கூறினான்.

"நீ வீட்டைப் பற்றிச் சொல்றாய்ம ஆனா வீடுங்குறது என்ன? எங்க நிலங்களோட மண் வளமில்லாதது. அதனால எங்க குடும்பத்தவங்க எல்லோரும் பட்டினியில. நாங்க சுரங்கங்கள்ல வேலை செய்யலைன்னா எங்க பிள்ளைகளுக்கு காசு அனுப்புறது எப்படி? சொர்க்கலோகத்தைப் பற்றிச் சொல்றது போல நீ வீட்டைப் பற்றிச் சொல்லிக் கொண்டிருக்கிறாய். சுரங்கத்துல வேலை செஞ்ச மோஸஸைப் போல நீயும் நல்லாக் கனவு கண்டுகொண்டிருக்கிறாய்" என்றான் தஸோலோ.

"நீயும் மோஸஸ் போலவேதான்" என தெம்பா கத்தினான்.

மலைத் தொடர்களில் எதிரொலி கேட்டது. 'நீயும் மோஸஸ் போலவேதான்... மோஸஸ்...'

"எனக்கு இந்த இடம் பிடிக்கல. நாங்க இங்கிருந்து போயிடணும். இந்த மலை எங்களைக் கிண்டல் பண்ணுது. நாங்க ஆட்டைத் திருடப் போறதைப் பற்றி தெருவில் வச்சுக் கதைச்சதையும் இந்த மலை எதிரொலிச்சிருக்கும்"

எம்.ரிஷான்ஷெரிப்

"ஆஹ், நம்ம கனவுக்காரன் இப்ப மலையோட எதிரொலிக்குப் பயந்துட்டான் போல" என தெம்பா கேலி செய்தான்.

"வா... நாங்க இவனுக்குக் கனவு காண இடம்கொடுப்போம். இல்லேன்னா இவனைப் பயந்தாங்கொள்ளியா இருக்க விடுவோம். நாங்க ஆம்பளைங்க. எங்களுக்குச் செய்ய நிறைய வேலையிருக்கு" என்றான் தஸோலோ.

"ஆனா இப்ப நாங்க எதுக்கு இதெல்லாம் செய்யணும்? நாங்கதான் வீட்டை நெருங்கிட்டோமே?" என மெகீ கூறினான்.

"எங்களைப் பிடிச்சுட்டாங்கன்னா எங்களுக்கு இன்னும் பல நாட்கள் இருக்க வேண்டி வரும். இந்த வெள்ளைக்கார விவசாயிங்களுக்கு எங்களைப் பற்றி இன்னும் தெரியாது. அவங்க எங்களைப் பார்த்துப் பயப்படுறாங்க. அந்தப் பயத்தினால அவங்க என்ன மாதிரியான பயங்கரச் செயலையெல்லாம் செய்வாங்கன்னு தெரியலயே"

"என்னோட கத்தி தயாராயிருக்கு. நாங்க ஆடொண்ணைத் தேடிக்குவோம்" என தெம்பா கூறினான்.

"ஆமா நாங்க போகலாம். மெகீ நாங்க போனதுக்கப்புறம் நீ நெருப்பு பற்ற வை. அவங்க எங்களைப் பிடிச்சுட்டாங்கன்னா இன்னும் பல நாட்கள் செல்லும்" என அவன் ஆற்றங்கரை மேட்டைத் தாண்டும்போது கத்தினான்.

அவன் பதில் கூறவில்லை. ஆனால் மலையிடமிருந்து பதில் கிடைத்தது. பல நாட்கள்... பல நாட்கள்... பல நாட்கள்...

வரண்டிருந்த ஆற்றங்கரையைச் சுற்றிலும் இருளும், அமைதியும் பரவியிருந்தன. குளிர்ச்சியான காற்று மிதந்து வந்தது. அவனுக்குக் குளிர்ந்தது. வரண்டிருந்த ஆற்றின் மறு கரையில், உதித்திருக்கும்

நிலவின் வெளிச்சம் விழுந்தது. சில காலத்துக்கு முன்பு ஏற்பட்ட வெள்ளத்தில் மிதந்து வந்திருந்த மரக்கட்டைகளை ஒன்று சேர்த்து ஆற்றங்கரையின் ஈரமற்ற மணலில் தீ மூட்டினான்.

தீச்சுவாலையின் உஷ்ணத்தோடு அவன், அவனது குடும்பத்தின் வெப்பத்தையும் உணர்ந்தான். உயரே எழும் தீயின் சுடர் அவனுக்கு அவனது குடிசையின் சுவரையும், அவனது மனைவியின் அன்பையும், அவனது பிள்ளைகளின் முடிவேயற்ற கேள்விகளையும் ஞாபகப்படுத்தியது. அவன், தான் கடந்துவந்த நீண்ட பயணப் பாதையைக் குறித்துச் சிந்தித்தவாறு, வருங்காலத்தைத் திட்டமிட்டுக்கொண்டிருந்தான்.

''இன்னமும் கனவு கண்டுட்டிருக்கான்'' இருளினிடையே தஸோலோவின் குரல் கேட்டது.

தீச் சுவாலையின் வெளிச்சத்தை நோக்கி இரண்டு உருவங்கள் வருவதைக் கண்ட மெகீ, தான் கண்டுகொண்டிருந்த கனவுலகத்திலிருந்தும் மீண்டான். முதலில் கத்தியோடு வருபவன் தஸோலோ. தொடர்ந்து ஆட்டுக்குட்டியின் சடலமொன்றைத் தோளில் தாங்கியபடி வருபவன் தெம்பா.

''ஆஹ்... மெகீ... நெருப்பு நல்லாப் பிடிச்சிருக்குதானே? அது அணைஞ்சிடுமா?'' எனக் கேட்டு அமைதியைக் குலைத்தான் தெம்பா.

''இதைப் பிடி'' எனக் கத்தியை மெகீயின் கையில் வைத்த தஸோலோ,

''நாங்க ஆம்பளைங்கய எங்க வேலையை செஞ்சிட்டோம். இப்ப பொம்பளை மனசு இருக்குறவருக்குத்தான் வேலையிருக்கு. ஆட்டுக்குட்டியை சமைக்கத் தயார் பண்ணு'' என்றான்.

''எங்க கைகள்ல ஆட்டுக்குட்டியோட ரத்தம் படிஞ்சிருக்கு. யாருக்காவது அகப்பட்டால் எங்களுக்கு வீட்டுக்குப் போகக் கிடைக்காது'' என்றான் மெகீ.

''நாங்க சாப்பிடாம இருந்தா எங்க பயணத்துக்கான சக்தியைப் பெற்றுக்கொள்றதெப்படி?'' என்று தெம்பா பதிலளித்தான்.

''நீ பயங்கரமாக் கனவு காண்கிறாய்... இங்க யாருமில்லம யாருமில்ல'' எனக் கிண்டல் செய்தான் தஸோலோ.

யாருமில்ல... யாருமில்ல... யாருமில்ல... என மலை எதிரொலித்தது. கையில் கத்தியோடு எழுந்து நின்ற மெகீ,

''மத்தவங்கக்கிட்ட இருக்குற சக்தி என்கிட்ட இல்ல'' என்றான். தஸோலோ கோபமடைந்தான்.

''நாங்க சுரங்கத்தைத் தோண்டலைன்னா அவங்க எப்படிப் பணக்காரர்களாகியிருப்பாங்க? நாங்க பாதையை அமைக்கலைன்னா அவங்க எப்படி வாகனங்களை ஓட்டிப் போயிருப்பாங்க... நாங்க நடந்துபோறப்ப...? அவங்க எங்களோட எல்லாத்தையும் அபகரிச்சுட்டிருக்காங்க. நாங்க இந்த ஆட்டைக் களவெடுத்தது பற்றி நீ கவலைப்படுறாய். அவங்க எங்களோட எல்லாத்தையும் கொள்ளையடிச்சிட்டிருக்காங்க... எங்க சக்தியைக் கூட....''

''எனக்கு இன்னும் சக்தியிருக்கு... நான் வீட்டை நெருங்கிட்டிருக்குறதால வந்தது அது'' என்றான் மெகீ.

வரண்ட ஆற்றங்கரைக்கு மேலிருந்து எதிர்பாராதவொரு சத்தம் கேட்டது. தொடர்ந்து குட்டைத் துப்பாக்கியொன்றிலிருந்து புறப்பட்ட வேட்டுச் சத்தத்தை மலை எதிரொலித்தது. தஸோலோவும் தெம்பாவும் வெளிச்சத்திலிருந்து விலகி ஓடிச் சென்று இருளுக்குள் ஒளிந்துகொண்டார்கள்.

தீச்சுவாலையின் வெளிச்சம் படிப்படியாகக் குறைந்துகொண்டு வந்தது. அதனருகில் மூன்று போர்வைகள். எரியூட்டப்பட்டிருந்த நெருப்புக்கு அருகாமையில் மூன்று போர்வைகள் கிடந்தன. அவற்றைத் தவிர, மேலும் சிதிலமாகிப் போன இரண்டு பொதிகள்.

ஒன்று ஆட்டின் சடலம் இருக்கும் பொதி. மற்றையது மெகீயின் சடலம் இருக்கும் பொதி.

மலைத்தொடரின் எதிரொலி, கிண்டல் செய்தவாறே மீண்டும் எதிரொலிக்கத் தொடங்கியது. நான் வீட்டை நெருங்கிட்டேன்... வீட்டை நெருங்கிட்டேன்... வீட்டை நெருங்கிட்டேன்...

மீள் வருகை

(கென்யா - கூகி வா தியாங்கோ)

கண்ணுக்கெட்டாத் தொலைவில் பிரதான வீதியின் எல்லை. முன்னே எடுத்து வைக்கும் ஒவ்வொரு அடிக்கும் அவனுக்குப் பின்னால் கோபத்தோடு எழுந்துவரும் புழுதி மேகம். அவன் தொலைவில் செல்லச் செல்ல புழுதி மண்டலமும் படிப்படியாக அடங்கிப்போனது. என்றாலும் புகை போன்ற மென்மேகங்களால் வெற்று ஆகாயம் மூடப்பட்டிருந்தது. புழுதியைக் குறித்தோ, தான் பயணித்துக் கொண்டிருக்கும் பூமியைக் குறித்தோ எவ்வித உணர்வுமற்று அவன் முன்னே நடந்தான். பெருந் தெரு அவனுக்கெதிராக எழுந்து வருமொரு எதிரியைப் போன்றிருந்தது. முன்னே எடுத்துவைக்கும் ஒவ்வொரு அடியும் மிகவும் கடினமாக இருந்தது. பழக்கப்பட்ட எதையேனும் காணுவதைக் கொண்டோ அல்லது தான் அறிந்த எவரையேனும் சந்திப்பதை வைத்தோ தனது வீட்டுக்கருகில் வந்துவிட்டிருப்பதை அறிந்துகொள்ள இயலும் என்ற எதிர்பார்ப்போடு அவன் நேராகப் பார்த்தவாறே நடந்துகொண்டிருந்தான். எனினும் பிரதான தெருவின் எல்லையைக் காண முடியாதிருந்தது.

அவன் அவசரமாக நடைபோட்டான். சில காலத்துக்கு முன்பு வரை அழகான நிறங்களுடன் இருந்திருக்கக் கூடுமான, தற்போது நிறம் மங்கிப்போய்க் கிழிந்துபோயிருந்த ஆடையின் நுனி அவனது இடது

கையைத் தன்னிச்சையாகத் தொட்டுக்கொண்டிருந்தது. அவனது வலது கையின் மணிக்கட்டினருகே மடித்து வைத்துக் கொண்டிருக்கும் ஒரு பொதி. சிவப்புப் பூக்கள் அச்சிடப்பட்டிருந்த - அவை இப்பொழுது மங்கிப்போய்விட்டிருந்தன - பருத்தித் துணியால் சுற்றப்பட்டிருந்த பொதியானது கயிற்றினால் கட்டப்பட்டிருந்தது. அவனது நடையின் தாளத்திற்கேற்ப பொதியானது அங்குமிங்கும் அசைந்தது. சிறைச்சாலை விளக்க மறியலில் அவன் கழித்த கடினமான, கொடுமையான வருடங்களைப் பற்றிய கதையை அப்பொதி எடுத்துரைத்தது.

தனது வீட்டை நோக்கிச் செல்லும் அப்பயணத்தின் போது அவன் அடிக்கடி சூரியனைக் கூர்ந்து நோக்கினான். பாதையின் இரு மருங்கிலுமிருந்த தோட்டங்களில் நடப்பட்டிருந்த சோளம், பயற்றங்காய், அவரைச் செடிகள் வாடிப் போயிருந்தன. முழு தேசமுமே இன்னலுக்காளாகியிருப்பதைப் போலக் காட்சியளித்தது. கமாவுக்கு இது புதிதான ஒன்றல்ல. மாஓ மாஓ புரட்சியை ஆரம்பிக்கும் முன்பிருந்தே இந்நிலைமை இப்படியேதான் இருந்தது.

இடது புறத்துக்குத் திரும்பிய பாதையொன்றால் பிரதான வீதி பிரிந்தது. அவன் சிறிது தயங்கினான். மனதை சரிப்படுத்திக் கொண்டான். இந்த நீண்ட பயணத்தின் போது, முதன்முறையாக அவனது விழிகள் பிரகாசமாக மின்னின. அப்பாதை பள்ளத்தாக்கினை நோக்கியும், அடுத்ததாக அவனது கிராமம் வரைக்கும் நீண்டிருந்தது. வீட்டின் அருகாமைக்கு வந்து சேர்ந்துவிட்டதாகத் தெரிந்து கொண்டதும் அவனது களைப்பு ஒரு கணம் தூரப் போய் விட்டது. நீலத்தால் மூடப்பட்டிருந்த பள்ளத்தாக்கு, சுற்றியிருந்த பிரதேசங்களை விடவும் செழிப்பானதாகவும் வளம் மிக்கதாகவும் காட்சியளித்தது. பசுமை மிகு விருட்சங்கள் ஹோனியா நதி இன்னும் பெருக்கெடுத்துப் பாய்வதை வெளிப்படுத்தி நின்றன. தனது இரு கண்களினாலும் நதியைப் பார்த்து உண்மையை உறுதிப்படுத்திக் கொள்வதற்காக அவன் வேகமாக அடி வைத்து நடந்தான்.

ஹோனியா நதி இப்போதும் அமைதியாக பாய்ந்து கொண்டிருந்தது. ஹோனியா, அவன் அடிக்கடி குளிக்கச் சென்ற நதி. குளிர் நீரில் மூழ்கி, ஆடையற்றுக் குளித்த ஆறு. அவனது இதயம் உருகியது. சர்ப்பமொன்றைப் போல நகர்ந்து செல்லும் நதி அவனது விழிகளை நிறைத்திற்று. சூழவிருந்த வனம் மெலிதாக முணுமுணுக்கும் ஓசை அவனது காதுகளின் அடியாழம் வரை சென்று ஆழப் பதிந்தது. வேதனை மிகுந்த பரவசமொன்று அவனது உடல் முழுவதும் பயணித்தது. அவன் ஒரு கணம் கடந்த காலத்தை நினைத்துக் கொண்டான். அத்தோடு நிம்மதிப் பெருமூச்சு விட்டான். நதியைச் சூழவிருந்த உலகம் அவனுக்கு அனைத்தையும் நினைவுபடுத்திக் கொடுத்ததை நதி அறியவில்லை என்றபோதிலும் ஹோனியா நதிக்கும் தனக்கும் இருக்கும் பந்தத்தை அவன் நன்கு உணர்ந்தான்.

பெண்கள் குழுவொன்று தண்ணீர் எடுத்துப்போக வந்திருந்தது. அவன் சடுதியாக திடுக்கிட்டுப் போனான். ஏனெனில் தனது குடியிருப்பு அமைந்திருந்த மலையில் வசிக்கும் பெண்கள் இருவரையோ அல்லது ஒருத்தியையோ அவனால் அடையாளம் கண்டுகொள்ள முடிந்தது. நடுத்தர வயதைத் தாண்டும் அவள் வஞ்ஜிகு என்பவளாவாள். தான் கைது செய்யப்படுவதற்குச் சிறிது நேரத்துக்கு முன்பு பாதுகாப்புப் படையால் அவளது கேட்கும் புலனற்ற மகன் கொல்லப்பட்ட விதம் அவனுக்கு நினைவிலெழுந்தது. அவள் ஊருக்கே அதிர்ஷ்டமான பெண்ணாக அறியப்பட்டவள். அவளது சிரிப்பு கிராமத்துக்கே விருந்தளித்ததுபோல இருக்கும்.

அப்பெண்கள் அவனை ஒரு வீரனாக ஏற்றுக்கொள்வார்களா? மலைப்பிரதேசத்தில் அவனொரு புகழ்பெற்ற நபராக இருக்கவில்லையா? தனது தாய்நிலத்துக்காகப் போரிடாத ஒரு மனிதனா அவன்? 'இதோ நான் திரும்பி வந்து விட்டேன்' என ஓடிச் சென்று அவர்கள் முன்பு கத்த வேண்டும் போலிருந்தது அவனுக்கு. எனினும் அவ்வாறு கத்துவது தனது ஆண்மைக்கு அழகல்ல என்பதையும் உணர்ந்தான்.

''நீங்கள் நலமா?''

பல குரல்களிலிருந்தும் பதில் கிடைத்தது. களைத்தும் மெலிந்தும் போயிருந்த பெண்கள் அவனை அமைதியாகப் பார்த்துக்கொண்டிருந்தனர். அவனைச் சந்தித்தது, தமக்கு முக்கியமான ஒரு விடயமல்ல என்பதாக அவர்கள் நினைத்திருக்கலாம். ஏன்? அவன் விளக்கமறியலில் அதிகமான காலத்தைக் கழித்திருந்ததாலா?

''உங்களுக்கு என்னை நினைவில்லையா?''

அவ்வாறு கேட்ட போது அவனது ஆர்வம் கட்டுக்கடங்காமல் போனதைப் போன்று உணர்ந்தான். அவர்கள் மீண்டும் அவனைப் பார்த்தனர். ஏனைய அனைவரும் பார்ப்பதைப் போன்றே கடைக்கண்ணால் கொஞ்சமாகப் பார்த்தனர்.

அவனை அடையாளம் கண்டுகொள்வதை வேண்டுமென்றே அவர்கள் நிராகரிப்பதை அவன் அறிந்து கொண்டான். இறுதியில் வஞ்ஜிகு அவனை அடையாளம் கண்டுகொண்டாள். ஆனாலும் அவளது குரலில் உணர்ச்சியோ உற்சாகமோ அற்றுப்போயிருந்தது.

''ஓ கமாவு... நாங்கள் நினைத்தோம்... நீ...''

அவள் வாக்கியத்தை முழுவதுமாக முடிக்கவில்லை. இப்பொழுது அவனுக்கு ஏதோ புரிந்தது. அவர்கள் அனைவருமே தான் அறியாத ஏதோவொரு ரகசியத்தால் கட்டுப்பட்டிருப்பதை அவன் உணர்ந்தான். அவர்களது சந்தேகப் பார்வையின் அர்த்தம் அதுதான்.

'சிலவேளை நான் இப்பொழுது அவர்களில் ஒருவனாக இல்லாதிருக்கக் கூடும்' என சலிப்போடு சிந்தித்தான். எனினும் அவர்கள் அவனிடம் புதிய கிராமம் பற்றிய தகவல்களைத் தெரிவித்தனர். மலையுச்சியில் பரந்திருந்த குடிசைகளாலான பழைய கிராமத்தை இனி காணக் கிடைக்காது.

கவலை தரும் உணர்வுகளோடு அவன் அவர்களை விட்டும் விலகி நடந்தான். பழைய கிராமம் அவன் திரும்பி வரும்வரை

காத்திருக்கவில்லை. தனது பழைய வீடு, நண்பர்கள் மற்றும் சுற்று வட்டாரம் குறித்த கவலையொன்று திடீரென அவனுக்குள் உருவானது. அவன் தனது தாயையும், தந்தையையும் நினைத்துக்கொண்டான் என்ற போதிலும் அவளை நினைத்துக்கொள்ளவில்லை. எனினும் எல்லாவற்றையும் கீழே தள்ளிவிட்டு மீண்டும் முத்தோனி அவனது நினைவிலெழுந்தாள்.

அவனது இதயம் வேகமாக அடித்துக்கொண்டது. அவனுக்குள் உணர்வுகளும், ஆசைகளும் அதிகரித்தன. அவன் தனது நடையைத் துரிதப்படுத்தினான். தனது மனைவியைப் பற்றி சிந்திக்கும்போது அவன் தனது ஊர்ப் பெண்களை மறந்துபோனான். இரண்டு கிழமைகள் மாத்திரம்தான் அவன், அவளுடன் கழித்திருந்தான். அதன் பிறகு குடியேற்றவாசிகளைக் கைது செய்ய நியமிக்கப்பட்டிருந்த படை அவனைக் கொண்டுசென்றது. ஏனைய அநேகமானவர்களைப் போல அவனும் தேர்ந்தெடுக்கப்பட்டு வழக்கு விசாரணையேதுமற்று விளக்கமறியலுக்கு அனுப்பப்பட்டான். அங்கிருந்த காலம் முழுவதும் அவன் தனது கிராமம் மற்றும் தனது அழகிய மனைவி குறித்தே சிந்தித்தபடியிருந்தான். அங்கிருந்த ஏனையவர்களும் அவனைப்போலத்தான் இருந்தனர். அவர்கள் தத்தமது வீடுவாசல் குறித்தல்லாது வேறெதைப் பற்றியும் கதைக்கவில்லை.

ஒரு தினம் அவன், முருங்காவிலிருந்து அழைத்து வந்து தடுத்து வைக்கப்பட்டிருந்த ஒருவனோடு கல்லுடைக்கும் பணியில் ஈடுபட்டிருந்தான். ஜோர்ஜ் எனப்படும் அவன் திடீரென கல்லுடைப்பதை நிறுத்தினான். நீண்ட பெருமூச்சு விட்டான். கீழே தாழ்ந்த அவனது விழிகளால் தொலைவை நோக்குவது தெரிந்தது.

"என்னாயிற்று உனக்கு?" எனக மாவு கேட்டான்.

"என்னுடைய மனைவி... அவளுக்குக் குழந்தை கிடைக்க இருந்தது. அவளுக்கு என்ன நடந்தது என்று எனக்கு எதுவுமே தெரியவில்லை"

இன்னுமொரு கைதி அவர்களோடு இணைந்துகொண்டான்.

"எனக்கும் என்னுடைய மனைவி, குழந்தைகளை விட்டுவிட்டுத்தான் இங்கு வர வேண்டி வந்தது. என்னுடைய மனைவி பிரசவித்த அதே நாளில்தான் என்னைக் கைது செய்தார்கள்"

அவ்வாறான நினைவுகளோடுதான் அவர்கள் வேலை செய்தார்கள். அவர்கள் அனைவருக்குமே ஒரேயொரு எதிர்பார்ப்பே இருந்தது. அது திரும்பவும் வீடு செல்லும் நாள் பற்றியது. அப்போதுதான் மீண்டுமொரு புதிய வாழ்க்கையை ஆரம்பிக்க முடியும்.

கமாவு குழந்தை பெற முன்பே தனது மனைவியை விட்டுச் செல்ல வேண்டி வந்தது. அவன், மணப்பெண்ணுக்குச் செலுத்த வேண்டிய தொகையைக் கூட இன்னும் கொடுத்து முடிக்கவில்லை. எனவே அவன் இப்பொழுது மீளச் சென்று, நைரோபிக்குப் போய் தொழிலொன்றைத் தேடிக் கொண்டு, மீதிப் பணத்தை முத்தோனியின் பெற்றோருக்குச் செலுத்த வேண்டும். உண்மையிலேயே வாழ்க்கையானது மீண்டும் ஆரம்பித்திருக்கிறது. எதிர்காலத்தில் அவர்களுக்கொரு மகன் பிறக்கக் கூடும். அப்போது அவனை வீட்டிலேயே வைத்து வளர்த்தெடுக்க வேண்டும்.

அவனுக்கு ஓடிச் செல்ல... இல்லை... பறந்து செல்ல அவசியமாக இருந்தது. அவன் இப்போது மலையுச்சியை நெருங்கிக் கொண்டிருந்தான். தனது சகோதர சகோதரிகளை உடனே காணக் கிடைக்க வேண்டுமென அவன் பிரார்த்தித்தான். அவர்கள் அவனிடம் கேள்விகளைக் கேட்பார்களா? எவ்வாறாயினும் அவன் அவர்களிடம் எல்லாவற்றையும் கூற வேண்டுமென்பதில்லை. சித்திரவதைகள், கற்குழிகளில் வேலை செய்த விதம், தெருக்களில் வேலை செய்த விதம், சிறிது ஓய்வெடுப்பதைக் கண்டாலும் அடித்துத் துன்புறுத்தும் விதம்... ஆமாம், அவன் மிகவும் மோசமாக துயரங்களை அனுபவித்திருக்கிறான். ஆனாலும் அவன் எதிர்க்கவில்லை. எதிர்க்கத்

தேவைப்படவில்லையா? அது அவனது ஆத்மாவுக்கும், ஆண்மைக்கும் இழிவாக இருக்கவில்லையா?

'எப்போதாவது ஓர் நாள் அவர்கள் போய்விடுவார்கள்', 'எப்போதாவது ஓர் நாள் எமது மக்கள் விடுதலை செய்யப்படுவார்கள்' என்றெண்ணிய அவன் அப்போது தான்என்ன செய்வது என்பதை அறிந்திருக்கவில்லை. எவ்வாறாயினும் தனது ஆளுமையை எவராலும் தடை செய்ய முடியாதென அவன் சலிப்போடு சிந்தித்திருந்தான்.

அவன் மலையுச்சியிலேறி நின்றான். கீழே விசாலமான சமவெளி தென்பட்டது. புதிதாக உருவாக்கப்பட்ட கிராமம் அவன் முன்னாலிருந்தது. களிமண்ணால் கட்டப்பட்ட வீடுகள் வரிசையாக இருந்தன. மறைந்து செல்லும் சூரியனின் முன்பு குந்தியிருக்கும் மனிதர்களைப் போன்று வீடுகள் பரந்திருந்தன. அநேகமான வீடுகளிலிருந்து ஆகாயம் நோக்கிச் செல்லும் கரும் புகையானது கறுப்பு வளையங்களாகக் கிராமத்தை மூடி விரிந்து சென்றது.

கிராமத்தின் ஒவ்வொரு தெருவாக அவன் நடந்து சென்றான். எல்லா இடங்களிலும் புதிய முகங்களையே காணக் கூடியதாக இருந்தது. அவன் விசாரித்துப் பார்த்தான். இறுதியில் அவன் தனது வீட்டைக் கண்டுபிடித்தான். வாசலருகே முற்றத்தில் நின்று அவன் நெடிய பெருமூச்சு விட்டான். இது அவன் மீளவும் வீட்டுக்கு வந்திருக்கும் கணம். அவனது தந்தை முக்காலியொன்றில் சுருண்டுபோய் அமர்ந்திருந்தார். அவர் இப்போது ஒரு முதியவர். கமாவுக்கு அவரைக் கண்டதும் கவலையாக இருந்தது. எனினும் அவர் இன்னும் உயிரோடு வாழ்ந்துகொண்டிருக்கிறார். ஆமாம்ம தனது மகனின் மீள்வருகையைக் காண அவர் இன்னும் உயிரோடு வாழ்ந்துகொண்டிருக்கிறார்.

''அப்பா''

முதியவர் பதிலளிக்கவில்லை. அவர் கமாவை நோக்கி விந்தையானதொரு வெற்றுப் பார்வை பார்த்தார். கமாவுக்குப்

பொறுமையிருக்கவில்லை. அவன் கோபத்துக்கும், துயரத்துக்கும் ஆளானான். அவர் என்னைக் காணவில்லையா? நதியினருகே சந்தித்த பெண்களைப் போல தனது தந்தையும் புதியவரொருவரைப் போல நடந்து கொள்கிறாரா?

நிர்வாணமாகவும், அரை நிர்வாணமாகவும் குழந்தைகள் புழுதியோடு தெருவில் விளையாடிக் கொண்டிருந்தனர். சூரியன் மறைந்துபோய் நிலவு உதித்து வருவதைக் காண முடிந்தது.

"அப்பாவுக்கு என்னை நினைவில்லையா?"

அவனிடமிருந்த எதிர்பார்ப்பு, அவனுக்குள் மூழ்கிப் போய்க்கொண்டிருந்தது. அவன் களைப்பாக உணர்ந்தான். அவனது தந்தை மரமொன்றின் இலையொன்றைப் போல நடுங்கத் தொடங்கியிருப்பதை அப்போது அவன் காண நேர்ந்தது. தனது கண்களையே நம்பாது, அவனது தந்தை அவனையே பார்த்துக்கொண்டிருப்பதை அவன் கண்டான். அவரது விழிகளில் தெளிவாகத் தெரிந்தது பயம்.

அவனது தாயும் சகோதரர்களும் வந்தனர். அவர்கள் அவனைச் சூழ்ந்துகொண்டனர். அவனது வயது முதிர்ந்த தாய் அவனை அணைத்து விம்மத் தொடங்கினாள்.

"என்னுடைய மகன் திரும்ப வருவான் என்று எனக்குத் தெரியும். என்னுடைய மகன் செத்துப் போகவில்லை என்று எனக்குத் தெரியும்"

"ஏன் நான் செத்துப் போய்விட்டேன் என்று யார் சொன்னது?"

"அந்த கரஞ்ஜா. நிரோஜ்ஜியுடைய மகன்"

அப்போதுதான் கமாவுக்கு எல்லாம் புரிந்தது தனது தந்தையின் பதற்றத்தின் அர்த்தம் அவனுக்கு விளங்கியது. நதியினருகேயிருந்த பெண்களின் விந்தையான நடவடிக்கைகள் குறித்து அவனுக்கு விளங்கியது. அதுவும் அவனை அசௌகரியத்துக்குள்ளாக்கிய ஒரு சம்பவமாக இருந்தது.

எம்.ரிஷான்ஷெரிப்

அவன் ஒருபோதும் கரஞ்ஜாவுடன் ஒரே விளக்கமறியலில் இருந்திருக்கவில்லை. எவ்வாறாயினும் அவனும் மீண்டு வந்திருக்கிறான். இப்பொழுது கமாவுக்கு முத்தோனியைப் பார்ப்பது அவசியமாக இருந்தது. 'அவள் ஏன் இன்னும் வரவில்லை? நான் வந்துவிட்டேன் முத்தோனி. நான் இங்குதான் இருக்கிறேன்' எனக் கத்திச் சொல்ல வேண்டும் போலிருந்தது. அவன் சுற்றிவரப் பார்த்தான். அவனது தாய் புரிந்துகொண்டாள். தமது மக்களை சடுதியாகப் பார்த்த அவள் அமைதியாகக் கூறினாள்.

"முத்தோனி போய் விட்டாள்"

தனது வயிற்றுக்குள் புதிதாக குளிர்ச்சியான ஏதோவொன்று சூழ்ந்துகொண்டதைப் போல கமாவு உணர்ந்தான். கிராமத்தின் குடிசைகள் மற்றும் சமவெளி நோக்கி அவனது பார்வை விரிந்தது. நிறையக் கேள்விகளைக் கேட்க அவனுக்கு அவசியமாக இருந்தபோதிலும் அவன் எதுவும் கேட்கவில்லை. முத்தோனி போய்விட்டதை இன்னும் அவனால் ஏற்றுக்கொள்ள முடியவில்லை. ஆற்றினருகேயிருந்த பெண்களின் பார்வையிலும், தனது பெற்றோரின் பார்வையிலும் அவள் போய்விட்டது பற்றிய குறிப்பு இருந்தமை அவனுக்குப் புரிந்தது.

"அவள் எமக்கொரு மகளைப் போலவே இருந்தாள். அவள் உனக்காகக் காத்துக்கொண்டிருந்தாள். எல்லாக் கஷ்டங்களையும் பொறுத்துக்கொண்டு, சங்கடங்களை அனுபவித்துக்கொண்டு காத்துக்கொண்டிருந்தாள். அப்போதுதான் நீ செத்துப் போய் விட்டதாக கரஞ்ஜா வந்து சொன்னான்... உன் அப்பா கரஞ்ஜாவை நம்பினார். அவளும் கரஞ்ஜாவை நம்பினாள். ஒரு மாதம் கடந்திருக்கும். கரஞ்ஜா இங்கே அடிக்கடி வந்து போனான். அவனும் உன்னைப் போல கஷ்டப்பட்டவனொருவன் என்பது உனக்குத்தான் தெரியுமே... பிறகு அவளுக்கொரு குழந்தை பிறந்தது. எங்களுக்கு அவளையும் இங்கே எம்முடன் வைத்திருந்திருக்கலாம்தான். ஆனால் இட வசதியெங்கே?

சாப்பாடு எங்கே? நிலத்தை அபகரிக்கத் தொடங்கிய நாளிலிருந்தே எங்களுக்குப் பாதுகாப்பு இல்லாமல் போய்விட்டது. ஏனைய பெண்கள் எல்லோருமே எல்லா விதத்திலும் மோசமான செயல்களையே செய்து கொண்டிருந்தார்கள். அதனால் கரஞ்ஜா அவளைக் கூட்டிப்போக நாங்கள் அனுமதித்தோம். அவர்கள் நகரத்துக்குப் போனார்கள். பலவீனமானவர்களும், வயதான பெண்களும் மட்டுமே இங்கே மிஞ்சிப் போனோம்'' என கமாவின் தாய் விளக்கினாள்.

அவன் அதற்குச் செவிமடுக்கவில்லை. அவனது வயிற்றுக்குள்ளிருந்த குளிர்ச்சி கசப்பாக மாறியது. அவனுக்கு எல்லோர் மீதும், தனது தாய் தந்தை மீதும் வெறுப்பு தோன்றியது. எல்லோருமே அவனுக்கு துரோகம் இழைத்திருக்கின்றனர். கரஞ்ஜா எப்போதுமே அவனுக்கு எதிரியாக நடந்து கொண்டவன். ஐந்து வருடங்களென்பது சொற்பமான காலமல்ல. என்றாலும் அவள் ஏன் போனாள்? இவர்கள் அவளைப் போக அனுமதித்தது ஏன்?

அவனுக்குப் பேச வேண்டிய தேவையிருந்தது. அவனுக்கு அனைவர் மீதும் குற்றம் சாட்ட வேண்டியிருந்தது. நதியினருகேயிருந்த பெண்கள் மீது, கிராமத்தின் மீது, கிராமத்து மக்கள் மீது. எனினும் அவனால் பேச முடியவில்லை. வெறுப்புணர்வு அவனது தொண்டையை அடைத்துக் கொண்டது.

"நீங்கள்...நீங்கள் அவளைப் போக விட்டுவிட்டீர்கள்" என அவன் ஓலமிட்டான்.

"இங்கே பார் மகனே...மகனே..."

மஞ்சள் ஒளி கொண்ட நிலா உதித்து வந்தது. அவன் பார்வையற்றவனைப் போல விலகி ஓடிப்போனான். திரும்பவும் அவன் போய் நின்றது ஹோனியா ஆற்றின் அருகில்.

ஆற்றங்கரையில் நின்றிருந்த அவன் கண்டது பாய்ந்தோடும் நதியையல்ல. உடைந்து, சிதறி தூள்தூளாகிப் போன அவனது எதிர்பார்ப்புக்கள் பாய்ந்து செல்லும் விதத்தைத்தான் அவன் கண்டான். மெல்லிய முனகலை எழுப்பியபடி அமைதியாக நதி பாய்ந்தோடிக் கொண்டிருந்தது. வண்டுகளினதும், ஏனைய விலங்குகளினதும் தொடர்ச்சியான ஓசை வனத்தினுள்ளிருந்து கேட்டது. மேல் வானில் சந்திரன் பிரகாசமாக ஒளிர்ந்துகொண்டிருந்தது. அவன் ஆடையை அகற்ற முயற்சித்தான். அவன் இறுக்கமாகப் பிடித்து வைத்திருந்த பொதி சடுதியாக நிலத்தில் வீழ்ந்தது. கமாவு எதையும் செய்வதற்கு முன்பே அப்பொதியானது உருண்டு சென்று ஆற்றில் விழுந்து நீரில் மிதந்து செல்லத் தொடங்கியது.

ஒரு கணம் திகைப்போடு பார்த்துக்கொண்டிருந்தவனுக்குப் பொதியை மீட்டெடுக்கத் தோன்றியது. அவனுக்கு எல்லாமும் உடனடியாக மறந்து போய்விட்டதா? அவனது மனைவி போய்விட்டிருந்தாள். அவள் மீது அவன் வைத்திருந்த எல்லா எதிர்பார்ப்புகளும் நொறுங்கிப் போய்விட்டன. அவனுக்குள் நிம்மதியாக உணர்ந்தான்.

ஆனால் அவ்வாறான நிம்மதி தோன்றியது எதனால் என அவனுக்குப் புரியவில்லை. நீரில் மூழ்கி தற்கொலை செய்து கொள்ளவிருந்த அவனது எண்ணம் மறைந்து போயிருந்தது.

‘அவள் நான் வரும்வரை ஏன் காத்திருந்திருக்க வேண்டும்? நான் மீண்டும் வரும் வரைக்கும் எல்லாமும் ஏன் மாற்றமடையாது இருந்திருக்க வேண்டும்?’ என தனது ஆடையைச் சரி செய்தவாறு அவன் தனக்குத்தானே கேட்டுக் கொண்டான்.

உயிர்த் தியாகம்

(கென்யா - கூகி வா தியாங்கோ)

இனம் தெரியாத கொலைகாரர்களால் கார்ஸ்டன் தம்பதி, அவர்களது வீட்டிற்குள் வைத்தே கொல்லப்பட்ட சம்பவமானது பல கட்டுக்கதைகளுக்குக் காரணமாக அமைந்தது. எல்லாத் தினசரிப் பத்திரிகைகளிலும் முதற்பக்கத்தில் பிரசுரிக்கப்பட்ட அச் செய்தியானது, வானொலி செய்தியறிக்கையிலும் கூட முக்கிய இடம் வகித்தது. நாடு முழுவதும் பரவியிருந்த கலவர அலைக்குள் சிக்குண்டு மரணத்துக்குள்ளான முதல் ஐரோப்பியத் தம்பதி அவர்களாக இருந்ததால் அவ்வாறு இருந்திருக்கக்கூடும். அக்கலவர சம்பவங்களுக்கு அரசியல் நோக்கமும் இருந்ததாக சொல்லப்பட்டது. சந்தைகளில், இந்திய கடைத்தெருக்களில், மிகவும் பின்தங்கிய ஆபிரிக்க நாட்டுப்புறக் கடைகளில் மாத்திரமல்லாது, மக்கள் போய் வரும் எல்லா இடங்களிலும் இப்படுகொலை குறித்துக் கதைத்துக்கொள்வதைத் தவறாமல் செவி மடுக்க முடிந்தது. கொலை பற்றிய பலவித கருத்துக்கள் மாத்திரமல்லாது, பல்வேறு விவரணங்களும் கூட பிரசுரிக்கப்பட்டன.

பின்தங்கிய பிரதேசமொன்றின் மலையுச்சி மீது கட்டப்பட்டிருந்த வீடொன்றில், வேறெந்த இடத்திலும் விட ஆழமாக இச்சம்பவம் குறித்துக் கலந்துரையாடப்பட்டது. அந்த வீடு திருமதி. ஹில்லுக்குச்

சொந்தமானதாக இருந்தது. அப் பிரதேசத்தில் முதன்முதலாகக் குடியேறிய ஐரோப்பியரான அவளது கணவன், உகண்டாவுக்குச் சென்ற பயணத்தின்போது மலேரியா நோய் தாக்கிக் காலமாகியிருந்தான். அது கடந்த வருடம். அவர்களது ஒரே மகனும், ஒரே மகளும் இப்பொழுது இல்லத்திலிருந்து கல்வி கற்று வருகின்றனர். இங்கு இல்லமென்பது அவர்கள் இங்கிலாந்தைக் குறிக்கப் பயன்படுத்தும் இன்னுமொரு பெயராகும். அவளது கணவன்தான் முதன்முதலில் குடியேறிய ஐரோப்பியர் என்பதனால் தேசம் முழுவதும் பரந்திருந்த தேயிலைத் தோட்டங்கள் உட்பட விசாலமான இடங்கள் அவளுக்கு உரித்தானவையாக இருந்தன. அனேகமானவர்களுக்கு அவளைப் பிடிக்கவில்லையெனினும் கூட தக்க மரியாதை செலுத்தி வந்தனர். அவள் நாட்டு மக்களிடம் தயாள குணத்தைக் காண்பிப்பதால் சிலருக்கு அவளைப் பிடிக்கவில்லை.

படுகொலை நடைபெற்று இரண்டு தினங்களுக்குப் பின்னர் அதுபற்றிக் கலந்துரையாட திருமதி. ஹில்லின் வீட்டுக்கு வந்த திருமதி. இஸ்மாயிலும், திருமதி. ஹார்டியும் துயர நிகழ்வுக்குப் பொருத்தமான ஆடைகளை அணிந்திருந்தனர். ஐரோப்பியர்கள் இருவர் கொல்லப்பட்டிருப்பது குறித்து அவர்கள் கவலைப்பட்டனர். சுதேசிகளின் நன்றி கெட்ட குணத்தை எல்லோரிடமும எடுத்துக்காட்டுவதே திருமதி.இஸ்மாயிலுக்கும், திருமதி.ஹார்டிக்கும் அவசியமாக இருந்தது. திருமதி. ஹில், சுதேசிகளைக் கவனித்துக்கொள்ளும் விதத்தைப் பார்க்கும்போது ஒருபோதும் சுதேசிகளை சரியான வழிக்குக் கொண்டுவந்து அவர்களை முன்னேற்ற முடியாது.

மெலிந்த உடலுடன், நடுத்தர வயதைக் கடந்த பெண்ணான திருமதி. இஸ்மாயிலின் மூக்கும், உதடுகளும் மதப் பிரச்சாரகர்களை நினைவுபடுத்துபவை. தானும், தனது வர்க்கத்தைச் சேர்ந்தவர்களும் கலாச்சாரம் நிறைந்த தேசத்திலிருந்து வந்தவர்களென்பதைப் பலமாக

நம்பிய அவள், சுதேசிகளிடம் அதை வெளிக்காட்டும் விதமாகவே நடந்து கொண்டாள்.

திருமதி. ஹார்டி, தென்னாபிரிக்காவிலிருந்து இங்கு வந்திருப்பவள். ஆபிரிக்காவில் வசித்து வரும் ஒல்லாந்தினர் வம்சாவளியைச் சேர்ந்தவள். ஒருபோதும் தனது சுய கருத்துகளைத் தெரிவிக்காதவள். எப்போதுமே தனது கணவனையும், தனது குலத்தையும் குறித்த கருத்துகளோடு ஒன்றுபடுபவள். உதாரணத்துக்கு, அன்று திருமதி. இஸ்மாயில் தெரிவித்த எல்லாக் கருத்துகளுக்கும் ஒன்றுபட்டதைக் கூறலாம். சுதேசிகள் மன ரீதியாக அடிமைப்படுத்தப்பட்டவர்கள் என்பதையும், அவர்களிடம் அன்போடு நடந்துகொள்வது அவசியம் என்பதையும் திருமதி. ஹில் நம்பினாள். அவள் தனது கருத்துகளை உறுதிப்படுத்துவதற்காக விடயங்களைத் தெளிவுபடுத்தினாள்.

"அவர்களுக்கு அன்பு மாத்திரமே தேவை. அவர்களிடம் அன்பாக நடந்துகொள்ள வேண்டும். அப்போதுதான் அவர்கள் நம்மிடமும் அன்பாக நடந்துகொள்வார்கள். எனது சேவகர்களைப் பாருங்கள். அவர்கள் எல்லோருக்கும் என்மீது பாசம் அதிகம். நான் சொல்லும் எதையும் செய்வார்கள்."

அவளது பார்வையில் வெளிப்பட்ட அந்தக் கருத்துகளுக்கு, ஒத்த மனப்பான்மையிலுள்ள சிலர் மாத்திரமே ஒன்றுபட்டிருந்தனர். திருமதி. ஹில், தனது பணியாளர்களுக்குப் பல வழிகளிலும் உதவி, உபகாரங்கள் செய்பவள். அவள் தனது சேவகர்களுக்கு செங்கற்களால் கட்டப்பட்ட வீடுகளை வழங்கினாள். அத்தோடு நின்று விடாது, சேவகர்களின் பிள்ளைகளுக்காக ஒரு பாடசாலையையும் கட்டினாள். பாடசாலைக்குப் போதுமான ஆசிரியர்களின் பற்றாக்குறை காரணமாக, பிள்ளைகள் நாளின் ஒரு பகுதியைப் பாடசாலையில் கழித்துவிட்டு, மீதிப் பகுதியில் தோட்டத்தில் வேலை செய்வதை அவள் கட்டாயமாக்கவில்லை. ஏனைய ஐரோப்பிய குடியேற்றவாசிகள் இவ்வாறானவற்றைச் செய்வதற்கு முன்னுதாரணமான செயல்கள் இவை.

"மிகவும் பயங்கரம். ஆஹ்! பயங்கரமான செயல்" என திருமதி. இஸ்மாயில் சற்று வேகமாகத் தெரிவித்தாள். திருமதி. ஹார்டி அமைதியாக இருந்தாள்.

"அவர்கள் எப்படி அவ்வாறு செய்யலாம்? நாம்தான் அவர்களிடம் ஒழுங்கைக் கொண்டுவந்தோம். நாம்தான் அவர்களது அடிமைத்தனத்தையும், அவர்களுக்கிடையே இடம்பெற்று வந்த மிருகத்தனமான வன்முறையையும் நிறுத்தினோம். அவர்கள் மோசமான, இடர் நிறைந்த வாழ்க்கையைக் கழித்துக்கொண்டிருக்கவில்லையா?" என திருமதி. இஸ்மாயில் தனது அனைத்து திறமைகளையும் பயன்படுத்திக் கதைத்தாள். பிறகு அவள் சோகமாகத் தலையசைத்தவாறு கூறி முடித்தாள்.

"நான் சொல்கிறேன். ஒருபோதும் இவர்களை ஒழுங்கானவர்களாக மாற்ற முடியாது. சுருக்கமாகச் சொன்னால் அவர்களை ஒழுக்கசீலர்களாக ஆக்கவே முடியாது."

"நாங்கள் பொறுமையாக இருக்க வேண்டும்" என திருமதி. ஹில் கூறினாள். அவளது குரல் சமயப் பிரச்சாரகர்களது குரல் போன்று சாந்தமாக ஒலித்தது.

"பொறுமை? எவ்வளவு காலம்தான் நாங்கள் பொறுத்துக்கொண்டிருப்பது? கார்ஸ்டன் தம்பதியினர் பொறுத்துக் கொண்டிருந்த அளவுக்கு எம்மால் பொறுத்துக்கொண்டிருக்க இயலுமா? யார் அதிகம் கருணை காட்டுபவர்கள்? அரசாங்கத்திடமிருந்து நிலத்தை வாங்கி குடியேறியவர்கள் பற்றியும் சிந்தியுங்கள்"

"நல்லது. அவர்களது இடங்களில் பலவந்தமாகக் குடியிருப்பது நாம் அல்லவா?"

"யார்? நாங்களா?"

"அவர்கள் எல்லோரையும் தூக்கிலிட வேண்டும்" என திருமதி. இஸ்மாயில் கருத்துத் தெரிவித்தாள். அவளது குரலில் ஆழ்ந்த நம்பிக்கை சூழ்கொண்டிருந்தது.

"சற்று சிந்தித்துப் பாருங்கள். கார்ஸ்டன் தம்பதியின் வேலைக்காரப் பையன்தான் கூப்பிட்டிருக்கிறான்"

"ஆமாம். அவர்களது வேலைக்காரப் பையன்தான் கதவைத் தட்டி அவசரமாகக் கதவைத் திறக்கும்படி கூறியிருக்கிறான். அவனுக்குப் பின்னால் ஆட்கள் நின்றிருந்தார்களாம்."

"ஒருவேளை..."

"இல்லை... அவை அனைத்தும் முன்பே திட்டமிடப்பட்டவை. எல்லாமும் நயவஞ்சகம். கதவைத் திறந்தவுடனேயே கொள்ளையர் குழு உள்ளே நுழைந்துவிட்டதாம். எல்லாமும்தான் பத்திரிகையில் இருந்ததே."

திருமதி.ஹில், குற்றவாளியொருத்தியைப் போல தொலைவைப் பார்த்தாள். அவள் இன்னும் பத்திரிகைகளை வாசித்திருக்கவில்லை.

அது தேநீர் அருந்துவதற்கான நேரம். விருந்தினர்களிடமிருந்து விடைபெற்ற திருமதி. ஹில் கதவருகே சென்று கருணை மிக்க குரலில் தனது சேவகனை அழைத்தாள்.

"ஜோர்ஜ்... ஜோர்ஜ்..."

ஜோர்ஜ் அவளது வீட்டு வேலைக்காரன். உயரமானவன். அகன்ற தோள்களையுடைய நடுத்தர வயதுக்காரன். பத்து வருட காலமாக அவன் திருமதி. ஹில்லின் வீட்டில் வேலை செய்து வருகிறான். பச்சை நிற களிசானையும், சிவப்புச் சட்டையையும், சிவப்பு நிற துருக்கித் தொப்பியையும் அணிந்திருந்த ஜோர்ஜ், கேள்வியோடு பார்த்தவாறு வீட்டினுள்ளே கதவருகே நின்றுகொண்டிருந்தான்.

"சொல்லுங்கள் எஜமானி"

"தேநீர் கொண்டு வா"

"சரி எஜமானி"

அங்கிருந்த பெண்களைச் சடுதியாக நோட்டம் விட்டுவிட்டு அவன் உடனடியாகக் காணாமல் போனான். ஜோர்ஜின் வருகையால் நின்றுபோயிருந்த உரையாடல் திரும்பவும் உயிர் பெற்றது.

"அவர்கள் அப்பாவிகள் போல காட்டிக்கொள்கிறார்கள்" என்றாள் திருமதி. ஹார்டி.

"ஆமாம். பூக்களைப் போல அப்பாவிகள். அவற்றுக்கிடையில் பாம்புகளும் இருக்கும்" என திருமதி. இஸ்மாயில் சேக்ஸ்பியரின் உவமையோடு கூறினாள்.

"என்னிடம் பத்து வருடங்களாக வேலை செய்து வருகிறான். மிகவும் நம்பிக்கையானவன். என் மீது மிகுந்த பாசமுள்ளவன்" என திருமதி. ஹில் தனது பணியாளுக்காகக் கதைத்தாள்.

"எல்லாம் சரிதான். ஆனாலும் எனக்கு அவனைப் பிடிக்கவில்லை. அவனது முகத்தை நான் விரும்பவில்லை."

"எனக்கும் தான்."

தேநீர் கொண்டு வரப்பட்டது. தேநீரை அருந்தியவாறே கொலைகாரர்கள், அரசாங்கத்தின் இலக்குகள் மற்றும் அரசியல் புரட்சியாளர்கள் குறித்து அவர்கள் கலந்துரையாடினர்.

"இந்தச் சிக்கல்கள் இல்லாதிருந்தால் என்னவொரு அழகான நாடு இது" என்றாள் திருமதி. இஸ்மாயில்.

பிரித்தானியாவுக்குச் சென்று கல்விகற்ற புரட்சியாளர்கள், தமது மக்களின் எதிர்பார்ப்புக்களைப் புரிந்துகொள்ள முடியாமல் போனவர்கள் என்பதை எடுத்துக்காட்ட திருமதி. ஹில் முயற்சித்தாள். சுதேசிகளோடு அன்பாக நடந்துகொள்வதன் மூலம் அவர்களது மனதை வெல்லலாம் என்பது திருமதி. ஹில்லின் கருத்தாக இருந்தது.

திருமதி. இஸ்மாயிலும், திருமதி. ஹார்டியும் விடைபெற்றுச் சென்றதன் பிறகு திருமதி. ஹில், கொலைகாரர்கள் குறித்து தமக்கிடையே நடைபெற்ற கலந்துரையாடல் பற்றி தனியாகச் சிந்தித்துப் பார்த்தாள். அதனால் அவள் நிம்மதியிழந்தாள். திடீர்த் தாக்குதலின் போது, உதவி கேட்கக்கூட முடியாதளவு தொலைவில் தான் வாழ்ந்துகொண்டிருப்பதை உணர்ந்தாள். தன்னிடம் துப்பாக்கியொன்றிருப்பது நினைவுக்கு வந்ததும் அவளுக்குச் சற்று நிம்மதியாக இருந்தது.

இரவுணவின் பின்னர் ஜோர்ஜின் பணி நேரம் நிறைவு பெற்றது. வெளிச்சத்திலிருந்து நீங்கிய அவன், ஆயிரம் அந்தகார நிழல்களிடையே நுழைந்து இருளுக்குள்ளே காணாமல் போனான். ஜோர்ஜ், திருமதி. ஹில்லின் பங்களாவிலிருந்து, மலையடிவாரத்தில் அமைந்திருந்த சேவகர் குடியிருப்பை நோக்கிச் சென்ற ஒற்றையடிப் பாதையில் நடந்தான். தன்னைச் சூழவிருக்கும் அமைதி மற்றும் தனிமையைப் போக்குவதற்காக அவன் விசிலடித்துக் கொண்டே நடந்தான். சொற்ப தூரம் செல்லும்போது அவனுக்கு ஆந்தையொன்றின் அலறலோசை கேட்டது.

அவன் கற்சிலை போல நின்றான். கீழே அறையில் அவனுக்கென்று எதுவும் இல்லை. மலையுச்சியிலிருந்த எஜமானியின் இல்லம் தெளிவற்ற விம்பம் போலத் தெரிந்தது. அவன் கோபத்தோடு அத்திசையில் பார்த்தான். தான் வயதாகிக் கொண்டிருப்பதாக அக்கணத்தில் அவனுக்கு திடீரெனத் தோன்றியது.

'நீ... நீ... நான் உன்னிடம் நீண்ட காலமாக வேலை செய்து வருகிறேன். ஆனால் நீ என்னைக் கவனித்துக் கொண்டது இப்படித்தான். இது என்னுடைய நிலம். எனக்கு உன்னிடமிருந்து மீளக் கிடைத்தது எது?'

ஜோர்ஜுக்கு தனது வீட்டுக்குக் கேட்க கத்த வேண்டும் போலிருந்தது. தனது மனதில் புரண்டுகொண்டிருக்கும் ஆயிரம்

எண்ணங்களையும் குரலெழுப்பிச் சொல்ல வேண்டும் போலிருந்தது. எனினும் வீட்டிலிருந்து எந்தப் பதிலும் கிடைக்கவில்லை. தான் ஒரு முட்டாள் என எண்ணியவன் முன்னே நடந்தான்.

திரும்பவும் ஆந்தையின் அலறல் கேட்டது. அது அவனுக்கு இரண்டு தடவை எச்சரித்திருக்கிறது என ஜோர்ஜ் நினைத்துக்கொண்டான். மீண்டும் அவனுள்ளிருந்த கோபம் முழு உடலையும் சிலிர்த்தபடி எழுந்து நின்றது. அது வெள்ளை நிறத் தோலுடைய எல்லோருக்கும் எதிராகத் தோன்றும் கோபம், தனது தாய்நிலத்தின் உண்மையான புத்திரர்களை அழிக்கும் வெளிநாட்டவர்களுக்கு எதிரான கோபம், இறைவனால் வழங்கப்பட்ட பூமியை நாசப்படுத்தும் விதேசிகளுக்கு எதிராக எழுந்த கோபம். குலத் தலைவருக்கு மொத்த நிலத்தையும் பெற்றுத் தருவதாக ஆண்டவன் வாக்குறுதியளிக்கவில்லையா? ஆனால் இப்பொழுது எல்லா நிலங்களையும் வெளிநாட்டவர்கள் கைப்பற்றிக் கொண்டிருக்கிறார்கள்.

இவ்வாறான கோபம் மிகைத்திருக்கும் மோசமான சந்தர்ப்பங்களில் அவனுக்கு அவனது தந்தை நினைவுக்கு வருவார். அழிக்கப்பட்ட புனித ஸ்தலங்களை மீண்டும் கட்டியெழுப்புவதற்காக நடைபெற்ற போராட்டத்தின் போது அவனது தந்தை செத்துப்போயிருந்தார். அது பிரபலமான நைரோபி கூட்டுப் படுகொலைச் சம்பவமாகும். தனது உரிமைகளுக்காக அமைதியாக பாத யாத்திரை செய்த மக்களின் மீது நிகழ்த்தப்பட்ட காவல்துறையின் துப்பாக்கிச் சூட்டு சம்பவத்தின் போது கூட்டுப் படுகொலைகள் இடம்பெற்றன. இறந்தவர்களிடையே அவனது தந்தையும் இருந்தார். அன்றிலிருந்து ஜோர்ஜுக்கு வாழ்வதற்காகப் போராட வேண்டியிருந்தது.

அவன் ஐரோப்பியர்களின் விவசாய நிலங்களில் வேலை தேடினான். பல்வேறு நபர்களைச் சந்தித்தான். சிலர் அன்பானவர்களாக இருந்தனர். சிலர் முரடர்களாக இருந்தனர். அவர்கள் அனைவருமே

ஜோர்ஜுக்குக் கொடுத்தது வேலைக்கேற்ற ஊதியமல்ல. தமக்குத் தோன்றிய ஊதியத்தையே கொடுத்துவந்தனர்.

பிறகு அவன் திருமதி. ஹில்லிடம் வேலைக்குச் சேர்ந்தான். அவன் அங்கு வந்ததும்கூட ஒரு விசித்திரமான சம்பவம்தான். திருமதி. ஹில் இப்போது அனுபவித்து வரும் நிலத்தின் பெரும்பகுதியை அவனது தந்தை முன்பு அவனுக்கு அடிக்கடி அவனது அன்னையின் பூமி எனக் காட்டியிருக்கிறார். பட்டினியின் காரணமாக அவனது தந்தை உட்பட இன்னும் சிலர் தற்காலிகமாக முருங்காவுக்குப் போயிருந்த சந்தர்ப்பத்தில், அவர்களது இடத்தை வெள்ளையர்கள் கைப்பற்றிக்கொண்டிருந்தார்கள்.

"அதோ அந்த அத்திக்காய் மரம் தெரிகிறதா உனக்கு? அந்தக் காணி உனக்குச் சொந்தமானது. நினைவில் வைத்திரு. பொறுமையாக இரு. வெள்ளைக்காரர்களிடம் கவனமாகவே இரு. அவர்கள் திரும்பிச் சென்றதும் உனக்கு அந்தக் காணியை உரிமையாக்கிக் கொள்ள முடியுமாக இருக்கும்"

அப்பொழுது அவன் சிறு குழந்தை. தந்தையின் மரணத்துக்குப் பிறகு ஜோர்ஜுக்கு, தனக்குரித்தானவை குறித்த இவையனைத்தும் மறந்துபோயிருந்தது. எனினும் தற்செயலாக அங்கு வந்து அத்திக்காய் மரத்தைக் கண்டபோது எல்லாமும் நினைவில் வந்துவிட்டது. அவன் இவையெல்லாவற்றையும் அறிந்திருந்தான். அனைத்து எல்லைகளும் எங்கிருக்கிறதென அவன் அறிந்திருந்தான்.

ஜோர்ஜுக்கு ஒருபோதும் திருமதி. ஹில்லைப் பிடிக்கவில்லை. தனது பணியாளர்களுக்குத் தேவைக்கும் அதிகமாகவே செய்ய வேண்டியவற்றைச் செய்து வருவதாக எண்ணி மகிழும் திருமதி. ஹில்லைக் குறித்து அவன் வெறுப்புணர்வைக் கொண்டிருந்தான். திருமதி. இஸ்மாயில், திருமதி. ஹார்டி போன்ற கடுமையான பெண்களிடமும் அவன் வேலை செய்திருந்தான். அவ்வாறான

நபர்களுடன் வசிப்பதெப்படியென அவன் அறிந்திருந்தான். எனினும் திருமதி. ஹில் சற்று மென்மையாக நடந்துகொண்டாள்.

ஜோர்ஜ் அனைத்து விதேச குடியேற்றவாசிகளையும் வெறுத்தான். அவர்களது சுயநலம் மற்றும் கபடத்தனம் குறித்து எண்ணிய ஜோர்ஜ் அவர்களை மிகவும் வெறுத்தான். திருமதி. ஹில்லும் அவர்களிலிருந்து வேறுபட மாட்டாளென அவன் நம்பினான். அவளும் ஏனைய விதேசிகளைப் போலத்தான். எனினும் ஏனையவர்களை விட அவள் சற்று கருணை காட்டி வந்தாள். யதார்த்தத்தில் அவனது நிலை மிகவும் பரிதாபத்துக்குரியதாக இருந்தது. ஏனெனில் அவளுடன் இருக்கும்போது தான் எவ்விடத்தில் இருக்க வேண்டுமென அவனால் தீர்மானிக்க இயலாதிருக்கும்.

''நான் அவர்களை வெறுக்கிறேன்... நான் அவர்களை வெறுக்கிறேன்'' என திடீரென ஜோர்ஜ் கத்தினான். அவ்வாறு கத்தியதன் பிறகு அவனுக்குச் சற்று திருப்தியாக இருந்தது. எவ்வாறாயினும் இன்றிரவு திருமதி. ஹில் கொல்லப்படுவாள். அவளது கருணையான நடவடிக்கைகளுக்கான இழப்பீட்டைச் செலுத்தட்டும். விதேச குடியேற்றவாசிகள் செய்த பாவங்களுக்கான நஷ்ட ஈட்டைச் செலுத்தட்டும். அப்போதுதான் மேலும் வரவிருக்கும் விதேசிகளின் எண்ணிக்கை குறையும்.

அவன் தனது அறைக்குள் வந்தான். ஏனைய பணியாளர்களுக்குச் சொந்தமான அறைகளிலிருந்து புகை கிளம்புவது நின்றுபோயிருந்தது. அவற்றில் பலவற்றில் வெளிச்சம் கூட அணைந்துபோயிருந்தது. சிலவேளை அவற்றிலுள்ள பலரும் உறங்கிப்போயிருப்பார்கள். ஏனையவர்கள் மது அருந்தச் சென்றிருப்பார்கள். அவன் விளக்கை ஏற்றிவிட்டு கட்டிலின் மீது அமர்ந்துகொண்டான். அது மிகவும் சிறிய அறை. கட்டிலின் மீதமர்ந்த ஒருவருக்கு அறையின் எல்லா மூலைகளையும் கைகளால் தொட முடியும். அவன் தனது மனைவிமார் இருவரோடும், குழந்தைகளோடும் இதற்குள்ளேதான் வசிக்க

வேண்டியிருந்தது. இந்த அறைகளை செங்கற்களால் கட்டித் தந்ததன் மூலம் தனது சேவகர்களுக்குப் போதுமானளவு சேவைகளைச் செய்திருப்பதாக திருமதி. ஹில் நினைத்துக் கொண்டிருந்தாள்.

'ஆஹ்... மிகவும் நல்லது !' எனக் கேட்க அவள் விரும்பினாள். தன்னைச் சந்திக்க விருந்தினர்கள் வரும் ஒவ்வொரு தடவையும் அவள், அவர்களை மலையடிவாரத்துக்கு அழைத்துவந்து அங்கிருந்த சேவகர் விடுதிகளைக் காட்டினாள்.

தன்னையே புகழ்ந்துகொள்ளும் திருமதி. ஹில், அதற்கான நஷ்ட ஈட்டைச் செலுத்தப் போவதை எண்ணும்போது ஜோர்ஜுக்கு சிரிப்பு வந்தது. வெட்டுவதற்காக அவனிடமொரு கோடரி இருந்தது. தனது தந்தையின் மரணத்துக்கான பழிவாங்கலாக, இடங்களைக் கைப்பற்றிக்கொண்ட விதேசிகள் மீது வேகமான கோடரித் தாக்குதலை நிகழ்த்த வேண்டியிருந்தது. தனது மனைவிகளையும், குழந்தைகளையும் வேறு இடத்துக்குக் கொண்டுபோய் விட்டு வந்தது தனது தூர நோக்குடனான செயலென ஜோர்ஜுக்குப் புரிந்தது. அவர்கள் பிரச்சினைக்குள்ளாவதை அவன் விரும்பவில்லை. தனது செயலைச் செய்து முடித்ததன் பிறகு ஜோர்ஜால் தப்பிச் சென்று விடமுடியும்.

விடுதலைக்காகப் போராடும் இளைஞர்கள் எக்கணத்திலும் வரக்கூடும். அவன், அவர்களையும் அழைத்துக் கொண்டு அவளது பங்களாவுக்குச் செல்ல வேண்டும். அவன் நம்பிக்கைத் துரோகியாக வேண்டும். ஆமாம். ஆனால் எவ்வளவு காலத்துக்கு?

ஆந்தையின் அலறல் தற்போது காதுகளைச் செவிடாக்கும் விதத்தில் இருந்தது. அது துர்சகுனம். ஆந்தையின் அலறல் எப்போதும் மரணத்தின் குறியீடு. திருமதி. ஹில்லின் மரணம். அவன் அப்படித்தான் நினைத்தான். அவனது எஜமானியுடனும் எஜமானனுடனும் பத்து வருட காலமாக அவன் வசித்து வந்திருக்கிறான்.

அவள், கணவனை மிகவும் நேசித்தாள் என்பதை அவனால் நிச்சயமாகக் கூற முடியும். கணவனின் மரணம் குறித்து அறிந்தபோது அவள் துயரத்தால் மாண்டு விடும் நிலைக்கு ஆளானாள். அவ்வேளையில் அவன் அவளிடம் அனுதாபம் காட்டினான். பிள்ளைகள்? அவன் அப்பிள்ளைகளைப் பற்றியும் அறிந்திருந்தான். ஏனைய பிள்ளைகளைப் போல அந்தப் பிள்ளைகளும் வளரும் விதத்தை அவன் கண்டிருந்தான். சரியாகச் சொன்னால் அவனது பிள்ளைகளைப் போலவேதான் அவர்களும் தமது பெற்றோரிடம் மிகுந்த அன்பைச் செலுத்தி வந்தனர். திருமதி. ஹில்லும் அவர்கள் மீது மிகவும் அன்பாக இருந்தாள். இங்கிலாந்தில் வசிக்கும் அப்பிள்ளைகளின் தந்தையும், தாயுமென இருவருமே இல்லாமல் போனால்?

தொடர்ந்து, தன்னால் இக்காரியத்தைச் செய்ய முடியாதென அவனுக்குத் தோன்றியது. அது ஏனென அவனால் கூற இயலவில்லை. திருமதி. ஹில் திடீரென ஒரு பெண்ணாக மாறியிருந்தாள். இல்லத்தரசியொருத்தி; ஜொன், வம்பூ போல இல்லத்தரசியொருத்தி. இவையெல்லாவற்றையும் விட அவள், தாயொருத்தி. அவனால் ஒரு பெண்ணைக் கொலை செய்ய முடியாது.

தனக்குள் தோன்றிய இந்த உணர்வையும் ஜோர்ஜ் வெறுத்தான். அவன் குழப்பத்துக்குள்ளானான். தான் முன்பிருந்த எண்ணங்களுக்குள்ளேயே தரித்திருக்க முயற்சித்தான். அவளும் பலவந்தமாகக் குடியேறிய ஒரு விதேசி என எண்ணத்தலைப்பட்டான். அவள், அவ்வாறான ஒரு பெண்ணாக இருந்திருந்தால் அவளைக் கொல்வது இலகுவாக இருந்திருக்கும். ஜோர்ஜ் அனைத்து ஐரோப்பியர்களையும், பலவந்தமாக இடங்களைக் கைப்பற்றிக்கொண்ட விதேசிகளையும் வெறுத்து வந்தவன். அவளொரு விதேசி எனப் பார்க்க முடிந்தால், குற்றவுணர்வு ஏதுமற்று அதைச் செய்ய முடியும். எவ்வாறாயினும், அவனால் மீண்டும்

முன்பிருந்த நிலைக்கு மீள முடியவில்லை. இவ்வாறு முன்னெப்போதும் அவன் சிந்தனையில் ஆழ்ந்ததில்லை.

'ஒருபோதும்... ஒருபோதும்... இன்று வரைக்கும்'

அவள் நாளையும், நாளை மறுநாளும், எப்போதும் அன்பானவளாகவே இருக்கக்கூடும். மனதளவில் தான் உடைந்து போயிருப்பதை ஜோர்ஜ் உணர்ந்தான். தனக்கு வேதனையளித்த போதும், பத்து வருடங்களாக இருந்து வரும் பிணைப்பை எவ்வாறு மறக்க முடியும்? ஒரு நாளும் அநீதி நிகழ்ந்து விடக்கூடாதென அவன் எண்ணினான்.

ஒருபோதும் உருவாகக் கூடாத பேதம். வெள்ளையர் மற்றும் கறுப்பினத்தவரிடையே ஒருபோதும் மோதல்கள் ஏற்படாதிருக்கட்டும்! அவன் பிரார்த்தித்தான். ஜோர்ஜ் இவ்வாறான துயரச் சூழ்நிலைக்கு ஆளாகியிருக்கவில்லை.

அவன் இப்பொழுது என்ன செய்ய வேண்டும்? விடுதலைப் போராட்ட வீரர்களுக்குத் துரோகம் செய்ய வேண்டுமா? எதையும் தீர்மானிக்க முடியாமல் அவன் இருந்த இடத்திலேயே அமர்ந்திருந்தான். அவன் இன்று மனிதாபிமான அடிப்படையில் சிந்திக்காதிருந்தால், தான் விதேச குடியேற்றவாசிகளை வெறுப்பது உறுதியாகியிருக்கும். எனினும் இரண்டு பிள்ளைகளின் தாயைக் கொல்வதென்பது சுய சிந்தனையுடன் செய்யக்கூடிய காரியமா?

இருள் இன்னும் அவனைச் சூழ்ந்திருந்தது. சூழ இருந்த எதையும் தெளிவாகக் கண்டறிய முடியவில்லை. ஜோர்ஜினது தீர்மானம் கிட்டும் வரைக்கும் வானில் நட்சத்திரங்கள் பொறுமையற்று மின்னிக்கொண்டிருந்தன. அவன் திருமதி. ஹில்லின் பங்களாவை நோக்கி அடியெடுத்து வைத்தான். அவளைக் காப்பாற்றத் தீர்மானித்திருந்தான். அதன் பிறகு அவனால் காட்டில் ஒளித்துக் கொள்ள முடியும். அங்கு ஒரு சுதந்திர மனிதனாகத்தொடர்ந்தும்

போராட முடியும். அதுதான் சிறந்த முடிவு. அப்போதுதான் விடுதலைப் போராட்ட வீரர்களுக்குத் துரோகமிழைப்பதுவும் நடைபெறாமல் இருக்கும்.

வீணடித்துக்கொண்டிருக்க நேரமில்லை. இப்பொழுதே தாமதமாகி விட்டிருந்தது. எந்த நேரத்திலும் விடுதலைப்போராட்டக் குழு இளைஞர்கள் வரக் கூடும். அதனால் அவன் ஓடத் தொடங்கினான். அவனது ஒரே இலக்கு அவளைக் காப்பாற்றுவதேயாகும்.

தெருவில் அவனுக்குக் காலடியோசை கேட்டது. அவன் பற்றைக்குள் மறைந்துகொண்டான். அது அந்த இளைஞர்களது காலடிச் சத்தம் என்பதில் சந்தேகமேயில்லை. காலடியோசை மறையும் வரை அவன் அமைதியாக இருந்தான். தனதிந்தத் துரோகச் செயல் குறித்து அவன் தன்னைத்தானே சாபமிட்டுக்கொண்டான். எனினும், எப்பொழுதும் எல்லாப் பெண்களுக்கும், எல்லா ஆண்களுக்கும் உரித்தான குரலுக்குச் செவிமடுக்காதிருக்க அவனால் முடியுமா? காலடிச் சத்தம் மறைந்த உடனேயே அவன் ஓடத் தொடங்கினான். அவன் துரோகியாகி விட்டதை விடுதலை வீரர்கள் அறிந்தால் அவனுக்கு மரணம் நிச்சயம். அதனால் ஓடித்தான் ஆக வேண்டும். ஆனால் அதற்கு முன்பு அவன் கடமையை நிறைவேற்ற வேண்டும்.

மூச்சிறைத்தவாறு, வியர்வை வழிந்தோட அவன் இறுதியில் திருமதி. ஹில்லின் பங்களாவை நெருங்கி, கதவைத் தட்டிக் கத்தினான்.

''எஜமானி... எஜமானி...''

திருமதி. ஹில் இன்னும் விழித்துக்கொண்டுதான் இருந்தாள். அவளது மனது பலவித எண்ணங்களால் நிறைந்திருந்தது. மாலைவேளையில் ஏனைய இரண்டு பெண்களுடனும் கலந்துரையாடியதன் பின்பு அவள் நிம்மதியற்றிருந்தாள். ஜோர்ஜ் வீட்டுக்குச் சென்றதும் அவள் கைத் துப்பாக்கியை எடுத்துப் பரிசோதித்துப் பார்த்தாள். எதற்கும் தயாராக இருப்பது நல்லதென

எண்ணினாள். அவளது கணவனின் மரணம் துர்பாக்கியமானது. அவன் அருகில் இருந்திருந்தால் எவ்வளவு நன்றாக இருந்திருக்கும்?

திருமணமான ஆரம்ப தினங்கள் நினைவிலெழுந்து அவள் பெருமூச்சு விட்டாள். அவளும், அவளது கணவனும், ஏனைய வெள்ளையர்களும் இத்தேசத்தின் அநேகமான காடுகளையும், காணிகளையும் கைப்பற்றி வளப்படுத்தியது அவளுக்கு நினைவு வந்தது. ஜோர்ஜ் போன்றவர்கள் குலச் சண்டைகளில் ஈடுபடாது அமைதியான வாழ்க்கை வாழ்ந்துவருவது எமது வருகையினால்தான். அதனால் சுதேசிகள் அதற்காக ஐரோப்பியர்களுக்கு நன்றியுடையவர்களாக இருக்க வேண்டும்.

பாடுபட்டு உழைக்கும் சேவகர்களின் மனதைக் கெடுக்கும் அரசியல்வாதிகளை அவளுக்குப் பிடிப்பதில்லை. ஒருபோதும் விரும்பவில்லை. தான் இங்கு தனியாக வாழ்ந்துவருவது குறித்த எண்ணம் அவளுக்குள் எழும்போதெல்லாம் நிம்மதியற்றிருந்தாள். நைரோபிக்கோ, வேறு இடத்துக்கோ சென்று தனது நண்பர்களுடன் இணைந்து வாழ்வதே மிகவும் பாதுகாப்பானது என்பதை அவள் உணர்ந்திருந்தாள்.

ஆனால், அப்படிச் செய்தால் அவளது சேவகர்கள் என்ன ஆவார்கள்? அவர்களை அப்படியே விட்டுச் செல்வதா? அவள் ஜோர்ஜைப் பற்றிச் சிந்தித்தாள். விந்தையான மனிதன் ஒருவன். அவனுக்கு எத்தனை மனைவிகள்? அவனது குடும்பம் விசாலமானதா? இவ்வளவு காலமாக அவன் தம்முடன் வசித்த போதும், அதைப் பற்றித் தேடிப் பார்க்காதிருந்தது குறித்து அவள் திடுக்கிட்டாள். அவள் எப்போதும் அவனைப் பற்றிச் சிந்தித்திருந்தது ஒரு பணியாளாக மாத்திரம்தான். தனது வேலைக்காரன், ஒரு குடும்பத் தலைவனாக நடந்துகொள்வது விந்தையானதொரு விடயமென அவளுக்கு இப்போது புரிந்தது. அவள் பெருமூச்சு விட்டாள். எதிர்காலத்தில் அவர்களுக்கு ஏதாவது செய்ய வேண்டும்.

தொடர்ந்து அவளுக்குக் கதவு தட்டப்படும் ஓசை கேட்டது.

'எஜமானி... எஜமானி...' எனத் தன்னை அழைக்கும் சத்தமும் கேட்டது.

அது ஜோர்ஜின் குரல்தான். அழைத்தது அவளது வீட்டு வேலைக்காரன். அவளது வதனம் முழுவதும் வியர்வை பூத்தது. சேவகன் என்ன சொல்கிறான் என்பது கூட அவளுக்குக் கேட்கவில்லை. கார்ஸ்டன் தம்பதிகளிடம் மரணம் வந்ததுபோலவே தன்னிடமும் மரணம் வந்திருப்பதாக அவள் உணர்ந்தாள். இது அவளது இறுதி தினம். ஜோர்ஜ் விடுதலைப் போராட்ட வீரர்களை அழைத்து வந்திருக்கக்கூடும். அவள் பதைபதைத்தாள்.

எனினும் சடுதியாக அவளுக்குத் தைரியம் வந்தது. தான் தனித்திருப்பதை அவள் உணர்ந்தாள். அவர்கள் கதவை உடைத்துக்கொண்டு வருவது நிச்சயம். அவள் அச்சப்படாதிருக்க வேண்டும். கைத்துப்பாக்கியை உறுதியாகப் பற்றியபடி கதவைத் திறந்தவள், உடனடியாக வேட்டு வைத்தாள். உடனேயே அவளுக்குள் குற்ற உணர்வு தோன்றியது. அவள் தனது வாழ்க்கையில் முதன்முறையாக ஒரு மனிதனைக் கொன்றிருக்கிறாள். அவள் ஓலமிட்டு அழுதாள்

'வா... வந்து என்னைக் கொல்'

தனது மீட்பனை, தான் கொன்றிருப்பதை அவள் இன்னும் அறியவில்லை. ஜோர்ஜ் செத்துப்போயிருந்தான்.

மறுநாள் அனைத்துத் தகவல்களும் பத்திரிகைகளில் பிரசுரிக்கப்பட்டிருந்தன. 'தனிமையிலிருந்த பெண்ணால் இனந் தெரியாத ஐம்பது பேரோடு தைரியமாகப் போரிட்டு ஓர் இளைஞனைக் கொல்ல முடிந்திருக்கிறது.'

திருமதி. இஸ்மாயிலும், திருமதி. ஹார்டியும் வாய் ஓயாது பாராட்டினர்.

"அவர்கள் எல்லோருமே மோசமானவர்கள் என்று நாம் முன்பே சொன்னோம் இல்லையா?" என திருமதி. ஹார்டி ஒப்புவித்தாள்.

திருமதி. ஹில் மௌனமாக இருந்தாள். ஜோர்ஜின் மரணத்தால் அவள் மன அழுத்தத்துக்கு ஆளாகியிருந்தாள். அதைப் பற்றிச் சிந்திப்பதுகூட அவளுக்கு இன்னல் தருவதாக இருந்தது. அவள் தொலைவில் நோக்கினாள். தொடர்ந்து பெருமூச்சு விட்டாள்.

"எனக்குத் தெரியவில்லை. என்னால் ஜோர்ஜைப் புரிந்துகொள்ள முடியவில்லை என நான் நினைக்கிறேன்" என்றாள்.

"தெரியவில்லை?"

"ஆமாம். அதேதான். எல்லாமே மர்மமாக இருக்கிறது" என திருமதி. இஸ்மாயில் கூறினாள்.

"அவர்கள் எல்லோரையும் முழுமையாகக் கூட்டி வாரிப் பெருக்கி அகற்றிவிட வேண்டும்" என திருமதி. ஹார்டி அதை ஏற்றுக்கொண்டாள்.

சிலவேளை இவர்கள் எவரும், ஜோர்ஜ் உயிர்த் தியாகம் செய்ததை அறியாதிருக்கக் கூடும். திருமதி. ஹில் ஆழ்ந்த கவலையில் மூழ்கிப்போயிருப்பதையும் எவரும் எப்போதும் விளங்கிக் கொள்ளவேயில்லை.

கறுப்புக் குருவி

(கென்யா - கூகி வா தியாங்கோ)

அவனை யாரும் அறிந்திருக்கவில்லை. அவனது இதயத்துக்கு மிகவும் நெருக்கமாக இருந்தவளாகச் சொல்லப்படும் வமைதா கூட அவனை அடையாளம் கண்டுகொள்ளவில்லை. அவன் தனிமையில் வாழ்ந்து வந்தான். அவ்வாறெனில் அவனுக்கு உதவியது யார்?

எனக்கு அவனைக் குறித்து நன்றாக நினைவிருக்கிறது. உயரமான மேனியுடன் கூடிய அவனது கை,கால்கள் பலம் வாய்ந்தவை. ஒரு நபரிடம் சென்ற உடனேயே அந்நபரை தூளாக நொறுக்குமளவுக்குத் தேவையான ஒரு சக்தி அவனிடம் இருப்பதை அவனைப் பற்றி ஆய்வு செய்யும் எவரும் உணரக்கூடும். அவனது விழிகள் பிரகாசமானவை. கறுப்பு நிறமானவை. எனினும் சில வேளைகளில் அக்கூர் விழிகள் சிறிய குழந்தையொன்றின் விழிகளைப் போன்றதொரு அப்பாவித்தனத்தைப் பிரதிபலிக்கும். அவன் குறித்து, உங்களுக்குள் கௌரவமானதொரு உணர்வு தோன்றக்கூடும். அவ்வாறில்லையெனில் அவனுக்கு நீங்கள் பயப்படக்கூடும். சில சந்தர்ப்பங்களில் அவன் ஏதோவொன்றில் ஈடுபட்டிருப்பது போலவும், எல்லாத் தகவல்களையும் கிரகித்துக்கொள்வது போலவும் தென்படும். அவன் கற்பனைக்குள் சிக்கிக்கொண்டிருக்கிறானா என எனக்குத் தெரியாது. எனினும் அவன் அடிக்கடி புதுமையான அல்லது கெட்ட கனவொன்றைக் கண்டு விழித்தவன்போல சுற்றுமுற்றும் பார்ப்பான்.

நான் அவனை முதன்முதலில் பாடசாலையில் வைத்தே சந்தித்தேன். அப்பொழுது லிமூரில் இருந்த ஒரே பாடசாலை மாங்குவோ ஆகும். நாட்டின் எல்லாப் பிரதேசங்களிலிருந்தும் அனேக மாணவர்கள் அப் பாடசாலைக்கு வருகை தந்தனர். அவன், பாடசாலைக்குப் பல கிலோமீற்றர் தொலைவிலிருந்த 'காதிகி- இனி- ரிஜ்' எனும் இடத்திலிருந்து வந்திருந்தான். மலைகள், ஆற்றங்கரைகள், சமநிலங்கள் பலவற்றைத் தாண்டியே அவன் வீட்டுக்குச் செல்ல வேண்டியிருந்தது. பாடசாலையில் நாம் அவனை 'குருமா' என்றே அழைத்தோம். அதன் அர்த்தம் 'கடிப்பவன்' என்பதாகும். ஆனால், அவனுக்கு அப்பெயர் எப்படி வந்ததென எனக்கு இப்பொழுது நினைவில்லை.

அவனது உண்மையான பெயர் 'மங்க்ரா'. அவன் உயர்ந்த, விளையாட்டு வீரனொருவனது தோற்றத்தைக் கொண்ட ஒருவன். அவன் கட்டுமஸ்தானவனாக இருந்தான். இளம்பெண்கள் அவனை விரும்பினர். எனினும் அவன், அவர்களைத் தவிர்த்து வந்தான். உண்மையில், அவன் எல்லோரையுமே தவிர்த்து வந்தான். விளையாட்டில் தனது திறமைகளைக் காட்டிய அவன் கடினமான விளையாட்டுகளை அதாவது ஓடுதல், பாய்தல், பாக்ஸிங் போன்ற விளையாட்டுகளை விரும்பினான். மல்யுத்தத்தில் விஷேட ஆர்வம் காட்டிய அவன் தன்னிலும் வயதில் கூடிய ஆண் மாணவர்களுக்குக்கூட சவால்விடத் தயாராக இருந்தான். எவரேனும் அவனை குப்புறப் புரட்டினால், சிலவேளை இருபது தடவைக்கும் மேலாக அவனைக் குப்புறப் புரட்டினாலும் கூட, அவன் கோபத்துக்குள்ளானவன் போலக் காட்டிக்கொள்வதில்லை. உதைப்பந்தாட்டத்தில் அவனுக்குச் சமமாக எவரும் இருக்கவில்லை. அவ்விளையாட்டை விளையாடுபவர்களில் அவன் ஒரு வீரனாகத் திகழ்ந்தான்.

ஆரம்ப காலத்தில் அவன் என் மனதைக் கவர்ந்தவனாக இருக்கவில்லை. சிலவேளை அது என்னிடமிருந்த பொறாமையாகக்கூட இருக்கலாம். நான் விளையாட்டில் திறமை

மிக்கவனில்லை. ஒரு துறையில் கூட என்னைத் தனித்துக் காட்டும் திறமையை என்னால் காட்டமுடியாமல் போயிற்று.

ஆசிரியர்களினதும், மாணவர்களினதும் மனங்களை வென்ற புகழ்பெற்ற மாணவர்கள், அதிர்ஷ்டம் குறைந்த மாணவர்களின் பொறாமைக்கு ஆளாகினர். நான் அவன் மேல் பொறாமை கொண்டேன். அவனது வளர்ச்சியை நான் விரும்பவில்லை. நட்பொன்றை ஏற்படுத்திக்கொள்ள நான் செய்த எல்லா முயற்சிகளையும் அவன் கண்டுகொள்ளாமல் விடுவதைப்போன்று எனக்குள் உணர்ந்தேன்.

இதற்கிடையில் நான் அவனது தனிமைக்கான காரணத்தைக் கண்டறிந்தேன். அதைக் கண்டறிய நான் ஏன் முயற்சித்தேன் என எனக்குத் தெரியவில்லை. அது அவனது விழிகளா? எனக்கு ஞாபகத்திலிருக்கும் விதத்தில் பாடசாலைக் கூட்டங்களின் போது எனக்குப் பின்னால் பார்க்க சந்தர்ப்பம் கிடைக்கையில் அவன் தன்னைச் சுற்றி நடப்பவைக் குறித்துக் கூர்மையாகக் கவனித்துக் கொண்டிருப்பதை நான் கண்டேன். அவனுக்குத் தெரியாமலேயே நான் அந்த ரகசியத்தைக் கண்டறிந்தேன். எனினும் அது சில வினாடிகள் மாத்திரமே. என்னைப் பார்த்ததுமே அவன் விழிகளைத் தாழ்த்தி வேறொரு புறத்தைப் பார்த்தான்.

இன்னுமொரு சந்தர்ப்பத்தில் நான் நேர காலத்தோடு பாடசாலைக்கு வந்து கொண்டிருந்தேன். நான் மயானத்தைத் தாண்டி மெதுவாக நடந்து வந்துகொண்டிருந்தேன். எனக்கு முன்பே தனியாக அவ்விடத்துக்கு வந்திருந்த மங்க்ரா ஆழ்ந்த தியானத்தில் மூழ்கிப்போயிருந்தான். நான் அவனுடன் பேசவில்லை. அவனுக்கும் எனக்கும் இடையிலான சந்திப்பு இதற்குப் பிறகுதான் நிகழும்.

எமது பாடசாலைக்குக் கீழே அமைந்திருக்கும் சிறிய அடர்காட்டுக்கு யாரும் செல்ல மாட்டார்கள். அக் காட்டில் பிசாசுகள் இருப்பதாக ஆண் மாணவர்களின் இதயங்களில் பதிந்திருக்கிறது. சில

காலத்துக்கு முன்னால் தனது கணவனால் தாக்கப்பட்ட பெண்ணொருத்தி தப்பித்து ஓடுகையில் இக்காட்டுக்குள் நுழைந்த உடனேயே செத்துப் போனதாக ஒரு கதை நிலவியது.

என்னை அங்கு செல்லத் தூண்டியது எது? நான் தனிமையை உணர்ந்ததுவே அதற்குக் காரணமாக இருந்திருக்கக் கூடுமென எண்ணுகிறேன். எவ்வாறாயினும் மதிய உணவு இடைவேளையில், ஏனைய மாணவர்கள் வீடுகளுக்குச் சென்றிருக்கையில் நான் காட்டின் மரங்கள் மற்றும் புதர்களிடையே நுழைந்து அச் சிறிய காட்டின் நடுமத்தியில் அமைந்திருக்கும் பெரிய சமவெளிப் பிரதேசத்துக்கு வந்திருந்தேன். அங்கு மங்க்ரா தனியாக உட்காந்திருந்தான். அவன் என்னைக் கண்டதும் முதலில் கோபத்துக்குள்ளானான். என்னைப் பார்த்துக் கொண்டேயிருந்தான். நானும் அவனைப் பார்த்தேன். நாங்கள் அமைதியாக ஒருவரையொருவர் பார்த்துக் கொண்டிருந்தோம். இடையில் நான் அந்த அமைதியை உடைத்தேன்.

"இங்கே என்ன செய்கிறாய் நீ?"

அவன் உடனே பதிலளிக்கவில்லை. அவன் என்னை முறைத்துப் பார்த்தான். கொஞ்சம் அசௌகரியத்துக்கு உள்ளான நான் திரும்பவும் அவனிடம் அக்கேள்வியைக் கேட்கத் தயாரானேன். ஆனால் அதே கணம் அவன் தனது வாயைத் திறந்தான்.

"நான் கறுப்புக் குருவியைத் தேடுகிறேன்"

"கறுப்புக் குருவி?"

"ஆமாம்"

அவன் முணுமுணுத்தபடி தொலைவில் நோக்கினான். நான் தலையை உயர்த்தி அவன் பார்க்கும் திசையில் பார்த்தேன். எனினும் எனக்கு எதுவும் தென்படவில்லை. நான் குழப்பத்துக்குள்ளானேன். அவனது நடவடிக்கைகள் விசித்திரமாக இருந்தன. ஒரு மாதத்துக்கு

முன்பு நான் பாடசாலைக்கு வரும் வழியில் அவனை மயானத்துக்கருகில் சந்தித்தது சட்டென்று எனக்கு நினைவுக்கு வந்தது.

''நான் உன்னை மயானத்தில் கண்டேன்''

''ஆஹ் ... என்னைக் கண்டாய்?''

''ஆமாம்''

''திரும்பவும் கறுப்புக் குருவி''

நான் புன்னகைத்தேன். அவனும் புன்னகைத்தான். உடனே மீண்டும் ஆழ்ந்த சிந்தனையில் மூழ்கினான். இவை அனைத்தும் பாடசாலை மாணவனொருவனின் கற்பனையென நான் நினைத்தேன்.

''உனக்குக் கிடைத்ததா?''

''இல்லை''

நான் அது குறித்து திரும்பவும் யோசிக்கவில்லை. எனினும் எம்மிருவர்க்கிடையிலுமான நட்பு படிப்படியாக வளரத் தொடங்கியது.

நாங்கள் ஒன்றாக பாடசாலைக்குப் போனோம். அவன் அதன் பிறகு ஒருபோதும் கறுப்புக் குருவி பற்றிக் குறிப்பிடவில்லை. அவன் திறமையான பிள்ளை. கல்வி நடவடிக்கைகளுக்குப் பாடுபடுவதாகத் தென்படாதபோதும் அவன் இறுதிப் பரீட்சையைச் சிறப்பாகச் செய்திருந்தான். கல்லூரியில் நுழைவதற்கான தகைமைகளைப் பெற்றவர்களிடையே அவனும் ஒருவனாக இருந்தான். எமது பயணப் பாதைகள் வேறாகின. எனக்கு லைமூரில் டீ என்ட் எச் விற்பனை நிலையத்தில் வேலையொன்று கிடைத்தது.

கல்லூரியில் மருத்துவ மாணவனாக அவன் சிறப்பாகச் செயலாற்றினான். அவனது பேராசிரியர்கள் முதற்கொண்டு அனைவருமே அவனைக் குறித்து எதிர்பார்ப்பொன்றை வைத்திருந்தனர்.

"ஆனால் அவனுக்கு என்ன நடந்திருக்கிறது?"

ஒரு தடவை நைரோபி சிற்றுண்டிச்சாலையொன்றில் வைத்து சந்தித்த அவனது மாணவ நண்பனொருவன் என்னிடம் கேட்டான். நாம் தேநீர் அருந்தியபடியே அவனைப் பற்றிக் கதைத்துக் கொண்டிருந்தோம்.

"ஏன்?"

"அவன் எப்பொழுதும் வேறேதோவொரு யோசனையில் ஆழ்ந்திருக்கிறான். மிகவும் வித்தியாசமானவனாக இருக்கிறான். சரியாகச் சொல்லப் போனால் தனிமையில்தான் இருக்கிறான். பூதமொன்றைப் பார்த்துப் பயந்ததுபோல. அடுத்தது ... அவன் நிறைய விடயங்களை நோக்கும் விதம் ...? உங்களுக்குத் தெரிந்திருக்கும் என நான் நினைத்தேன்."

கிகொரொரோ கிராமத்தின் இளம் ஆசிரியையான வமைதாவை அவன் கல்லூரியில்தான் சந்தித்தான். அவன், அவளுடன் மிகவும் நெருங்கிய தொடர்பொன்றினை வைத்திருந்தான். எப்பொழுதேனும் அவனைச் சந்திக்க நேரும் சந்தர்ப்பங்களில் அவன் என்னிடம் அவளைப் பற்றி விவரித்திருந்தான். அவனுக்கு, அவளைத் திருமணம் செய்யும் தேவையிருந்தது. அச்சில வருடங்களில் அவனது தனிமை, அவனை விட்டும் விலகிச் சென்றிருந்ததோடு அவன் மகிழ்ச்சியாக வாழ்வதாகத் தென்பட்டது. சிறு வயதிலிருந்தே அவனுக்குள்ளிருந்த சோகம், எமது மகிழ்ச்சிக்குக் காரணமாக அமையும் விதமாக முடிவுக்கு வந்தது இந்த யுவதியைச் சந்தித்ததன் பிறகுதான். நான் ஒருதடவையோ அல்லது இருதடவையோ அவளைச் சந்தித்திருக்கிறேன். அவள் மெலிந்த உடலும் சீராக சீவி ஒழுங்கமைக்கப்பட்ட பளபளப்பான கூந்தலுமுடைய இளம் யுவதியொருத்தி. மதப்பற்று மிக்க ஒரு பெண்ணாக அவள் எனக்குத் தென்பட்டாள். அவள் அழகானவள். உண்மையில் அந்த அழகானது அவளது உடலுக்குள்ளேயும் உடலுக்கு வெளியேயும் பரவிச் செல்லும் ஓர் அழகு.

அவனது இறுதிப் பரீட்சைக்கு முன்னிருந்த ஒரு விடுமுறைக் காலத்தில் அவன் எதிர்பாராத விதத்தில் எமது வீட்டுக்கு வந்தான். நான் ஆச்சர்யத்தோடு அவனைப் பார்த்தேன். பேயொன்றைக் கண்டு பயந்தவனின் தோற்றமொன்று அவனிடமிருந்து வெளிப்பட்டது. அவன் தற்பொழுது சுருக்கங்கள் நிறைந்த முதிய தோற்றம் கொண்டவனாக மாறியிருந்தான். அவனது ஆனந்தச் சிரிப்பு காணாமல் போயிருந்தது. வமைதா அவனை விட்டும் விலகிச் சென்றிருப்பாளென எண்ணி நான் அச்சமுற்றேன். எனவே அவளைப் பற்றிக் கதைக்காமல் இருப்பது மிகவும் நல்லதென எனக்குத் தோன்றியது.

எமக்கு உணவு உண்பதற்கும், புத்தகங்கள் வாசிப்பதற்கும், படிப்பதற்குமென ஒதுக்கப்பட்ட ஒரு சிறிய அறை எமது வீட்டிலிருந்தது. ஒரு மாலை நேரம், உணவு உட்கொண்டதன் பிறகு நாம் அந்த அறையின் மேசையொன்றைச் சுற்றி அமர்ந்திருந்தோம். எம்மிடையே எந்தவொரு உரையாடலும் நிகழவில்லை. நான் புத்தகமொன்றை வாசித்துக் கொண்டிருந்தேன். அதன் தலைப்பென்ன என்பது குறித்து எனக்கு இப்பொழுது ஞாபகமில்லை. அப்புத்தகத்தில் எனது கவனம் செல்லவில்லை. மங்க்ரா முன்னெப்போதையும் விடவும் வித்தியாசமாகத் தெரிந்தான்.

''நீ கறுப்புக் குருவி பற்றிக் கேள்விப்பட்டிருக்க மாட்டாய்''

நான் அதிர்ச்சியுற்று கதிரையிலிருந்து எழுந்து விட்டேன். பாடசாலைப் பிள்ளையொருவன் போல அவனிருந்த விதம் எனக்கு நினைவுக்கு வந்தது. பிசாசுகள் இருந்த காட்டில் நாம் சந்தித்துக்கொண்டதுவும் எனது ஞாபகத்தில் உதித்தது.

''பாடசாலையில் நீ தேடிக் கொண்டிருந்த கறுப்புக் குருவி?''

''வா.... நீ பாரதூரமாக சிந்திக்க மாட்டாய்''

''நான் ஒருபோதும் எனது வாழ்க்கையைப் பாரமாக நினைக்கவில்லை.''

அவன் அமைதியானான். எனக்குச் சிரிப்பதற்கு அவசியமாக இருந்தது. எனினும் அவனது குரல் என்னை அதைத் தவிர்க்கச் செய்தது. தொடர்ந்து அவன் நீண்ட பெருமூச்சொன்றை விட்டான்.

"எனது வாழ்நாள் முழுவதுமே நான் தீய ஆவிகளின் கட்டுப்பாட்டில் இருந்துகொண்டிருக்கிறேன்."

இடையில் அவன் என்னைப் பார்த்தபடி தொடர்ந்து சொல்லிக்கொண்டு போனான்.

"நீ மூட நம்பிக்கைகளை ஏற்றுக்கொள்ளக் கூடியவனல்ல. எனக்கு அது தெரியும். அதனால் வைத்திய பீட மாணவனொருவனின் இந்தப் புதுமையான நடவடிக்கைகள் பற்றி நீ சிந்தித்துப் பார்க்கக்கூடும். அதனால்தான் நான் உன்னிடம் சொல்கிறேன். இதுவும் மூட நம்பிக்கையொன்றில்லை. நீ எப்பொழுதாவது இறந்த காலம் பற்றி சிந்தித்திருக்கிறாயா? நீ சிந்தித்துப் பார்த்ததில்லை. கடந்தகாலம் உன் பின்னால் வந்து பழிவாங்கும் விதத்தில் சாவின் மூலமாக உன்னை அது வேட்டையாடக் கூடும்."

"அது எப்படி? சாவின் மூலமாக?" நான் குழப்பத்துக்குள்ளானேன்.

"நான் இப்படிச் சொல்கிறேன். நீண்ட காலத்துக்கு முன்பு உன் பாட்டன் கையாலோ, தந்தை கையாலோ நடந்த தவறொன்று உன்னைப் பாதிக்கும் என்று நீ நம்புகிறாயா?"

"அது எந்த விதத்தில்?"

"எல்லா விதத்திலும். நான் இப்படி விளங்கப்படுத்துகிறேன். உனது தந்தை சாபத்துக்குள்ளாகிறார். அந்தச் சாபம் உன்னையும் தொடரக்கூடும். தந்தையர் செய்யும் தவறுகள் மூன்றாம், நான்காம் பரம்பரைப் பிள்ளைகளையும் பழிக்குப் பழி வாங்கக்கூடும்."

"இல்லை. அது பைத்தியக்காரத்தனம் அல்லவா?"

அவன் பெருமூச்சு விட்டான். அத்தோடு தன்னுடனேயே கதைத்தபடி இப்படிக் கூறினான்.

'ஆஹ் ... நான் உன்னைக் குற்றம் சொல்லமாட்டேன். ஆனால் வமைதாவால் இதனைப் புரிந்துகொள்ள முடியாதென்று எனக்குத் தெரியும்''

நான் அதிர்ந்துபோனேன். நான் கேட்டிருந்த பலமான துயரச் செய்தி அதுவாகும்.

"ஒரு ஞாயிறு ... அந்தி நேரம் ..." அவன் திடீரென ஆரம்பித்தான்.

"நான், எமது பாட்டி என்று குறிப்பிடத்தக்க தூரத்து உறவினர் ஒருவர் வீட்டுக்குச் சென்று திரும்பி வந்து கொண்டிருந்தேன். அப்பொழுது நானொரு இளைஞன். மலைமுகட்டை மூடிப் பரவிச் சென்றிருந்த நிலவொளிக்கு நான் இலக்கேதுமற்றுக் கவரப்பட்டிருந்தேன். ஆகவே நான் வீட்டுக்குத் திரும்பி வரும்போது ரொம்பத் தாமதமாகி விட்டது. எனது தாய் வாசலில் நின்றிருந்தாள். எனது சகோதரர்கள் இருவரும் அடுப்பருகே இருந்த கட்டிலில் விளையாடிக்கொண்டிருந்தார்கள். அவர்கள் எல்லோருமே மிகவும் சந்தோஷமாக இருந்தார்கள். தந்தை அங்கிருக்கவில்லை. எனது தந்தையிடம் தாமதமாக வீட்டுக்கு வரும் பழக்கம் இல்லாததால் அது அசாதாரணமான ஒன்றாக இருந்தது. சில சந்தர்ப்பங்களில் பிரார்த்தனைகள் நடக்கும் பூஜைத் தளங்களுக்குச் சென்றாலும் அவர் நேரகாலத்தோடு வீட்டுக்கு வந்துவிடுவார். அதனால் மேலும் தாமதமாகும்போது நாங்கள் சற்று மன வருத்தத்துக்கு உள்ளாகியிருந்தோம்.

நான் சாப்பிட்டு முடிக்கையில் கதவைப் பலமாகத் தட்டும் சத்தமொன்று கேட்டது. கதவுக்கு முன்னால் பூதமொன்றைப் போன்ற நிழலொன்று அக்கணத்தில் இருந்தது. அந்த இருளுருவம் எமது தந்தை. நன்றாக சீவப்பட்டிருந்த அவரது தலைமயிர் கலைந்திருந்தது. கண்கள் இரத்தச் சிவப்பாக மாறியிருந்தன. அவருக்கு முன்னால் இருக்கும்

ஏதோவொன்றை ஆழமாகப் பார்த்துக் கொண்டிருப்பது போல அவர் பேச்சேதுமற்று கதவருகே ஒரு கணம் நின்றுகொண்டிருந்தார். மறு கணம் புழுதி நிறைந்திருந்த நிலத்தில் மயங்கி விழுந்தார்.

அவர் செத்துப் போய்விட்டார் என்று நினைத்து நாங்கள் பயத்தில் ஓலமிட்டோம். நிஜமாக அவர் செத்துப் போயிருக்கவில்லை. எமது தாய் அவரது தலையில குளிர்ந்த தண்ணீரைத் தெளித்ததும் அவர் மெதுவாகக் கண்களைத் திறப்பதை எமக்குக் காணக் கூடியதாக இருந்தது. நாங்கள் எல்லோரும் அவரைச் சுற்றி உட்கார்ந்திருந்ததைக் கண்டதுமே அவருக்கு ஆச்சரியமாக இருந்தது. அவர் பயத்தில் உறைந்திருந்ததால் நடுங்கிக்கொண்டிருந்தார். அவர் ஏதோ சொல்ல முயற்சித்தார். அவர் சொன்னவற்றில் என்னால் புரிந்துகொள்ள முடிந்தது கறுப்புக் குருவி என்ற வசனம் மாத்திரமே. வேறெதுவும் இல்லை. அவர் மறுபடியும் உறக்கத்தில் ஆழ்ந்தார். திரும்பவும் அடுத்த நாள் காலைதான் கண்விழித்தார்.

கறுப்புக் குருவி பற்றி நான் கேள்விப்பட்ட முதல் தடவை அதுதான். அந்த அதிர்ச்சியால் எனது தந்தை ஒரு மாதத்துக்கு மேல் உயிர் வாழவில்லை. அவரது திடீர் மரணம் பற்றி எல்லோருமே கதைத்துக்கொண்டார்கள். எனது தந்தை நேர்மையான, இறைபக்தியுடன் கூடிய, புகழ்பெற்ற அதே சமயம் வெற்றிகரமான ஒரு மனிதர் என்பதாலேயே இந்தப் பேச்சு எழுந்தது.

எனது சகோதரர்கள் இருவரும் நிமோனியா காய்ச்சல் தொற்றி எனது தந்தை சென்ற மயானத்துக்கே சென்றனர். இறுதியில் நானும் அம்மாவும் மாத்திரமே எஞ்சினோம். நாங்கள் எமக்குரிய எல்லாவற்றையுமே விற்றுவிட்டு கியாம்புவிலிருந்து தப்பித்துப்போனோம். நாங்கள் காதிகி -இனி எனுமிடத்துக்குக் குடிவந்தோம். அப்போதுதான் எனது அம்மா முழுக் கதையையும் என்னிடம் சொன்னார். நான் சொல்வது கறுப்புக் குருவி பற்றிய கதையை."

மங்க்ரா ஒரு இடைவேளை எடுத்துக்கொண்டு பெருமூச்சொன்றை விட்டான்.

''உனக்குத் தெரியுமா? எல்லோருமே திரும்பவும் முருங்காவுக்குச் சென்றார்கள். அது எமது பூர்வீகக் கிராமம் அமைந்திருந்த மாவட்டம். அங்கே எமக்கு நிறையக் காணி நிலங்கள் இருந்தன. வெள்ளையர்களால் முதன்முதலில் கிறிஸ்துவ மதத்துக்கு மாற்றப்பட்ட இளைஞன் எனது தாத்தா. புதிதாக மதம் மாறியவர்கள் அது குறித்து மிகவும் தீவிரமாக இருந்தார்கள். அவர்கள் தமது மக்கள் பாவம் செய்தவர்கள் என எண்ணிக்கொண்டிருந்தனர். அவர்களைப் பொறுத்தவரையில் மக்களது எல்லாச் சடங்குகளுமே பாவச் செயல்கள், எமது மக்களின் எல்லா நம்பிக்கைகளுமே கற்பனைகளாலானவை. பேய்களின் வேலைகள். புதிய கடவுள், இருளைத் தூரமாக்கும் குமாரர். எனது தாத்தாவும் அவரைப் போன்ற ஏனையவர்களும் தம்மை கிறிஸ்துவக் கடவுள் தேர்ந்தெடுத்திருக்கும் விஷேட குழுக்களென நம்பினார்கள். தமது மக்களை நிரந்தரமாக ஆபத்திலிருந்து மீட்டெடுக்கத் தமக்குக் கட்டளையிடப்பட்டிருக்கிறதென அவர்கள் எண்ணினார்கள். கிறிஸ்து தம்முடன் இருப்பதால் தமக்கு எவ்விதத்திலும் இடையூறு செய்ய இயலாது. ஆகவே அவர்கள் மலையின் பூஜைக்குரிய இடங்களில் ங்காய் பூஜை செய்த இறைச்சி வகைகளை வீசியெறிந்தனர். கிறிஸ்துவ வீரர்கள் சாத்தானுடன் போரிடுகின்றார்கள்.

அப்பொழுது வயதானவராக ஆகியிருந்த முண்டு முகோ அந்நிலத்தில் அனைவரினதும் மரியாதைக்குரிய ஒருவர். அவரால் அனேக நோய்களைக் குணப்படுத்த முடியும். அரோகி மற்றும் ஏனைய பாவிகளுடன் சண்டையிடவும் முடியும். அவரால் எதிர்வு கூறல்களைக் கூறவும் முடியுமெனவும் சொல்லப்பட்டது. அவரது மந்திரசக்தி மிகவும் பலம் வாய்ந்தது. அவர் அதனை மக்களது நலனுக்காகவே பாவித்தார். விஷேடமாக கோடையாலும் யுத்தத்தினாலும் துயருற்ற மக்களின்

நலனுக்காக. எனது தாத்தா இம் முதியவரது சொத்துகள் அனைத்துக்கும் தீ வைத்துச் சாம்பலாக்கினார். அதன் பிறகு அவருக்குப் போதனை செய்யத் தொடங்கினார். ஆரம்பத்தில் முதியவர், தான் கண்டவற்றை நம்பவில்லை. பிறகு அவர் அச்சமுற்ற குரலில் எனது தாத்தாவுக்கு, அவர் செய்த எல்லாவற்றுக்கும் பலன் கிடைக்குமெனச் சொன்னார். அவ்வாறு சொன்ன அம் முதியவர் அந்நிலத்திலிருந்து காணாமல் போனார்.

பல வருடங்களுக்குப் பிறகு, அவர் திரும்பவும் வந்தார் ஒரு கறுப்புக் குருவியாக. என்து பாட்டன் இறந்து போயிருந்தார். எனது தந்தையைத் தவிர அவரது மனைவி, பிள்ளைகள் எல்லோருமே இறந்துபோயிருந்தனர். அவர்கள் அனைவரும் தாம் மரணிக்க ஒரு கணத்துக்கு முன்பு கறுப்புக் குருவி தன்னைப் பார்க்க வந்திருப்பதாகக் கூறினார்கள். எனது தந்தை முருங்காவைக் கை விட்டுவிட்டு கியாம்புவுக்குத் தப்பித்து வந்தார். கறுப்புக் குருவியும் அவரது பின்னாலேயே வந்தது பற்றி இப்பொழுது உனக்கும் புரிந்திருக்கும்.''

மங்க்ரா மீண்டுமொரு முறை இடைவேளை எடுத்துக்கொண்டான். பிறகு களைப்படைந்த குரலில் அவன் தொடர்ந்து கதைக்கையில் நான் அவனைப் பார்த்துக் கொண்டிருந்தேன்.

''நாங்கள் காதிகி -இனிக்கு வந்த உடனேயே எனது தாய் செத்துப்போனாள். அவளும் கறுப்புக் குருவியைக் கண்டிருந்தாள். தான் செய்யாத பாவத்துக்கு எனது தந்தையும் தாயும் பலியானது ஏனென நான் யோசித்தேன். ஏன்? ஏன்? பிறகு குருவியைத் தேடிச் செல்வதாக நான் சத்தியம் செய்தேன். நான் தொடர்ந்தும் பிரார்த்தித்தேன். எனினும் பலனில்லை. நீ நம்பமாட்டாய். ஆனாலும் அக்குருவி எனக்கு உண்மையான ஒன்று. பாடசாலை செல்லும் காலத்திலிருந்தே நான் அக்குருவியைத் தேடினேன். கல்லூரிக்கு வந்த பிற்பாடும்.

நான் வமைதாவைச் சந்தித்தேன். கறுப்புக் குருவியை நான் மறந்து போனேன். அந்தக் காலம் முழுவதுமே 'உலகத்தில் சிறப்பாக வாழ்வது

எப்படி? வமைதாவைத் திருமணம் செய்வது எவ்வாறு?' என்பவை குறித்தே நான் சிந்தித்துக்கொண்டிருந்தேன். நான் வாழ்க்கையில் வென்று விட்டேனென எண்ணுமளவுக்கு முட்டாளாகியிருந்தேன். நான் அந்த வெற்றியின் பின்னால் பயணித்தேன். எனது மனதுக்கு ஆறுதல் கிடைக்குமென நான் எண்ணினேன். கறுப்புக் குருவி பற்றிய நினைப்பே எனது மனதுக்குள் தோன்றவில்லை. அவ்வாறில்லையெனில் நான் அதனை மறந்துவிட்டிருந்தேன். கல்வி நடவடிக்கைகளில் அதிக கவனம் செலுத்தி நான் அதைச் செய்திருந்தேன்."

அவன் சற்று இடைவேளை எடுத்துக்கொண்டான். இரு கரங்களையும் தலையின் பின்னால் வைத்து ஆசனத்தில் சாய்ந்தான். பிறகு பேச்சை மீண்டும் தொடர்ந்தான்.

"நான் கறுப்புக் குருவியைச் சந்தித்தேன்"

நான் எழுந்து அச்சத்துடன் அறை முழுவதும் உற்று நோக்கினேன். சுவர்களில் விழுந்திருந்த நிழல்கள் பிசாசுகளைத் தோற்றுவித்துக் காட்டின. நான் திரும்பவும் உட்கார்ந்தேன். எனக்கு வெட்கமாக இருந்தது.

"அது கடந்த வாரம் நிகழ்ந்தது. உனக்குத் தெரியுமா? நான் நேராக இங்கே வரவில்லை. ஞாயிற்றுக்கிழமை நான் வமைதாவுடன் நடைப்பயணம் போயிருந்தேன். வாழ்க்கையில் முன்னெப்போதையும் விட மகிழ்ச்சியுடன் இருந்தேன். முதன்முறையாக நான் கடந்த காலத்திலிருந்தும் தப்பித்துச்சென்றிருந்தேன். நான் புதியதோர் உலகத்தில் ஒரு புதிய மனிதன். வமைதாவும் நானும் கனவுலகில் மிதந்தோம். நாங்கள் கிண்டலடித்துக்கொண்டோம். சிரித்தோம். புழுதி கிளப்பத் தொடங்கினோம். நாங்கள் மலையுச்சியில் அமர்ந்திருந்து சிறு பிள்ளைகள் போல விளையாடினோம். வமைதா சொற்ப நேரம் என்னை விட்டு விட்டு ஒதுக்குப்புறமாகச் சென்றிருந்தாள். நான் ஒரு ஓரமாக எவ்வித இலக்குமற்று வெறுமனே பார்த்திருந்தேன்.

ஒரு கறுப்புக்குருவி என்னை முறைத்துப் பார்த்தபடியிருந்தது. அதனால் எனக்கு ஏற்பட்ட பாதிப்பை என்னால் இப்போது விவரிக்க முடியாதுள்ளது. எனக்குள் எந்தவொரு உணர்வும் தோன்றவில்லை. கத்தவும் முடியுமான நிலையில் நான் இருக்கவில்லை. நான் ஆச்சரியத்தோடு வெறுமனே பார்த்திருந்தேன். அக் கணம் எனக்கு முன்னே நான் நீண்ட காலமாக எதிர்பார்த்திருந்த கறுப்புக் குருவி. என்னால் எதுவுமே செய்ய இயலவில்லை. கறுப்பு நிறக் குருவி. விளக்குக் கரி போல அடர் கறுப்பு. சிலவேளை புழுதியால் மூடப்பட்டிருந்ததால் அவ்வாறிருக்கக் கூடும். ஆனால் அதன் கண்கள் விசாலமானவை. சரியாக மனிதனொருவனின் கண்களைப் போல. ஆனால் தங்க நிறம். ஆஹ் ... இல்லை ... இல்லை ... அது சென்றுவிட்டிருந்தது. ஆனால் என்னால் அசைய முடியாதிருந்தது.''

தனது ஞாபகங்களை எழுப்பிக்கொண்டிருந்த மங்க்ரா அதிகமாக நடுங்கத்தொடங்கினான். நானும் நடுங்கத் தொடங்கினேன். உடனடியாகக் கதவருகே சென்று அதைத் தாழிட்டேன். பிறகு ஜன்னலருகே சென்று திரையை இழுத்து மூடி ஜன்னலையும் மூடினேன். அதன் பிறகு மீண்டும் மங்க்ராவிடம் சென்றேன்.

"நீ வமைதாவிடம் சொன்னாயா?''

"இல்லை. சொல்லவில்லை. நான் எனக்குச் சுகமில்லை என்று மாத்திரமே அவளிடம் சொன்னேன். நான் நடுங்கிக் கொண்டிருந்ததை அவள் கண்டிருக்கக் கூடும். எனக்கு குளிர் காய்ச்சல் பீடித்திருக்கக் கூடுமென அவள் நினைத்தாள். அவளிடம் இந்தத் தகவல்களை நான் எவ்வாறு கூறுவது? அத்தோடு அவள் எனது கதையை நம்பமாட்டாள். குறைந்த பட்சம் நீயாவது ..."

நான் எதிர்ப்பைக் கூற அவசரப்படவில்லை. எனினும் எனது பலவீனத்தை வெளிக்காட்ட முயற்சிப்பதைத் தவிர்க்கும்படி எனது இதயம் சொன்னது. வைத்திய மாணவனொருவன் மற்றும் ஐரோப்பிய மதத்தைப் பின்பற்றும் ஒருவன் இவ்வாறான அபத்தங்களை நம்புவது

குறித்து எனக்கு வெட்கம் தோன்றியது.

"நீ நம்ப மாட்டாயென எனக்குத் தெரியும். நான் இந்தக் கதையைச் சொன்னாலும் வேறு எவரும் கூட நம்ப மாட்டார்கள்."

இரவு உறங்கச் செல்லத் தயாராகையில் என்னை அழைத்த அவன் இவ்வாறு கூறினான்.

"உனக்குத் தெரியுமா? எனது தாத்தா பூஜை மரத்தைத் துப்புரவாக்கப் போயிருந்தார். எனது அம்மா சாவதற்குக் கொஞ்சம் முன்பு எனக்கு அது பற்றிச் சொல்லியிருந்தார்."

அன்றிரவு எனக்கு உறங்குவது சிரமமாக இருந்தது. மங்க்ரா தனது இறுதிப் பரீட்சைக்குத் தோற்றுவதற்காக கல்லூரிக்குச் சென்றான். எனக்கு அவனைப் பற்றித் தகவல்கள் கிடைக்கவில்லை.

இப்பொழுது எனக்கு நிறுவனத்தில் மிகவும் நல்ல உயர் பதவியொன்று கிடைத்திருப்பதோடு அவர்கள் என்னை டங்கன்யிகா மத்திய நிலையத்துக்கு அனுப்பியிருந்தார்கள். நிறுவனத்தில் இவ்வாறான உயர் நிலைக்குக்குச் சென்ற முதல் ஆப்பிரிக்கனாகக் கௌரவிக்கப்பட்டதில் நான் பெருமையடைந்தேன்.

நான் திரும்பவும் வீட்டுக்குச் செல்ல முன்பு ஆறு மாதங்கள் டங்கன்யிகாவில் இருந்தேன். லைமூரில் பெரிதாக எந்த மாற்றமும் நிகழ்ந்திருக்கவில்லை. வியாபார மத்திய நிலையமொன்று கட்டப்படுவதற்காகத் திட்டமிடப்பட்டிருந்ததோடு பழைய இந்தியக் கடைத் தெருக்கள் அவ்வாறே இருந்தன. நான் கடைத் தெருவுக்கு மத்தியிலிருந்த ஒற்றையடிப் பாதையில் பயணித்து எனது வீட்டுக்குச் சென்றுகொண்டிருந்தேன். நான் அங்கே வமைதாவைச் சந்தித்தேன். அவள் மாற்றமடைந்திருந்தாள். அவள் இன்னும் மெலிந்திருந்தாள். அவளது முகம் வெளிறிப் போயிருந்தது. அவள் அணிந்திருந்த ஆடை இரண்டு வாரங்களாகக் கழுவப்படாதிருந்தது. அவளது பிரகாசமான அழகு எங்கே? மங்க்ரா எங்கிருக்கிறான்?

நான் அவளது மென்மையான கரம் பற்றி ''எப்படியிருக்கிறாய்?'' எனக் கேட்டேன்.

''நலம்''

''மங்க்ரா எப்படியிருக்கிறான்?'' நான் மகிழ்வோடு கேட்டேன்.

அவள் முறைத்துப் பார்த்தாள். நான் பின்வாங்கினேன். எனது கேள்வியால் அவள் கவலைக்குள்ளாகியிருந்தாள்.

''தெரியாதா?''

''என்ன?''

''அவன் செத்துப் போய்விட்டான்''

''செத்துப் போய்விட்டான் ...?''

''அவன் பரீட்சையில் தோல்வியடைந்து விட்டான். அவன் தற்கொலை செய்து கொண்டானென மக்கள் கதைத்துக் கொள்கிறார்கள். அவன் ஏன் என்னை நம்பவில்லை? எப்படியிருப்பினும் நான் அவனைக் காதலித்தேன்.''

அவள் வெளிப்படையாக அழுதாள். இன்னும் அவள் மனதில் அவனது மரணம் குறித்த நினைவுகள் புதுப்பிக்கப்பட்டுக் கொண்டிருந்தன. நான் செய்ய வேண்டியது என்னவென எனக்குத் தெரியவில்லை.

அவன் பரீட்சையில் தோல்வியடைந்தது எவ்வாறு?

ஒரு கிழமைக்குப் பிற்பாடு எனக்கு வைத்தியர் கேயைச் சந்திக்க நேர்ந்தது. அவர் மங்க்ரா கல்வி கற்ற வைத்தியக் கல்லூரியிலேயே கல்வி கற்ற ஒருவர். எனது நெஞ்சில் நோவொன்றை உணர்ந்ததோடு அடிக்கடி இருமலும் தோன்றிக் கொண்டிருந்தது. காலநிலை மாற்றம் காரணமாக அன்று எங்களால் நீண்ட நேரம் கதைத்துக்கொண்டிருக்க முடிந்தது. பிறகு மங்க்ராவின் மரணம் குறித்த விடயம் எமது கவனத்துக்குள்ளானது.

"அவன் பரீட்சையில் தோல்வியுற்ற காரணத்தால் தற்கொலை செய்துகொண்டதாக மக்கள் கூறுகிறார்கள். நான் அதனை நம்பவில்லை. அவன் வித்தியாசமான ஒருவன். அறிவுக்கூர்மையில் எங்களில் எவரையும் அவனுக்குச் சமப்படுத்த முடியாது. இறுதிக் கட்டத்தில் அவன் கல்வி நடவடிக்கைகளில் பின்னடைந்தான். அவன் நாளுக்கு நாள் வாடிப்போனான். அந்தி நேரங்களில் கல்லூரியின் தேவஸ்தானங்களுக்கருகே அவனைக் காண முடிந்தது. அவனுக்கு வாழ்க்கையொன்று இல்லாததுபோலத் தென்பட்டது. எனினும் பரீட்சை நாட்களில் அவனது விழிகள் பிரகாசத்தில் மின்னின. சரியாகச் சொன்னால் அழகான, ஆச்சரியமிக்க ஒன்றைக் கண்டதுபோல. பெறுபேறு வந்ததும் பார்த்தால் அவன் தோல்வியடைந்திருந்தான். அவன் பெறுபேற்றைத் தெரிந்துகொள்ளும்போது நானும் அங்கிருந்தேன். நான் உங்களிடம் சொல்கிறேன். அவன் சிறிதும் அதிர்ச்சிக்குள்ளாகவில்லை. அவன் அது குறித்து நீண்ட காலம் அறிந்திருந்தது போல இருந்தான். ஒரு கிழமைக்குப் பிறகு அவன் பூஜை மரத்துக்குக் கீழே செத்துக் கிடந்தான். அவனது விழிகளில் புதுமையான ஆசுவாசம் வெளிப்பட்டது. சரியாகச் சொன்னால் கடினமான காரியமொன்றில் வெற்றியீட்டியது போல."

வீட்டுக்குச் சென்ற உடனேயே நான் நேராகப் படுக்கைக்குச் சென்றேன். எனினும் மின்விளக்கை எரியச் செய்ய வேண்டுமா வேண்டாமா என்பது குறித்துத் தீர்மானிக்க இயலாமல் நீண்ட நேரம் வெற்று வானத்தைப் பார்த்திருந்தேன்.

கோடையோடு போனவள்

(கென்யா - கூகி வா தியாங்கோ)

இறுதியில் அவள் மனநலம் பாதிக்கப்பட்ட ஒருத்தியென நான் தீர்மானித்தேன். அது இயல்பானதுதான். அவளுக்குப் பைத்தியம் பிடித்திருக்கிறதென எனது தாய் சொன்னதற்கான காரணம், மனநலம் பாதிக்கப்பட்டவர்கள் செய்யும் பைத்தியக்காரத்தனமான வேலைகளை உண்மையில் இம் மூதாட்டி செய்வதால் அல்ல. அவள் அதிகம் கதைக்கமாட்டாள். எனினும் சில வேளைகளில் அவள் ஏற்றுக்கொள்ளக் கூடிய எந்தவிதக் காரணங்களுமின்றி அடக்க முடியாதளவு சிரிக்கத் தொடங்குவாள். ஏனைய மனிதர்களுக்குத் தென்படாத ஒன்றைக் காண்பதால்தான் அவள் இவ்வாறு சிரிக்கிறாள் என மக்கள் கதைத்துக்கொண்டனர். சுருக்கங்கள் நிறைந்த முகத்திற்கும், வாடிப்போன சரீரத்துக்கும் சற்றும் பொருத்தமற்ற, பிரகாசமும் உயிர்ப்பும் அவளது விழிகளிலிருந்து வெளிப்பட்டன. அவளது கண்கள் ஏதோவொரு ரகசியத்தைச் சொல்வதாக நான் ஆரம்பத்திலிருந்தே நம்பினேன். அந்த ரகசியம் என்ன? அது எங்கிருக்கிறது? அது அவளுக்குள்ளேயே இருக்கக்கூடும். அவ்வாறில்லையெனில் அவள் மக்களைப் பார்ப்பது இவ்விதத்திலா? அதுவும் இல்லையாயின் அவள் வாழ்க்கையைக் கழிக்கும் விதம் இதுவா? இதில் ஏதோவொன்றாக இருக்கக்கூடும். அவ்வாறும்

இல்லையாயின் இவை எல்லாவற்றினதும் கலவையாக இருக்கக்கூடும்.

ஒரு தடவை நான் எனது கண்டுபிடிப்பை எனது தந்தையிடம் கூறினேன். அவர் என்னைப் பார்த்து மெதுவாகச் சொன்னார்.

"சிலவேளை அவளுக்குள் இருக்கும் துயரமாக இருக்கக்கூடும். அனுதாபமற்ற நெருப்புச் சூரியக் கீற்றுகள் எமது தலைகளில் இறங்கி எம்மைப் பைத்தியங்களாக்கி வெறுமையால் நிறைத்திருக்கிருக்கின்றன."

அவர் இவ்வாறு சொன்னது ஏனென அப்பொழுது நான் அறிந்திருக்கவில்லை. அவர் எனது கேள்விக்கு விடையளிப்பதற்குப் பதிலாக தனது கருத்தைத்தான் துல்லியமாகக் கூறியதாக நான் இன்னும் நம்புகிறேன். எனினும் அவர் கூறியது சரி. அவர் குறிப்பிட்டது வெறுமை பற்றித்தான் எனில் அவரது கருத்து சரியானது.

முழு தேசமுமே வெறுமையால் நிறைந்திருக்கிறது. மரணத்தின் வெறுமையால் ஒரு மலைத் தொடரிலிருந்து இன்னுமொரு மலைத் தொடருக்கு இடையிலான சிறிய விளைநிலங்கள் நிர்வாணமாக உள்ளன. ஒரு காலத்தில் அழகாக இருந்த வனங்கள், எமது பூமியின் சொத்துகள், எமது பிராந்திய விவசாயிகளின் பெருமை, வரண்டு போய்த் தூசியால் மூடப்பட்டிருக்கிறது. எமது ஊருக்குத் தாழ்வாக இருக்கும் ஒருபோதும் வரண்டு போகாத முகுமோ மரத்தின் இலைகள் உதிர்ந்து அதன் பசிய வர்ணம் காணாமல் போயிருந்தது.

அழிவும் மரணமும் அனேகர் கூறிய எதிர்வுகூறல்களானது. இன்னும் ஏதோவொரு காரணத்தினால் எமது ஊரில் தரித்திருக்கும் வைத்தியர் கூட பலத்தினால் நிறைந்திருந்த போதும், சிலருக்கு அழிவும் மரணமும் குறித்தே அறிவுருத்தினார்.

வானொலியின் கம்பீரக் குரல் - ஆரம்பத்தில் சுற்றுலாப் பயணிகளுக்கு மாத்திரம் முக்கியமான செய்தியான, அடுத்த இருபத்து

நான்கு மணி நேரத்திற்கான காலநிலை எதிர்வு கூறலானது, நாட்டில் அனைவருக்குமே முக்கியமான எதிர்வுகூறலாக ஆனது. ஆமாம். கென்யா வானொலி உத்தியோகத்தர்கள், காலநிலை நிலையத்தின் சேவகர்கள் காலநிலை எதிர்வுகூறலை அறிவிக்கப் பாவிக்கும் அம்மந்திர உபகரணத்தைப் பார்த்தவாறு இருந்தனர். எனினும் எமது ஊர் மக்களும், பெண்களும் மேகங்களினூடே பார்வையைச் செலுத்திக் காத்திருந்தனர். ஒவ்வொரு நாளும் எனது தந்தையின் மனைவிமார் நால்வரும், ஊரின் ஏனைய பெண்களும் பயிர் நிலங்களுக்குச் சென்றனர். அவர்கள் அங்கு சென்றமர்ந்து வெறுமனே கதைத்தபடி காலத்தைக் கடத்தினர். எனினும் உண்மையிலேயே கடவுள், மழையைப் பொழியச் செய்யும் உன்னதமான கணம் உதிக்கும் வரை அவர்கள் காத்திருந்தனர். எமது ஊரின் புழுதி படிந்த தெருக்களில் விளையாடிய சிறுவர்கள் விளையாட்டுக்களை நிறுத்திவிட்டு எதிர்பார்ப்புகள் நிறைந்த விழிகளால் பார்த்திருந்தனர்.

அனேக மக்கள் பட்டினியால் வாடினர். ஏனைய அனேக குடும்பங்களைச் சேர்ந்தவர்களைப் போலன்றி எமது வீட்டில் நாம் அதிஷ்டசாலிகளாக இருந்தோம். ஏனெனில் எனது ஒரு சகோதரன் நைரோபியிலும் மற்றுமொரு சகோதரன் லைமூரிலும் தொழில் புரிந்துகொண்டிருந்தனர்.

மூதாட்டி குறித்து, எனது தந்தை முன்வைத்த கருத்தை ஆழமாகச் சிந்தித்துப் பார்க்க நான் முனைந்தேன். மாதக் கடைசியில் எனது தாய் சந்தையிலிருந்து கிழங்கும் கோதுமையும் வாங்கி வந்தபின் நான் அவற்றிலிருந்து கொஞ்சம் களவாக எடுத்துக்கொண்டு மாலை நேரம், மூதாட்டி வசித்து வந்த, களிமண்ணால் உருவாக்கப்பட்ட குடிசையைத் தேடிச் சென்றேன். நான் அப்பெண்ணைச் சந்தித்த முதலாவது சந்தர்ப்பம் அதுதான். அதன் பிறகு நான் நிறையத் தடவைகள் அங்குச் சென்றிருக்கிறேன். ஆனாலும் அவை எல்லாவற்றையும் தாண்டி அன்று மாலை சென்ற பயணம் எனது ஞாபகத்தில் தங்கியிருக்கிறது.

அவள் இருண்ட மூலையொன்றில் சுருண்டு படுத்திருந்ததோடு அடுப்பில் விறகுத் துண்டுகள் சில அணைந்து கொண்டிருந்தன. இடையிடையே பற்றியெரியும் நெருப்புத்தணலைக்கொண்டு களிமண் சுவற்றில் அலங்கோலமான உருவங்களை வரைந்தது தீ. அச்சமுற்ற எனக்கு தப்பித்து ஓடிப்போக வேண்டியிருந்தது. எனினும் நான் அவ்வாறு செல்லவில்லை. 'பாட்டி' என அவளை அழைத்தேன். "பாட்டி" என அழைக்குமளவுக்கு அவள் வயதானவளாக இருப்பாள் என நான் எண்ணவில்லை. எனினும், அவளுக்குக் கிழங்குகளைக் கொடுக்கும் தேவை எனக்கிருந்தது. அவள் கிழங்குகளையும் என்னையும் பார்த்தாள். அவளது விழிகள் பிரகாசித்தன. அத்தோடு முகத்தை நிலம் நோக்கித் திருப்பி அழத் தொடங்கினாள்.

"அவன் திரும்ப வந்திருக்கிறான் என நான் நினைத்தேன்" என அவள் விம்மியபடியே கூறினாள். இடையில் "கோடை என்னை நாசமாக்கி விட்டது" எனவும் கூறினாள்.

அதை என்னால் தாங்கிக்கொள்ள முடியவில்லை. எனது தந்தை எனது வருகை குறித்து அறிவாரானால்? அதனால் நான் உடனே குதித்தோடினேன். சிலவேளை அவளுக்குப் பைத்தியம் பிடித்திருக்கக்கூடும்.

ஒரு கிழமைக்குப் பிறகு அவள், அவனைப் பற்றி என்னிடம் கூறினாள். இருண்ட குடிசைக்குள், துயரச் சூழலுக்குள் சிறைப்பட்டு கோடையுடன் அவள் கழித்த கஷ்ட ஜீவனம் குறித்து அவள் குழப்பமும் கலக்கமுமாக விவரித்தாள்.

நான் முன்னர் குறிப்பிட்டதுபோலவே, நாம் அனைவருமே மழையை எதிர்பார்த்து மாதக் கணக்காகக் காத்திருந்தோம். முதல் மழைத் துளி விழுந்ததற்கு முதல் நாள் இரவில் அனைவருமே பழக்கமற்ற தனிமையொன்றையும் களைப்பொன்றையும் உணர்ந்தனர். வீதிகளில் எந்தவொரு ஓசையும் எழவில்லை. தனது ஒரே

மகனைப் பராமரித்துக்கொண்டிருந்த பெண்ணுக்கு எதுவுமே கேட்கவில்லை. அவள் முக்காலியில் அமர்ந்து அடுப்பருகே வைக்கப்பட்டிருந்த சிறிய கட்டிலில் அமர்ந்திருக்கும் ஆண் குழந்தையின் இருண்ட முகத்தைப் பார்த்திருந்தாள். அணைந்துகொண்டிருந்த நெருப்புத் தணல் இடைக்கிடையே எரிகையில் இருண்ட முகத்தில் வெளிச்சம் விழும்விதம் தென்பட்டது. சுவர்களில் இருண்ட நிழல் விழுந்தது. கட்டிலருகே இருக்கும் தனது ஒரே பாதுகாவலாளியிடம், ஆண் குழந்தை தொடர்ந்து வேடிக்கையாகப் பல கேள்விகளைக் கேட்டது.

"நான் செத்துப் போய் விடுவேனென நினைக்கிறாயா அம்மா?"

தான் செய்ய வேண்டியதோ சொல்ல வேண்டியதோ என்னவென்று அவளுக்குப் புரியவில்லை. எதிர்பார்ப்புகள் நிறைந்த விழிகளால் கடவுளைப் பிரார்த்திப்பதை மட்டுமே அவளால் செய்ய முடிந்தது. எனினும் பட்டினியால் வாடிக்கொண்டிருக்கும் குழந்தையின் வேண்டுகோள் பலம் வாய்ந்தது.

"அம்மா, நான் சாக விரும்பவில்லை"

எனினும் தாய், கையறு நிலையில் பார்த்திருந்தாள். தனது சக்தியும், ஆசையும் தன்னிடமிருந்து விலகிப் போய்விட்டதாக அவள் உணர்ந்தாள்.

"ஏதாவது சாப்பிடக் கொடு அம்மா"

உண்மையிலேயே அவனுக்குத் தெரியாது. அவனுக்குப் புரிந்துகொள்ளும் திறனும் இல்லை. அவளிடம் எதுவுமில்லை. கடைசி அவுன்ஸ் மாவும் தீர்ந்து போய் விட்டிருந்தது. அவள் தனது அயலவருக்கு மேலும் தொந்தரவு கொடுக்காதிருக்கத் தீர்மானித்திருந்தாள். இரண்டு மாதங்களுக்கும் மேலாக அயலவர்கள் அவளுக்கு உதவியிருந்தார்கள். சிலவேளை தற்பொழுது அவர்களது கையிருப்பும் முடிந்திருக்கக்கூடும். எனினும் ஆண் குழந்தை அவளைக்

கண்கொட்டாமல் பார்த்திருந்தது. அவன் தயை காட்டாது அவளைக் குற்றம் சாட்டினான்.

விதவையொருத்தியான அவள் என்ன செய்வாள்? அவசரகாலச் சட்டம் அமுலிலிருந்த காலத்திலேயே அவள், அவனை இழந்திருந்தாள். அவன் கொல்லப்பட்டது மாஓ மாஓ இயக்கத்தினாலோ, பலம் வாய்ந்த இராணுவத்தினாலோ அல்ல. மதுபான விருந்தொன்றின் போது நஞ்சூட்டப்பட்டுக் கொல்லப்பட்டிருந்தான். மக்கள் அவ்வாறுதான் கூறினார்கள். ஏனெனில் அது அந்தளவு துரித அகால மரணமாக இருந்தது. இப்பொழுது ஆண் குழந்தையைப் பராமரிப்பதற்கு அவன், அவளருகில் இல்லை.

கோடையாலும் பட்டினியாலும் நாற்பதுகளில் அவளது மகன்கள் இருவர் இறந்துபோன தினங்களின் இரவுகளைப் போலன்றி 1961 ஆம் ஆண்டின் இந்த இரவு மிகவும் வித்தியாசமானது. அது 'மரவள்ளிக் கோடை' நிகழ்ந்த சமயம். மரவள்ளிக் கிழங்கிலிருந்து மாவு எடுத்து உணவாகக் கொண்டதனால் அப்பட்டினிக் காலத்துக்கு அந்தப் பெயர் வந்தது. அக்காலத்தில் துயரத்தைப் பகிர்ந்து கொள்ள அவளது கணவன் இருந்தான். இப்பொழுது அவள் தனித்திருக்கிறாள். அது அவளுக்கு நிகழ்ந்த கடுமையான அசாதாரணமாகும். அது அக்குடும்பத்துக்கு நிகழ்ந்த அசாதாரணமா? அவள் அவ்வாறும் யோசித்துப் பார்த்தாள். மிஷனரி ஆட்கள் பட்டினியிலிருந்து அவளது தாயாரைக் காப்பாற்றியிருக்காவிடில் அவள் ஒருபோதும் பிறந்திருக்க மாட்டாள். அது வெள்ளையர் வருகைக்குச் சிறிது காலம் முன்பு நிகழ்ந்தது. தொழில் பஞ்சம் (இங்கிலாந்து பஞ்சம்) மக்கள் முகம் கொடுக்க நேர்ந்த பாரதூரமான பஞ்சமாக இருந்தது. அப்பஞ்சத்தின் போது அவளது தாத்தாவும், பாட்டியும் இறந்துபோனதோடு அக்குடும்பத்தில் எஞ்சியது அவள் மாத்திரமே.

ஆண் குழந்தையின் குற்றம் சாட்டும் வேண்டுகோளைச் செவிமடுக்கும், அவனது துயர்படிந்த முகத்தைப் பார்த்திருக்கும் அவளுக்குள் கோடையால் ஏற்பட்டுள்ள துயரங்கள் தோன்றத் தொடங்கின. இந்த எல்லாத் துயரங்களும் அவளுக்கு மாத்திரமேதானா? ஏனைய பெண்களுக்கு இல்லாதது ஏன்? அவன், அவளது ஒரே மகன். மிகவும் காலங்கடந்து பெற்ற மகன்.

அவள், குடிசையிலிருந்து வெளியேறி ஊர்த் தலைவரிடம் சென்றாள். எனினும் அவரிடமும் எதுவுமில்லை. அத்தோடு அவர் அவளை அடையாளம் கண்டுகொண்டதாகவும் தெரியவில்லை. அவ்வாறில்லையெனில், கோடையால் செய்ய முடிந்தது மரணத்தை அண்மிக்கச் செய்வது மாத்திரமேயென அவர் உணர்ந்திருக்கக்கூடும். அவளது மகனுக்கு அடிக்கடி தோன்றும் வியாதி திரும்பவும் தோன்றியிருக்கக் கூடுமென அவர் நினைத்தார். அவளது எண்ணமும் அதுவாகவே இருந்தது. அவளது மகன் எப்பொழுதுமே ஒரு நோய்க் குழந்தை. எனினும் அவள் அவனை வைத்தியசாலையொன்றுக்கு எடுத்துச் செல்லவில்லை. அறிவுருத்தினாலும் அதைச் செய்யமாட்டாள். இல்லை. இல்லை. வைத்தியசாலை கூட அவளது குழந்தையைப் பாரமெடுக்காது. எனினும் அவனுக்காக எல்லாவற்றையும் செய்து கொடுக்க அவள் தயாராக இருந்தாள். ஆனால் இப்போது அவனுக்கு மரண எச்சரிக்கையை எடுத்து வந்திருப்பது பட்டினி. கோடையால் பாதிக்கப்பட்டிருக்கும் மக்களுக்குச் சலுகை அடிப்படையில் உணவு வழங்கும் வேலைத்திட்டமொன்று நடைபெற்றுக்கொண்டிருப்பதாக ஊர்த் தலைவர் கூறினார். அவள் இது குறித்து முன்னரே அறிந்திராதது ஏன்? அன்றிரவு அவளுக்கு நித்திரை வந்தது. எனினும் சுகமான உறக்கம் அல்ல. உடல் நலக் குறைபாடுடைய குழந்தை இடைவிடாமல் தான் குணமடைவேனா எனக் கேட்டது.

மாவட்டக் காரியாலயத்தின் வரிசையோ மிகவும் நீண்டதாக இருந்தது. அவள், அவளுக்கான உணவுப் பொதியை

எடுத்துக்கொண்டு பாரமான இதயத்தோடு நடந்தே வீட்டுக்கு வந்துசேர்ந்தாள். அவள் குடிசைக்குள் நுழையவில்லை. குடிசைக்கு வெளியே குந்திக்கொண்டாள். அவளது முழங்கால்களில் சக்தியற்றுப் போயிருந்தது. புதிய புதிய ஆண்களும், பெண்களும் அவளுடன் கதைக்காமலேயே அவளது குடிசைக்குள் சென்றனர். அவளது மகன் அவளை விட்டுச் சென்றிருப்பதையும் மீண்டும் வரமாட்டான் என்பதையும் அவள் அறிந்தாள்.

இந்த எல்லாத் தகவல்களையும் கூறும்பொழுது மூதாட்டி என்னைப் பார்க்கவில்லை. இப்பொழுது அவள் என்னைப் பார்த்தபடி தொடர்ந்து சொல்லிக்கொண்டு போனாள்.

"இப்பொழுது நான் ஒரு வயதான கிழவி. எனது ஒரே மகனது சூரியன் மறைந்துபோய்விட்டது. அந்தக் கோடை அவனைக் கொண்டுசென்றது. அதுதான் கடவுளுடைய விருப்பம்"

அவள் கீழே பார்த்தபடி நெருப்புத் தணலைக் கிளறினாள்.

நான் திரும்பிச் செல்வதற்காக எழுந்தேன். அவள் இடைக்கிடையே துண்டு துண்டாக அவளது கதையை என்னிடம் கூறினாள். அது உண்மையில் ஒரு மனநலம் பாதிக்கப்பட்ட பெண்ணொருத்தியின் கதையல்ல. அன்றிரவு (அது சனிக்கிழமை அல்லது ஞாயிற்றுக்கிழமையாக இருக்கக்கூடும்) சில மனிதர்கள் துயரப்பட்டும், வெறுமனேயும் வாழ்க்கையைக் கழிக்கவென பிறந்திருப்பது ஏனோ எனச் சிந்தித்தபடியே வீட்டுக்குச் சென்றேன்.

இரண்டு அல்லது மூன்று கிழமைகளுக்கு முன்புதான் நான் இறுதியாக அவளைக் கண்டேன். எனது ஞாபகங்கள் பலவீனமானவை என்பதால் என்னால் உறுதியாகச் சொல்ல முடியவில்லை. இப்பொழுது மழைக்காலம் ஆரம்பித்திருக்கிறது. ஒரு கிழமையாக மழை பெய்துகொண்டிருக்கிறது. எனினும் இது தூறல் மழை. பெண்கள் நாற்று நடுவதில் ஈடுபட்டிருக்கிறார்கள். எதிர்பார்ப்புகள் மலையெனக்

குவிகின்றன.

உண்மையிலேயே நேற்றுத்தான் பலத்த மழை ஆரம்பித்தது. அது நேர காலத்துடனேயே ஆரம்பித்தது. வருடக்கணக்கில் அவ்வாறானதொரு மழையை நாம் கண்டிருக்கவில்லை. நான் மூதாட்டியின் வீட்டுக்குச் சென்றேன். வெறுமனேயல்ல. பண முடிப்பொன்றையும் எடுத்துச்சென்றேன். இம்முறை நான் கொண்டு சென்றது கிழங்கோ அவரையோ அல்ல. வற்றாளைக் கிழங்கு. கதவைத் திறந்த எனக்கு வழமை போலவே அவள் மூலையொன்றில் சுருண்டு போயிருந்த விதத்தைக் காணக் கிடைத்தது. அடுப்பில் நெருப்பு அணைந்திருந்தது. எரியும் விளக்கொன்றின் மஞ்சள் நிறச் சுடர் மட்டும் மெலிதாக நடனமாடுவது தென்பட்டது. நான் அவளை அழைத்தேன். அவள் மெதுவாகத் தலையை உயர்த்திப் பார்த்தாள். விளக்கின் ஒளி மூலம் அவள் வெளிறிப் போயிருப்பதை நான் கண்டேன். அவள் மெதுவாக கண்களைத் திறந்தாள். அவற்றில் சாதாரணமாகவே காணக்கூடிய பிரகாசத்துக்குப் பதிலாக ஆயிரம் மடங்கு அதிகமான, புதுமையான பிரகாசம் இருந்தது. ஆனால் அதில் ஒரு வித்தியாசம் இருந்தது. அது சோகம் அல்ல. அவள் நீண்ட காலம் எதிர்பார்த்திருந்த, இவ்வளவு காலமும் கை கூடாதிருந்த ஒன்று கிடைத்த போதில் உண்டாகும் ஆனந்தத்தைப் போன்ற ஒரு மகிழ்ச்சியும், விழிப்பும் அவளது விழிகளில் இருந்தன. அவள் புன்னகைக்க முயற்சித்தாள். எனினும் அப்புன்னகையில் ஏதோ அவலட்சணமும் கொடூரமும் இருந்தது. அவள் வார்த்தைகளை வெளியிட முயற்சித்தாள். அவள் பெற்ற ஆறுதலையும், திருப்தியையும் வெளிப்படுத்துவதே அவளது எதிர்பார்ப்பாக இருந்தது.

''எனக்கு எல்லாமே தென்படுகிறது. அவர்கள் வாசலருகே நான் வரும்வரை காத்திருக்கிறார்கள். ஆகவே நான் போகிறேன்.''

அவள் மீண்டும் சுருண்டுகொண்டாள். இவ்வளவு நேரமும் எரிந்துகொண்டிருந்த விளக்கு அணைந்தது. விளக்கு அணைய முன்பு

வீட்டின் மூலையொன்றில், நான் கொடுத்த பரிசுப் பொதிகள் பத்திரமாக வைக்கப்பட்டிருந்ததைக் கண்டேன். நான் கொடுத்த ஆகாரங்களை அவள் தொட்டிருக்கவேயில்லை. அவை பத்திரமாக வைக்கப்பட்டிருந்தன. நான் வெளியே வந்தேன்.

மழை விட்டது. தெருவின் இரு புறத்திலும் திறக்கப்பட்ட கதவுகளிடையே நெருப்பு எரியும் அடுப்புக்களைக் காண முடிந்தது. மக்கள் சிரித்துக் கதைத்துக்கொண்டிருந்தனர்.

எமது வீட்டில் எல்லோருமிருந்தனர். எனது தந்தையும் இருந்தார். எனது தாய் சமையலை முடித்திருந்தார். எனது சகோதர சகோதரிகள் கோடையின் முடிவைப் பற்றியும் மழை பொழிவதைப் பற்றியும் கதைத்துக் கொண்டிருந்தனர். எனது தந்தை வழமை போலவே அமைதியாக சிந்தனையில் மூழ்கியிருந்தார். நான் அமைதியாக இருந்தேன். நான் உரையாடலில் கலந்துகொள்ளவில்லை. எனது சிந்தனையெல்லாம் அப் பைத்தியக்காரப் பெண் குறித்தும் அவள் கை வைத்திராத ஆகாரங்கள் குறித்துமிருந்தன. அவளும் கோடையோடும், பட்டினியோடுமே சென்றிருக்கக் கூடுமென எனக்குத் தோன்றியது. அத்தோடு எனது சகோதரனொருவன் பைத்தியக்காரப் பெண் குறித்து அவளது பைத்தியத்தைக் கிண்டலடித்து நகைச்சுவையாக ஏதோ கூறினான்.

நான் எழுந்து கோபத்தோடு அவனைப் பார்த்தேன்.

"ஆமாம். நிஜமாகவே பைத்தியம்தான்..."

நான் உயர்ந்த குரலில் கத்தினேன். எல்லோருமே அச்சமுற்ற விழிகளால் என்னைப் பார்த்தனர். அனைவருமே பயந்துபோயிருந்தனர், எனது தந்தையைத் தவிர.

தவிர்க்கவியலா தெற்கின் காற்று

(கானா குடியரசு- அமா அடா ஐடூ)

அஸனாம்மா, தனது கஷ்ட ஜீவனத்தைத் தெரிவிக்கும் கோலாப் பாக்குக் குவியலைப் பார்த்துவிட்டு, வாயிலிருந்ததைத் துப்பியவாறு பனம்பெட்டியைக் கையிலெடுத்தாள். பிறகு பெட்டியை மீண்டும் கீழே வைத்துவிட்டு கோலாப் பாக்கொன்றை எடுத்து வாயிலிட்டுச் சுவைத்துப் பார்த்து, அதை வீசிவிட்டு, மீண்டும் வாயிலிருந்ததைத் துப்பியவாறு எழுந்து நின்றாள். முதலில் மெல்லிய வலியொன்று, மிகவும் மெலிதான வலியொன்று அவளது இடது காதுக்குக் கீழே தோன்றியது. அதைத் தொடர்ந்து அவளது விழிகள் இருண்டன.

கண்களை இருட்டிக்கொண்டு வந்தது காற்றிலிருந்த குளிர்ச்சியால்தானென எண்ணியவள் 'நான் அந்த விறகுக் கட்டைகளையும் தேடிப் பார்க்க வேண்டும்' என நினைத்துக்கொண்டாள். 'இந்தப் புல்வெளியைச் சுற்றி எவ்வளவு மோசமான கண்களையுடைய ஆட்களெல்லாம் இரையைத் தேடி வருகிறார்களெனத் தெரியாது. நான் விரைவாக இவற்றையெல்லாம் சேகரித்துக்கொள்ள வேண்டும்.'

குடிசைத் தொகுதியை நோக்கிச் செல்லும் வழியில் பழைய பள்ளங்களிருந்த இடத்தில் சுற்றிவர முளைத்திருந்த சிறு கீரைச் செடிகள் அவளது பார்வையில் பட்டன. முந்தைய காலத்திலென்றால்

இப்பருவத்தில் அவர்கள் வெற்றியீட்டும் நிலையிலிருந்தார்கள். எவரேனும் கடந்த அறுவடையில் எஞ்சியிருப்பதை இடித்து மாவாக்கும்போது, சரியாகச் சொன்னால் தனது மனைவியின் ஒன்பது மாத கர்ப்பத்தைப் பார்க்கும் ஒருவனுக்கு ஏற்படக்கூடிய உச்சக் கட்ட திருப்தியை ஒத்த ஆசுவாசத்தை இப்பள்ளங்களைப் பார்த்தும் அடைந்தனர்.

கர்ப்பமடைவதுவும், பிரசவ வேதனையும், பிறப்பும், இறப்பும், மீண்டும் மரணமும் ...! மேலும் கர்ப்பமடைய முடியாதவிடத்து மேலும் பிறப்புகள் நிகழாதிருக்கும். அதனால் இறப்பும் நிகழாதிருக்கும். ஆனால் யதார்த்தத்தில் இருப்பது ஒரு பிரசவ வேதனையும் ஒரு மரணமும் மாத்திரமே.

எனது சகோதரிகளே, எனக்குப் புதியதொரு சடலத்தைக் காட்டுங்கள். உங்களுக்காக எனது முதிர்ந்த கண்ணீர்த் துளிகளை உகுத்து அழலாம்.

மகளது வயிறு குளிர்ந்தது. பிறகு அவளது கர்ப்பப் பை அசைந்தது. அவள் கதவின் மீது சாய்ந்துகொண்டாள். இருபது வயதில் வந்த ஒரே கர்ப்பமும், ஒரே பிறப்புமாக இருந்தது ஃபுஸேனியுடையது. இருபது வயது, தலைப் பிரசவமே ஆண் குழந்தை. பண்டைய காலத்திலென்றால் பிரசவத்துக்குப் பிறகு, கிடையாட்டுக் குட்டி உணவாகக் கொடுக்கப்பட்டது. பிரசவத்தின் போது பெண்ணொருத்திக்கு சருகு மான் கொடுக்கப்பட்டால் ஏச்சுக்கள் கேட்க வேண்டியிருக்கும். எனினும் இக்காலத்தில் அரசாங்கத்தின் பாதுகாக்கப்பட்ட வனங்களுக்குள் நுழையும் சட்ட விரோதமான வேட்டைக்காரர்கள், பாவப்பட்ட சருகு மான்களை வேட்டையாடுகின்றனர். எவ்வளவு பாவப்பட்ட சருகு மான்கள். அது அவ்வாறுதான். அவர்கள் சருகு மான்களைக் கூட தெற்கில் இனிப்பு சாப்பிடுபவர்களுக்காகக் கொண்டு செல்கின்றனர்.

முந்தைய காலத்தில், மிக வேகமாக நேரம் கழிந்தது. விரைவில்

முதியவரானார்கள். எவரும் பேரன், பேத்தியெடுக்கும் காலத்தில் யௌவனத்தை எதிர்பார்ப்பார்களா? பேரன், பேத்தி கிடைத்ததற்கு இறைவனுக்கு நன்றி செலுத்த வேண்டும்.

அசனாம்மா அறைக்குத் திரும்பி வந்தபோது நெருப்பு இன்னும் அணையாமலிருந்தது. கோலாப் பாக்குகளை தரையில் வைத்தாள். தலையைத் திருப்பி அறையின் மூலையைப் பார்த்தாள். இந்த விறகுக் கட்டைகள், குறைந்தது அடுத்த கிழமை வரைக்கும் போதுமானதாக இருக்கும். மாலை நேரமானதும் அவள், மறுநாள் விற்பனைக்காகக் கொண்டுசெல்ல வேண்டியவற்றைத் தயார்படுத்தினாள்.

இரவு நேரத் தொழுகையை முடித்தாயிற்று. பணம், பையில் வைக்கப்பட்டிருந்தது. புற்தரை அமைதியாக இருந்தது. ஹவ்வா தூங்கிக்கொண்டிருந்தாள். ஃபுஸேனியும்தான். வெளியே அனைத்தும் ஒழுங்காக இருக்கின்றனவா எனப் பார்க்கவும் முன் வாயிற்கதவை அடைத்து விடவுமென அசனாம்மா முன்வாசலருகே வந்தாள். அவளது கவனத்தை ஈர்த்தது புற்களின் மீது, மேலும் அமைதியாக நடக்க முயன்றவாறு, இலேசான அடியெடுத்து வைக்கும் மெல்லிய ஓசையே தவிர எந்த உருவமுமல்ல.

''அது எனது கணவராக இருந்தால்?''

ஆனால், வந்தது அவளது கணவரல்ல.

''வர்றது யாரு?''

''இது நான், உம்மா''

''நீ, இஸ்ஸா, என்னோட மருமகன்?''

''ஓஹ் உம்மா''

''அவங்க எல்லாரும் தூங்கிட்டிருக்காங்க''

''நானும் நெனச்சேன். அதனாலதான் இப்ப வந்தேன்''

ஹவ்வாவையும், கைக் குழந்தையையும் பார்க்க மருமகன் வீட்டுக்குள்ளே செல்ல வேண்டுமா என இருவருமே தயங்கியதால் உரையாடலில் நீண்ட இடைவெளி வந்தது. இந்தத் திண்டாட்டத்தைப் பற்றி எவருமே எதுவும் கதைக்கவில்லை என்பதோடு, எவரும் எல்லாவற்றையும் உரைப்பதுமில்லை.

அஸனாம்மா காணாவிட்டாலும் கூட, அவன் போராட்டத்தில் வெற்றி பெறுவானென அவளுக்குத் தோன்றியது. அவள் வெளிப்புறமாக முற்றத்துக்குச் சென்று பின்கட்டின் கதவைத் திறந்தாள். இஸ்ஸா முன்னால் நடந்தான். எவ்வாறாயினும் இருவரும் வெகுதூரம் நடந்திருக்கவில்லை. அவர்கள் குடிசைச் சுவற்றில் பதிக்கப்பட்டிருந்த தூண்களிரண்டின் ஓரமாக வந்தனர். வழமை போலவே தூணில் சாய்ந்து கொள்ளும்போது கிடைக்கும் முதுகுக்கு இதம் தரும் குளிர்ச்சி அவனுக்குத்தான் தேவையாகவிருந்தது.

''உம்மா, ஃபுஸேனி சுகமாயிருக்கானா?''

''ஓஹ்''

''உம்மா, ஹவ்வா நல்லாயிருக்காளா?''

''ஓஹ்''

''உம்மா, உண்மையச் சொல்லுங்க ... ஃபுஸேனி இப்ப ரொம்ப நல்லாருக்கானா?''

''ஓஹ் மகன். நீ ஏன் இவ்வளவு வருத்தப்படுறாய்? ஃபுஸேனி பொறந்து பத்து நாள் கூட இல்ல. கைக் குழந்தை. அது ரொம்ப நல்லாயிருக்குன்னு நான் எப்படிச் சொல்ல முடியும்? வளர்ந்தவரொருத்தர் வேறு ஊருக்குக் குடியேறப் போறது போல''

''உம்மா?''

''என்ன?''

''இல்ல ... ஒண்ணுமில்ல''

''மகனே ... இந்த முன் ஜாம நேரத்துல நீ நடந்துக்குற விதத்த என்னால புரிஞ்சிக்க முடியல ஆமா ... நீ பெரியவன் தானே ... நீ வேற ஊரொண்ணுக்குக் குடியிருக்கப் போனா, தொடக்க நாட்கள்ல உனக்கு எல்லாமே நல்லாருக்குன்னு சொல்வியா?''

''இல்ல''

''நீ அவங்களோட சாப்பாட்டுக்குப் பழகணுமில்லையா? நீ முதல்ல உனக்கும், உன்னோட மந்தைகளுக்கும் தண்ணீர் எங்க கிடைக்கும்னு தேடிப் பார்ப்பாய் இல்லையா?''

''ஓஹ் உம்மா''

''அப்படீன்னா நீ எப்படிக் கேட்பாய் ஃபுஸேனிக்கு எல்லாம் ரொம்ப நல்லா இருக்கான்னு தொப்புள் சீக்கிரமா காய்ஞ்சுட்டு வருது. அது எப்படிக் காயாமல் இருக்கும்? இங்க நான் வெட்டிய ஒரு தொப்புள் கொடியும் கூட அழுகல. நான் என்னோட பேரன்ட தொப்புள் கொடியை வெட்டிட்டு, அது புண்ணாகும் வரை பார்த்துட்டிருப்பேனா? ஆனா அவனோட கத்னா பற்றித்தான் என்னால எதுவும் கூற முடியல. முஅல்லிம் அதை சுத்தமா, ஒழுங்காத்தான் வெட்டினார். அதுவும் குணமாகிடும். உன்னோட குடும்பத்துல யாருக்குமே அதுவும் புண்ணாகல எனும்போது இப்ப அப்படி நடக்குமா?''

''இல்ல உம்மா''

''அப்படீன்னா உன்னோட நெஞ்சுக் கூட்டுக்குள்ள இருக்குற உன்னோட மனசுக்குக் கொஞ்சம் அமைதியாக இருக்க இடம் கொடு. ஃபுஸேனி நல்லாத்தான் இருக்கான். ஆனா எவ்வளவு தூரம் நல்லாருக்கான்னு எங்களால சொல்ல முடியல''

''எனக்குப் புரிஞ்சது உம்மா ... உம்மா?''

''ஓஹ் மகன்''

‘‘அம்மா நான் தென்பக்கமாப் போகப் போறேன்’’

‘‘எங்க போறன்னு சொல்றே?’’

‘‘தெற்குக்கு’’

‘‘எவ்வளவு தூரம்?’’

‘‘கடல் வரைக்கும் போற தூரம். உம்மா என்னைப் புரிஞ்சுக்குவீங்கன்னு நான் நினைக்கிறேன்’’

‘‘நான் ஏதும் சொன்னேனா?’’

‘‘இல்ல ... இன்னுமில்ல’’

‘‘பின்னே? ஏன் அப்படிச் சொன்னே?’’

‘‘நான் இன்னும் முழுசா சொல்லல’’

‘‘நீ அங்க போய் என்ன செய்யப் போறே?’’

‘‘ஏதாவது ஒரு வேலையைத் தேடிக்கப் போறேன்’’

‘‘என்ன வேலை?’’

‘‘தெரியல’’

‘‘ஓஹ் ... உனக்குத் தெரியும் ... நீ போகப் போறது புல்லு வெட்ட’’

‘‘சில நேரம்’’

‘‘ஆனா மகனே புல்லு வெட்ட நீ ஏன் அவ்வளவு தூரம் போகணும்? இந்தப் பக்கம் இருக்குறதெல்லாம் போதாதா? இந்தக் குடிசையைச் சுற்றி ... உன்னோட வாப்பாட குடிசையைச் சுற்றி ... ஊருல இருக்குறவங்க குடிசைகளைச் சுற்றி ... நீ அதையெல்லாம் வெட்டலாமே?’’

‘‘உம்மா ... உம்மாக்குத் தெரியும் அது ரெண்டும் ஒண்ணுல்லன்னு ... அதை நான் இங்க செஞ்சா எனக்குப் பைத்தியம் பிடிச்சிருக்குன்னு எல்லோரும் நினைப்பாங்க. ஆனா அங்க ... நான்

கேள்விப்பட்டிருக்கேன் ... அவங்க அதை விரும்புறாங்க ... அது மட்டுமில்ல,.. அதைச் செய்றதுக்கு அரசாங்கமும் காசு கொடுக்குதாம்''

''என்னதான் இருந்தாலும் எங்களோட ஆட்கள் புல்லு வெட்டுறதுக்காக தென்பக்கத்துக்குப் போற வழக்கம் இல்ல. இன்னும் வடக்குல இருக்குறவங்கக்கிட்ட அந்தப் பழக்கம் இருக்குமாக இருக்கும். காடுகள்ல வசிக்குறவங்களுக்கும் ... புல்லு வெட்டுறதுக்காக தெற்குக்குப் போறவங்க அவங்கதான். அது எங்களோட ஆட்களுக்குப் பொருத்தமான வேலையில்ல''

''ஐயோ உம்மா ... நேரம் போயிட்டிருக்கு ... ஹவ்வா புதிய தாயொருத்தி ...ஃபுஸேனி என்னோட முதல் குழந்தை''

''அப்படியிருந்தும் நீ அவங்கள விட்டுட்டுத் தெற்குக்குப் போகப் போறே ... புல்லு வெட்ட''

''ஆனா உம்மா நான் இங்கேயிருந்து, அவங்க பட்டினி கெடக்குறதப் பார்த்துக்கொண்டு இருக்குறதுல என்ன பயனிருக்கப் போகுது? கோலாப் பாக்கெல்லாம் கெட்டுப் போயிடுச்சுன்னு உம்மாவுக்கே தெரியுமே. அது கெட்டுப் போகலைன்னாக்கூட, அதை விற்குறதால எனக்கு எவ்வளவு வருமானம் கிடைச்சிடப் போகுதுன்னு உம்மா நினைக்குறீங்க? அதனாலதான் நான் போகப் போறேன். வியாபாரம் படுத்துடுச்சு ... திரும்ப எப்ப நல்ல காலம் பொறக்கும்னு தெரியாததாலதான் தூர எங்கேயாவது போறது நல்லதுன்னு எனக்குத் தோணுது''

''ஹவ்வாவுக்குத் தெரியுமா?''

''இல்ல ... தெரியாது''

''இதைச் சொல்றதுக்கு இந்த ஜாமத்துல அவளை எழுப்பணுமா நீ?''

''இல்ல''

''நீ புத்திசாலிதான்''

எம்.ரிஷான்ஷெரிப்

''உம்மா நான் எல்லாத்தையும் அஹமதுக்கிட்ட சொல்லிட்டேன். அவன் நாளைக்கு வந்து ஹவ்வாவைச் சந்திப்பான்''

''சரி''

''நான் உங்களைத் திரும்ப எப்ப பார்ப்பேனோ?''

''இஸ்ஸா''

''உம்மா?''

''நான் உன்னைத் திரும்ப எப்ப பார்ப்பேன்?''

''எனக்குத் தெரியல உம்மா. சில வேளை அடுத்த ரமழானுக்கு''

''நல்லது''

''நான் இப்ப போறேன்''

''உனக்கு அல்லாஹ்ட காவல்''

''அல்லாஹ்டயும் ரஸூல்டயும் பொருத்தம் உங்க எல்லாருக்கும் இருக்கும்''

அஸனாம்மா நேராக படுக்கைக்குச் சென்றாள். ஆனால் உறக்கம் வரவில்லை. அவள் எவ்வாறு உறங்குவாள்? விடியும்போது கூட அவளது கண்கள் நன்கு திறந்தேயிருந்தன.

இந்தக் குடும்பமானது, ஆண்கள் எல்லோரும் அழிந்துபோகும் குடும்பமென பெயர் பெற்றிருக்கிறதோ? இல்லை. நிச்சயமாக இல்லை. நாங்கள்தான் துரதிர்ஷ்டமான பெண்கள். எங்களிடம்தான் ஏதேனும் தவறிருக்கும். இல்லாவிட்டால் எங்களுக்கு, எங்கள் வீட்டு ஆண்களை எம்முடனே வைத்திருக்க முடியாதிருப்பது ஏன்? அல்லாஹ் ஏனது?

இருபது வருடங்களுக்கு முன்பு. இருபது வருடங்கள். இல்லாவிட்டால் அதற்கும் முன்பு ... இறைவா ... எனக்கு இதை ஹவ்வாவிடம் தெரிவிக்க சக்தி கொடு. இல்லாவிட்டால் நான் சந்தைக்குச் சென்று திரும்பி வந்து அவளிடம் கூறட்டுமா? இல்லை.

''ஹவ்வா ... ஹவ்வா ... இங்க பாரு. நீ இங்கே மரக் கட்டை போல நீட்டிப் படுத்துக் கொண்டிருக்கிறதை ... தாயொருத்தி இப்படிப் படுப்பாளா? ஹவ்வா ... ஹ ... வ் ... வா ... ! நான் உன்னைத் தனியாக விட்டுட்டுப் போறது நல்லதில்ல ... உன் குழந்தை ராத்திரி அழும்போது நீ மையத்து மாதிரி தூங்கிட்டிருந்தா உனக்கு எப்படி அது கேட்கும்?''

நான் சொல்றதைக் கேளு. ஆமா ... வெளிச்சம் வந்துடுச்சு. நீ மௌத்தாகிட்டேன்னுதான் நான் உண்மையில் நினைச்சேன். உனக்குக் குளிருதுன்னா போர்வையால நல்லாப் போர்த்திக்கிட்டு நான் சொல்றதைக் கேட்டுட்டிரு. எனக்கு உன்கிட்ட சொல்ல ஒரு விஷயமிருக்கு.

ஹவ்வா ... இஸ்ஸா தெற்குக்குப் போய்ட்டான்.

நீ ஏன் இப்படி மின்னுற கண்களால என்னை முறைச்சுப் பார்த்துட்டிருக்கே? இஸ்ஸா தெற்குக்குப் போய்ட்டான்னு நான் உன்கிட்ட சொல்லிட்டிருக்கேன்.

நீ என்கிட்ட என்ன கேள்வியைக் கேட்க நினைக்கிறே? அவன் எப்படி உன்னைக் கூட்டிக்கிட்டுப் போவான்? தொப்புள் கூடக் காயாத கைக் குழந்தையொண்ணு உன்னோடு இருக்கும்போது?

அவன் நேத்து ராத்திரி போய்ட்டான். நான் ஏன் உன்னை வந்து எழுப்பல்லன்னு என்கிட்டக் கேட்காதே. நான் எதுக்காக உன்னை எழுப்பணும்? இங்க பாரு. இங்க இருந்துட்டு நீயும், ஃபுசேனியும் பட்டினியில கிடக்கிறதைப் பார்த்துட்டிருக்கப் பிடிக்கலைன்னு இஸ்ஸா சொன்னான்.

அவன் இப்ப வேலை தேட தெற்குக்குப் போயிருக்கான். ஹவ்வா, நீ இப்போ எங்க போறதுக்காக எந்திரிக்கிறே? இஸ்ஸா நீ வரும்வரைக்கும் கதவுக்கிட்ட காத்துட்டிருக்கல. அக்கம்பக்கத்துல இருக்குறவங்க இன்னும் எந்திரிக்கல. அதனால என்னைச் சத்தம்போட வைக்காதே. நீ ஏன் சின்னக் குழந்தை மாதிரி நடந்துக்குறே? நீ இப்ப

ஒரு தாய். பெரியவங்களைப் போல நடந்துக்கப் பழகணும். நீ எங்க போக எந்திரிக்குறே? நான் சொல்லிட்டிருக்கிறதையெல்லாம் கேளு. இஸ்ஸா போய்ட்டான். அவன் நேத்து ராத்திரி போனான். அவனுக்கு டவுனுக்குப் போய் விடிகாலையிலேயே புறப்படுற அரசாங்க பஸ்ஸைப் பிடிக்கணுமாம். அதனாலதான்.

ஹவ்வா ... நீ கேட்டுட்டிருக்கியா? நீ ஏன் அழுவுறே? உன் புருஷன் உன்னை விட்டுட்டு வேலை தேடப் போனதாலயா? அப்போ நல்லா அழு. அவன் என்னையில்ல, உன்னைப் பார்த்துக்கத்தான் காசு சம்பாதிச்சுட்டு வரப் போயிருக்கான்.

நான் சொல்றதெதுவும் புரியலன்னா நீ சொல்ற? எனக்குத்தான் புரியலயாயிருக்கும். பாரு ... நீ இப்ப ஃபுசேனியையும் எழுப்பிட்டே. உட்கார்ந்து அவனுக்குப் பால் கொடுத்திட்டே நான் சொல்றதைக் கேளு.

நான் சொல்லப் போறதைக் கேளு. தன்னோட புதுசாப் பொறந்த குழந்தைய விட்டுட்டுப் போன இன்னொருத்தரப் பத்தி நான் உன்கிட்ட சொல்றேன்.

அவர் திரும்பி வரல? இல்ல. அவர் திரும்பி வரவேயில்ல. என்கிட்ட வேற கேள்விகள்கேட்காதே. நான் உன்கிட்ட எல்லாத்தையும் சொல்றேன்.

அவர் போய் அப்பப்ப வந்து போகப் பழகியிருந்தார். ஒரு நாள் அவர் போனது போனதுதான் ... திரும்பி வரவேயில்ல. அவர் போனது, மத்தவங்களைப் போல அவருக்கும் போகவே வேண்டியிருந்ததாலல்ல.

ஓஹ். அவங்க ராணுவ வீரர்களா இருந்தாங்க. நான் சொல்லிட்டிருக்குறதும் ராணுவ வீரரொருத்தரைப் பத்தித்தான். அவருக்கு ராணுவத்துல சேர வேண்டிய அவசியமே இருக்கல. அவரோட தகப்பன் இந்தப் பக்கத்துல இருந்த பணக்காரர்கள்ல ஒருத்தர். அவர் மூத்த மகனுமல்ல. அதனால பெரிய பொறுப்புகளும் இருக்கல.

அவருக்கு அவரையும், கல்யாணம் பண்ணதுக்குப் பிறகு அவரோட பொஞ்சாதியையும் கவனிச்சுக்குறதுக்குத் தேவையான எல்லாமும் இருந்தது. ஆனா அவர் யார் பேச்சையும் கேட்கல. அவர் ஒரு இடத்துல உட்கார்ந்திருந்து, மத்தப் பசங்க அவரைத் தோற்கடிச்சுறத அவர் எப்படிப் பார்த்துட்டிருக்க முடியும்?

அவங்களோட உடுப்பெல்லாம் அப்படி மின்னுச்சு. நேர்த்தியா அழுத்தப்பட்டிருந்துச்சு. அவங்கள்ல யாரையாவது பார்த்து உன் கண்ணுல மை கூட வைக்கலாம்.. அந்தளவுக்குக் கருமை அவங்களோட சப்பாத்துக்கள் ... அதோட சத்தமும் அப்படியிருக்கும் ... ராணுவ வீரர்கள்னா யாருன்னு உனக்குத் தெரியும்தானே? ஆமா ... அவங்க தெற்கிலருந்து இங்க வந்தப்போ, இங்க இருந்த ஊராட்களோட ஒவ்வொரு கதைகளும்... அப்பப்பா ! அவங்களக் கல்யாணம் முடிச்சாக் கிடைக்கப் போற சொத்துகள் பற்றி தாய்மார் அவங்களோட மகள்கள்கிட்ட அழுத்திச்சொன்னாங்க ... தகப்பன்மார் மகள்களுக்கு நிச்சயத்தை முடிச்சு வைக்கப் பாடுபட்டாங்க. நிறைய பேர் மைமூனாவுக்கு நடந்தது போல நடக்கும்னு பயந்தாங்க. அவளோட தகப்பன் மஹராக கொஞ்சம் மாடுகளையும் இன்னும் எல்லாத்தையும் வாங்கிக்கிட்டார். அப்புறம் மைமூனா போய் ராணுவ வீரனோட வாழத் தொடங்கிட்டா. ஆமா, அவள் அவளுக்கே தேடிக்கிட்ட அவமானம் அது!

மைமூனான்னு சொல்றது யாரையா? இல்ல ... அவ உன்னோட சினேகிதியோட உம்மா இல்ல. இந்த மைமூனா கடைசில தெற்குக்கே போய்ட்டா. அவ அங்க நகரத்துல மோசமான நடத்தையில ஈடுபட்டு நிறைய காசு சம்பாதிச்சான்னு நாங்க கேள்விப்பட்டோம். இல்ல ... இப்ப எங்களுக்கு அவளப் பற்றி எந்த விஷயமும் கேள்விப்படுறதில்ல. அவள் மௌத்தாகியுமிருக்க மாட்டாள். இந்த மாதிரியான பொம்பளைங்க மௌத்தாகுறதுக்கு முந்தி பொதுவாக தங்களோட வீட்டுக்குத் திரும்பி வந்துடுவாங்கன்னு நாங்க கேள்விப்பட்டிருக்கோம். இவள் இன்னும் திரும்பி வரல்ல.

ஆனா நாங்க ... நாங்க வேற மாதிரி ... அந்த நேரம் எனக்குக் கல்யாணம் கூடப் பேசியிருக்கல்ல. நான் ‘நாங்க’ன்னு சொன்னது ஏன்னு நீ எங்கிட்டக் கேட்குறியா? அந்த மனுஷன் உன்னோட தகப்பன்குறதுதான் அதுக்குக் காரணம். ஆஹா ... நீ வாயையும் கண்ணிரண்டையும் பெருசாத் திறந்து வச்சுக்கிட்டுப் பார்த்துட்டிருக்கே ... ஓஹ் என்னோட மகளே ... நான் சொல்றது உன்னோட தகப்பனைப் பற்றித்தான்.

அவர் மௌனத்தாகிட்டார்னு நான் உன்கிட்ட சொன்னது பொய்யில்ல. அமைதியான மனசோடு கேளு ... அவர் தெற்குக்குப் போனது கல்யாணம் முடிச்ச ராணுவ வீரர்களுக்குக் கொடுக்கப்படுற வீடொன்றைக் கேட்டு வாங்கிக்குறதுக்குத்தான். இல்ல ... அவர் திரும்பி வராம இருந்தது அந்தத் தடவையில்ல. அவர் வந்தார் ... ஆனா என்னையும் கூட்டிட்டுப் போறதுக்கில்ல.

யுத்தத்தப் பற்றிக் கேள்விப்பட்டிருக்கியான்னு அவர் கேட்டார். நாங்க யுத்தத்தப் பத்திக் கேள்விப்பட்டிருந்தோம் இல்லையா? டின் மீன்கள், மண்ணெண்ணெய், துணிமணிகள் எல்லாம் பெற்றுக்கொள்ளக் கஷ்டமாயிருக்குமே. அதனால நாங்க ‘ஆமா’ன்னு சொன்னோம். வியாபாரிகள் அதையெல்லாம் கொண்டு வர்றதில்லைங்குறதாலதான் அப்படின்னு நாங்க நினைத்தோம். நல்லதுன்னு அவர் சொன்னார். தெற்கிலயும் வியாபாரிகளுக்கு அதெல்லாம் கிடைக்கிறதில்லன்னார். அது ஏன்னு நாங்க கேட்டோம்.

ஓஹ் ... நீங்க நல்ல ஆட்கள்தான். நீங்க ஜேர்மன்காரர்கள் பற்றிக் கேள்விப்பட்டதில்லையான்னார்? அவருக்கு எங்கக்கிட்ட விளக்கமாச் சொல்ல பொறுமையிருக்கல. அவங்க, தெற்குல ஜேர்மன்காரர்களோட பெயரை வச்சு கிண்டல் பண்ணி மோசமான பாட்டெல்லாம் பாடுவாங்கன்னு அவர் எங்கக்கிட்ட சொன்னார்.

நாங்க எப்ப போகப் போறோம்னு அவர்கிட்டக் கேட்டேன். அதைச் சொல்லத்தான் வந்தேன்னு சொன்னார். அவருக்கு, அவர்கூட

என்னைக் கூட்டிக்கொண்டு போக ஏலாதாம். அவர் சொன்னார், நாங்க இப்ப இங்கிலிஷ்காரர்களோட ஆட்சியில இருக்குறோம். அவங்க ஜேர்மன்காரர்களோட யுத்தம் செஞ்சுட்டிருக்காங்கன்னார்.

என்னோட மகளே ... இங்க கேளு ... நான் அவர்கிட்டக் கேட்டது அதுதான். உங்களுக்கும், எனக்கும் அதனால என்ன ஆகப் போகுது? என்னை உங்களால ஏன் தெற்குக்குக் கூட்டிக்கொண்டு போக ஏலாதுன்னு கேட்டேன்.

'ஏன்னா நான் கடலைக் கடந்துபோய் அங்கிருக்குற நாடுகள்ல யுத்தம் செய்ய வேண்டியிருக்குறதால'ன்னு அவர் சொன்னார். வேற நாட்டு மக்களுக்கான யுத்தத்துல இவர் ஏன் ஈடுபடணும்? மகளே ... நீ கேட்குற அதே கேள்வியைத்தான் நானும் கேட்டேன்.

அதுக்கு அவர், அது அந்தளவுக்கு லேசான விஷயமில்லன்னு சொன்னார். எங்களால அவரைப் புரிஞ்சுக்க முடியாமப் போச்சு. நீ போகாதேன்னு அவரோட தகப்பனும் சொன்னார். நீ போகாதே ... நாங்க ஒருத்தரோடும் சண்டைக்குப் போற ஆட்கள் இல்லன்னு அந்தத் தகப்பன் சொன்னார். இங்கிலிஷ்காரர்களைப் பற்றி எனக்குத் தெரியும். ஆனா ஜேர்மன்காரர்களைப் பற்றித் தெரியாது. ஏன்னா அவங்க இருக்குறது அவங்களோட நாட்டுலன்னார். உண்மையில அவரோட தகப்பன் விளையாட்டாத்தான் சொன்னார். நானும்தான்.

ராணுவ வீரன் எப்பவுமே கட்டளைக்குக் கீழ்படிஞ்சவனா இருக்கணும்னு அவர் சொன்னார். எனக்கு, அவர் எடுத்துட்டுப் போக நிறைய சாமான்களைக் கொடுக்க வேண்டியிருந்துச்சு. ஆனா கோலாப் பாக்கு மட்டும்தான் அவருக்குக் கொண்டுபோக இயலும்னு அவர் சொன்னார்.

அதுக்குப் பிறகுதான் அந்தத் தகவல் வந்துச்சு. அது என்னோட தலையில ஏறல. தலை அவ்வளவு வெறுமையா இருந்துச்சு. எல்லாமே என்னோட கர்ப்பப்பைக்குள்ளதான் போச்சுது. உனக்கு அப்போதான் மூணாவது நாள். அந்தத் தகவல் சரியாக என்னோட கர்ப்பப் பைக்குள்ள

உறைஞ்சுபோன நெருப்பு மாதிரியிருந்துச்சு. காலத்துக்குக் காலம் அது மேல வரும். என்னோட கர்ப்பப் பையை எரிச்சுக்கொண்டு வந்து, என்னோட தலையைத் தாக்கி நான் பைத்தியம் மாதிரிக் கத்தும் வரைக்கும் மேலே மேலே பற்றிக்கொண்டு வந்துச்சு.

நீ பொறந்த நேரம் நான் எனக்குள்ளேயே சொல்லிக்கிட்டேன். நீ பொம்பளைப் பிள்ளையா இருந்ததுக்குப் பரவாயில்ல. ஆண்டவன்கிட்ட இருந்து கிடைக்குற எல்லாப் பரிசுமே சிறப்பானதுதான். எப்படியும் அவர் திரும்பி வருவார்தானே. எங்களுக்கு நிறையக் குழந்தைகள் கிடைக்கும். நிறைய ஆம்புளப் பிள்ளைகள் கிடைக்கும்னு.

ஆனா ஹவ்வா உனக்கு நிறைய சக்தி இருந்துச்சு. முந்தி ஒரு தடவை வந்த ஹமதான் மணற்புயல்ல அகப்பட்டுக் காய்ஞ்சு போன சின்ன ஓடையைப் போல, நீ மூணு நாள் குழந்தையா இருந்தப்போ, என்னோட பாலெல்லாம் வற்றிப் போயிடுச்சு. நீ எப்படி உயிர் பிழைச்சேன்னு எனக்கே தெரியல. உனக்கு நிறைய சக்தியிருக்கு ஹவ்வா.

அப்புறம் ஆட்களெல்லாம் சொன்னாங்க ... நான் தெற்குக்குப் போய், நான்தான் அவரோட பொஞ்சாதின்னு உறுதிப்படுத்தினா எனக்கு நிறையக் காசு கிடைக்கும்னு. ஆனா நான் போகல ... எனக்கு அவர் மட்டும்தான் தேவையா இருந்தார் ... பொன்னாகிப் போன அவரோட மையத்தில்ல. நான் ஒருநாளும் தெற்கைக் கண்டதேயில்ல.

நீ 'ஓஹ்'ன்னு சொன்னியா என்னோட மகளே? நான் உன்கிட்ட எந்நாளும் சொல்றேன் ... இந்த உலகம் ரொம்பக் காலத்துக்கு முன்பு படைக்கப்பட்டதுன்னும், ஒருத்தர், அனுபவத்துல கண்டது வயசான காலத்தைதானே தவிர இளமைக் காலத்தையில்லன்னும் ... இனி 'ஓஹ்'ன்னு ஆச்சரியப்படாதே.

அந்த ஆட்கள், அதான் வந்துட்டுத் திரும்பிப் போற அரசாங்கத்தோட ஆட்கள், இப்போ வியாபாரமெல்லாம் படுத்துடுச்சுன்னு எங்கக்கிட்ட சொல்றாங்க. திரும்பவும் டின்மீனும்,

துணிமணியும் இல்லாத காலம். ஆனா எப்பவாச்சும் ஒருநாள் எங்க பிள்ளைகளுக்குத் தேவைக்கும் அதிகமாக இதுவெல்லாம் கிடைக்கும்னு இப்ப அவங்க சொல்றாங்க.

குழந்தை பெத்துக் கிடக்குற தன்னோட பொஞ்சாதிக்கு ஆட்டிறைச்சியாவது வாங்கிக்கொடுக்க முடியாம இருக்குறதால, இஸ்ஸா இப்ப தெற்குக்குப் போய்ட்டான். அது அப்படித்தான் நடக்கணும் ... அப்போதான், ஃபுசேனிக்கு அவனோட பொஞ்சாதியோட இங்கிருந்து கொண்டே நல்ல உணவு சாப்பிட இயலுமாக இருக்கும். ஹ்ம்ம் ... இஸ்ஸா உசுரோட திரும்பி வருவான். சில நேரம் அடுத்த ரமழான் நோன்புக்கில்ல ... அதுக்கடுத்த வருஷ நோன்புக்கு ... என்னோட மகளே ... இப்ப யுத்தம் செய்யப்போன இன்னொருத்தரைப் பற்றி உனக்குத் தெரியும். அவர் யுத்தம் செய்யப்போனது அடுத்த நாட்டவங்களுக்காக. ஆனா அவர் திரும்பி வரல.

நான் இப்போ சந்தைக்குப் போறேன். ஃபுசேனியைக் குளிப்பாட்ட நீ விரைவா எழுந்திரு ... இந்தப் பாழாய்ப்போன கோலாப் பாக்கைக் கொடுத்தா ஏதாவது கிடைக்கும்னு நினைக்கிறேன். ரெண்டு பேருக்குச் சாப்பிடப் போதுமான அரிசி இருக்கும் ... இருக்கில்லையா? சரி ... இன்னிக்கு காசு முழுமையாக் கிடைச்சா புகைக் கருவாடாவது வாங்கிட்டு வரலாம்னு நினைச்சிருக்கேன் ... என்னால வாங்க முடிஞ்ச பெரிய விஷயம் அதுதான் ஒரு குழம்பையாவது சமைச்செடுக்க."

தொழில்

(கானா குடியரசு -அமா அடா ஐடூ)

நான் சொல்வதைக் கேளுங்கள் எனது மாமன்மாரே! நீங்கள் அகா நகரத்துக்குப் போய் அங்கே ஒருவர் உங்களிடம் சுற்றுவட்டாரத்துக்கருகில் பேரூந்திலிருந்து இறங்கும்படி கூறினால் உண்மையிலேயே அவர் உங்களுக்கு உதவி செய்தவராவார்.

ஆனால் ... ஹ்ம்ம் ... அங்கே அங்குமிங்கும் ஓடுவது நிஜமாகவே மனிதர்கள்தானா? மக்கள் இவ்வளவு வாகனங்கள் வாங்கியது பணம் கொடுத்துத்தானா? என்னிடம் அதை விவரிக்க வார்த்தைகளில்லை.

மாமன்களே, உங்களது நேரத்தை நான் வீணாக்கத் தேவையில்லை. நான் சுற்றிவர உற்று நோக்கினேன். எனது பொதியைக் காணவில்லை. நான் நிலத்தைப் பார்த்துக்கொண்டே நடந்து சென்றேன். அது ஏனென்று என்னிடம் கேட்க வேண்டாம். நிறைய வாகனங்கள் என்னைக் கடந்துசெல்வதைப் பார்த்து எனக்கு வெறுப்பாகிவிட்டது. ஓரிடத்தில் நின்றுகொண்டிருப்பதுவும் எனக்கு அசௌகரியமாக இருந்தது. நின்றுகொண்டிருக்கும்போது முழு உலகமுமே ஓடும் வாகனங்களால்தான் உருவாகியிருப்பதைப் போல எனக்குத் தோன்றியது. ஆனால் ... ஹ்ம்ம் ... நீண்ட உரையாற்றி உங்கள் செவிகளை நோகடிக்க நான் விரும்பவில்லை.

பேரூந்திலிருந்து சுற்றுவட்டாரத்தினருகில் இறங்கி முன்பு நின்றுகொண்டிருந்த இடத்திலேயே எனது நடையை நிறுத்திய நான் நீண்ட நேரம் அங்கு நின்றுகொண்டிருந்தேன். வெகுநேரம் கழிந்ததன் பிறகு அங்கு ஒரு லாரி வந்தது. நான் கையசைத்து லாரியை நிறுத்தும்படி சைகை செய்தேன். எனினும் லாரியை முழுவதுமாக நிறுத்தாமல் ''எங்கே போகிறாய்?'' என லாரி சாரதி கேட்டான். ''நான் மாம்ப்ரோவுக்குப் போகணும்'' என்று சொன்னேன். ஏறிக் கொள்ளும்படி கூறிய அவன் வண்டியின் வேகத்தைப் படிப்படியாக அதிகரித்தான். ஹ்ம்ம் ! லாரியில் ஏறும்போது தெருவில் விழுந்துவிடப் போவதைப்போல நான் உணர்ந்தேன்.

பலகையால் செய்யப்பட்ட விசாலமானதொரு பாத்திரமொன்றைப் போன்ற ஒன்றைச் சுற்றி நாம் பயணித்தோம். எனக்கு அதனை நன்கு பார்த்துக்கொள்வது அவசியமாக இருந்தது. அதிலிருந்து ஆகாயத்தை நோக்கி தண்ணீரை விசிறடிப்பதாக ஒரு நாள் டுயாமி என்னிடம் கூறினான். ஆனாலும் சாரதி என்னுடன் கதைத்துக்கொண்டிருந்த காரணத்தால் அதனை என்னால் நன்றாகப் பார்த்துக்கொள்ள முடியாமல் போனது. தான் மாம்ப்ரோ வரை போவதில்லையெனவும், புகையிரத நிலையம் வரை போவதாகவும் அவன் கூறினான். புகையிரத நிலையத்துக்கருகில் மாம்ப்ரோ வரை செல்லும் லாரியொன்றில் என்னால் ஏறிச் செல்ல முடியுமென அவன் மேலும் கூறினான்.

ஆமாம் மாமன்மாரே, சாரதி உண்மையைத்தான் கூறியிருந்தான். நாம் புகையிரத நிலையத்தை நெருங்கியபோது, மாம்ப்ரோ எனக் கத்தியபடியிருந்த லாரி சாரதிகளை காண முடிந்தது. கடிகாரத்தில் இரண்டு முப்பதாகும்போது என்னால் டுயாமி வீட்டுக் கதவைத் தட்ட முடியுமாக இருந்தது. வெகுநேரம் கதவைத் தட்டும் முன்பாகவே கதவு திறந்தது.

ஆஹ்! அவன் கடும் தூக்கத்தில் இருந்திருந்தான். சனிக்கிழமை மாலையில் உறங்குவதற்கு நேரம் கிடைப்பது எவ்வாறு? நான்

என்னிடமே கேட்டுக்கொண்டேன். அவன் முழுமனதோடு என்னை வரவேற்றான். எனது மாமன்மாரே, டுயாமி தனது எதிர்கால நலனுக்காக பலவற்றைச் செய்திருக்கிறான். அவனது தாய் செடவா அதிர்ஷ்டக்காரப் பெண்மணி.

பள்ளிக்கூடங்களில் சில மாணவர்கள் அதிர்ஷ்டக்காரர்களாகவும், ஏனையவர்கள் அவ்வாறில்லாமல் போவதும் ஏன்? மன்ஸாவும், நானும் ஒரே பள்ளிக்கூடத்துக்குச் சென்றது எனக்கு நினைவிருக்கிறது. மன்ஸாவுக்கு பள்ளிக்கூடம் செல்வதை நிறுத்த வேண்டி வந்தது எதனால்? நாம் என்ன செய்திருக்க வேண்டும்?

அதை விடுவோம். நான் எனது கதையைத் தொடர்ச்சியாகச் சொல்ல வேண்டும். ஆமாம். டுயாமி தன்னை வளப்படுத்திக் கொண்டிருந்தான். அவனது அறையினுள் பல உபகரணங்களைக் காணக்கூடியதாக இருந்தது. ஒரேயொரு குறைபாடு, அந்த அறை சிறியதாக இருந்தது மாத்திரமே. அது ஏனென நான் அவனிடம் கேட்டேன். நகரத்தில், பெட்டியொன்றைப் போன்ற அவ்வாறான சிறியதொரு இடத்தைப் பெற்றுக்கொள்ள முடிந்தாலே அதிர்ஷ்டம்தானென அவன் கூறினான். நகரங்களில், உறங்குவதற்கு இடமொன்றைப் பெற்றுக்கொள்வதுவும் கடினமானது.

நான் எதற்காக வந்திருக்கிறேன் என டுயாமி வினவினான். நான் அனைத்தையும் கூறினேன். அவனும் அறிந்திருந்ததைப் போல, எனது சகோதரி மன்ஸா பள்ளிக்கூடம் செல்ல மறுத்தது ஏன்? அவளுக்குப் பள்ளிக்கூடத்தை விரும்ப வைக்க எனது தாய் எவ்வளவு பாடுபட்டாள் ?! எனது தாய் என்னைத் தடுக்கவில்லை. தனது மகளுக்காக அவள் எவ்வளவு கஷ்டப்பட்டாள் என்பதனை இங்கு கூடியிருக்கும் அனைவரும் அறிவர்.

ஆமாம், மன்ஸா பள்ளிக்கூடம் செல்ல மறுத்த விதத்தை நான் அவனுக்குத் தெளிவாக விவரித்தேன். அவளுக்கு வீட்டுப் பரிபாலனத்தையும், தையலையும் கற்றுக்கொடுப்பதாக

வாக்குறுதியளித்திருந்த பெண் அவளை நகரத்துக்குக் கூட்டிச் சென்றதையும் நான் கூறினேன். அந்தப் பெண் அவளைக் கூட்டிச் சென்றதன் பிறகு வந்த முதல் நத்தார் பண்டிகைக்கு மன்ஸா வீட்டுக்கு வந்த விதத்தையும் நான் அவனிடம் கூறினேன். ஆனால் அதன்பிறகு வந்த பன்னிரண்டு வருடங்களில் ஒருநாள் கூட அவள் வீட்டுக்குத் திரும்ப வரவில்லை என்பதையும் கூறினேன்.

"நகரத்திலிருக்கும் சகோதரி பற்றித் தேடிப் பார்ப்பதற்காக வந்திருக்கிறாயா?" என டுயாமி என்னிடம் கேட்டான். நான் "ஆமாம்" என்று கூறினேன்.

"நீயொரு கோமாளி. இந்தப் பிரதேசத்தில் பெண்ணொருத்தியைத் தேடிக் கண்டுபிடிப்பதென்பது ஒரு இலகுவான வேலையென நீ நினைத்திருக்கிறாயோ? அவள் எங்கு தங்கியிருக்கிறாள்? அது உனக்குத் தெரியாது. அவள் திருமணம் முடித்தவளா? அதுவும் உனக்குத் தெரியாது. நாம் எப்படி அவளைத் தேடிக் கண்டுபிடிப்பது? அவள் கௌரவமான ஒருவரைத் திருமணம் முடித்து நகரத்திலிருந்து தொலைவில் பல மைல்களுக்கப்பாலுள்ள ஒரு வீட்டில் கௌரவமாக வாழ்ந்துகொண்டிருக்கக் கூடும்" என்று அவன் சிரித்தவாறே கூறினான்.

ஐயோ கடவுளே! அம்மா! அம்மா அழுகிறாயா? நான் கல்யாணம் பற்றிக் கதைக்கும்போது நீ ஆச்சரியப்பட்டாயா? அந் நேரம் அவன் அப்படிக் கூறியபோது எனக்கும் ஆச்சரியமாக இருந்தது. நானும் அழுதேன். ஆமாம் எனது அம்மா. நானும் அழுதேன். ஆனாலும் அம்மா, அம்மாவுக்கும் எனக்கும் எங்கள் இருவருக்குமே ஒரு விடயம் மறந்துவிட்டது. அது மன்ஸா இப்பொழுது ஒரு பருவப் பெண்ணாகியிருப்பாள் என்பது. சிறுமியொருத்தி பருவப் பெண்ணாக மாற அதிக காலம் செல்வதில்லை. எமது ஞாபகத்திலிருக்கும் மன்ஸா, நாம் அவளை இறுதியாகக் கண்ட போதிருந்த சிறுமி. நாம் அவளை அவ்வாறுதான் நினைத்துக்கொண்டிருந்தோம். அப்போது

அவளுக்குப பத்து வயது. ஆனால் அம்மா அது இன்றைக்கு பன்னிரண்டு வருடங்களுக்கு முன்பு.

ஆமாம். அவள் இப்பொழுது திருமண வயதை எட்டியிருப்பாளென டுயாமி என்னிடம் கூறினான். ''அவள் இருக்குமிடம் பற்றி ஏதாவது உனக்குத் தெரியுமா? அவளுக்குக் குழந்தைகள் இருக்கின்றனவா?'' என டுயாமியிடம் கேட்டேன். ''குழந்தைகள்?'' டுயாமி சிரித்தான். அது ஒரு விநோதமான சிரிப்பு.

அவன் கதைக்கும்போது நான் அவனையே பார்த்துக் கொண்டிருந்தேன். நான் மன்ஸாவைத் தேடுவதைத் தடுப்பதற்குத் தான் முயற்சிக்கவில்லை என அவன் கூறினான். ஆனால் அது மிகச் சிரமமான ஒரு செயல் என்பதை எனக்குத் தெளிவுபடுத்துவது அவனுக்குத் தேவையாக இருந்தது. ஆனாலும் ''நான் பின்வாங்குவதில்லை'' என நான் கூறினேன். அவள் இறந்தே போயிருந்தாலும் கூட நாம் அவளை மறந்துவிடவில்லை என்பதை மன்ஸா தெரிந்து கொள்ள வேண்டும். வேற்று மனிதர்களது நகரங்களில் கால்போன போக்கில் நடந்து செல்ல அவளுக்கு இடமளிக்க முடியாது. எமது முயற்சியானது, திரும்ப அவளை வீட்டுக்கு அழைத்துச் செல்வதாகும்.

ஏன் அம்மா காரணமில்லாமல் கண்ணீர் வடிக்கிறாய்? மன்ஸா செத்துப் போய்விட்டாள் என எண்ணச் செய்யும்படியாக நானேதும் கூறிவிட்டேனா?

எமது தேடுதலை மறு நாள் ஆரம்பிக்கும் முன்பு செய்ய வேண்டியவை குறித்து டுயாமி சில தீர்மானங்களை எடுத்தான். இதற்கிடையில் அவன் எனக்குக் குளிக்கத் தண்ணீரும், உணவும் கொண்டுவந்து தந்தான். நான் உணவு உட்கொள்ளும்போது அருகில் அமர்ந்திருந்த அவன், தகவல்கள் சிலவற்றை வினவினான். அவனது தந்தை வேறொரு பெண்ணைத் திருமணம் செய்ததாக அவனும், கடந்த வருடம் அகாரிஸ் நோய் தாக்கி எமது கொக்கோ பயிர்ச் செய்கை

அழிந்துபோனதைப் பற்றி நானும் தகவல்களைப் பரிமாறிக்கொண்டோம். நான் உணவு உட்கொண்டதன் பிறகு படுக்கைக்குச் சென்று ஓய்வெடுக்குமாறு டுயாமி கூறினான்.

நான் கண்விழிக்கும்போது இருளடைந்திருந்தது. அதன் மூலம் நான் நன்கு உறங்கிப்போயிருந்தேன் என்பதாக எனக்குத் தோன்றியது. டுயாமி மின்குமிழ்களை எரிய விட்டான். அப்போது அறையினுள் ஒரு பெண்ணிருப்பதை என்னால் காணக்கூடியதாக இருந்தது. அவளை எனக்குக் காட்டிய டுயாமி, அவள் தனது தோழியெனக் கூறினான். குடும்பத்தாரின் விருப்பத்துக்கு மாறாக அவன் திருமணம் செய்ய எண்ணியிருக்கும் யுவதி அவளாக இருக்கக்கூடும் என எனக்குத் தோன்றியது. அவள் விடியல் சூரியனைப் போல அழகானவள். ஆனால் எமது பிரதேச யுவதியொருத்தியல்ல.

டுயாமி அவளை எனக்குக் காட்டும்போது நான் நன்கு விழித்திருந்தேன். அப்பொழுது நேரம் இரவு எட்டு மணியென அவன் என்னிடம் கூறினான். அவனது தோழி உணவு எடுத்து வந்திருந்ததோடு, நாம் மூவரும் ஒன்றாக அமர்ந்து உணவினை உட்கொண்டோம்.

சீயெனக் கூற வேண்டாம் மாமா. நகரத்தில் வசிக்கும் ஆட்கள் அப்படித்தான் நடந்துகொள்கிறார்கள். பெண்கள், ஆண்களோடு சேர்ந்தே உணவு தயாரித்து, அவர்களோடு சேர்ந்தே உணவும் உட்கொள்கிறார்கள். ஆமாம். அவர்கள் வழமையாகவே அப்படித்தான் செய்கிறார்கள்.

அந்த உணவை என்னால் வாயில் வைக்க முடியவில்லை. தானிய மாவினாலும், மரவள்ளிக் கிழங்கினாலும் அது தயாரிக்கப்பட்டிருந்தது. ஆனாலும் அது ஒரு புதுமையான உணவாக இருந்தது. நான் இயன்றவரை உண்ண முயற்சித்தேன். உணவின் பிறகு அம் மாலை நேரத்தைக் கழிப்பதற்காக வெளியே சென்று வரலாமென டுயாமி தனது எண்ணத்தைக் கூறினான். அப்போதுதான் நான் அவனிடம் எனது

காணாமல் போன பையினைப் பற்றிக் கூறினேன். அணிந்துகொள்ள மாற்று களிசான், சட்டை இல்லாதிருப்பதனால் என்னால் வெளியே செல்ல வர இயலாது எனக் கூறினேன். அவன் கேட்கவில்லை. நகரத்துக்கு வந்து, அதுவும் சனிக்கிழமை தினத்தில் வெளியே செல்லாதிருப்பது ஒரு குற்றம் என அவன் கூறினான். நகரத்தில் நிறைய பேர் ஒழுங்காக உடையணிவதில்லை எனக் கூறிய டுயாமி, ஆடையைப் பற்றி யோசிக்காதே எனவும் எனக்கு அறிவுருத்தினான்.

எனக்குத் தண்ணீர் கொஞ்சம் கொடுங்கள். எனது தொண்டை வரண்டு போய்விட்டது மாமா.

நாங்கள் தெருவில் நடந்து செல்லும்போது என்னால் எனது கண்களையே நம்ப முடியவில்லை. முழு பிராந்தியமுமே ஆகாயத்தைப்போல தெளிவாக இருந்தது. சில மின்சார விளக்குகள் உண்மையிலேயே மிகவும் அலங்காரமானவை. எல்லோருமே அவ்வாறான மின்சார விளக்குகளைக் காண வேண்டும். இந்த மின்சார விளக்குகளுக்குச் செலவளிப்பது யார்? என்னையே நான் கேட்டுக்கொண்டேன். ஏனெனில் அது சத்தமாகக் கேட்க இயலாத கேள்வி ஒன்று. அதைக் கேட்டு டுயாமி என்னைக் கிண்டல் செய்யக் கூடுமென அஞ்சினேன்.

நாங்கள் நிறைய தெருக்களினூடு நடந்து சென்று இறுதியில் இசைக் குழுவொன்று இசைத்துக்கொண்டிருக்கும் பெரியதொரு கட்டடத்துக்கருகே வந்துவிட்டோம். டுயாமி நம் மூவருக்குமாக அனுமதிச் சீட்டுக்களை வாங்கி வரச் சென்றான்.

நான் இதற்கு முன்பு இவ்வாறான இடங்களுக்குச் சென்றதில்லை என்பது உங்கள் அனைவருக்கும் தெரியும். நான் வியந்துபோனதைக் கூற மாத்திரம் எனக்கு இடம் கொடுங்கள்.

ஆண்கள், பெண்கள், குழந்தைகள் எல்லோரும் எங்கே செல்கின்றார்கள்? அவர்களுக்கு என்ன தேவையாக இருக்கிறது? போன்ற கேள்விகளோடு அந்தக் கட்டடம் விசாலமான ஒன்றென

உள்ளே செல்ல முன்பு நான் நினைத்தேன். ஆனால் உள்ளே சென்றதன் பிற்பாடு, உள்ளேயிருந்த மக்கள் கூட்டம் அதை விடவும் விசாலமானதென எனக்குப் புரிந்தது. சிலர் பானங்களை விலை கொடுத்து வாங்கினர். சிலர் நடனமாடினர்.

ஆமாம். அது உண்மைதான். நடனமாடும் இடமொன்றுக்குத்தான் நாங்கள் சென்றிருந்தோம். ஆனால் அது எனக்குத் தெரிந்திருக்க வில்லை. சிலர் இரும்பு மேசைகளைச் சுற்றியிருந்த இரும்புக் கதிரைகளில் அமர்ந்திருந்தனர். மேசையையும் கதிரைகளையும் கொண்டுவரும்படி டுயாமி ஒருவனிடம் கூறினான்.

அவன் மேசை, கதிரைகளை எடுத்து வந்து தந்தான். நாங்கள் அவற்றில் அமர்ந்ததும் 'என்ன குடிக்க விருப்பம்?' என டுயாமி கேட்டான். நான் 'எலுமிச்சை பானம்' எனக் கூறினேன். ஆனால் அவனது தோழி 'பீர்' எனக் கூறினாள்.

ஆச்சரியப்படாதீர்கள் மாமா. ஆமாம். எனக்கு நன்றாக நினைவிருக்கிறது. அவள் கேட்டது பீர்தான். அதிக நேரம் செல்லும் முன்பே டுயாமி அப்பானங்களை எடுத்துக்கொண்டு வந்தான்.

ஆண்களைப் போல பீர் குடிக்கும் பெண்ணொருத்தியைக் கண்டது எனக்கு மிகவும் வியப்பினை அளித்தது. நான் வாயைத் திறந்து பார்த்துக்கொண்டிருந்தேன். இசைக் குழு, சிறிது நேரம் இசையை நிறுத்தியிருந்துவிட்டுத் திரும்பவும் ஆரம்பித்தது. டுயாமி அவனது தோழியோடு ஆடச் சென்றான். நான் அங்கு அமர்ந்திருந்து எலுமிச்சை பானத்தைப் பருகினேன். அவர்கள் ஆடிய விதம் குறித்து விவரிக்க என்னால் இயலாது.

சிறிது நேரத்திற்குப் பிறகு இசை நின்றது. டுயாமி தனது தோழியோடு வந்து அமர்ந்தான். எனக்குக் குளிராக இருக்கிறதென நான் டுயாமியிடம் கூறினேன்.

"அதில் ஆச்சரியப்பட ஒன்றுமில்லை. இந்த நேரத்தில் நீ குடித்தது பெண்களின் பானமொன்று" என டுயாமி கூறினான்.

"நீ குடித்ததைக் குடித்தால் குளிர் இல்லாமல் போய்விடுமா?" என நான் கேட்டேன்.

"ஆமாம். உனக்குத் தெரியாதா? நீயும் பீர் கொஞ்சம் குடிக்க வேண்டும்" என்றவன் எனக்கும் பீர் ஒன்றை எடுத்து வந்து கொடுத்தான். நான் பீரைக் குடித்துக்கொண்டிருக்கும்போது இவ்வாறு கூறினான்.

"நீயும் நடனமாடினால் உனது உடல் உஷ்ணமாகி விடும்"

"அப்படி நடனமாடுபவர்கள் வெள்ளைக்காரர்கள் என நான் நினைக்கிறேன். நீங்கள் எல்லோரும் ஆடுவதைப் போல் என்னால் ஆட முடியாது என்பது உனக்குத் தெரியும் அல்லவா? பிறகு நான் எப்படி ஆடுவது?" என நான் அவனிடம் கேட்டேன்.

"அவ்வாறு ஆடுவது எப்படியென எனக்குத் தெரியவில்லை. எல்லோரும் என்னைப் பார்த்துச் சிரிப்பார்கள்" என்றும் கூறினேன்.

டுயாமி சிரிக்கத் தொடங்கினான். அந்தச் சிரிப்பை அவனாலேயே கூட நிறுத்த முடியவில்லை. அவன் எந்தளவு சிரித்தானென்றால், அவனது தோழி கூட அவன் எதற்காகச் சிரிக்கிறான் எனக் கேட்டபடியிருந்தாள். அவன் வெள்ளையர்களின் பாஷையில் அவளிடம் ஏதோ கூறினான். அதன் பிறகு இருவரும் இணைந்து சிரிக்கத் தொடங்கினர்.

"மக்கள் நடனமாடும்போது, அவர்கள் ஏனையவர்களைக் கவனித்துக் கொண்டிருப்பதில்லை. அடுத்தது, நீ நன்றாக ஆடுகிறாயா, மோசமாக ஆடுகிறாயா என நகரத்தில் எவரும் தேடிப் பார்த்துக்கொண்டிருப்பதில்லை" என இடையில் டுயாமி என்னிடம் கூறினான்.

ஆமாம். நானும் ஆடினேன் மாமா. உண்மையிலேயே யாரும் அடையாளம் கண்டுகொள்ளவில்லை. நகரத்துக்குப் போன நோக்கத்தை மறந்து நான் நடனமாட ஆரம்பித்தாயிற்றா எனக் கேட்க வேண்டாம் மாமா. நீங்கள் எல்லோரும் அங்கு நடைபெற்றதைக் கண்டிருந்தால் அப்படிக் கேட்க மாட்டீர்கள். நான் இங்கே எனது பயணக் கதையை நிறுத்தி விட்டு, எனது கதையைச் சொல்லும் பாதையிலுள்ள எல்லா செடிகொடிகளையும் துப்புரவாக்கிச் சுருக்கமாக எனது கதையின் இறுதிப் பகுதியைச் சொல்லப்போவதில்லை. முழுமையாகச் சொல்லப்போகிறேன்.

நாங்கள் நடனத்தைப் பற்றி கதைத்துக்கொண்டிருக்கும்போது டுயாமி, பின்னாலிருந்த ஏதோவொன்றைக் கண்ணுற்றான். நான்கு பெண்கள் ஒரு மேசையொன்றைச் சுற்றி அமர்ந்திருந்தனர். அவனது விழிகள் உடனே அப் பக்கம் நோக்கித் திரும்பியிருந்தன. முகம் விசித்திரமான விதத்தில் மாற்றமடைந்திருந்தது. ஆனால் எனக்கு எதுவும் விளங்கவில்லை. எனக்கும் நடனமாட வேண்டுமாக இருந்தால் அங்கிருந்த பெண்களிலொருத்தியை என்னுடன் நடனமாட அழைக்கும்படி அவன் கூறினான்.

அதைக் கேட்டு நான் ஆச்சரியப்பட்டுப் போனேன் எனது மாமன்மாரே ! ''என்னைத் தெரியாதவர்கள் என்னுடன் நடனமாட வருவார்களா?'' என நான் டுயாமியிடம் கேட்டேன். அவன் ''ஆமாம்'' எனக் கூறினான். எனது விழிகள் வியப்பில் மேலே சென்றது. நான் அம் மேசையைச் சுற்றி அமர்ந்திருந்த நான்கு பெண்களையும் பார்த்தேன். முன்பிருந்த அதே நான்கு பெண்களும்தான் அங்கிருந்தனர். நான் எழுந்தேன்.

நான் தெளிவாகத்தான் கதைக்கிறேன் என நினைக்கிறேன். ஆனால் பானையில் கொதிக்கும் நீர்போல நான் நடுங்கிக்கொண்டிருக்கிறேன். பெண்கள் நால்வரிடையேயிருந்த ஒருத்தி உடனே எழுந்து வெள்ளையர்களின் பாஷையில் ஏதோ சொல்வதை நான் கேட்டேன்.

நகரத்தில் எல்லோருமே, பள்ளிக்கூடம் சென்றிராதவர்கள் கூட வெள்ளையர்களின் மொழியிலேயே உரையாடுகின்றனர். நான் மீண்டுமொரு முறை தலையை அசைத்தேன். தன்னுடன் நடனமாட விருப்பமா என அவள் கேட்டாள். நான் ''ஆமாம்'' என்று கூறினேன்.

ஏன் எனது சின்னத் தங்கையே ... நீ என்னிடம் கேள்வி கேட்கப் பார்க்கிறாயா? நான் மன்ஸாவைச் சந்தித்தேனா என்பதுதானே நீ தெரிந்துகொள்ள வேண்டியது? எங்கள் மாமன்மார் அங்கு நடந்த எல்லாவற்றையும் சொல்லும்படிதான் கூறியிருக்கின்றனர். நான் அந்த உணவுகள் எல்லாவற்றையுமே படிப்படியாக சமைத்துத் தருகிறேன். இப்போதே கரண்டியை நக்கிச் சுவைக்க முயற்சிக்காதே.

ஆமாம். அந்தப் பெண்ணுடன் நடனமாடும்போது நான் அடிக்கடி அவளது காலை மிதித்து விட்டேனென நினைக்கிறேன். அவள் என்னையும் உங்களையும் விடக் கறுப்பானவள். ஆனால் அவளது கூந்தல் மிகவும் நீளமானது. சரியாகச் சொன்னால் வெள்ளைக்காரியொருத்தியுடையதைப் போன்றது. தோள் வரை அவளது கூந்தல் வளர்ந்திருந்தது. நான் அக்கூந்தலைத் தொடவில்லை. ஆனாலும் அது மென்மையானதென நான் உணர்ந்தேன். சிவப்புச் சாயம் பூசிய அவளது உதடுகள், முகத்திலிருந்து புதிதாக வெட்டப்பட்டதைப் போலத் தோன்றியது. அவளது உடைக்கும், தோலுக்குமிடையே எந்தவொரு வித்தியாசமும் இருக்கவில்லை.

இசை நின்றதும் நான் எனது ஆசனத்துக்குத் திரும்பிச் சென்றேன். அவள் தனது தோழிகளிடம் என்னைப் பற்றி ஏதோ கூறினாள். அது என்னவென்று எனக்குத் தெரியாது. ஆனால் அவர்கள் சத்தமாகச் சிரிக்கும் ஓசை எனக்குக் கேட்டது. அப்பெண்கள் நகரத்திலிருக்கும் விலைமாதுகள் என்பது அப்போதுதான் எனக்குப் புரிந்தது.

'நான் நடனமாடினால் உஷ்ணமாகி விடுவேன் என்றுதான் டுயாமி என்னிடம் கூறியிருந்தான். ஆனால் இப்போது நான் முன்பை விடவும் குளிர்ந்து போயிருக்கிறேன். சரியாகச் சொன்னால் யாரோ என் மீது

குளிர் நீரைக் கொட்டியது போல. அப்பெண்களைப் பற்றிச் சிந்திக்கையில் நான் அறுவெறுப்பாக உணர்கிறேன். அவர்களுக்கு வீடு வாசல் இல்லையா?' என என்னை நானே கேட்டுக்கொண்டேன். அவர்களது தாய்மாருக்கு அவர்களைப் பிடிக்கவில்லையா? ஆண்டவனேம நாங்கள் குறைந்தளவு உணவை வாங்குவதற்குக் கூட மிகவும் பாடுபட்டு வேலை செய்கிறோம். ஆனால் இவர்கள் எந்த வேலையும் செய்வதில்லை.

காணாமல் போயிருக்கும் எனது சகோதரியைக் குறித்துச் சிந்திக்கும்போது நான் சிறிது மகிழ்வாக உணர்ந்தேன். அவளை நான் சந்திக்கவில்லை. ஆனால் அவள் கௌரவமான ஒருவரைத் திருமணம் முடித்து மகிழ்ச்சியாக இருக்கக் கூடுமென்பதில் சந்தேகமில்லை என எனக்குத் தோன்றியது.

இசைக் குழு மீண்டும் இசைக்கத் தொடங்கியது. நான் அப்பெண்களின் மேசையருகே சென்று மீண்டுமொரு முறை என்னுடன் நடனமாட வரும்படி அதே பழைய யுவதியிடம் அழைப்பு விடுத்தேன். ஆனால் அவள் அப்போது வேறொரு இளைஞனுடன் இருந்தாள். எனவே அங்கு அமர்ந்திருந்த ஏனைய இரு பெண்களில் ஒருத்தியிடம் நான் கேட்டேன். அவள் என்னுடன் நடனமாட வந்தாள். நாம் ஆடிக்கொண்டிருக்கும்போது அவள் என்னிடம் நான் கிராமத்தவனா எனக் கேட்டாள். நான் ஆமென்று பதிலளித்தேன். அதன்பிறகு நாம் கதைக்கவில்லை.

இசை நிறுத்தப்பட்டது. பொருட்களை விற்பனை செய்யும் இடத்துக்குத் தன்னுடன் வந்து தனக்கு சிகரெட்டும், பீரும் வாங்கித் தரும்படி என்னோடு இருந்த அந்தப் பெண் என்னிடம் வேண்டி நின்றாள். அதன் பிறகு பளிச்சிடும் மின்சார வெளிச்சமிருந்த இடத்துக்கு வந்தோம். எனக்கு அவளது முகத்தைப் பார்க்கத் தோன்றியது. ஏதோவொரு காரணத்தினால் எனது இதயம் திடுக்கிட்டுப்போனது.

''மதிப்பிற்குரிய பெண்ணே ... உங்களது தொழில் என்ன?'' என்று நான் அவளிடம் கேட்டேன்.

''ஐயா தெரிந்துகொள்ள விரும்புவது எந்தத் தொழிலைப் பற்றி?'' என அவள் என்னிடம் கேட்டாள்.

''என்ன வேலை செய்கிறீர்கள் என்பதைப் பற்றி?'' நான் மீண்டும் அவளிடம் வினவினேன்.

''என்னிடம் கேள்வி கேட்க நீ யார்? எந்தவொரு வேலையுமே தொழிலொன்றுதான் என நான் நினைக்கிறேன். நீயொரு நாட்டான். முற்றுமுழுதான நாட்டான். நீ யார் அதைக் கேட்க?'' என அவள் குரலெழுப்பி சத்தமிட்டாள்.

நான் பயந்துபோனேன். சுற்றியிருந்தவர்கள் எம்மைப் பார்த்துக்கொண்டிருந்தனர். அவளை அமைதிப்படுத்த வேண்டி நான் அவளது தோளின் மீது கையை வைத்தேன். அவள் எனது கையைத் தட்டிவிட்டாள்.

''மன்ஸா மன்ஸா உனக்கு என்னைத் தெரியவில்லையா?'' என நான் கேட்டேன். அவள் நெடுநேரம் என்னை உற்றுப் பார்த்துக் கொண்டிருந்து விட்டுச் சிரிக்கத்தொடங்கினாள். அவளது சிரிப்பு மகிழ்ச்சியில் வயிற்றிலிருந்து பூரித்து வருமொன்றாக இருக்கவில்லை. அவள் பட்டினியிலிருக்கும் சந்தர்ப்பத்தில் சிரிப்பதைப் போன்று வாடிப்போய்ச் சிரித்தாள்.

''நீ எனது சகோதரனென நான் நினைக்கிறேன்'' என்று கூறினாள்.

''ஹ்ம்ம்''

ஓ! எனது பாட்டி, எனது அத்தை, ஓ! எனது சின்னத் தங்கையே ... நீங்கள் எல்லோருமே அழுகிறீர்களா? காணாமல் போன சிறுமியொருத்தியைத் தேடிக் கூட்டி வருவதற்காகவே நீங்கள் எல்லோரும் என்னை அனுப்பி வைத்தீர்கள். அச்சிறுமி இப்பொழுது பெண்ணொருத்தி. எனக்குக் குடிக்க ஏதாவது கொடுங்கள்.

எந்தவொரு வேலையுமே ஒரு தொழில்தான். மன்ஸா அப்படித்தான் கூறினாள். வரண்டு போன இரத்தச் சொட்டு போன்ற வாயால் அப்படித்தான் சொன்னாள். எந்தவொரு வேலையுமே ஒரு தொழில்தான். அழாதீர்கள். அடுத்த நத்தாருக்கு அவள் வீட்டுக்கு வருவாள்.

சகோதரனே... எனக்கு இன்னும் கொஞ்சம் தண்ணீர் கொடுங்கள். எந்தவொரு வேலையுமே ஒரு தொழில்தான்... தொழில்... தொழில்...

கலவரம்

(தென்னாபிரிக்கா - காஸே மொட்ஸிசி)

மரியா மபாதா சமையலறை மேசை மீதிருந்த கடிகாரத்தைப் பார்த்தாள். கடிகாரம் நின்று போயிருந்தது. எனினும் நள்ளிரவாகியிருக்கும் என்பதை அவள் அறிந்திருந்தாள். அவளது விழிகள் தூக்கக் கலக்கத்தால் கனத்தன. அவள் சிறுவனைத் தனதிரு கரங்களிலும் வைத்துத் தாலாட்டிக்கொண்டிருந்தாள். அறையின் அமைதியைக் கண்ட சிறுவன் அவளைக் கோபத்தோடு பார்த்தான்.

"அம்மா" சிறுவன் மெதுவாகக் கூப்பிட்டான்.

"ம்ம்" அவளது எண்ணங்கள் இன்னும் வெறுமையாகவே இருந்தன.

"அம்மா எனக்குத் தண்ணி வேணும்"

"தண்ணி?" பள்ளிக்கூடத்தில் புதுச் சொல்லொன்றைக் கற்றுக்கொண்ட பிள்ளையொன்றைப் போல அவள் அச் சொல்லை மீண்டும் உச்சரித்தாள்.

"எனக்குத் தண்ணி வேணும்... தண்ணி... தண்ணி..." என சிறுவன் முனகினான்.

''அமைதியாயிரு ... நீ சத்தம் போடுறாய் ... உன்னோட அம்மா வந்துதான் தண்ணி தரணும்''

''எனக்குத் தண்ணி வேணும் ... தண்ணி வேணும் ... என்னை நிலத்தில விடு ... எனக்குத் தண்ணி வேணும் ...''

அவளது கை, சிறுவனின் உடலை மேலிருந்து கீழாக ஆறுதலாகத் தடவிக்கொடுத்தது. அவன் தனதிரு பாதங்களையும் மேலும் கீழுமாகக் காற்றில் உதைக்கத் தொடங்கினான். அவனது கை, அவளது முகத்தில் பலமாகத் தாக்கியதும் அவள் கோபப்பட்டாள்.

''அடுத்த தடவை நான் குச்சியை எடுப்பேன் போய்ட்கி''

''எனக்குத் தண்ணி வேணும் ... என்னை நிலத்தில விடு ... எனக்குத் தண்ணி வேணும் ...''

மரியா, சிறுவனின் கையைப் பிடித்துக்கொண்டு எழுந்து அவனுக்கு ஒரு கோப்பைத் தண்ணீர் கொடுத்தாள்.

''இன்னிக்கு ராத்திரி நீ படுக்கையை நனைச்சீன்னா உனக்கு நல்லாக் கிடைக்கும் நாளைக்கு'' என சிறுவன் பேராவலோடு தண்ணீர் குடிப்பதைப் பார்த்துக்கொண்டே கூறினாள்.

''அம்மா எனக்குப் பசிக்குது'' என தண்ணீரைக் குடித்து முடித்த போய்ட்கி கூறினான்.

''உனக்கு மதியமே சாப்பாடு தந்தாச்சு ... வெள்ளைக்காரனுக்குப் போல நான் உனக்கும் அடிமையா வேலை செஞ்சுட்டிருக்கணும்னு நீ நெனச்சுட்டிருக்கியா?'' எனக் கூறியவள் பிள்ளையைத் தூக்கிச் சென்று கட்டிலில் கிடத்தினாள்.

''அமைதியாயிரு.. இல்லேன்னா ஒரு நாள் உன்னைக் கொன்னுடுவேன். சொர்க்கத்துல இருக்குற ஆண்டவனுக்கு என்னோட இந்தத் துயரப் புலம்பல் கேட்கட்டும்!''

போய்ட்கி போர்வையை இழுத்து தனது தலையை மூடிக்கொண்டான். மரியா போர்வையால் மூடப்பட்டிருந்த அவனது தலையின் வடிவத்தைப் பார்த்தவாறு இருந்தாள். பின்னர் வெளியே சென்றாள்.

முழு பிரதேசமுமே அமைதியாகத் தூக்கத்தில் ஆழ்ந்திருந்தது. வானம் மழை மேகங்களால் மூடப்பட்டிருந்தது. இரவுக் கூட்டங்களில் கலந்துகொண்டு விட்டு வீடுகளுக்குத் திரும்பிச் செல்பவர்களின் சத்தத்தினால், நகரின் மேற்குப் பகுதியாகவிருந்த இப்பிரதேசத்திலும், ஏனைய ஆபிரிக்க பிரதேசங்களைப் போல அமைதி சிதறிப் போகும். ஞாயிறு தினங்களில் நள்ளிரவில் நகரம் விழித்துக்கொள்ளும்.

ஆனால் கடந்த இரண்டு, மூன்று ஞாயிற்றுக்கிழமைகளைப் போலவே இன்றும் நகரத்தின் மேற்குப் பிரதேசத்திலிருந்து எவ்வித ஓசையும் கேட்கவில்லை. அதனால் ஆழமான உணர்வுகளெதுவும் ஏற்படவில்லை. 'இது நிரந்தரமாக எப்பொழுது நின்று போகும்? நான் இந்த வேலை நிறுத்தத்தை வெறுக்கிறேன்' என கோபத்தோடு தனக்குள் கூறிக் கொண்ட மரியா அறைக்குள் நுழைந்தாள்.

போய்ட்கி குறட்டை விட்டவாறு தூங்கிக்கொண்டிருந்தான். அவன் உறங்கிப்போயிருப்பது கண்டு மரியா மகிழ்ச்சியடைந்தாள். இந்தச் சிறுவன் எவ்வளவு தொந்தரவு கொடுக்கிறான்? ஆனாலும் அவளது மனதில் கோபமிருக்கவில்லை. மொத்த உலகத்திலுமே அவளுக்கென்று இருப்பது போய்ட்கி மாத்திரம்தான். அவளது கணவன் நிவ்க்லேயா அருகில், இரு குழுக்களுக்கிடையே நடந்த மோதலில் கொல்லப்பட்டிருந்தான்.

அவர்களது ஒரே மகளான நதா, திருமணம் முடித்து இப்போது ஃபோட் எலிஸபெத்தில் குடியிருக்கிறாள். நதாவின் குழந்தைதான் போய்ட்கி. என்றபோதிலும் மரியாதான் அவனைப் பார்த்துக்கொள்ள வேண்டியிருந்தது. நதாவைத் திருமணம் செய்தவனுக்குத் தனது வீட்டில் ஆண் குழந்தையிருப்பதைக் காணப் பிடிக்கவில்லை.

எனது தேசத்தை மீளப் பெறுகிறேன் 150

மரியா சமையலறைக்குச் சென்று சாம்பல் பாத்திரத்தை வெளியே எடுத்தாள். அதற்குள் மதுப்புட்டியொன்றை ஒளித்து வைத்திருந்தாள். அவள் அதனை வெளியே எடுத்து கொஞ்சமாகக் கண்ணாடிக் குவளையில் ஊற்றிக் கொண்டாள்.

மது அவளது தொண்டையை நனைத்தபடி கீழிறங்கியது. அவளது முகம் வேதனையால் அலங்கோலமாகியது. வயிறு உஷ்ணமாகியது. கதிரையொன்றில் அமர்ந்தவள் ஒரு பாகம் குறைந்திருந்த போத்தலை மேசை மீது வைத்து அதை வெறுப்போடும், நேசத்தோடும் பார்த்துக்கொண்டிருந்தாள். அவள் மது அருந்துவதைக் கண்டிருந்தால் அவளது கணவன் என்ன கூறியிருப்பான் எனச்சிந்திக்க விரும்பினாள்.

மரியா தனதிரு கைகளாலும் தலையைக் கட்டிக்கொண்டாள். அவளது தலை வெடித்து விடும்போல வேதனையளித்தது. தலையின் ஒரு பகுதி கழன்றுவிட்டதைப் போல அவள் உணர்ந்தாள். போத்தலைக் கையிலெடுத்தவள் மீண்டும் குவளையை நிரப்பிக்கொண்டாள். ஒரேயடியாக அதைக் குடித்து முடித்தவள், தலைவலி படிப்படியாகக் குறைவதை உணர்ந்தாள். தைரியமும், வீரமும் மிக்க எண்ணங்களாலும், உணர்வுகளாலும் அவளது இதயம் நிரம்பியது.

திடீரென உலகமானது, விந்தை மிகு பேரழகு ஸ்தலமாக ஆகியிருந்தது. அவள் தனக்கு மட்டுமே கேட்கும்படியாக பாடலொன்றைப் பாடினாள். சில மணி நேரத்துக்கு முன்பு அனுதாபம் காட்டாது முழு உலகையுமே வெறுத்திருந்தவள், இப்பொழுது மொத்த உலகத்தையும் நேசிக்கத் தயாரானாள். நீண்ட நடைப் பயணமாக நகரத்துக்குச் சென்று, கழுவுவதற்காக ஆடைகளை வாங்கி வர வேண்டியது நாளைதான் என்பது அவளது நினைவிலெழுந்தது. நாளை திங்கட்கிழமை. துணி கழுவ வேண்டிய நாள். தனக்கு அதில் களைப்பு தோன்றாவிட்டாலும் கூட, நாளை நகரத்துக்குப் போக மாட்டேனென அவள் தனக்குள்ளேயே தீர்மானித்துக்கொண்டாள்.

‘வேலை நிறுத்தத்தையும், துணி கழுவுவதையும் மறந்துவிட வேண்டும்’ என தனக்குள் கூறிக் கொண்டது அவளுக்குள் நிம்மதியைத் தோற்றுவித்தது. ‘தன்னுடைய மனம் போன போக்கில் வாழ முடிந்த யதார்த்தமான பெண்தான் உண்மையான மானிடன்’ என்ற உணர்வு அவளுக்குள் தோன்றியது. அவள் கத்தினாள்.

‘‘நாங்கள் பேரூந்துகளில் போக மாட்டோம்.’’

கூட்டங்களில் கத்துவதைப்போல சப்தமாக ஆங்கிலத்தில் குரலெழுப்பினாள். சிரித்தவாறு இன்னும் மதுவைக் குவளையில் ஊற்றிக்கொண்டாள். அதனைத் தொடர்ந்து இன்னுமொன்று. தொடர்ந்து இன்னுமொன்று. சிறிது நேரத்திற்குப் பிறகு எல்லா எண்ணங்களும் அவளது அமைதியான இதயத்திலிருந்து நீங்கிவிட்டிருந்தன. அவள் ஒரு புறம் போத்தலையும், மறுபுறம் குவளையையும் வைத்துக் கொண்டு மேசையில் தலை வைத்தபடி தூங்கிப்போனாள்.

மரியாவின் பின்புறத்திலிருந்த உடைந்த ஜன்னலினூடு மெல்லிய தென்றல் வீசியது. பீங்கானொன்றின் மீது எரிய விட்டிருந்த மெழுகுத் திரியொன்று அவளுக்குப் பின்னாலிருந்தது. காற்று தொட்டதால் நடுங்கிப்போன தீயின் சுடர் தனது உயிரைக் காப்பாற்றிக்கொள்ளப் போராடியது. எனினும் காற்று பலம் மிகுந்ததால் சுடர் அணைந்துபோயிற்று. அறை முழுவதும் இருள் அரசாளத் தொடங்கியது.

எழுந்து நின்ற மரியாவால் தனது உடலின் கனத்தைத் தாங்க இயலாது, கீழே விழுந்தாள். அவள் எழுந்து நின்ற கணத்தில், அவளது கணவனுடன் வாழ்ந்த சில வருடங்களில் நிலவிய சந்தோஷமும், பெருமையும், ஒரேயடியாகத் தாம் முன்னேறிய விதமும் தெரிந்தன. அவள் தனது ஒரே குழந்தையான நதாவைப் பிரசவித்த, வாழ்க்கையின் மிகவும் மகிழ்ச்சியான காலகட்டமாக அது இருந்தது. நதா அழகிய

இளம்பெண்ணாக வளர்ந்து வந்த விதத்தையும் அவள் கண்டிருந்தாள். நாற்பத்தைந்து வருட கால மன வேதனைகளால் நிரம்பிய காலகட்டம், அவளது தற்போதைய வீழ்தலுக்குக் காரணமாக அமைந்தது. மதுபானம் தந்த மயக்கத்தோடு மரியா அப்படியே உறங்கிப்போனாள்.

ஆசுவாசம் - யோசனைகளற்ற - கனவுகளற்ற - எதிர்பார்ப்புகளற்ற - நாளையைப் பற்றிய அச்சங்களற்ற - ஆசுவாசம். மதுபானம் தந்த ஆசுவாசம் என்றாலும் அதுவும் ஒரு வித ஆசுவாசம்தான்.

வடக்கில் கோபமுற்றிருக்கும் சொஃபியா டவுனுக்கும், கிழக்கில் நிவ்க்லெயார் நகரத்துக்குமிடையில் நிம்மதியற்ற உறக்கத்தில் அப்பிரதேசம் ஆழ்ந்திருந்தது. கிழக்குத் திசையில் கௌரவமான ஆனால் பேராசையுள்ள கொரனேஷன் விலே நகரும், மேற்குத் திசையில் விவசாய நிலங்களை அமைத்துக்கொள்வதற்காக மக்களது கத்தி, கோடரித் தாக்குதல்களுக்குள்ளாகி வேதனையாலும், துயரத்தாலும் விம்மும் காட்டுப் பிரதேசமும் அமைந்திருந்தன.

காலை நேரம், துவக்கேந்திய வேட்டைக்காரனொருவன் மிருகமொன்றைத் துரத்திச் செல்வதையொத்த வேகத்துடன் மரியாவின் அறையிலிருந்த அமைதியானது ஓடிப் போய்விட்டிருந்தது. தாதியொருத்தி, ஜன்னல் திரையை அகற்றுவதைப்போல மரியாவிடமிருந்த தூக்கக் கலக்கம் மெதுவாக நீங்கியது. எனினும் அவளது விழிகள் திறக்க மறுத்தன. தலை மிக மோசமாக வலித்தது.

அவள் அவ் வேதனையை அறிந்திருந்தாள். பட்டியினிலிருந்ததுவும், அதிகமாக மது அருந்தியதுவும்தான் அதற்குக் காரணமென அவளுக்குப் புரிந்தது. கண்களைக் கசக்கிப் பார்த்தபோது கதவு பாதி திறந்திருப்பது தென்பட்டது. முந்தைய நாளிரவு கதவுக்குத் தாழ்ப்பாளிடாது உறங்கிப் போனது நினைவில் வந்ததும் அச்சத்தில் நடுங்கிப் போனாள்.

அக்கணத்தில் யாரோ அவளது தோளைப் பலமாக அசைப்பதை உணர்ந்தாள்.

''வாடி ... என்னோட நேரத்தை வீணடிக்காதே ... நீ என்னோடு வரணும்''

அவள் தலையுயர்த்திப் பார்த்தாள். கபில நிறத்திலான சீருடையணிந்திருந்த வலிய மனிதனொருவன் அவளருகில் நின்றுகொண்டிருந்தான். சட்டத்தை ஒரு கரத்திலும் அதாவது போத்தலொன்றையும், நீதியை மறு கரத்திலும் அதாவது கண்ணாடிக் குவளையொன்றையும் ஏந்தியவாறு நின்றுகொண்டிருந்தவனைக் கண்டதும் மரியாவுக்கு எல்லாம் புரிந்தது.

அவள் எழுந்து நின்றாள். போலிஸ்காரனை விடவும் ஒன்று அல்லது இரண்டு அங்குலங்களால் உயர்ந்தவளாக அவள் தெரிந்தாள். மரியா அச்சத்தோடும் குற்ற மனப்பாங்குடனும் போலிஸ்காரனைப் பார்த்தாள்.

''வாடி ...போலாம்'' முரட்டுக் குரலில் அவன் கட்டளையிட்டான்.

''தயவு செஞ்சு என்னைக் கொண்டுபோகாதீங்க ஐயா ... எனக்கு வேலைக்குப் போகணும் ... கருணை காட்டுங்க ஐயா'' என அவள் வேண்டி நின்றாள்.

எனினும் சட்டம் தனக்குச் செவிமடுக்காது என்பதை மரியா அறிந்தேயிருந்தாள். காவல் அதிகாரிகள் அனுதாபமோ உணர்வுகளோ அற்றவர்கள் என்பதையும் மனசாட்சியுள்ள மனிதர்களல்ல என்பதையும் அவள் வெகு காலம் முன்பிருந்தே அறிந்திருந்தாள். மக்களுக்குத் துயரங்களைத் தருபவர்களும், அவர்களை இன்னல்களுக்குள்ளாக்கி மகிழ்பவர்களுமே காவல் அதிகாரிகள். ஏனைய போலிஸ்காரர்கள் வெளியிலிருந்து கூச்சலிடும் ஓசை அவளுக்குக் கேட்டது. போலிஸ்காரர்கள் எல்லா இடங்களிலும் இருக்கிறார்கள்.

பெண்ணொருத்தி வாதம் செய்யும் சத்தம் அவளுக்குக் கேட்டது. அவள் அக்குரலை அடையாளம் கண்டுகொண்டாள். அது அவளது அயல்வீட்டுப் பெண்ணான சோலோவின் குரல்.

''என்னோட பையனை இப்படி அடிக்காதீங்க. உங்களுக்குத் தண்டனை கிடைக்கும்''

''அவன்கிட்ட அனுமதிப் பத்திரம் இல்ல. ஆனா முரண்டு பிடிக்கிறான். இந்தப் புத்திசாலிக் கொலைகாரன் தூங்கிட்டிருக்கும் போது அவன்கிட்ட அனுமதிப்பத்திரம் பற்றி நான் கேட்கக்கூடாதுன்னு சொல்றான். நான் யாருன்னு நெனச்சிட்டிருக்கான்? என் அம்மா மேல சத்தியமா இவனோட அறிவை நான் இவன் தலையிலிருந்தே எடுத்துடறேன்''

மரியா எதற்கும் முகம்கொடுக்கத் தயாரானாள். போலிஸ் அதிகாரி அவளிடம் மதுபான போத்தலைக் கொடுத்து அதனை ஒளித்து வைக்கும்படி கூறியபோது அவளால் அவள் காதுகளையே நம்ப முடியவில்லை.

''சீக்கிரமா ... சீக்கிரமா ஒளிச்சு வை ... நான் என்னோட மனசை மாத்திக்குறதுக்கு முன்னாடி ...''

மரியா உடனடியாக போத்தலை சாம்பல் பாத்திரத்துக்குள் வைத்து மறைத்தாள்.

''இப்படி உங்க இஷ்டப்படி நான் முடிவெடுத்தா, எனக்கு உயரதிகாரிப் பதவி எப்ப கிடைக்குமோன்னு எனக்குத் தெரியாது'' என தனக்குத்தானே கூறியபடி போலிஸ் அதிகாரி வீட்டைவிட்டு வெளியே செல்வதை அவள் செவிமடுத்தாள். போகும்போது அவன் எவ்வளவு வேகமாக கதவை அடைத்தானென்றால், அதன் தூக்கத்தில் வீடே அதிர்ந்தது. அந்த ஓசையினால் போய்ட்கி திடீரென விழித்துக் கொண்டான். மரியா மெதுவாக அழுதாள். ஆனால் அது ஏனென்று அவளுக்கே தெரியவில்லை.

''நீ அழுவுறியா?''

''ஆமா மகனே''

''ஏன் மா?''

''பேசாம வாயை மூடிட்டிரு''

அன்று மாலை நேரம், மரியா அழுக்குத் துணி மூட்டையொன்றைத் தலை மீது சுமந்தவாறு நகரத்திலிருந்து திரும்பி வந்தாள். பேரூந்து நிலையத்தில் நடைபெற்ற நிகழ்வொன்றின் காரணமாக அவளுக்குள் உண்டான கோபம் அவளிடமிருந்து இன்னும் விலகியிருக்கவில்லை.

அவள் கொரனேஷன் விலே பேரூந்தில் ஏறுவதற்காக நகரத்துக்கு நடந்து வந்து களைப்புற்றிருந்தாள். பேரூந்து வேலை நிறுத்தம் ஒரு புறம் நடைபெற்றுக் கொண்டிருந்த போதிலும், இப்பேருந்துகள் அதிகப்படியான கட்டணத்தை அறவிடவில்லை. கறுப்பின இளைஞனொருவன் அவளைப் பல தடவை தள்ளிவிட்டு, மோசமான விதத்தில் கிண்டலடித்துக்கொண்டிருந்தான். எனினும் மரியா அமைதியாக இருந்தாள்.

அவள் வீட்டுக்குத் திரும்பி வந்தபோது, தனது வீட்டுக்கு வெளியே நின்றுகொண்டிருந்த மாஸெலோவைச் சந்தித்தாள்.

''மாஸெலோ, போய்ட்கியைக் கடைக்கு அனுப்பினியோ?''

''இல்ல. ஆனா அவன் மாபதாவோட மகன் கூட சொஃபியா டவுன் பக்கமா ஓடுறதக் கண்டேன். உனக்குத் தெரியுமா? அங்கே ஏதோ பிரச்சினையாம். பஸ், காரெல்லாத்துக்கும் கல்லால அடிக்கிறாங்களாம். பிரதான தெருவுல, வயசான ஒருத்தர, டவுன்ல இருந்து வந்த பஸ்ஸொண்ணு மோதிடுச்சுன்னு நான் கேள்விப்பட்டேன். அங்கிருக்குறவங்க அதனாலதான் பஸ்களுக்கு கல்லடிக்குறாங்களாம்.''

மாஸெலோ தனது பேச்சை நிறுத்தும் முன்பே மரியா இயன்றளவு வேகத்தோடு சொஃபியா டவுன் இருந்த திசையில் ஓடத்

தொடங்கினாள். அவளது முழு உடலும் அச்சத்தினால் வரண்டு போயிருந்தது. அவள் ஓடினாள். விழுந்தாள். மீண்டும் எழுந்து ஓடினாள். ஒவ்வொரு தடவையும் போய்ட்கியின் பெயரைச் சொல்லிக் கத்த அவள் மறக்கவில்லை.

சொஃபியா டவுனையும் நகரத்தின் மேற்கு எல்லையையும் அடையாளப்படுத்தும் வேலிக்கு சில யார்கள் தூரம் வரைக்குமுள்ள இடம் வரைக்கும் அவள் வந்தாள். கலவரத்தின் பயங்கரத்தை அவள் கண்டாள். ஓலங்கள், அலறல்கள், ஒப்பாரிகள் எல்லாத் திசைகளிலிருந்தும் கேட்டன. அனைத்துத் தரப்பு மக்களும் வீதி வழியே அங்குமிங்குமாக ஓடிக் கொண்டிருந்தார்கள்.

அருகாமையில் அமைந்திருந்த நிவ்லண்ட் காவல் நிலையத்தின் போலிஸ்காரர்கள், பரவிச் செல்லும் கூட்டத்தின் தலைக்கு மேலே துப்பாக்கி வேட்டுக்களைத் தீர்த்தனர். மரியா, சொஃபியா டவுனை எப்போதுமே ஒரு விதகோபத்தோடு பார்த்து வந்தவள். எனினும் இன்று சொஃபியா டவுனானது, யுத்தம் சூழ்ந்த நகரம். பிரதான வீதியிலும், ரயில் பாதைகளிலும் மக்கள் இறந்தோ, காயமுற்றோ வீழ்ந்து கிடந்தனர்.

சிறுமியொருத்தியினதும், சிறுவனொருவனதும் கைகளைப் பற்றிக்கொண்ட போலிஸ் அதிகாரி ஒருவன், நகரத்தின் எல்லை வேலியிலிருந்த இடைவெளியொன்றால் மேற்குப் பகுதிக்கு மாறிக் கடந்தான். அந்தச் சிறுவன் போய்ட்கி என்பது மரியாவுக்குப் புரிந்தது. மகிழ்ச்சியால் கத்தியபடி அவள் போலிஸ்காரனை நோக்கி ஓடிச் சென்றாள்.

"என்னோட பிள்ளையைக் காப்பாத்துங்க ... என்னோட பிள்ளையைக் காப்பாத்துங்க" என்று கத்தினாள்.

அக்கணத்தில் பாதுகாப்பான இடமொன்றிலிருந்து கொண்டு, கலவரத்தை வேடிக்கை பார்த்துக்கொண்டிருந்த பெண்களும், ஒரு கொலைகாரக் கும்பலும் உடனடியாக அங்கு வந்து போலிஸ் அதிகாரியைச் சூழ்ந்துகொண்டது.

"எங்க பிள்ளைக்கு நீ என்ன செய்யப் பார்க்குறே? நீ அரசாங்கத்தோட காவல் நாய்" என ஒருத்தி கத்தினாள். ஒரு கணத்துக்குப் பிறகு பெண்கள் அவன்மீது பாய்ந்து அவனைத் தாக்கவும், அவனது கபில வர்ணச் சீருடையைக் கிழிக்கவும், தமது கைகளுக்குள் ஒளித்து வைத்திருந்த கற்களால் அவனது தலையைத் தாக்கவும் தொடங்கினர். போலிஸ் அதிகாரி நிலத்தில் விழுந்ததும் எல்லோருமே உடனடியாகக் காணாமல் போயினர்.

மரியா போய்ட்கியைத் தன் பக்கம் இழுத்தபோது, அவளுக்கு போலிஸ் அதிகாரியின் முகத்தைக் காண நேர்ந்தது. அவளுக்குள் பாரிய அதிர்ச்சியொன்று சூழ்கொண்டது. அவளது உடலிலிருந்த தண்ணீர் மொத்தமும் ஒரேயடியாக அவளது விழியோரத்தில் திரண்டது.

அவள் வீட்டுக்குத் திரும்பி வரும்போது வேட்டுச் சத்தம் குறைந்திருந்தது. இடைக்கிடையே அமைதியைக் குலைத்தவாறு குண்டுகள் வெடிக்கும் ஓசை கேட்டது.

அன்றிரவு மரியாவும், போய்ட்கியும் எதுவும் உண்ணாமலேயே உறங்கச் சென்றார்கள். நீண்ட நேரமாக மரியாவுக்கு உறக்கம் வரவில்லை. தாழிடப்பட்டிருந்த அறைக்குள்ளிருந்து அவள் போலிஸ் வாகனங்களது ஓசையை செவிமடுத்துக்கொண்டிருந்தாள். இருள் சூழ்ந்த அறை மிகவும் பயங்கரமாக இருந்தது. வீழ்ந்து, குளிர்ந்து போயிருந்த போலிஸ் அதிகாரியின் உடல் திடீரென அவளுக்கு ஞாபகம் வந்தது. அவளது விழிகளிலிருந்து கண்ணீர் வழிந்தோடியது.

அன்று காலை, அந்தக் காவல்வீரன் உயிரோடு இருந்திருந்தான். அவன், அவளது அறைக்குள் நுழைந்து மதுபான போத்தலை மறைத்து வைக்கும்படி உத்தரவிட்டிருந்தான். அவன், அவளைக் கொண்டுசென்றிருந்தால் என்ன நடந்திருக்கும்? மேற்கு நகரத்தினதும் சொஃபியா டவுனினதும் எல்லை வேலிக்கருகில் பாதுகாப்பற்றிருந்த அவனது சடலத்தின் வெளிறிய இளம் வதனம் அவளது நினைவில் வராதிருந்திருக்கும்.

போய்-போய் எனப்படுபவன்

(தென்னாபிரிக்கா - காஸே மொட்ஸிசி)

களவாக மதுபானக் கடையொன்றை நடத்திவந்த எஸ்தர் ஒரு விபச்சாரியாகவும் இருந்தாள். அவளது மகன் போய்-போய் இடது காலில் ஒரு குறையுடனே பிறந்திருந்தான். ஆயினும் கூட, பத்து வயதாகும்போதே தனது வாழ்க்கையைக் கொண்டுசெல்ல போய்-போய் பணம் உழைக்க ஆரம்பித்திருந்தான். அவன், நகரத்தில் பத்திரிகை விற்பதில் ஈடுபட்டிருந்தான். தேனீயைப் போல பணத்தைச் சேமித்து ஒளித்து வைத்திருந்த அவனுக்கு ஒரு வருடத்துக்குப் பிறகு நீளக் காற்சட்டையும், காற்று ஊடுருவாத பல வர்ண ஆடைகளையும் வாங்கிக்கொள்ள முடிந்தது. நீண்ட காற்சட்டையும், பல வர்ணங்களிலான மேற்சட்டையும் அணிந்து, ஊன்றுகோலின் துணையுடன் நடமாடும் அவனுக்கு, தான் ஒரு பெரிய மனிதனாகியிருப்பது போன்ற உணர்வு தோன்றியது.

எஸ்தர் தனது புதல்வன் குறித்து பெருமைப்பட்டாள். தனது ஒன்பது வயதில் போய்-போய் பள்ளிக்கூடப் படிப்பை நிறுத்திவிட்ட போதிலும் அவள் அதற்காகக் கவலைப்படவில்லை. ஏனெனில், அறிவைத் தேடிச் செல்லாமலேயே தனது மகனுக்கு வெற்றிகரமான வாழ்க்கையொன்றைக் கொண்டுசெல்ல முடியுமென அவள் நம்பினாள்.

காலம் செல்லச் செல்ல போய்-போய் மனநிலை பாதிக்கப்பட்ட ஒருவனின் நிலைக்கு ஆளானான். தனது மகன் குறித்து எஸ்தருக்குள் இருந்த பெருமையெல்லாம் படிப்படியாகக் குறையத் தொடங்கியது. அவள் தனது மகனைக் குறித்து சந்தேகப்பட ஆரம்பித்தாள்.

''மாஸேலோ, என்னோட பையன் முட்டாள்தனமான கேள்விகள் நிறையக் கேட்டுக் கேட்டு என்னைத் தொந்தரவு பண்றான். அவனோட தலைக்குள்ள என்ன புகுந்திருக்குன்னு எனக்குப் புரியல''

எஸ்தர் தனது அயல்வாசிப் பெண்ணொருத்தியிடம் கூறினாள். எஸ்தர் மிகவும் கவலைக்குள்ளாகியிருப்பதை அறிந்த மாஸேலோ அவளைத் தேற்ற முயற்சித்தாள்.

''இந்த வயசுல எல்லாப் பசங்களுமே இப்படித்தான். போய்-போய் பற்றி சொல்ல இருப்பதுவும் அவ்வளவுதான். என்னுடைய பசங்களைப் பற்றி சொல்ல இருப்பதும் அவ்வளவுதான்'' என அவள் மிருதுவாகக் கூறினாள்.

''அம்மா''

''சொல்லு போய்-போய்?''

''அம்மாவுக்குத் தெரியுமா? ஜோஹன்னர்ஸ்பர்க் ஸ்டேஷனிலிருக்குற படிக்கட்டுக்கள் ஓடுமாம்.''

''ஆமாம். அது 'உண்ஞிச்திச்ஞணிஞூ - அசையும் படிக்கட்டுக்கள்' என்று அழைக்கப்படுது.''

என எஸ்தர் விளக்கினாள். அவளைச் சந்திக்க வரும் அநேகமான வாடிக்கையாளர்கள் அவளுக்கு அந்தச் சொல்லைச் சொல்லிக்கொடுத்திருந்தனர். சிலவேளை அந்தச் சொல்லை சொல்லிக் கொடுத்தது மெற்றிக் பரீட்சைக்குத் தோற்றவிருக்கும், மார்பில் மயிரடர்ந்த இள வயது மாணவனாக இருக்கலாம் என ஞாபகங்களைக் குடைந்தபடி யோசித்தாள்.

''கீழே போகும் படிக்கட்டுகளும் தனியாக இருக்கு''

''ஆனா, நான் முன்னாடி சொன்ன படிக்கட்டுகள் எப்பவும் மேலேயே போகுதாம். எனக்கு மேலே போற படிக்கட்டில் ஏறி கீழே போக முடியாதா?''

''எனக்குத் தெரியல''

''அம்மா முயற்சித்துப் பார்த்திருக்கியா?''

''எனக்குத் தெரியாது. வாயை மூடிட்டிரு''

''நான் முயற்சித்துப் பார்க்கப்போறேன்''

போய்-போய் மேலே செல்லும் படிக்கட்டு நெடுகவும் கீழே இறங்க முயற்சித்ததோடு அது சாத்தியமான ஒரு செயல்தானென அறிந்துகொண்டதில் அதிகபூரிப்புக்குள்ளானான். ஒருபுறம் மாத்திரமே வாகனங்கள் செல்லவேண்டிய பாதையில் வெற்றிகரமாக எதிர்ப்புறத்தில் வாகனத்தை ஓட்டிய சாரதிக்கு ஏற்படும் உற்சாகம் போய்-போய்க்குள்ளும் ஏற்பட்டது.

''அம்மா, எங்களுக்கு போலிஸ்காரன்கள் எதுக்கு?''

''எங்களுக்கு போலிஸ்காரன்கள் மட்டுமில்ல. போலிஸ்காரிகளும் இருக்கிறாங்க''

எஸ்தர் தனது மகனின் அடுத்த கேள்வியை எதிர்பார்த்தபடி கூறினாள்.

''எங்களுக்கு அவங்க எல்லாம் எதுக்கு?''

''மனுஷங்களக் கைது செய்ய''

''நான் போலிஸ்காரனாகப் போறேன்''

போய்-போய் கைவிலங்குச் சோடியொன்றையும் போலிஸ் விசிலொன்றையும் கண்டெடுத்தான். அவற்றை எங்கு, யாரிடமிருந்து பெற்றுக்கொண்டானென்பது பரம ரகசியமாக இருந்தது. போலிஸ்

விசிலை ஊதுவதன் மூலம் போய்-போய் எவ்வளவு திருப்தியடைந்தான்?! அவ்வாறே அந்த ஓசையைக் கேட்டு எஸ்தர் எவ்வளவு திகிலடைந்தாள்?!

''நான் போலிஸ்காரன். குசினியில் கள்ளச்சாராயம் குடிக்கிற மனுஷங்களை நான் கைது செய்யப் போறேன்''

போய்-போய் தனது கண்களிலிருந்து கடமையின் ஒளியைச் சிந்தியவாறு எஸ்தரிடம் கூறினான்.

''நான் உங்களைக் கைது செய்யப் போறேன்''

தனது பாத்திரத்தில் மதுபானத்தை அருந்தியபடி, நரைத்த தலையுடனிருந்த ஒருவரிடம் சென்ற போய்-போய் கூறினான்.

''சரி. கைது செய்''

சிறுவனை மகிழ்விக்கும் எண்ணத்தில் வயதான அம்மனிதர் கூறினார். அத்தோடு தனது இரு கரங்களையும் நீட்டினார். கை விலங்குகளேறின.

அதற்கு இரண்டு மணித்தியாலங்களுக்குப் பிறகும் கை விலங்குகளை அகற்றுமாறு போய்-போயிடம் கெஞ்சிக் கொண்டிருந்த தலை நரைத்த மனிதரைக் காணக்கூடியதாக இருந்தது. முதல்தடவையே போய்-போய் அதற்கு ஐந்து சிலிங் காசுகள் கேட்டிருந்தான். இப்பொழுது திரும்பவும் அதையே கேட்டான். தலை நரைத்த மனிதர் கோபத்துக்குள்ளானார்.

''நீ இதைக் கழற்றலன்னா நான் உனக்குக் காலால ...''

அவர் வாக்கியத்தை முடிக்கும் முன்பே போய்-போய் தனது ஊன்றுகோலினால் அவரது நரைத்த தலையைத் தாக்கினான். ''எஸ்தர் ...'' என அவர் ஓலமிட்டார். அவரது கண்களிலிருந்து கண்ணீர் பெருக்கெடுத்தது. தலையிலிருந்து சில இரத்தத் துளிகள் சிந்தின.

தலை நரைத்த மனிதன் தர வேண்டிய பணத்தை எஸ்தர் கொடுத்தாள். கை விலங்குகள் அகற்றப்பட்டன.

"நானொரு போலிஸ்காரன்" எனக் கத்தியபடி போய்-போய் வீட்டிலிருந்து தெருவுக்கு ஓடினான்.

"நான் இனி ஒருநாளும் இந்த வீட்டுக்குக் குடிக்க வரமாட்டேன்" என தலை நரைத்த மனிதன் கூறிச் சென்றார்.

அதற்குப் பிறகு காலக்கிரமத்தில் எஸ்தரின் மதுபான வாடிக்கையாளர்களது எண்ணிக்கை குறையத் தொடங்கியது. அவளது ஆண் நண்பர்களது வருகையும் படிப்படியாகக் குறைந்தது. போய்-போயின் நடவடிக்கைகளே அதற்குக் காரணமாக அமைந்தது. நள்ளிரவில் படுக்கையறைக்கு ஓடிவரும் போய்-போய், எஸ்தருக்கருகில் படுத்துக் கொண்டிருக்கும் நபர் யாராக இருந்தாலும் அவரைத் தனது ஊன்றுகோலால் தாக்கினான்.

"இந்த வீட்டுல தேவைக்கும் அதிகமாக பூச்சிகள் இருக்கு" என ஒரு நாள் போய்-போய் தனது தாயிடம் கூறினான். எஸ்தர் பதிலளிக்கவில்லை. தனது மகன் நொண்டியவாறே வீட்டிலிருந்து வெளியேறிப் போவதைக் கவலையுடன் பார்த்துக்கொண்டிருந்தாள்.

சில நிமிடங்களுக்குப் பிறகு ஒரு டசினளவு தீப்பெட்டிகளை வாங்கி எடுத்துக்கொண்டு போய்-போய் திரும்ப வந்தான். பலகை வாங்கொன்றில் அமர்ந்துகொண்ட அவன் தீப்பெட்டியொன்றைத் திறந்து தீக்குச்சியொன்றை வெளியே எடுத்தான். அதை எரித்த அவன் அதிலிருந்து எழுந்த நெருப்பைப் பார்த்துச் சிரித்தான். தீக்குச்சிகள் தீரும்வரைக்கும் அவன் அக்காரியத்தையே தொடர்ந்தபடி இருந்தான். அது முடிந்ததும் அடுத்த தீப்பெட்டியை எடுத்தான். சற்று நேரத்தில் பன்னிரண்டு தீப்பெட்டிகளும் காலியாகி இருந்தன.

"இப்ப என்கிட்ட பன்னிரண்டு சவப்பெட்டிகள் இருக்கு"

வெற்றுத் தீப்பெட்டிகளை ஆவலோடு பார்த்தவாறு போய்-போய் மேலும் கூறினான்.

"நான் இன்னிக்கு பன்னிரண்டு பூச்சிகளைப் பிடிச்சு கொன்னு பார்க்கப் போறேன்"

அன்று பன்னிரண்டு பூச்சிகள் கொன்று புதைக்கப்பட்டன.

மறுநாள் பலகைத் துண்டுகளையும், ஆணிகளையும் கொண்டு ஏதோ செய்துகொண்டிருந்த மகனை எஸ்தர் கண்டாள். அவனுடன் கதைக்க விரும்பாவிட்டாலும் கூட, அவன் அப்பொழுது மிகவும் மகிழ்ச்சியான மனநிலையில் இருந்தான் என்பதால் அவளால் கதைக்காமலிருக்க முடியவில்லை. அவள் தனது மகன் செய்து கொண்டிருக்கும் வேலை குறித்து விசாரித்தாள்.

"நான் டொப்ஸிக்கு ஒரு சவப்பெட்டி செய்றேன்"

டொப்ஸி, அக்குடும்பத்தின் செல்லப் பிராணியான நாய்க்குட்டி. வார்த்தைகளால் விபரிக்க முடியாதளவு பீதியோடு எஸ்தர் வினவினாள்.

"ஆனா நாய்க்குட்டிதான் செத்துப் போகலையே?!"

"அது செத்துப்போன மாதிரி நேத்து ராத்திரி ஒரு கனவு கண்டேன்"

அவளுக்கு ஆறுதலாக இருந்தது.

"அது ஒரு கெட்ட கனவு. அது இன்னும் சாகல"

டக்.. டக்.. டக்.. சுத்தியலின் ஓசை தொடர்ந்தும் கேட்டது.

"அப்படீன்னா நான் அதைக் கொல்லணும். நான் இந்தப் பெட்டியில அதைப் போட்டுப் புதைக்கணும்"

எஸ்தர் நாயைத் தேடிக் களைத்தாள்.

"டொப்ஸி ... டொப்ஸி ... டொப்ஸி ... டொப்ஸி ... டொப்ஸி"

ஒருவாறு நாயைக் கண்டுபிடித்த எஸ்தர், அதனைப் பாதுகாக்க வேண்டி அலெக்ஸாண்ட்ரியாவிலிருந்த தனது மாமா ஒருவரின் வீட்டுக்கு அதனை எடுத்துச் சென்று அங்கு விட்டு வந்தாள்.

அவள் திரும்பவும் தனது வீட்டுக்கு வரும்போது இரவு ஒன்பது மணியிருக்கும். கதவு மூடித் தாழிடப்பட்டிருந்தது. அவள் கதவைத் தட்டினாள். ஜன்னல் வழியே பார்த்து போய்-போய் கத்தினான்.

"இது என்னோட வீடு.. போயிடு"

"போய்-போய் இது நான். உன்னோட அம்மாடா"

"போ ... போயிடு ... என்னோட அம்மா இன்னும் பிறக்கவேயில்ல"

இரவின் பாடல்

(தென்னாபிரிக்கா - அலெக்ஸ் லா குமா)

ஜன்னலினருகே மூவர் அமர்ந்திருந்தனர். அம்மாலை நேரத்தில் குளிர்பானக் கடை உரிமையாளரின் தலை சற்று அமைதியாக இருந்தது. கடையின் முரட்டு சேவகன், பீர் சிந்தியிருந்த மேசையைத் துடைத்துக்கொண்டிருந்தான். கடையின் மூலையில் ஒல்லியான மனிதனொருவன், யாருமற்ற பள்ளியில் தனியாகப் பிரார்த்திக் கொண்டிருக்கும் ஒருவனைப்போல தனது குவளையிலிருந்த பானத்தை மெதுவாக அருந்திக்கொண்டிருந்தான். பாதையின் மறுபுறத்தில் எங்கோ ஓரிடத்தில் யாரோ ஒருவர் பியானோவொன்றை இசைத்துக்கொண்டிருப்பது கேட்டது. ஒரு மேசையைச் சுற்றி அமர்ந்திருந்த மூவர் பீர் அருந்தியபடி மெல்லிய குரலில் கதைத்துக்கொண்டிருந்தனர்.

"அது இலகு. ப்ரோக் வெளியேயிருந்து கண்காணிச்சிட்டுருப்பான். நீயும், ஹெரியும், நானும் உள்ளே போய் காவல்காரனைத் தாக்குவோம். நீ கேட்டுட்டிருக்கேல்ல?" என மூஸ் கேட்டான்.

ஹெரி வீதியின் மறுபுறத்திலிருந்து கேட்கும் பியானோ இசையைச் செவிமடுத்துக்கொண்டிருந்தான். மிருதுவான பாத்திரத்தில் நீர்த் துளியானது, மெதுவாக வழுக்கிச் செல்வதைப்போல, திறந்திருந்த ஜன்னலின் வழியே இசை மிதந்து வந்து கொண்டிருந்தது.

அலங்காரங்களுடன் சோடிக்கப்பட்டிருக்கும் மத்தளங்கள் பலவற்றிலிருந்தும் எழும் ஓசைகள் ஒன்றாகக் கேட்பது போல, இப்பொழுது சங்கீதம் பலத்து ஒலித்துக்கொண்டிருந்தது. கடலில் அலையானது மேலும் கீழுமாய்ப் பாய்வதுபோல இப்பொழுது ராகமானது மேலும் கீழுமாய்ப் பாய்ந்துகொண்டிருந்தது.

''கடவுளே ... என்னவொரு அருமையான சங்கீதம்'' படிப்படியாகக் குறைந்து செல்லும் இசையைச் செவிமடுத்தபடி ஹெரி கூறினான்.

''உங்க காதுகளுக்கு என்னாச்சு? செத்துடுச்சா?''

''சங்கீதம்? சும்மா ஒரு பயங்கர சத்தம். ஆடுறதுக்குப் பொருத்தமான இசை பத்தி மட்டும் என்கிட்ட எப்ப வேணும்னாலும் சொல்லு'' என கண்ணாடிக் குவளையைத் தனது வாயருகே கொண்டு சென்றவாறு கூறி அக் கேள்வியைத் தவிர்த்தான் மூஸ்.

''இங்க பாருங்க. நாங்க இப்ப நம்ம திட்டத்தைப் பற்றிக் கதைப்போம்''

''எனக்குத் தெரியும் ... எனக்குத் தெரியும் ... ப்ரோக் வெளியேயிருந்து கண்காணிப்பான். நாங்க உள்ளே போய் காவல்காரனைப் பிடிச்சுக்குவோம். நாம எத்தனை மணிக்குச் சந்திச்சுக்குறது?''

''ஒன்பது மணிக்கு ... நான் ப்ரோக்கைக் கூட்டிட்டு வர்றேன். நாங்க ரெண்டு பேரும் மாடர்னுக்கு வெளியே உன்னைச் சந்திக்குறோம்'' என மூஸ் பதிலளித்தான்.

''நமக்கு எவ்வளவு கிடைக்கும்னு நீ நினைக்குறே?'' எனத் தனது குவளையிலிருந்து சிறிது பீரைப் பருகியபடி ப்ரோக் கேட்டான். பியானோ இசை மீண்டும் ஒலிக்க ஆரம்பித்தது. சங்கீதம் வெட்கத்தோடு அக்குளிர்பானக் கடைக்குள்ளே எட்டிப்பார்த்தது.

''நூற்றி நாற்பது, நூற்றம்பது போல'' என்றான் மூஸ்.

சங்கீத ஓசை கேட்ட போதும் அவன் அதற்குச் செவிமடுக்கவில்லை. ஹெரி மட்டும் தொடர்ந்தும் செவிமடுத்துக் கொண்டிருந்தான். தனது பீரை மெதுமெதுவாக அருந்திய ஹெரி, இசையை ரசிக்க மனதுக்கு இடமளித்தான். மென்மையாக, சங்கீத ஸ்வரங்கள் முழுமையாக அவனுக்குள் பிரவேசித்தன. அவனுக்குள் புதுவிதமான உணர்வொன்றை உணர்ந்தான். எனினும் அந்த உணர்வைப் புரிந்துகொள்ள அவன் முயற்சிக்கவில்லை. தொடர்ந்தும் இசையைச் செவிமடுத்துக்கொண்டேயிருந்தான்.

ஹெரி, அந்தப் பாடலை மிக மெதுவாகப் பாடிப் பார்க்க முயற்சித்தான். மிகப் பெறுமதியான பாதணிகளால் தெருநாயொன்றை அடித்துத் துரத்துவதுபோல அந்த முயற்சியிருந்தது. உடனே தனது பாடலைக் கைவிட்டவன், தொடர்ந்தும் இசையைச் செவிமடுத்தான். பியானோ இசையானது, அச்சூழலை அதிரச் செய்தவாறு அதிகரித்து திரும்பவும் கீழிறங்கியது. தெருவில் மோட்டார் வாகனமொன்று பயணிக்கும்போது இசையானது ஒரு கணம் மறைந்துவிட்டு, உதித்த கண்ணீர்த் துளிகள் கீழே விழுவதைப்போல மீண்டும் தோன்றும். அது சொபினின் இரண்டாம் இலக்க இரவின் பாடல். எனினும் அதைப் பற்றி ஹெரி அறிந்திருக்கவில்லை.

மூஸும் ப்ரோக்கும் வேறு கதைகளில் ஆழ்ந்திருந்தனர். அதற்கூடாக பியானோவிலிருந்து பல விதமான இசைகள் பாய்ந்து வந்துகொண்டிருந்தன. தடித்த கயிற்றினால் கட்டப்பட்டது போல, இசையின் கவர்ந்திழுக்கும் சக்தியால் ஹெரி முழுமையாக வசியப்பட்டிருந்தான். இசையின் ராகம் அவனைக் கண்மூடி ரசிக்கும்படி செய்திருந்தது. ஒருபோதும் களைப்பை உணரச் செய்யாத சிறந்த சங்கீதம். லிஸ்ட்டின் ஹங்கேரியன் புதிய புனைவு, டடாய் கொவெஸ்கியின் பிரிவுப் பாடல்கள் ஆகியவை அமைதியாக கண்ணீர் உகுக்கத் தொடங்கியிருந்தன. பித்தோவனின் இசைக் கோர்வை அந்தகாரத்தினுள்ளே பாய்ந்துகொண்டிருந்தது. ஸ்பானிய

ஆடல்களினால் பூமி அதிரத் தொடங்கியிருந்தது. ஸூபர்டிக் காதலனுக்காகப் பாடும் பாடல், அறியாத காதலனொருவனை இருண்ட அறைக்குள்ளே வரும்படி அழைப்பு விடுப்பதைப் போன்றிருந்தது. சந்திரலோகத்திலிருந்து ஒளியை ஏந்தியபடி, புற்களின் மீது காலடியெடுத்து வைக்கும் குழந்தைகளைப்போல மீண்டும் இரவின் பாடல் ஆரம்பமானது.

மாலை ஆறு மணியாகும் போது வரப் போகும் கூட்டத்தைப் பற்றி எண்ணிய குளிர்பான சாலை உரிமையாளரின் தலை பூரித்திருந்தது. அதிகரித்து வரும் குரல்களின் ஓசையால் இசை மறைந்துபோனது. கதிரையிலிருந்து எழுந்துகொண்ட ஹெரி கடைக்குள் தன்பாட்டில் நடந்தான். அவனை இதுவரை கட்டி வைத்திருந்த மாய வலை உடைந்துபோயிருந்தது. அவன் பற்களைக் கடித்தவாறு இசை ராகத்தை ஞாபகப்படுத்திக்கொள்ள முயற்சித்தான். எனினும் அவனது மனது அந்தளவு சாந்தமானதாக இருக்கவில்லை.

அவன் பாதி பீரை எடுத்துக்கொண்டான். தனது ஞாபகத்தைப் புதுப்பித்துக்கொள்ள முயற்சித்தவாறு, ஈர மேசையொன்றின் மீது சாய்ந்து நின்றவாறு அமைதியாகப் பீரைப் பருகினான். அவனைச் சூழவிருந்த அனைவரும் சூரியனுக்குக் கீழேயிருந்த அனைத்தையும் பற்றிக் கதைத்துக்கொண்டிருந்தனர். குதிரைப் பந்தயங்கள், அரசியல், பெண்கள், மது, திரைப்படங்கள், மதங்கள் அனைத்தைக் குறித்தும் கலந்துரையாடிக்கொண்டிருந்தனர். பழைய ஆடையை அணிந்திருந்த அழுக்கு மனிதனொருவன் பல்வேறு மலிவு உணவுப் பண்டங்களை விற்றபடி உள்ளே நுழைந்ததும், குளிர்பானக் கடையின் ஒரு மூலையில் கலகமொன்று ஆரம்பித்தது. சில நிமிடங்களுக்குப் பிறகு அது பெரும் சத்தமாக மாறியது. கடையின் உரிமையாளர் வந்து தடுத்து நிறுத்தும்வரை அந்தச் சண்டை தொடர்ந்தபடியிருந்தது.

யாரோ ஹரியின் தோளைத் தொட்டதும், அவன் தலையைத் திருப்பிப் பார்த்தான். அது மூஸ் அன்றி வேறு யாருமல்ல.

"ஒன்பது மணிக்கு. மறந்துடாத"

"சரி சரி ... பிறகு சந்திப்போம்"

மூஸூம் ப்ரோக்கும் வெளியே செல்வதை ஹெரி கவனிக்கவில்லை. பீரைக் குடித்து முடித்தவன், கடையின் கூட்டத்திலிருந்து தப்பி கதவைத் தள்ளியவாறு தெருவிலிறங்கினான். அவன் வெளியே ஒரு கணம் நின்றான். இருள் படிப்படியாக அதிகரித்துக்கொண்டிருந்தது. தெரு விளக்குகள் எரிந்துகொண்டிருந்தன. வீதியின் மறுபுறத்திலிருந்து பியானோ இசை இன்னும் கேட்டுக்கொண்டிருந்தது. ஹெரி குளிர்பான சாலையிலிருந்து வெளியே வந்திருந்ததால் இசையின் நாதம் சற்று பலமாகக் கேட்டது. அச்சங்கீதமானது, குறுக்குத் தெருவிலிருந்த வீட்டு வரிசையில் அமைந்திருந்த பழைய கட்டிடமொன்றுக்குள்ளிருந்து உதித்து வந்துகொண்டிருந்தது.

ஒரு கணம் நின்று செவிமடுத்தவன், பிறகு தெருவின் ஓரமாக மெதுவாக நடந்து சென்று, தூரத்திலிருந்து அந்த வீட்டை உற்று நோக்கினான். பூனையொன்று புதிய உணவொன்றின் வாசனையை மோப்பம் பிடித்துச் செல்வது போல ஹெரி சங்கீதத்தால் வசப்பட்டு அத்திசையை நோக்கி இழுபட்டுச் சென்றான்.

கவலை மிகுந்த முகங்களுடனான அழுக்கு மனிதர்கள் வாசல்களருகே அமர்ந்திருந்தனர். சரியாகச் சொன்னால் புராதன பள்ளிகளிலிருக்கும் உடைந்த கற்சிலைகளைப் போன்றவர்கள். அவர்களது மெலிந்த, பலவீனமான குழந்தைகள் பலகைத் துப்பாக்கிகளால் வேட்டு வைத்து விளையாடிக்கொண்டிருக்கையில், அவர்கள் சோம்பலாகக் கதைத்துக்கொண்டிருந்தனர்.

இசையின் ராகம் திரும்பவும் ஹெரியின் இதயத்தைக் கட்டிப்போட்டது. அது பழைய கட்டடமொன்றின் முதல் மாடியில் திறந்திருந்த ஜன்னலினூடே கசிந்துகொண்டிருந்தது. பாலைவன மணலின் மீது குளிர்பானத்தை ஊற்றுவது போல, ஜன்னலிலிருந்து

இசை பாய்ந்துகொண்டிருந்தது. மனதைப் பலப்படுத்திக்கொண்ட ஹெரி கட்டடத்தினுள்ளே மெதுவாகச் சென்றான். அக்கட்டடம் இருளில் மூழ்கியிருந்தது. அதற்குள் சவர்க்கார நீரினதும், பழைய உணவுகளினதும் நாற்றத்தை உணர்ந்தான். மேல் மாடியிலிருந்து கசிந்த இசையானது, புகை படிந்த கூரையின் இருட்டு மூலைகளில் மோதி, பழைய படிக்கட்டுகளினூடே கீழேயிறங்கி வந்துகொண்டிருந்தது. அவன் படிக்கட்டில் மெதுவாக ஏறினான். ராவெல்லின் பொலேரோ பாடல் அவனுடன் கைகோர்த்து மேலே வந்தது.

கதவுக்கு வெளியே அவன் நின்றுகொண்டிருந்தான். அச்சத்தினால் அவனுக்குள்ளே படபடப்பு தோன்றியதெனினும் இசையால் அவன் வசப்பட்டிருந்தான். பொலேரோ பாடல் முடிந்து, மத்தளங்களால் எழுந்த பேரோசை நின்று விடும்வரைக்கும் அவன் செவிமடுத்துக்கொண்டிருந்தான். திரும்பவும் இசை ஆரம்பித்தது. நதியோரத்தில் ஏகாந்தத்திலிருக்கும் மரங்களையும் புற்களையும் போல, சலனமற்ற நீரின் மீது விழும் நிலவொளியைப் போல, காதலைக் கேட்டு யாசித்து அழுபவனைப்போல இசையானது மீண்டும் மிதந்து வர ஆரம்பித்ததும், அவன் வாசல் கதவின் பிடியில் கை வைத்துத் திருகினான்.

சிறிய மலையொன்றின் உச்சியிலிருந்து பெருக்கெடுத்துப் பாய்ந்து வரும் நீர் வீழ்ச்சியொன்று, சடுதியாக வற்றிப் போனதைப் போல இசையும் மறைந்துபோயிற்று. பியானோவுக்கு முன்பாக அமர்ந்திருந்த இளம்பெண் திகைத்துப் போய் அவனைப் பார்த்தாள்.

"நீங்க பயப்பட்டிருப்பதைப் பார்க்க எனக்குக் கவலையாயிருக்கு. தெருவோட எதிர்புறத்துலருந்தே நான் உங்க இசையைக் கேட்டுட்டேயிருந்தேன். அருமையான, நிஜமான சங்கீதம்" என திறந்துகொண்ட கதவைப் பிடித்தவாறே கூறினான்.

"நன்றி. உங்களுக்கு அது பிடிச்சிருக்கா?"

"சங்கீதம் பற்றி எனக்கு எதுவுமே தெரியாது. ஆனா அந்த இசை அருமை"

"வேணும்னா உள்ளே வந்து உட்கார்ந்து கேளுங்கம சுற்றியிருக்குற நிறையப் பேர் இங்க இசை கேட்க வருவாங்க" என்றாள் அவள்.

"நன்றி மேடம்"

பள்ளியில் தேநீர் விருந்துக்கு வரும் சிறுவனைப்போல மெதுவாக அவன் உள்ளே நுழைந்தான். தனது சுவாசத்தில் பீரின் வாசனை வருவதாக திடீரென அவன் உணர்ந்தான். ஒரு கதிரையில் அமர்ந்துகொண்டான்.

அறை நேர்த்தியாக இருந்தது. தூசியற்று மிளிர்ந்தது. சிறிய மேசை, அழகான சின்னச் சின்ன உபகரணங்களால் அலங்கரிக்கப்பட்டிருந்தது. சுவர் முழுவதும் விக்டோரியா மகாராணியின் புகைப்படமொன்றும், ஒரு திருமணப் புகைப்படமும், தேவ ரூபங்களும் பதிக்கப்பட்டிருந்தன. அந்த அறையிலிருந்து அடுத்த அறைக்குச் செல்லும் வழி தென்பட்டது. பெறுமதி மிக்க பூனையொன்று, சேறு நிறைந்த ஓடையில் நீந்துவதைப்போல அழுக்குத் தெருவுக்கு எதிராக இச்சிறிய அறை போராடிக்கொண்டிருப்பதாகத் தோன்றியது.

"பியானோ இசைக்க நீங்களாகவே கத்துக்கிட்டீங்களா?" சத்தமாகக் கதைக்கப் பயந்தவனைப் போல மெதுவாகக் கேட்டான்.

"ஐயோ இல்ல. நான் பள்ளியில படிச்சேன்"

"இதனால உங்களுக்கு என்ன கிடைக்கும்? பணமா?"

"காசுங்குறது எல்லாமும் இல்லல்ல?! ஆட்கள் இங்க வந்து கேட்டு ரசிப்பாங்க" எனக் கூறியபடி அவனைப் பார்த்துப் புன்னகைத்தவளின் விரல்கள் பியானோ மீது ஓடிச் சென்றன. அவளது முகம் திடீரென இருண்டு போயிருந்தது.

"நீங்க என்ன பாடலை இசைப்பதைக் கேட்க விரும்புறீங்க?"

''நான் வரும்போது இசைச்சிட்டிருந்தீங்களே ... அது நல்லாயிருக்கும்'' என இருமியவாறே ஹெரி கூறினான்.

நிலவுலகப் பாடல் மீண்டும் ஆரம்பித்தது. அப்பாடல் அவர்கள் மீது மெல்லிய தூறல் மழையைப்போலப் பெய்தது. அவன் அமைதியாக அமர்ந்திருந்து கேட்டான். நிம்மதியாக உணர்ந்தான். மனதினுள்ளிருந்த படபடப்பு காணாமல் போயிருந்தது. அவன் கதிரையில் சிலையாகச் சமைந்திருந்தான்.

''இந்த மாதிரி சங்கீதத்தக் கேட்குற அதிர்ஷ்டம் எனக்கு எப்பவுமே கிடைச்சதில்ல'' என இசை முடிந்த உடனேயே அவன் கூறினான். தொடர்ந்து, ''காசிருக்குறவங்க நகர மண்டபத்துக்கு இசை கேட்கப் போவாங்க'' எனக் கைக்குட்டையால் வாயைத் துடைத்தபடி கூறினான்.

''நீங்க வாசித்த இன்னுமொரு இசை எனக்குக் கேட்டது. அதையும் வாசிங்க'' என்றவன் தனது வாயால் அந்த இசையைப் பாடிக்காட்ட முயற்சித்தான். அவள் அதைக் கேட்டுக்கொண்டிருந்தாள். அவன் மீண்டும் முயற்சித்தான். அப்போது அதனைச் சற்று நன்றாகக் கேட்க முடிந்தது. பிறகு தனது முயற்சியைக் கைவிட்ட அவன் வெட்கத்தோடு தலையசைத்துப் புன்னகைத்தான்.

''நீங்க சொல்றது சொப்பினுடைய இரவின் பாடல்''

அவனது குரலில் அப்பாடலை அடையாளம் கண்டுகொண்டவள், அவளது விரல்களைத் திரும்பவும் பியானோவின் மீது நடனமாடச் செய்தாள். இசை மழை பொழியத் துவங்கியது.

''அந்தப் பாட்டுக்கு அப்படியா சொல்வீங்க?''

''ஆமா ... அப்படித்தான்''

அவன் கதிரையில் சாய்ந்தமர்ந்து, கண்களை மூடியபடி கேட்டு, தான் பாடும் ஓசை கேட்காதவாறு முணுமுணுத்தான். அவள் அந்தப் பாடலை இரண்டு தடவை இசைத்தாள். அவனது தலை அத்தோடு தாழ்ந்தது.

தொடர்ந்து மேசையின் மீதிருந்த அழகான பழைய கடிகாரத்தின் மீது அவனது பார்வை சென்றது. மூஸும் ப்ரோக்கும் தன்னை எதிர்பார்த்துக் காத்திருப்பது நினைவுக்கு வந்ததும் பதற்றத்துக்கு ஆளானான். உடனே எழுந்து நின்றவன் கூறினான்.

''நான் உங்களைத் தொடர்ந்தும் தொந்தரவு செய்யமாட்டேன். நான் இப்ப போகணும்''

''நீங்க ரசிச்சீங்களா?''

''ஆமா. நிஜமாவே எனக்குப் பிடிச்சிருந்துச்சு. ரொம்பப் பிடிச்சிருந்துச்சு. இன்னொரு நேரம் வர்றேன்''

''எப்ப வேணும்னாலும் வாங்க''

''சரி மேடம். உங்களுக்கு அதிர்ஷ்டம் வாய்க்கட்டும்''

''சங்கீதம் கேட்க வந்ததுக்கு நன்றி!''

அவன் மீண்டும் தெருவிலிறங்கி வேகமாக நடந்தான். வாசலருகே அமர்ந்திருந்தவர்களை இப்பொழுது காணக் கிடைக்கவில்லை. வறிய வீடுகளின் ஜன்னல்களினூடே மஞ்சள் நிற விளக்குகளின் ஒளிகள் தென்பட்டன. இடைக்கிடையே குழந்தைகளின் அழுகுரல்கள் கேட்டன. இளைஞர்கள் அங்குமிங்கும் நடந்துகொண்டிருந்தனர். காதலர்கள் இருள் மூலைகளில் மறைந்துகொள்ள முயற்சித்தனர்.

இடி இடித்து மின்னல் வெட்டியது. குண்டுத் தாக்குதலுக்குள்ளான பிரதேசம் போல அந்நகரம் நீண்டது. மூஸும் ப்ரோக்கும் கடையொன்றின் முன்னாலிருந்த வெளிச்சத்தின் கீழிருந்து புகைபிடித்தவாறு ஹெரியின் தாமதம் குறித்து பொறுமையற்றிருந்தனர்.

''எங்கிருந்தே? நாங்க இவ்வளவு நேரமாக் காத்துட்டிருக்கோம்'' எனக் கோபத்தோடு கேட்டான் மூஸ்.

''சரி சரி... நான் தான் வந்துட்டேன்ல''

"வா போலாம்"

அவர்கள் வீதி நெடுகே நடந்தனர். பியானோவை இசைத்த இளம்பெண் குறித்து ஹெரி இன்னும் சிந்தித்தபடியிருந்தான். அவனுக்கு அவளது பெயர்கூடத் தெரியாது. அவன் ஓசையெழுப்பாது அவளது இசையை ஞாபகப்படுத்திக் கொள்ள முயற்சித்தான். அவ்வாறான, பியானோ இசைக்கத் தெரிந்த ஒரு பெண்ணிருப்பதுவும் அதிர்ஷ்டம்தானென நினைத்துக்கொண்டான். அது சிறந்த அழகிய நினைவாகத் தோன்றியது.

திருமணம்

(செனகல் குடியரசு - மரியமா பா)

உங்களது துயரம் நிகழ்ந்து மூன்று வருடங்களுக்குப் பிறகுதான் எனது துயரம் நிகழ்ந்தது. ஆனால் உங்களுடையதைப் போன்றல்லாமல் எனது துயரம் தொடங்கியது என் புறத்திலிருந்தல்ல. துயரத்தைத் தொடக்கி வைத்தவர் எனது கணவர் மொடோவ்.

எனது மகள் டாபா அவளது பட்டப் படிப்புக்குத் தயாராகிக்கொண்டிருக்கையில், அவளது வகுப்புத் தோழிகள் அவளைத் தேடி அடிக்கடி எங்கள் வீட்டுக்கு வந்துகொண்டிருந்தனர். அவர்களுள் சற்று மெலிந்த, கூச்ச சுபாவமுடைய, அழகான தோற்றமுள்ள இளம்பெண்ணொருத்தியும் அடிக்கடி எமது வீட்டுக்கு வந்துபோனாள். சிறு பிராயத்தைத் தாண்டிய, எழில் மிக்க பருவப் பெண்ணாகத் திகழ்ந்த அவள் எப்போதுமே தூய்மையான ஆடைகளையே அணிந்திருந்தாள். நேர்த்தியான, பிரகாசமான, பேரெழிலொன்று அவளிடம் காணப்பட்டது. அவளது மார்புகளும், மெலிந்த இடைகளும் எவரையும் மனம்கவரச் செய்துவிடும்.

மொடோவ் அவளிடம் விஷேட கவனம் செலுத்துவதாக எனக்குத் தென்பட்டது. எனினும் நான் அதைப் பற்றி ஒருபோதும் கவலைப்படவில்லை. தாமதமாகும் சந்தர்ப்பங்களில் பினோடு எனும் பெயருடைய அப்பெண்ணை தனது வாகனத்தில் கூட்டிச் சென்று

அவளது வீட்டில் விட்டு வர அவர் அபிப்பிராயப்பட்ட சந்தர்ப்பங்களில் கூட நான் கவலைப்படவில்லை.

அப்போதுதான் பூக்கும் பூவையொத்த பினோடு, எப்போதும் மிகவும் விலை உயர்ந்த ஆடைகளை அணிந்திருந்தாள். அவள் சிரித்தவாறே எனது மகளிடம் இவ்வாறு விபரித்திருந்தாள்.

"கிழவனொருவனின் சட்டைப் பைக்குள் புகுந்து நான் இவ்வளவு பணத்தைத் தேடிக் கொண்டேன்."

பினோடு பாரதூரமான சிக்கலொன்றுக்கு முகம்கொடுத்துள்ளதாக ஒருநாள் கல்லூரியிலிருந்து வந்த டாபா என்னிடம் இரகசியமாகக் கூறினாள். அவளுக்குப் பெறுமதியான தைக்கப்பட்ட ஆடைகளை வாங்கித் தரும் அம் முதியவருக்கு, பினோடுவைத் திருமணம் செய்துகொள்ளத் தேவைப்பட்டது.

சற்று சிந்தித்துப் பாருங்கள். அந்தச் செல்வந்த முதியவருக்குத் திருமணம் செய்து கொடுப்பதற்காக பினோடுவை கல்லூரியிலிருந்து விலக்கிக்கொள்ள அவளது பெற்றோருக்கு அவசியமாக இருந்தது. ஆனால் அவளுக்குப் பட்டப் படிப்பைப் பூர்த்தி செய்து பட்டம் பெற இன்னும் சில மாதங்களே இருந்தன.

"மறுத்து விடும்படி அவளிடம் சொல்" என்று கூறினேன்.

"ஆனால் அந்த மனிதன் அவளுக்கு பெரிய வீடொன்று கொடுக்கிறார். அவளுடைய பெற்றோருக்கு மெகா மோட்டார் வாகனமொன்று, மாதாந்தக் கொடுப்பனவு, தங்க நகைகள் ..."

"ஆனா இவை எதுவும் இளமைக்கு ஈடாகாது"

"நானும் அப்படித்தான் நினைக்கிறேன். சம்மதிக்காதே என்று நான் பினோடுவிடம் கூறி விடுகிறேன். ஆனால் அவளது உம்மாவுக்கு, அவளது அழகைக் காட்டி எல்லாவற்றையும் பெற்றுக்கொள்வதே தேவையாக இருக்கிறது. சமையலறையில் அடுப்பின் உஷ்ணம் தாக்கி

அவளது அழகு குன்றி விடுமென்றே அவள் கவலைப்படுகிறாள். நான் வரைவதையெல்லாம் பார்த்து அவள் பொறாமைப்படுகிறாள்.''

''இதில் முக்கியமானது பினோடுதான். அவள் கீழ்ப்பட வேண்டியதில்லை.''

சில தினங்களுக்குப் பிறகு, அதிசயக்கத்தக்க தீர்மானமொன்றைப் பற்றிக் கூறியபடி டாபா உரையாடலை ஆரம்பித்தாள்.

''உம்மா, துரதிஷ்டவசமாக பினோடு அந்தக் கிழவனைத் திருமணம் செய்யப் போகிறாள். அவளது உம்மா நிறைய அழுதாளாம். அந்த மனிதன் வாக்குறுதியளித்திருக்கும் அழகான வீட்டில் முகிழ்ச்சியாக வாழும்படி அவள் மகளிடம் சொன்னாளாம். ஆகவே பினோடு சம்மதித்து விட்டாள்.''

''கல்யாணம் எப்போது?''

''வரும் ஞாயிற்றுக்கிழமை. ஆனால் வைபவம் ஒன்றும் இல்லை. பினோடு தனது தோழிகளின் கேலிக்கு ஆளாக விரும்பவில்லை.''

பினோடுவின் திருமண தின இரவு ஆரம்பிக்கும் நேரம், மொடோவின் சகோதரனான தம்ஸீர் அழகான ஆடைகளை அணிந்து எனது வீட்டுக்கு வருவதைக் கண்டேன். அவர் மாவுடோவோடு, எனது அயலில் வசிக்கும் இமாமையும் அழைத்து வந்திருந்தார். இவ்வளவு அழகாக ஆடையணிந்து இவர்கள் வருவது எங்கிருந்து?

மிகவும் முக்கியமான ஏதாவதொரு விடயத்துக்காக எனது கணவரான மொடோவைக் கூட்டிச்செல்லவே அவர்கள் வருவதாக உறுதியாக நான் எண்ணியிருந்தேன். காலையிலிருந்தே மொடோவைக் காணவில்லையென நான் அவர்களிடம் தெரிவித்தேன். வாசனைத் திரவியங்களால் பரவும் நறுமணத்தைப் பரப்பியபடி அவர்கள் புன்னகைத்தவாறிருந்தனர். நான் அவர்களுக்கு முன்னால் புன்னகையோடு அமர்ந்திருந்தேன்.

"எல்லாம் வல்ல இறைவன், இருவர்களுக்கிடையில் நுழைவதென்றால் அதை யாராலும் தடுக்க முடியாது" என்று இமாம் கூறினார்.

"ஆமாம்... ஆமாம்..." என மற்ற இருவரும் ஆமோதித்தனர்.

சற்று மௌனமாக இருந்துவிட்டு, அவர் நீண்ட மூச்செடுத்து தொடர்ந்தும் கதைத்தார்.

"இந்த உலகத்தில் எதுவும் புதிதில்லை"

"ஆமாம் ... ஆமாம் ..." தம்ஸீரும் மாவுடோவும் அதையும் ஆமோதித்தனர்.

"ஒருவர் மோசமான தகவலொன்றால் அதிகமான கவலையை உணரக்கூடும். இன்னுமொருவர் அதனை விட சற்றுக் குறைவாக உணரக்கூடும்"

இவர்கள் இந்த அனைத்து முன்னெச்சரிக்கைகளையும் கூறுவது, அடுத்து வரவிருக்கும் புயலைப் பற்றி அறிவிப்பதற்காகவா? அவ்வாறெனில், இவர்களது வருகை தற்செயலானதல்ல. ஞாயிறு தினத்தில், அழகான ஆடையணிந்து, துயரச் செய்தியை அறிவிக்க எவராலும் முடியுமா? இவர்கள் நன்கு அலங்கரித்து வந்தது, இவர்களுக்கு எமது நம்பிக்கையை வென்றெடுக்க வேண்டிய அவசியம் இருந்ததாலா?

நான், அச்சமயத்தில் வீட்டிலிருக்காத எனது கணவரைக் குறித்து சிந்தித்தேன். கண்ணியில் சிக்கிய விலங்கொன்றைப் போல நான் குரலுயர்த்திக் கேட்டேன்.

"மொடோவு?"

தாம் வந்த காரணத்தைக் குறித்து அறிமுகம் செய்ய வழியொன்றைக் கண்டடைந்ததைப் போல, இமாம் உடனடியாகக்

கதைக்கத் தொடங்கினார். எரிந்துகொண்டிருக்கும் வாயிலிருந்து நெருப்பைக் கக்குவதுபோல, அவர் வசனங்களை உதிர்த்தார்.

"ஆமாம். மொடோவ், உங்களுக்காக மகிழ்ச்சியாகவே இருக்கிறார் ... எங்கள் அனைவருக்காகவும். ஆண்டவனுக்கு நன்றி. அவர் செய்த ஒரே காரியம் இரண்டாவது மனைவியொருத்தியை ஏற்றதுதான். நாங்கள் இப்பொழுது தகார் பள்ளிவாசலில் இருந்துதான் நேராக இங்கு வருகிறோம்."

இமாம், பேச்சுப் பாதையின் முற்புதர்களை அகற்றியதன் பிறகு தம்ஸீர் பயமேதுமற்றுக் கதைக்கத் தொடங்கினார்.

"மொடோவு ... உங்களுக்கு நன்றி! மனிதர்களுக்கும், நிகழ்வுகளுக்கும் விதி முன்பே தீர்மானிக்கப்பட்டுள்ளதென்று அவர் சொல்கிறார். இறைவன் அவருக்கு இன்னுமொரு மனைவியை நியமித்திருக்கிறான். அவரால் அதற்கு எதுவும் செய்ய முடியாது. உங்களுடன் கழித்த இருபத்தைந்து வருட கால விவாக ஜீவிதம் குறித்து அவர் உங்களைப் பாராட்டுகிறார். ஒரு மனைவியாக, கணவனுக்கு வழங்கக்கூடிய மகிழ்ச்சி அனைத்தையும் நீங்கள் அவருக்குக் கொடுத்திருக்கிறீர்கள். அவரது குடும்பத்தினர், விஷேடமாக அவரது மூத்த சகோதரனான நான் உட்பட அனைவரும் உங்களை நன்றி பாராட்டுகிறோம். நீங்கள் எங்களைக் கௌரவப்படுத்துகிறீர்கள். எனக்கும், மொடோவுக்கும் இருப்பது ஒரே இரத்தமென்பதை நீங்கள் அறிவீர்கள்."

நிலைமையைச் சமாளிப்பதற்காக தொடர்ந்தும் கூறினார்.

"உங்கள் வீட்டிலிருப்பது நீங்கள் மாத்திரம்தான். வேறு யாருமேயில்லை. வீடு எவ்வளவுதான் பெரியதாக இருந்த போதும், அன்பு எவ்வளவுதான் விசாலமானதாக இருந்தபோதும் நீங்கள்தான் அவரது முதலாவது மனைவி. நீங்கள் மொடோவுக்கு அன்னையாகவும் தோழியாகவும் இருந்திருக்கிறீர்கள்."

இவ்வாறு கூறும்போது அவரது தொண்டை எலும்பு மேலும் கீழுமாக அசைந்தது. அவர் இடது காலுக்கு மேலால் போட்டிருந்த வலது காலை எடுத்தார். அவரது வெண்ணிற ஆடையின் விளிம்பில் செந்நிறப் புழுதி படிந்திருந்தது. அதே புழுதி மாவுடோவினதும் இமாமினதும் பாதணிகளிலும் படிந்திருந்தது.

மாவுடோ அமைதியாக இருந்தார். அவர், எனது பதில் நடவடிக்கையைக் குறித்து சிந்தித்தவாறு குழப்பத்திலிருந்தார். போராடுவதற்கு முன்பே தோல்வியடைந்ததைப் போல அவர் தனது தலையைத் தாழ்த்தியவாறிருந்தார்.

என்னை இரையாக்கிக்கொண்டிருந்த விஷத் துளியை நான் நசுக்கிவிட்டேன். கால் நூற்றாண்டு கால திருமண பந்தத்தின் நூலறுந்த இடத்தைத் தேடிக் கண்டுகொள்ள, நான் கடந்த காலத்தைத் திரும்பிப்பார்த்தேன். வயதான அவரது முன் பற்களிரண்டின் இடையே இருந்த பெரிய இடைவெளியைக் குறித்து நான் சிந்தித்துப்பார்த்தேன். நேசத்தின் உன்னதம் குறித்த அறிகுறி! அன்றைய தினம் முழுவதும் அவர் வீட்டிலிருக்காதது குறித்து யோசித்துப்பார்த்தேன்.

''நான் பகல் சாப்பாட்டிற்கு வரும்வரை பார்த்துக்கொண்டிருக்க வேண்டாம்'' என அவர் வெகு இயல்பாகவே கூறிப் போனார். கடந்த சில தினங்களாக அவர் வீட்டில் இருக்காததைக் குறித்து யோசித்துப்பார்த்தேன். இவை அனைத்தும் இன்று மிக நன்றாகத் தெளிவாகிறது. தொண்டையில் சிக்கியிருந்த உருண்டையை விழுங்குவதற்காக அவர் மிகவும் சூடான பானத்தை அருந்தியிருக்கிறார்.

அவர் வெளியே செல்லத் தயாராகும் ஒவ்வொரு இரவுகளிலும் பல ஆடைகளைத் தேர்வு செய்து இறுதியில் ஒன்றைத் தேர்ந்தெடுப்பார். அவர் அப்புறப்படுத்திய மீதி ஆடைகள் நிலத்தில் விழுந்திருக்கும். எனக்கு அவற்றை மீண்டும் தூய்மைப்படுத்தி நேர்த்தியாக அடுக்கி வைக்கும் மேலதிக வேலையைச் செய்ய வேண்டியிருந்தது. அவரது

இந்த அலங்காரங்கள் எல்லாம் மற்றுமொரு பெண்ணை வசப்படுத்தவே என இப்போது எனக்குப் புரிந்தது.

நான் உள்ளுக்குள் உடைவதைக் கட்டுப்படுத்திக்கொள்ள முயற்சித்தேன். எனது சிந்தனைகளிலிருக்கும் குழப்பங்களை மறைத்து, விருந்தினர்களை நான் வரவேற்க வேண்டும். அவர் அதனைத் தெரிவித்ததுபோலவே, இயல்பாக அதை ஏற்றுக்கொள்வதாகக் காட்ட நான் புன்னகைத்தேன். அவர்கள் தமக்கு அளிக்கப்பட்ட பொறுப்பை மனிதாபிமான வகையில் பூரணப்படுத்தியதற்காக நான் அவர்களுக்கு நன்றி கூறினேன். எனது நன்றி மொடோவுக்கும் சேர்த்துத்தான். நல்லதொரு தந்தை, நல்லதொரு கணவன். நல்ல சிநேகிதனாக இருந்த நல்ல கணவன். மாவுடோவுக்கும், இமாமுக்கும் நன்றி செலுத்துவதற்காக அவர்களுக்குக் குளிர்பானம் வழங்க ஏற்பாடு செய்தேன்.

மேலும் பரவிச்செல்லும் வாசனைத் திரவியங்களின் நறுமணத்தைப் பரப்பியவாறு அவர்கள் ஒருவரோடொருவர் கைகொடுத்துக் கொண்டனர். மாவுடோவைத் தவிர ஏனைய அனைவருமே மகிழ்ச்சியாகக் காணப்பட்டனர். மாவுடோ மட்டும் நிகழ்வின் நிஜ சொரூபத்தைக் கண்டறிய முனைந்தார். மொடோவின் நீண்ட கால நண்பரும், வைத்தியருமான அவரும், இரண்டாவதாக இள வயதுப் பெண்ணொருத்தியைத் திருமணம் செய்திருந்தார்.

சூது கவ்வும்

(நைஜீரியா - கேப்ரியல் ஒகாரா)

அவர்களது தலைமயிர் புழுதியால் மூடப்பட்டு கபில நிறமடைந்திருந்தது. ஆடைகள் கிழிந்து கந்தலாகிப் போயிருந்தன. பாதணிகள் அணியாத பாதங்களும் தலையைப்போலவே கபில நிறத்தில் இருண்ட வர்ணத்துக்கு மாறியிருந்தன. அவர்களில் ஒருவன் தோளிலிருந்து கீழே தொங்கும்படி பொதி மூட்டையொன்றைப் பிடித்துக் கொண்டிருந்தான். அவர்களிருவரிடமும் இருந்ததுவும், ஒரேயொரு வழிகாட்டியுமாக இருந்ததுவும் அந்த மூட்டை மாத்திரமே. அவர்கள் பாலத்தின் மேலாக 'இதுமோட்டா' எனும் பிரதேசத்தை நோக்கி நடந்து சென்று கொண்டிருந்தனர். கிராமப்புறமொன்றிலிருந்து அப்போதுதான் வருபவர்கள் அவர்கள் என்பதனை அவர்களது தோற்றம் வெளிப்படுத்தியது.

தலையிலிருந்து பாதங்கள் வரைக்கும் புழுதியால் மூடப்பட்டு, தோளில் மூட்டையொன்றைத் தொங்கவிட்ட வியாபாரிகளை லாகோஸ் நகரத்தில் அடிக்கடி காணலாம். ஆனால் இவர்கள் இருவரும் புதியதொரு பிரதேசத்தின் மீது ஆகாயத்திலிருந்து விழுந்தவர்கள் போல நடந்து சென்றனர். தம்மைத் தாண்டி அங்குமிங்கும் நடந்து செல்லும் பயணிகளின் உடல்களோடு மோதாதிருக்கும்படி அவர்கள் தம்மைக் காத்துக்கொண்டனர். பெரிய பாலத்தின் மீது இருபுறமும் ஓடும்

மோட்டார் வாகனங்களையும், மோட்டார் சைக்கிள்களையும், சைக்கிள்களையும், களப்பினையும் அவர்கள் தம் வாய்களைத் திறந்தவாறு வியந்து பார்த்துக்கொண்டிருந்தனர்.

பாலத்தில், 'இதுமோட்டா' பிரதேசத்தை நோக்கிச் செல்லும் பக்கத்தின் ஓரத்தில், புதிய சைக்கிளொன்றில் ஏறிய ஒருவன் மெதுவாக அதை மிதித்தவாறு சென்றுகொண்டிருந்தான். பளிச்சிடும் பலவர்ண மேற்சட்டையொன்றையும் காற்சட்டையையும் அவன் அணிந்திருந்தான். கறுப்பு மற்றும் வெள்ளை நிறங்கள் கலந்த அவனது பாதணிகள் பிரகாசித்து மின்னின. அவனது தலையின் மீது மூடியொன்றைப் போன்ற தொப்பியொன்றிருந்தது.

தெருவின் எதிர்ப்புறத்தில் நடந்துகொண்டிருந்த இருவரும் சைக்கிள்காரனின் தந்திரமான பார்வையில் அகப்பட்டனர். அவன் சைக்கிளின் நிறுத்தியை அழுத்தினான். அங்கேயே நின்று, தன்னைத் தாண்டிச் செல்பவர்களுக்கு இடமளித்து நடைபாதையின் ஓரமாக நடந்தான். பாதையின் எதிர்ப்புறத்தில் நடந்துவருபவர்கள் இருவரும் அவனது கூர்ந்த அவதானிப்புக்குள்ளாகினர். வாகன நெருக்கடி குறையும்வரை அவன் காத்திருந்தான். சைக்கிள்காரனது கண்களிரண்டும் ஒரு கணமேனும் அப்புதியவர்கள் இருவரை விட்டும் அகலவில்லை. பழைய மோட்டார் வாகனமொன்று இளைத்தவாறு பயணித்தது. அவன் வலதுபுறத்தையும் இடதுபுறத்தையும் பார்த்தான். இன்னுமொரு மோட்டார் வாகனம் எதிரே வந்தது. அவன் எமனிடமிருந்து மயிரிழையில் உயிர் தப்பி தெருவைக் குறுக்கறுத்தான். தனது சைக்கிளைத் தள்ளிக்கொண்டு கவனமாகப் பாதையைக் கடந்த அவன் புதியவர்களை நெருங்கினான்.

"ஹலோ!"

முகம் முழுவதும் புன்னகையோடு சைக்கிள்காரன் கூறியதும் அச்சத்துக்குள்ளான அவர்கள் இருவரும் தமது நடையின் வேகத்தைத் துரிதப்படுத்தினர். எனினும் சைக்கிள்காரன் பின்னடையவில்லை.

‘‘உங்களை எங்கேயோ பார்த்திருக்கேனே’’ எனப் புன்னகைத்தபடி தொடர்ந்தான். ‘‘எதங்குல பார்த்திருக்கேன்னு நினைக்கிறேன். அங்கே எனக்கொரு கூட்டாளி இருக்கான். அவனும் ஐயாவைப் போலவேதான்.’’

மூட்டையைத் தோளில் சுமந்திருந்தவன் பாலத்தின் கிராதி வேலியை ஒட்டி நடந்துசென்றான். அவனது தோழன் சைக்கிள்காரன் பக்கம் திரும்பிக் கதைத்தான்.

‘‘ஆமா. நாங்க எதங்குல இருந்துதான் வாறோம். இதுக்கு முன்னாடி ஐயா எதங்குக்குப் போயிருக்கீங்களா?’’

‘‘ஆமா. நான் ரொம்பக் காலம் எதங்குல இருந்திருக்கேன். அங்கே எனக்கு ஒகுநொகாவோ-ன்னு ஒரு கூட்டாளியிருக்கான். ஐயாவோட முகமும் கூட என்னோட கூட்டாளி முகம் போலவே இருக்கு. ஐயா ஒகுநொகாவோவோட தம்பியா?’’

‘‘ஆமா. ஒகுநொகாவோவோட அம்மாவும், அப்பாவும் என்னோடுதான் இருக்காங்க. ஒகுநொகாவோ இப்போ எதங்குல ஒரு பெரிய கொந்திராத்துக்காரர். நாங்க அஸாகால குடியிருக்கோம். ஒகுநொகாவோ ஐயாவோட நல்ல கூட்டாளியோ?’’ எனப் புதியவன் கேட்டான்.

‘‘ஆமா. நாங்க நல்ல நெருங்கிய சினேகிதர்கள். ஒகுநொகாவோ வாங்கியிருக்குற எல்லா லாரிகளையும் நாந்தான் வாங்கிக் கொடுத்தேன். நான் லாரி விற்குற ஏஜன்ட் ஒருத்தன். நீங்க லாகோஸுக்கு வந்த முதல் தடவை இதுதானா?’’

‘‘ஆமா. நாங்க இதான் முதல்தடவை வர்றோம். எனக்குன்னு ஒரு லாரி வாங்கணும்னுதான் வந்திருக்கோம்.’’

‘‘ஐயாக்கள் அதிர்ஷ்டசாலிகள். ஐயாவோட பெயர் என்ன?’’

‘‘என்னோட பெயர் ஒகுநொகுவோ’’

''கூட்டாளிட பெயர்?''

''ஒகிகி''

''ஐயாக்கள் நல்ல அதிர்ஷ்டசாலிகள். நான் ஒரே தடவையில் ஒருத்தருக்கு வாங்கிக் கொடுக்குறதில்ல. ஆண்டவந்தான் உங்களை என்கிட்ட அனுப்பியிருக்கணும். இங்கே நிறைய ஏமாத்துக்காரர்களும் பொய்காரர்களும் இருக்காங்க. அவங்க காசை வாங்கிக்கிட்டு லாரியக் கொடுக்காம ஏமாத்திடுவாங்க. ஐயாவுக்கு எத்தனை லாரி வேணும்?''

''ஒண்ணே ஒண்ணுதான்'' என ஒகுநொகுவோ கூறினான்.

''ஐயாவுக்கு ஒரு லாரிதானே தேவை. நான் சீக்கிரமா ஏற்பாடு பண்றேன். இன்னிக்கோ, நாளைக்கோ வாங்கிடலாம். இன்னிக்குன்னா நேரமில்லாததுபோலத் தெரியுது. நான் நாளைக்கு எப்படியாவது வாங்கித் தர்றேன். இன்னிக்கு உங்களுக்குத் தங்குறதுக்கு இடமிருக்கா?''

''எனக்குத் தெரிஞ்ச ஒருத்தர் இருக்கார். அவரிருக்குற இடம் தெரியும். நாங்க அவர் இருக்குற இடத்துக்குத்தான் போயிட்டிருக்கோம்'' என ஒகுநொகுவா கூறினான்.

''சிரமப்பட வேணாம். இன்னிக்கு எங்க கூட தங்கிக்குங்க'' எனக் கூறிய சைக்கிள்காரன் தொடர்ந்தான்.

''ஐயாவோட சகோதரன் என்னோட நல்ல கூட்டாளி. நான் உங்களை அடையாளம் கண்டு, உங்களை என்னோட தங்க வச்சுக்கிட்டதக் கேள்விப்பட்டா ஐயாவோட அண்ணா ரொம்ப சந்தோஷப்படுவார். வாங்க போகலாம்.''

இந்த அழைப்பின் பிறகு ஒகுநொகுவோ மதி மயங்கியவன் போலக் கதைத்தான்.

''இந்த நகரத்தைப் பார்த்து நான் பயப்படுறேன். ஆட்கள் எல்லோரும் ஒவ்வொரு கதை சொல்றாங்க. எனக்கு உங்களைத்

தெரியாது. ஆனா நீங்க என் அண்ணாவோட நல்ல கூட்டாளின்னு சொல்றீங்க. ஆனா... எனக்குக் கொஞ்சம் பயமாயிருக்கு.''

''ஐயா சொல்றது சரிதான். ஐயாவோட பார்வையில அது சரிதான். ஆனா ஐயாவோட அண்ணா எனக்கு நல்ல கூட்டாளி. அவரோட தம்பி இந்த நகரத்துக்கு வரப் போறதா அவர் எனக்கு கடிதம் கூட அனுப்பியிருந்தார். அத முன்னமே சொல்ல எனக்கு மறந்துபோயிடுச்சு பாருங்க. எதுக்கும் பயப்பட வேணாம். அந்த ஆண்டவன்தான் உங்களை என்கிட்ட அனுப்பியிருக்கான்.''

''எனக்குப் பயமில்ல. ஆனா என்னோட பங்காளி ஒகிகிட்டயும் ஒரு வார்த்தை கேட்கணும்'' எனக் கூறிய ஒகுநொகுவோ ஒகிகியிடம் வினவினான். ஒகிகி கோபத்தோடு தலையாட்டி மறுத்து, இது தமது பணத்தைக் கொள்ளையடிக்கத் தீட்டப்பட்ட சதி முயற்சியொன்றெனச் சத்தமாகக் கூறினான். ஆனால் மிகவும் வற்புறுத்திய பின்னர் ஒகிகியும் சம்மதித்தான். அதனைத் தொடர்ந்து இருவரும் சைக்கிள்காரனுடன் சென்றனர்.

மனம் மயக்கும் மாலைப் பொழுது அது. ஒகுநொகுவோவும், ஒகிகியும் அவர்களுக்காகவே சமைக்கப்பட்டிருந்த சுவையான உணவுகளை உண்டு, சூப் பானத்தை அருந்தினர். அந்த வீட்டில் மூட்டையை இருவருக்கும் மத்தியில் வைத்துக்கொண்டு இருவரும் நெருங்கி அமர்ந்திருந்தனர். சைக்கிள்காரன் சற்று நேரம் தனது வீட்டிலிருந்து வெளியே சென்று இன்னும் சிலரோடு மீண்டும் வந்தான். புதிதாக வந்தவர்கள் நேர்த்தியாக ஆடையும் பாதணிகளும் அணிந்திருந்தனர்.

''இவங்க என்னோட கூட்டாளிங்க'' எனக் கூறி ஒகுநொகுவோவுக்கும் ஒகிகிக்கும் அறிமுகப்படுத்திய சைக்கிள்காரன் தொடர்ந்தான்.

''நல்ல வாடிக்கையாளர்கள் ரெண்டுபேர் எங்க வீட்டுக்கு

வந்திருக்காங்கன்னு இவங்கக்கிட்டச் சொன்னேன். இவங்க உங்களைக் கவனிச்சுக்குவாங்க. இவங்க எல்லோருமே பெரிய ஆட்கள். இந்த நகரத்துல இருக்குற வாகன வியாபாரிகள்.''

அவர்கள் கை கொடுக்கவென முன்னே வந்தனர். எனினும் ஒகுநொகுவோவும் ஒகிகியும் அச்சத்தோடு அவர்களைப் பார்த்து அமைதியாகப் பின்னகர்ந்தனர். கை கொடுத்ததுமே சைக்கிள்காரன் தனது நண்பர்களைப் படுக்கையறைக்குள் அழைத்துச் சென்றான்.

''அவங்களைப் பார்த்தீங்கதானே'' கதவைச் சாத்தியபடி கூறிய அவன் தொடர்ந்தான்.

''அவங்களோட மூட்டை காசால நிரம்பியிருக்கு. இப்ப நான் சொல்றதைக் கேளுங்க. நான் முன்னாடியே சொன்னதுபோல நாங்க பெருசா சூதாட்டத்தை ஆரம்பிப்போம். தொடக்கத்துல அவங்கள நூற்றுக்கணக்குல பணத்தை வெல்ல விடுவோம். பெரிய மீனைப் பிடிக்கணும்னா கொஞ்சம் பெரிய தீனிதான் போடணும். அதனால நான் சொல்றபடி செய்ங்க. நாளைக்கு நாம்தான் பணக்காரர்கள்.'

தொடர்ந்து சிறியதொரு மரப்பெட்டியைத் திறந்த அவன் அதிலிருந்து மூன்று சீட்டுக்களை வெளியே எடுத்தான். அவனது நண்பன் அந்தச் சீட்டுக்களைத் தனது சட்டைப்பையில் இட்டுக்கொண்டான். அவர்கள் வராந்தாவுக்குச் சென்றார்கள். அவர்களது பைகளிலிருந்து மதுபான போத்தல்களை வெளியே எடுத்தார்கள். மதுபானம் அருந்தியவாறு தமது சொத்துகளைப் பற்றி அரட்டையடித்தபடி சீட்டுக்களை வெளியே எடுத்தார்கள். அவர்கள் ஒகுநொகுவோவையும், ஒகிகியையும் தம்மோடு விளையாட்டில் கலந்துகொள்ளுமாறு அழைத்தார்கள். ஆனால் தமக்கு அவ் விளையாட்டை விளையாடத் தெரியாது எனக் கூறி அவர்கள் அந்த அழைப்பை மறுத்தார்கள்.

''ரொம்ப லேசு'' என சீட்டுக்களை வைத்திருந்தவன் கூறினான்.

''நான் ஒரு சீட்டை தரையில் வைப்பேன். நீங்க 'மண்வெட்டி' இல்லாட்டி 'கோடரி' ன்னு சொல்லணும். நீங்க சொன்னது வந்தா உங்களுக்கு வெற்றி. வேறொண்ணு வந்தா எனக்கு வெற்றி. ரொம்ப லேசுல்ல?!''

எனினும் ஒகிநொகுவோவும் ஒகிகியும் முதலில் மறுத்தனர். சற்று நேரத்துக்குப் பிறகு அவர்கள் விளையாட்டில் ஈடுபாடு காட்டுவது போலத் தெரிந்தது. இவ் விளையாட்டின் மூலமாக இலகுவாக பணம் வென்றிட முடியும் எனத் தோன்றியமையே அதற்குக் காரணம்.

''ஒரு பவுண்'' கையில் சீட்டுக்களை வைத்திருந்தவன் கத்தினான். ''காசைக் கீழே வைங்க. நீங்க சரியாச் சொன்னா நீங்க வெற்றி. இல்லேன்னா நான் வெற்றி''

ஒகிநொகுவோவும் ஒகிகியும் அக்கடதாசிச் சீட்டுக்கள் எடுக்கப்படுவதையும், அவை தலைகீழாக வைக்கப்படுவதையும் உற்றுக் கவனித்தபடியிருந்தனர். விளையாட்டைப் புரிந்துகொண்ட ஒகிநொகுவோ காசைக் கீழே வைத்து சீட்டைக் குறிப்பிட்டான். அது 'மண்வெட்டி' சீட்டாக இருந்ததோடு வெற்றி அவன் வசமாகியது. இவ்வாறாக விளையாடி ஒகிநொகுவாவாலும் ஒகிகியாலும் நூறு பவுண்கள் வரை வெல்ல முடியுமாக இருந்தது.

''இப்ப பார்த்தீங்கதானே'' என நூறு பவுண்களுக்கான காசுத்தாளைக் கையில் கொடுத்த சைக்கிள்காரன் ஒகிநொகுவோவிடமும் ஒகிகியிடமும் கூறினான்.

''நீங்க அதிர்ஷ்டசாலிகள். நாளைக்கு உங்களுக்கு ஒரு லாரியும் கிடைக்கும்.''

அதனைத் தொடர்ந்து அவர்கள் விளையாட்டை நிறுத்தினர். சைக்கிள்காரனது நண்பர்கள் சென்றனர். ஒகிநொகுவாவுக்கும் ஒகிகிக்கும் விறாந்தையில் உறங்குவதற்கான ஏற்பாடுகளைச் செய்துகொடுத்த சைக்கிள்காரனும் உறங்கச் சென்றான்.

மறுநாள் விடிகாலையில் தனது விருந்தினர்களை வரவேற்கச் சென்ற அவன் விறாந்தை காலியாக இருந்ததைக் கண்டான்.

புகையிரதத்தின் கழிப்பறையில் ஒகிநொகுவோவும் ஒகிகியும் மகிழ்ச்சியாகக் கதைத்துக்கொண்டனர்.

''செலவேயில்லாம சாப்பாடு, செலவேயில்லாம தங்குறதுக்கு இடம் மட்டுமில்லாம நூறு பவுண் பரிசும்'' என ஒகிநொகுவோ முகத்தைக் கழுவியவாறு கூறினான்.

''அவன் அடிக்கடி எட்டிப் பார்த்தபோது காரியம் கொஞ்சம் சிக்கலாகும்னு நான் நெனச்சேன்'' என கண்ணாடிக்கு முன்னால் சென்ற ஒகிகி நாடியைத் தடவிக்கொடுத்தபடி கூறினான்.

''அவனுங்க ஒருநாளும் பாடம் படிச்சுக்குறதில்ல'' முகத்தைத் துடைத்தபடி ஒகிநொகுவோ தொடர்ந்தான். ''அவனுங்க எல்லோருமே வடிகட்டிய முட்டாள் பசங்க. குறைஞ்சது வாசல் கதவுக்குத் தாழ்ப்பாள் கூடப் போடல.''

புகையிரதம் முன்னே நகர்ந்து செல்லும்போது அவர்கள் தந்திரமாகப் புன்னகைத்துக்கொண்டனர். தமக்கு நூறு பவுண்களைப் பெற்றுத் தந்த மூட்டையிலிருந்த கற்களையும் மணலையும் புகையிரதத்துக்கு வெளியே எறிந்தனர்.

மழை மேகக் கடவுளுக்காக ...

(தென்னாபிரிக்கா - பெஸீஹெட்)

மக்கள் விவசாயம் செய்வதற்காகச் செல்லும் பயிர்நிலம் பாழடைந்து போயிருந்தது. காட்டின் பெரும்பகுதியைத் துப்புரவாக்கி அப் பயிர்நிலம் தயார் செய்யப்பட்டிருந்தது. அடர் வனாந்தரமும் பாழடைந்து போயிருந்தது. எல்லாப் பயிர்நிலங்களும் கிராமத்திலிருந்து நடந்து செல்லும் தொலைவிலேயே அமைந்திருந்தன.

அக்காலத்தில், காட்டின் சில பகுதிகளில் நிலத்தையொட்டியே தண்ணீரைக் காணக் கிடைத்தது. அவ்வாறான இடங்களில் ஆழமற்ற கிணறுகளைத் தோண்டிய மக்கள் விவசாய நிலங்களுக்கு நடந்து செல்லும்போது ஏற்படும் தாகத்தைத் தணித்துக்கொள்வதற்காக ஓய்வு ஸ்தலங்களையும் கட்டினர்.

அன்று கிராமத்துக்கு வெளியே தம் பயிர் நிலங்களுக்குச் சென்றவர்கள் பலவிதமான அனுபவங்களுக்கு முகம்கொடுக்க வேண்டியிருந்தது. நீரையண்டிய நிழல் பூமியில் நன்கு செழித்து வளர்ந்திருந்த புற்களின் மீதமர்ந்து அவர்களால் ஓய்வெடுக்க முடிந்தது. பல நிறங்களிலாலான காட்டுப் பூக்களால் நிறைந்த கிளைகளைப் பரவ விட்டிருக்கும் மரங்களையும், எங்கும் மெல்லிய பச்சை நிறப் பாசிகளையும் காண்பதோடு, காட்டு விளாம்பழங்களையும்,

பருவகாலக் கொடிக் கற்றாழைகளைப் பறித்துக்கொள்வதன் மூலம் சிறுவர்களும் குதூகலித்திருந்தனர்.

எனினும் 1958 ஆம் ஆண்டு ஏழாண்டுக் கால கோடை வந்தது. தண்ணீரிருந்த இடங்களெல்லாம் வரண்டு சோபையிழந்து போயிற்று. விருட்சங்களில் இலைகள் சுருண்டு சருகுகளாகி கிளைகள், தண்டுகள் மாத்திரமே எஞ்சியிருந்தன. காய்ந்த கிளைகளும் இலைகளுமாய்ப் பரவியிருந்த மரங்களின் நிழலில் கறுப்பு வெள்ளைப் புழுதி மண்டியது. மழையற்றுப் போனதே அதற்குக் காரணம். பெய்யும் மழையைச் சேகரித்துக்கொள்ள கோப்பையொன்றை ஒருவர் ஏந்திக் கொண்டிருந்தால் அவருக்குத் தேக்கரண்டியளவு தண்ணீரையே சேகரித்துக் கொள்ள முடியுமென மக்கள் கேலியாகக் கதைத்துக்கொண்டனர்.

கோடையின் ஏழாவது ஆண்டின் இறுதியில் வந்த வேனிற்காலம் ஜீவிதங்களுக்கும் தேகங்களுக்கும் மிகுந்த வேதனையைக் கொண்டுவந்தது. வரண்ட ஈரப்பதனற்ற காற்றினால் தோல் வெந்துபோயிற்று. உஷ்ணக் காற்றின் கொடுமையிலிருந்து தப்பிச் செல்வது எங்கனமென எவரும் அறிந்திருக்கவில்லை. அவ்வேனிற்கால முடிவில் ஊர்வாசிகளில் பலரும் தமது வீடுகளிலிருந்து வெளியேறிச் சென்று காட்டு மரங்களில் தூக்கிட்டுத் தற்கொலை செய்து கொண்டனர்.

அக்கிராமத்தவர்களில் பெரும்பான்மையானோர் தானிய வகைகளைப் பயிரிட்டே வாழ்ந்து வந்தனர். இரண்டு வருடங்களாக விவசாயம் செய்ய முடியாமல் போனமையால், அவர்களது வீடுகளின் சமையல் பாத்திரங்களைத் தூரப் போட வேண்டியிருந்தது. மக்கள் தோல் போர்த்திய எலும்புக் கூடுகளாயினர். நாட்டு வைத்தியர்களும், மந்திரவாதிகளும், பேயோட்டுபவர்களும் இக்காலத்தில் நன்கு சம்பாதித்துக்கொண்டனர். ஏனெனில் மழையையும், விவசாயத்தை வளப்படுத்தவும் வேண்டி தாயத்துகளையும், மருந்து

மூலிகைகளையும் பெற்றுக்கொள்வதற்காக மக்கள் அவர்களை நாடிக்கொண்டே இருந்தனர்.

அந்த வருடத்திலும் மழை தாமதித்தது. பாரிய மழை வீழ்ச்சி நிகழுமென சகுன சாஸ்திரத்தில் கூறப்பட்டது போலவே நவம்பர் மாதத்தின் தொடக்கத்தில் மழை பெய்தது. ஆனால் அம்மழை அடைமழையல்ல. சாதாரண தூறல் மழையாகவே இருந்தது. அம்மழையின் காரணமாக நிலம் ஈரலித்து மிருதுவானதோடு விதைப்புக்குப் பொருத்தமானதாகவும் ஆனது. மிருகங்கள் உணவாகக்கொள்ளும் பசுமை நிறச் செடிகள் எல்லா இடங்களிலும் தளைத்து நின்றன. விதைப்பதற்கான காலம் வந்திருப்பதை அறிவிப்பதற்காக கிராம மக்கள் ஒன்று திரட்டப்பட்டனர். உற்சாகத்துக்கும், மகிழ்ச்சிக்கும் ஆளான மக்கள் குடும்பத்தோடு தம் பயிர் நிலங்களுக்குச் செல்லத் தயாரானார்கள்.

முதியவரான மொக்கொப்ஜாவின் குடும்பம் முதலாவதாக விவசாய நிலம் நோக்கிச் சென்ற குடும்பங்களில் ஒன்று. அவர்களிடம் மாட்டு வண்டியொன்று இருந்ததால் எல்லாப் பொருட்களும் அதில் ஏற்றப்பட்டன. எழுபது வயதைக் கடக்கும் மொக்கொப்ஜாவும், நியோ, பெஸியன்கோ எனப் பெயரிடப்பட்டிருந்த சிறுமிகள் இருவரும், அவர்களது தாயான டீரோவும், அவளது திருமணமாகாத சகோதரி நெஸ்டாவும், தந்தையும், குடும்பத் தலைவருமான ரமாடியும் இப் பயணத்தில் இணைந்துகொண்டிருந்தனர்.

மழை தந்த எதிர்பார்ப்புக்களோடு ரமாடியும், அவருடன் வந்த பெண்களிருவரும் முற்புதர்களையகற்றி, பெரியதொரு இடத்தைத் துப்புரவாக்கி தமது பயிர்நிலத்தைத் தயார்படுத்திக்கொண்டார்கள். பாலைப் பெற்றுக் கொள்ளும் நோக்கத்தில் தாம் கூட்டி வந்திருந்த ஆடுகளைப் பாதுகாப்பதற்காக பயிர்நிலத்தைச் சூழவும் முற்புதர் வேலியொன்றையும் அமைத்துக்கொண்டார்கள். பழைய கிணற்றின் சேற்று நீரை இரைத்துத் தூய்மைப்படுத்தி கிணற்றை மேலும்

ஆழப்படுத்தினார்கள். மேய்ச்சல் எருதுகளிரண்டைப் பெற்றுக்கொண்ட ரமாடி, நிலத்தின் மண்ணைப் புரட்டி பயிர் செய்வதற்காகத் தயார்படுத்தினார்.

அறுவடையை எதிர்பார்த்து நிலம் தயார்படுத்தப்பட்டது. இரவு நேரத்திலும் பூமி விழிப்போடு இருந்ததோடு, இரை தேடிப் பாடியவாறு அலையும் பூச்சிகளுக்கும் குறைவிருக்கவில்லை.

எனினும் திடீரென ஆகாயத்தை நிர்வாணமாக்கி விட்டு, நவம்பர் மாத மழை மேகங்கள் காணாமல் போயின. சூரியன் தன் விந்தையான கொடூரத்தைக் காட்டியவாறு வானத்தில் நிலைத்திருந்தது. நிலத்திலிருந்த கடைசிச் சொட்டு ஈரத்தையும் சூரியக் கீற்றுகள் உறிஞ்சிக்கொண்டதால் பூமியானது புழுதியால் மூடப்பட்டிருந்தது.

மொக்கொப்ஜாவின் குடும்பம் கவலையோடும், எதிர்பார்ப்போடும் பார்த்துக்கொண்டிருந்தது. மழையை நம்பியிருந்த அவர்களது எதிர்பார்ப்பு உயர் மட்டத்திலிருந்தது. பாலைப் பெற்றுக்கொள்ளும்போது தமது உணவில் ஆட்டுப் பாலை ஊற்றிச் சாப்பிட அவர்கள் ஆசையோடு பார்த்திருந்தனர். இப்பொழுது அவர்களுக்குப் பாலேயில்லாத களியைத்தான் சாப்பிட வேண்டியிருந்தது. சோளம், பூசணி, தர்பூசணி, தானியங்கள் போன்றவை அனைத்தும் வரண்ட நிலத்தில் எவ்வாறு முளைக்கும்? மழை பொய்த்ததனால் அவர்கள் தம் எதிர்பார்ப்புகளை நிறுத்திவிட்டு, தமது குடிசைக்கு முன்பிருந்த நிழலில் நாள் முழுவதும் கவலையோடு அமர்ந்திருந்தனர்.

எனினும் சிறுமிகளான நியோவும் பெஸியங்கோவும் மாத்திரம் தமது சிறுவர் பராயத்தை ஏனைய சிறுவர்களோடு மகிழ்ச்சியாகக் கழித்தனர். தமது தாய்மாரைப் பின்பற்றி, சிறிய குடும்பத் தலைவிகளாகத் தம்மைக் கற்பனை செய்தவாறு விளையாடியவர்கள் ஒருவரோடொருவர் இரகசியமாகக் கதைத்துக்கொண்டனர். குச்சிகளில், கந்தைத் துணிகளைச் சுற்றிச் செய்த பொம்மைகளுக்கு,

தாய்மார் தமக்கு ஏசுவதைப்போல ஏசியபடி, குச்சியால் அடித்தார்கள். அவர்கள் அவ்வாறு ஏசும் சப்தத்தை நாள் முழுவதும் கேட்க முடிந்தது.

''நீங்க சொல்பேச்சுக் கேட்காத பிள்ளைகள். நான் உங்களுக்குத் தண்ணீர் கொண்டு வரத் தந்தால், வழியில் தண்ணீர் வாளியில் பாதியைக் கொட்டிட்டீங்க''

''நீங்க சொல்பேச்சுக் கேட்காத பிள்ளைகள். ரொட்டி சுட்டு முடியும் வரைக்கும் உங்க வேலையைப் பார்த்துக் கொண்டு இருக்க ஏலாதா?'' எனக் கேட்டபடி கந்தைகளால் செய்யப்பட்டிருந்த அப்பொம்மைகளைக் குச்சியால் அடித்தனர்.

பெரியவர்கள் இவ் விளையாட்டில் தமது கவனத்தைச் செலுத்தவில்லை. அவர்கள் மழையை வேண்டிப் பார்த்திருந்தனர். அதைவிட வேறெதுவும் முக்கியமல்ல. கடந்து சென்ற துரதிர்ஷ்டமான வருடங்களில் அவர்கள் தம்மிடமிருந்த அனைத்து விலங்குகளையும் விற்றிருந்தார்கள். இப்போது அவர்களிடம் மீதமிருப்பது ஆடுகளிரண்டு மாத்திரமே.

இறுதியில் வயதான மொக்கொப்ஜாவின் உள்ளத்தில் பழைய ஞாபகமொன்று உதித்தது. தனது யௌவனக் காலத்தில் தனது மூதாதையர் பின்பற்றிய சடங்கொன்று நினைவில் வந்தது. மழையைப் பெற்றுக்கொள்ளும் விழாவொன்றில் பங்குகொண்ட சாட்சியாளனாக இருக்கும் அதிர்ஷ்டம் அவருக்கும் வாய்த்திருந்தது. கிறிஸ்துவப் பள்ளிகளுக்குப் பிரார்த்திக்கப் போவதால் மறந்திருந்த, காலத்தால் மூடப்பட்டிருந்த, அப்பழைய ஞாபகக் குறிப்புகளை மீண்டும் நினைவுபடுத்திப் பார்க்க பெரும் பிரயத்தனத்தை மேற்கொள்ள வேண்டியிருந்தது.அவருக்கு ஓரளவு நினைவு வந்ததுமே அவர் தனது மகனான ரமாடியிடம் அதனைத் தெரிவித்து அவனது எண்ணத்தைக் கேட்டார்.

பலி கொடுக்கப்படும் குழந்தைகளின் உடல்களை மாத்திரம் ஏற்றுக்கொள்ளும் ஒரு வகையான மழை மேகக் கடவுளைப் பற்றி

அம்முதியவர் குறிப்பிட்டார். அப்போதுதான் மழை நன்றாகப் பெய்து பூமி வளம் பெறும். அதைத் தெரிவிக்கும்போது அவரது ஞாபகங்கள் மீண்டும் மீண்டும் புதிப்பிக்கப்பட்டு, அவர் மிகுந்த பொறுப்புணர்வோடும் நம்பிக்கையோடும் அச்சடங்கு சம்பிரதாயங்கள் குறித்து விபரமாக விளக்கினார்.

அதைச் செவிமடுத்த பெண்களின் ஓலத்தினால் ரமாடியின் உடல் அதிர்ந்தது. தொடர்ந்து ஆண்களிருவரும், பெண்களிருவரையும் தம்மருகே அழைத்தனர். சுற்றியிருந்த சிறுமிகள் இருவரும் தொடர்ந்தும் விளையாடிக் கொண்டேயிருந்தனர்.

"நீங்க சொல்பேச்சுக் கேட்காத பிள்ளைகள். கடைக்குப் போகும்போது நீங்கள் காசைத் தொலைத்தது எப்படி? நீங்கள் திரும்ப ஆடத் தொடங்கியிருக்க வேணும்"

சடங்குகள் அனைத்தும் நிறைவுற்றதன் பிற்பாடு, சிறுமியர் இருவரதும் உடல் பாகங்கள் விவசாய நிலம் முழுவதும் விசிறப்பட்டன. எனினும் மழை பெய்யவேயில்லை. அதற்குப் பதிலாக இரவானது, பீதி ஏற்படுத்தும் அமைதியைக் கொண்டிருந்தது. சூரியனின் உஷ்ணம் நாளுக்கு நாள் உக்கிரமடைந்துகொண்டிருந்தது.

மழையை எதிர்பார்த்து மிகுந்த துயரத்தோடு காத்திருந்த பெண்களும் இறுதியில் தோல்வியைத் தழுவினர். உண்மையில் சிறுமிகள் இருவரினதும் மரணத்துக்குத் தாம்தான் காரணமென எண்ணிய அவர்களது, மெதுவான குரலிலான முனகல் ஒலி ஒவ்வொரு இரவிலும் படிப்படியாக அழுகையாகி அமைதியடைந்து பிறகு மயக்கம்வரை வளர்ந்தது. ஆண்கள் மௌனமாக, தம்மைக் கட்டுப்படுத்திக்கொண்டிருந்தனர். அவ்வாறு இருப்பது முக்கியமானது. ஏற்கெனவே அவர்களது எதிர்பார்ப்புகள் சிதைந்துபோயிருந்தன. வரும் வருடத்தில் எதிர்கொள்ளப் போகும் பட்டினி, ஏனைய பெண்களையும் விழுங்கி விடும் என்பதை அவர்கள் அறிந்திருந்தனர்.

பீதி முழுக் குடும்பத்தையும் ஆட்கொண்டது. அவர்கள் தமது மூட்டை முடிச்சுக்களைக் கட்டிக்கொண்டு மீண்டும் கிராமத்துக்கு வந்துசேர்ந்தனர்.

கிராம மக்கள் சிறுமியர் இருவரும் காணாமல் போயிருப்பது குறித்து விரைவில் அறிந்துகொண்டனர். அவர்கள் விவசாய பூமியில் வைத்துக் காலமானதாகவும், சடலங்களை அங்கேயே புதைத்துவிட்டு வந்ததாகவும் குடும்பத்தினர் கூறி வந்தனர். எனினும் அவர்களது சோபையிழந்த முகங்களுக்குள் மறைந்திருந்த பீதியை மக்கள் உணர்ந்துகொண்டனர். சிறுமிகளின் மரணத்துக்குக் காரணமானது எது? அவர்களுக்குத் தெரிந்துகொள்ள வேண்டியிருந்தது. அவர்கள் வெறுமனே செத்துப்போயினர் என்பதே குடும்பத்தினரது பதிலாக இருந்தது. ஒரே நேரத்தில் இரண்டு மரணங்கள் நிகழ்வது அபூர்வமான விடயமெனக் கருதிய மக்கள் ஒருவரோடொருவர் அதைப் பற்றிக் கதைத்துக்கொண்டனர்.

பிறகு போலிஸ் வந்தது. குடும்பத்தினர், மரணங்கள் பற்றிய பழைய பல்லவியையே கூறிக்கொண்டிருந்தனர். சிறுமிகள் இறந்தது எதனால் எனக் கூற அவர்களால் இயலவில்லை. புதைகுழிகளைக் காட்டும்படி போலிஸ் அவர்களுக்குக் கட்டளையிட்டது. தொடர்ந்து சிறுமிகளின் தாய் அழுது புலம்பியவாறு அனைத்தையும் விவரித்தாள்.

அப்பயங்கரமான வேனிற்காலம் முழுவதும் சிறுமிகள் பற்றிய கதையானது, துயரக் கருமேகம் போல ஊருக்கு மேலாகப் பரவியிருந்தது. மதச் சம்பிரதாயங்களை நிறைவேற்ற, உயிர்ப் பலி கொலைகளைச் செய்திருப்பது சம்பந்தமாக ரமாடிக்கும் முதியவருக்கும் எதிராக மரண தண்டனை விதிக்கப்பட்ட போதிலும் மக்களுக்குள்ளிருந்த ஆத்திரம் அடங்கவில்லை சட்ட நூல்களுக்கேற்ப இக்கொலைகள் சட்டவிரோதமானவை என்பதோடு அதற்கான தண்டனை மரணமாக இருந்தது. வறுமையும், பட்டினியும், ஏமாற்றங்களும் நீதிமன்றத்தால் ஏற்றுக்கொள்ளக் கூடிய சாட்சிகள் அல்ல.

மொக்கொப்ஜாவின் குடும்பத்துக்கு விதிக்கப்பட்டிருந்த விதியிலிருந்து தாம் மிகவும் இறுதிக் கட்டத்தில் தப்பித்துக் கொண்டோம் என்பது, விவசாயம் செய்ய வழியற்று கையாலாகாத நிலையிலிருந்த மக்கள் அனேகரது உள்ளங்களிலிருந்த எண்ணமாக இருந்தது. மழையைப் பெற்றுக்கொள்வதற்காக எவரையும் உயிர்ப்பலி கொடுப்பதென்பது அவர்களது கையாலும் நிகழ்ந்துவிட அதிகம் வாய்ப்பிருந்தது.

வேட்டை

(தென்னாபிரிக்கா -பெஸீ ஹெட்)

ஜூலை மாதம் வேட்டைக்குரிய மாதம். பல காரணங்களுக்காக அக்காலநிலை வேட்டைக்கேற்ற பல அனுகூலங்களைக் கொண்டிருக்கிறது. ஜூன் மாத அறுவடைக் காலமானது அத் தறுவாயில் முடிந்திருக்கும் என்பதால் எல்லோரிடமுமே சோளம் இருக்கும். அச்சோளத்தோடு கலந்து சுவையான உணவாகக்கொள்ள ஏதேனும் தேவைப்படும். பொதுவாக இக்காலத்தில், அவ்வருடத்திற்கான மழை வீழ்ச்சி பெய்யுமெனில் காட்டில் விலங்குகளைக் காணக் கிடைக்கும்.

பன்னிரண்டு மாதங்களிலும் மிக அதிகளவில் குளிரான மாதம் ஜூலை மாதம் என்பதனால் இறைச்சியைக் காய வைக்கையில் ஏனைய மாதங்களில் போல கெட்டுப் போகவோ புளுத்துப்போகவோ மாட்டாது. எனவே ஜூலை மாதத்தில் அனேகமான ஆண்கள் வேட்டைக்கென ஊரை விட்டுக் கிளம்பிவிடுவார்கள். சிலர் வாரக் கணக்கிலும், சிலர் ஒரு மாதம் தாண்டியும் கூட ஊரைத் தாண்டி வெளியே இருப்பர். அவர்கள் அடர்ந்த வனாந்தரத்துக்குள் சென்று மிகக் கடினமாக வாழ்க்கையைக் கழிப்பர். மரங்களிலிருந்து கிளைகளை வெட்டியெடுத்து முக்கோண வடிவத்தில் நட்டு அதன் மேல் புற்களைக் கூரையாகப் பரப்பி கூடாரங்களையோ குடிசைகளையோ உருவாக்கிக்கொள்வர். இரவு நேரங்களில் ஓய்வெடுக்கவும்,

குளிரிலிருந்து தப்பித்துக்கொள்ளவும் அதற்குள் புகுந்துகொள்வர். சிங்கங்கள் நடமாடும் பகுதியொன்றுக்கு அவர்கள் வேட்டைக்காக வந்திருப்பின் சிங்கங்களை அச்சுருத்துவதற்காகத் தமது குடிசைக்கருகில் தீ மூட்டி கொழுந்துவிட்டெரிய விட்டிருப்பர்.

அவர்களிடம் தமக்குச் சொந்தமான வேட்டைத் துப்பாக்கிகள் இருந்தன. அதனைக் கொண்டு அவர்கள் ஆபிரிக்கக் காடுகளில் வாழும் மான், மரை போன்ற விலங்குகளை வேட்டையாடி தமது குடும்பத்துக்கு மூன்று, நான்கு மாத காலங்களுக்குத் தேவையான இறைச்சியைச் சேகரித்துக்கொள்வர். பொதுவாக வேட்டைக் குழுவொன்று நான்கைந்து பேரைக் கொண்டதாக இருக்கும். இயன்றவரையில் சிறிய குழுக்களாக இருக்கவே அவர்கள் முயற்சிப்பர். மிருகங்கள் மனித வாடையை உணர்ந்தால் அவை தப்பிச் சென்று விடுமென அவர்கள் கதைத்துக் கொண்டனர்.

ராபுலா, டெபோகோ, லெசீட் மற்றும் கெலீபோன் ஆகிய நால்வரும் தோலோ என்பவனின் நடவடிக்கைகளை உன்னிப்பாகக் கவனித்துக்கொண்டிருந்தனர். டிரக்டர் வண்டியொன்றும் அதனுடன் பொருத்தக்கூடிய ட்ரேலர் ஒன்றையும் சொந்தமாக வைத்திருக்கும் ஒருவன் அக்கிராமத்தில் தோலோ மாத்திரமே. எனவே அவனுடன் வேட்டைக்குச் செல்ல எல்லோருமே ஆர்வம் காட்டினர். தோலோவின் டிரக்டர் வண்டியில் வேட்டைக்குச் சென்றால் தேவையான அளவு இறைச்சியோடு இரண்டே நாட்களில் வீடு திரும்பிவிட முடியும். பின்னர் இறைச்சியைத் தமது வீட்டு முற்றத்திலேயே காய வைக்கும் நடவடிக்கைகளில் ஓய்வு நேரங்களில் ஈடுபடலாம். அவர்களது மனைவிமார் அந்த இறைச்சியைச் சமைத்தெடுப்பர் என்பதனால் எதுவுமே வீணாகப் போய்விடாது.

இறுதியில் ராபுலாவாலும் டெபோகாவாலும் அதற்கு மேலும் பொறுத்திருக்க முடியாமல் போயிற்று. அவர்கள் தோலோவின் வீட்டு முற்றத்துக்கு வந்தனர். தோலோ தனது டிரக்டரைத் திருத்தி,

சுத்தப்படுத்திக்கொண்டிருந்தான். சோள அறுவடையை அந்த டிரக்டரில் ஏற்றிக்கொண்டு அப்பொழுதுதான் வந்திருந்தான்.

"நாங்க எப்ப போகலாம் தோலோ?" ராபுலா கேட்டான்.

தோலோ தனது வேலையைத் தொடர்ந்தவாறே அமைதியாகத் தலையை உயர்த்திப்பார்த்தான். உயர்ந்து மெலிந்த உடலுடைய அவன், அவர்களுடன் தனது விழிகளால் மாத்திரம் புன்னகைத்தான்.

"இந்தத் தடவை என்னோட வருவியா தோலோ?"

அவர்கள் நட்பாகப் புன்னகைத்து சாதாரணமாகக் கேட்டார்கள்.

"லெஸீட்டும் கெலீபோனும் கூட நம்மோட வருவாங்க" ராபுலா கூறினான்.

தோலோ பூரண சம்மதத்துடன் தலையை அசைத்தான். ஒவ்வொரு முறையும் தன்னுடன் வரப் போவது யாரென்பது குறித்து தோலோ மிகவும் கவனமாக இருந்தான். டிரக்டரில் சென்று விலங்குகளை வேட்டையாடும் அதிர்ஷ்டம் தனது கிராமவாசிகள் அனைவருக்கும் கிடைக்க வேண்டும்.

"நாளை விடிகாலையிலேயே எழும்பி காட்டுக்குப் போவோம்" எனச் சொன்ன தோலோ தான் செய்து கொண்டிருந்த வேலையின் பக்கம் திரும்பினான். அது அவனது இயல்பு. வீண் அரட்டையடிப்பதோ ஊர் வம்பு கதைப்பதோ இல்லை.

இருவர் இருவராகத் திரும்பிச் செல்லத் திரும்பினர். தோலோவுக்குக் கேட்காத தொலைவுக்குச் சென்ற பிற்பாடும் கூட குள்ளமாகவும் மிரட்டும் தோற்றத்திலும் இருந்த ராபுலா தனக்குள் எழுந்த சிரிப்பை வாய்க்குள்ளேயே அடக்கிக் கொண்டிருந்தான்.

"என்னால தோலோவைப் புரிஞ்சுக்கவே முடியல" என அவன் கூறினான்.

"இவன் ஒரு பொம்பளையோன்னு கூட எனக்குச் சந்தேகமாயிருக்கு" என கெலீபோன், தோலோவின் நற்குணத்தையும், அனைவரிடமும் நட்பாகப் பழகுவதையும் கிண்டலடித்தான்.

"ஊருக்கே தலைவனைப் போன்ற ஒருத்தன், நாங்க ஜீவிக்கிறதைப் போன்ற ஒரு சாதாரண வாழ்க்கையையே வாழ்ந்துட்டிருக்கான்"

"தோலோ பற்றி கெலீபோன் சொன்னது நெசம்தான்" டெபோகோ கூறினான்.

"இந்த மாதிரியான மனுஷன்கிட்டத்தான் உண்மையான சக்தியொண்ணு இருக்கும் ... இப்படியொரு நல்ல மனுஷன் நம்மகூட இருக்குறது எங்க அதிர்ஷ்டம்னு முன்னாடி ஒருநாள் யாரோ சொல்ல நான் கேட்டிருக்கேன்"

அனைவருமே தோலோ ஒரு நல்ல மனிதனென்றே அறிந்திருந்தனர். அவனிடம் ஏதேனும் உதவி கேட்டுச் செல்லும்போது அவன் ஒருபோதும் அந்த வேண்டுகோளை நிராகரித்ததில்லை. அவனிடமிருக்கும் அனைத்தையும் மற்றவர்களுடன் பகிர்ந்துகொள்ளக்கூட அவன் விருப்பத்துடனிருந்தான். எனினும் வாழ்க்கையின் அனைத்து சிக்கல்களிலிருந்தும் தப்பித்துச் செல்லும் பழக்கமொன்றும் அவனுக்குள்ளே இருப்பது தெரிந்தது. மனித வாழ்க்கையில் ஒழுங்குமுறையும் நல்லவையும் மாத்திரம் இருக்காது. எனினும் சுயகட்டுப்பாட்டுடன் வாழும் ஒழுங்குமுறையானது ஒவ்வொரு மனிதனிடத்திலும் இருக்க வேண்டும். அவன் தனது மனைவி மற்றும் தனது வேலைகள் குறித்து ஆழமாகச் சிந்தித்தே செயலாற்றினான்.

அவன் தனது மனைவியான தாட்டோவை மிகவும் கவனமாகவே தேர்ந்தெடுத்திருந்தான். நாகரிகத் தோற்றத்துடன் அவள் அமைதியானவளாகவும், எதற்கும் பதற்றமடையாதவளாகவும் இருந்தாள். இந்தக் கணவனுக்கும் மனைவிக்குமிடையே இருந்த அன்னியோன்யத்தை ஊரில் எல்லாப் பெண்களுமே அறிந்திருந்தனர்.

தேவைக்கென கேட்டு வந்திருக்கும் எவர்க்கும் தன்னிடமிருக்கும் அனைத்தையுமே வழங்கி உதவுவது தாட்டோவின் பழக்கம். தோலோ அவளை மணமுடித்துக் கூட்டி வருகையில், அவளைக் கைவிட்டுச் சென்ற அவளது முந்தைய கணவனுக்குப் பிறந்த மகளொருத்தியும் இருந்தாள்.

இக்காலத்தில் இது ஒரு சாதாரணமான விடயம். திருமணத்துக்கு முன்பே எவருடனாவது உறவைக் கொண்டு செல்வது அவசியம் என்றே இன்று அனேகர் எண்ணுகின்றனர். அதனால் இலவசமாகவே இந்த உறவைக் கொண்டு செல்ல முடிகிறது. அவர்களுக்குப் பெண்கள் மேல் எவ்விதமான விஷேட ஈர்ப்பும் இல்லாததோடு உண்மையிலேயே பெண்களை மதிக்கவும் மாட்டார்கள். தம்மால் பெண்களுக்கு நிகழும் வன்முறைகளால் அப்பெண்களுக்கு ஏற்படும் பாதிப்புகளை அவர்கள் கண்டுகொள்வதில்லை. பெண் என்றால் பண்பற்ற, கசப்பான, எந்தப் பெறுமதியும் அற்றவள். அவள் மீதும் அன்பு செலுத்த வேண்டும் என அவர்கள் கவனத்தில் கொள்வதில்லை.

தோலோவுடன் தொடர்பொன்று ஏற்பட்ட முதல் சந்தர்ப்பத்தில் அவனது அனுபவங்கள் குறித்துத் தெரிந்து கொள்ள தாட்டோ முயற்சித்தாள். குழந்தையொன்றைப் பெற்றுக் கொள்வதில் அவளுக்கு ஆட்சேபணை இல்லை. எவரும் குழந்தைகளை மறுக்கமாட்டார்கள். எனினும் ஆண்களின் நேர்மையற்ற தன்மையும், ஏமாற்றும் திறனும் அவளுக்குப் பிடிக்காதவை.

"முட்டாள் பொம்பளைங்க" அவள் கோபத்துடன் சொன்னாள். "ஆம்பளைங்களோட தேவைகளைப் பூர்த்தி செய்றதுக்காகப் பொம்பளைங்க இருக்காங்க. ஆனா படிச்ச பொண்ணுங்களைக் கல்யாணம் பண்ணிக்கிறதுதான் ஆம்பளைங்களுக்குத் தேவையா இருக்கு. அப்படியே பண்ணிக்கிட்டாலும் அவங்களையும் ரொம்ப மோசமாத்தான் நடத்துறாங்க. பொம்பளைங்க அவங்களுக்காகவே வேலை செய்றாங்க. அவங்களுக்கு உதவி, உபகாரம் பண்றாங்க. ஆனா

கல்யாணத்தினால பொம்பளைங்களுக்கு எந்தவொரு சந்தோஷமும் கிடைக்குறதில்ல''

சிறியதொரு இடைவெளி விட்டு ஏதோவொரு நிச்சயமற்ற தன்மையோடு அவள் தொடர்ந்தும் சொல்லிக் கொண்டே போனாள்.

''நான் ரொம்ப நாளா கல்யாணத்துக்காகக் காத்திருந்தேன். அதுக்கப்புறம்தான் குழந்தையொண்ணப் பெத்துக்கத் தீர்மானிச்சேன். எனக்கு வயசாகும்போது பிள்ளையில்லாத அம்மாவா இருக்குற நிலைமைக்கு நான் ஆளாகியிருக்கக் கூடாது.''

அப்போது அவள் அடுப்பில் நெருப்பை மூட்டி களி கிண்டிக் கொண்டிருந்தாள். அக்கணம் அங்கு வந்த மனிதனால் அவளது மனதில் உதித்திருந்த எண்ணங்கள் அனைத்தையும் அழித்துவிட முடிந்தது.

தொடக்கத்தில் அவர்களது தொடர்பு ஆரம்பித்தது இவ்வாறுதான். முதலில் அவள் தனது மனதில் ஆழமாகப் பதிந்திருக்கும் எண்ணங்களை அழித்துவிட வேண்டியிருந்தது. இவ்வாறாக, ஆண் மகனொருவனைக் காதலிப்பதற்கு பெண்ணானவள் அதிக தியாகங்களைச் செய்ய வேண்டியிருக்கும்.

தோலோவின் டிரக்டர் வண்டியைப் பாவித்து தமது பயிர்நிலத்தைப் பண்படுத்திக்கொள்ள தாட்டோவின் தாய் நடவடிக்கைகளை மேற்கொண்டாள். டிரக்டர் வண்டியொன்று அவர்களது இடத்துக்கு வந்தது அதுதான் முதல் தடவை. வருடக் கணக்காக அவர்கள் எருமைகளைப் பயன்படுத்தியே அவர்களது நிலத்தைப் பண்படுத்தி வந்தார்கள். அவர்களது காணியில் பெண்கள் மட்டுமே இருந்தனர். தாட்டோவின் தந்தை அவளது சிறு வயதிலேயே இறந்துவிட்டிருந்தார். அவள் தனது தாயோடும் சிறிய தங்கைகள் இருவரோடும் வசித்து வந்தாள்.

டிரக்டர் வண்டியின் மூலம் நிலத்தைப் பண்படுத்துவதைப் பார்த்துக்கொண்டிருப்பதே புதியதொரு அனுபவமாக இருந்தது. மழை

பெய்திருந்ததால் புதிதாக ஈரலித்துப் போயிருந்த நிலத்தில், விவசாயக் கல்லூரியில் பெற்ற தொழில் அனுபவத்தைக் கொண்டு அவன் மிகச் சரியான முறையில் தனது வேலையைச் செய்து கொண்டிருந்தான். அன்று அந்தி சாயும் நேரமாகுகையில் அவர்களது நிலத்தைப் பண்படுத்துவதைப் பூர்த்தி செய்த அவன், வண்டியை வேறொரு வேலைக்காக ஓட்டிச் சென்றான்.

இரவில் அவளது கனவுலகில் அசையாத உருவமொன்று நடமாடத் தொடங்கியது. அவள் அவனைத் தன்னோடு ஒப்பிட்டுப் பார்த்தாள். அவளது கஷ்டமான வாழ்க்கையை விடவும் அவன் தொலைதூரத்திலிருந்தான். அவளைப் போல இன்னும் பெண்கள் பலர் இருக்கக்கூடும். அவர்களுக்கும் அவளைப் போலவே எல்லா வேலைகளையும் செய்யக் கூடிய திறமைகளும் இருக்கக்கூடும். எனினும் அவர்களுக்கு வாழ்க்கையில் விஷேடமான மகிழ்ச்சி எதுவும் ஏற்பட்டிருக்காது.

அவர்கள் இருவரும் தொடர்ந்தும் புதியவர்களாக இருக்கவில்லை. அறுவடைக் காலம் முடிந்து வியாபாரச் சந்தைக்குப் போயிருந்த சந்தர்ப்பமொன்றில் அவள் அவனை மீண்டும் சந்தித்தாள்.

"காதல் என்பது விபத்துக்களை நோக்கியே கையசைக்கும் பயங்கரமான ஒன்று".

"எல்லா ஆம்பளைங்களுமே ஒண்ணு போலத்தான். அவங்க ஒண்ணு ரெண்டு மாசம் ஒண்ணா சுத்திட்டு அப்புறம் நிரந்தரமாக் காணாமப் போயிடுவாங்க" பெண்கள் இவ்வாறு கூற பழகியிருந்தார்கள்.

எனினும் "அடுத்தவர்களின் கதைகளை நான் கண்டுகொள்வதில்லை. அவன் இன்னும் பல பெண்களை அறிந்திருக்கக் கூடும். எனினும் எனக்கு அது ஒரு தடையல்ல." எனத் தீர்மானித்த தாட்டோ, தோலோவின் எதிர்காலம் குறித்து எந்தவொரு உறுதிப்பாடும் கிடைத்திராத நிலையிலேயே அவனுடனான

தொடர்பினை வளர்த்துக்கொள்ளச் சம்மதித்தாள். இரு மாதங்கள் கழிந்த நிலையில் எங்கோ ஏதொவொரு தவறு நிகழ்ந்திருப்பதாகத் தென்பட்டது. அவன் காதல் குறித்து எந்த அக்கறையையும் காட்டவில்லை. அவள் மிகவும் கவலைக்குள்ளானாள். அவள் எந்தளவு வெறுப்புக்குள்ளானாளெனில், அவன் வருகை தரும் போது அவனை வரவேற்பதைக் கூட அவள் செய்யவில்லை.

"என்ன ஆகியிருக்கு உனக்கு?" என அவன் அமைதியாகக் கேட்டான். அவள் எரியும் சுடர் போன்ற கூர்மையோடு ஒரு கணம் அவனை நோக்கினாள். சடுதியாக அவள் தீர்மானமொன்றை எடுத்தாள். அது அவனிடம் தெரிவித்தேயாக வேண்டிய ஒரு சிக்கல். "ஆமாம். நான் கர்ப்பமாக இருப்பதாக அவனிடம் சொல்லிவிடப் போகிறேன். எவ்வாறாயினும் நான் ஆண்களை வெறுக்கிறேன்" எனத் தீர்மானித்த அவள் இறுதியில் உறுதியோடும் கோபத்தோடும் அவனிடம் அதனைக் கூறி விட்டாள். எனினும் அவன் அமைதியாகவே இருந்தான். அவள் கரிக் கட்டையொன்றை எடுத்து நிலத்தில் கோடு வரைந்தாள். அவளது நொந்துபோயிருந்த மனதுக்குள் நேரடியாக ஊடுருவியவாறு,

"நாம் கல்யாணம் பண்ணிக்கலாம்" என அவன் அன்பாகக் கூறினான். "எல்லா ஏற்பாடுகளையும் செஞ்சிடலாம்."

எதிர்பாராத வகையில் அவனது அலங்காரமிக்க வாழ்க்கையுடன் தனது வாழ்க்கை இணையப் போவதை அவள் உணர்ந்தாள். பின்பு அமைதியாக லேசாய்ப் புன்னகைத்தாள். பண்டைய காலத்தைப்போல நிகழ்காலத்தில் திருமணத்தைத் திட்டமிடுவது பெற்றோர்களல்ல. ஆணும் பெண்ணும் தமது வேலைகளை ஒழுங்குபடுத்திக் கொண்டு கணவனும் மனைவியுமாக வாழ்க்கையை ஆரம்பித்துவிடுகின்றனர்.

"சீதனமாத் தர்றதுக்கு எங்ககிட்ட எதுவுமே இல்ல தோலோ" அவள் மிகவும் கையாலாகாத நிலையில் சொன்னாள். "நாங்க ரொம்ப

ஏழைங்கங்குறது உனக்குத் தெரிஞ்சிருக்கும். ஆனா என்னால ரொம்ப நல்லா விவசாய வேலைகளைச் செய்ய முடியும்.''

அவன் அவளது முகத்தை வியப்போடு பார்த்தான். விழிகளால் புன்னகைத்தான். அச்சிரிப்பை உணர்ந்து கொள்ள அவளுக்குக் கொஞ்ச நேரம் பிடித்தது. அதன் அர்த்தம் அவன் இன்னுமொருவரது வாழ்க்கைக்குத் தடையாக இருப்பதைப் பார்க்க விரும்பவில்லை என்பதைப் போன்றது. ஆரம்பத்தில் அவள் அனைத்து விடயங்கள் குறித்தும் கவனமாக இருந்தாள். வெகுநேரத்துக்குப் பிறகு அவர்களது உரையாடல் அறுவடை, விலங்குவேளாண்மை, ஏனைய மனிதர்கள் போன்ற விடயங்களுக்குத் திரும்பியது. எனினும் அம்மாலை நேரத்தில் அவனுக்கு, அவளிடம் சொல்லவேண்டிய அனைத்தையும் சொல்ல இயலாமல் போயிற்று. எதிர்பாராத அச்சுதந்திரத்தை அவன் அனுபவித்துக்கொண்டிருந்தான்.

சமூகத்தில் அவனைப் போன்ற விவசாயிகளுக்கும் விலங்குப் பண்ணையாளர்களுக்கும் முக்கியமான இடமொன்று கிடைத்திருந்தது. அவனுக்கு அரச விவசாய தொழில் பயிற்சி நிலையத்தில் விஷேட இடமொன்று கிடைத்ததோடு, அவளது முந்தைய கணவனுடன் இணைந்து அவனது நிலத்தில் வேலை செய்யவும், விலங்குகளைப் பார்த்துக்கொள்ளவும் சந்தர்ப்பம் கிடைத்தது. அவனுடன் இணைந்து அவ்வாறு திருமண வாழ்க்கையைக் கொண்டு செல்லக்கூடிய பெண்ணே அவனது தேவையாகவிருந்தது. இற்றைக்குச் சில வருடங்களுக்கு முன்பிருந்த மக்களுக்கு இவ்வாறானதோர் அதிர்ஷ்டம் வாய்த்திருக்கவில்லை.

அவன் அவளைத் தனது குடும்பத்தினரிடம் அறிமுகப்படுத்திய வேளையில் அவர்கள் தமது மறுப்பைத் தெரிவித்தனர். அவனது அத்தையொருத்தி அனைத்தையும் சுருக்கமாக இவ்வாறு சொன்னாள். ''அவள் வாழ்க்கைல நிறைய அனுபவங்களைப் பார்த்தவளொருத்தி. வயசானவள்.''

தாட்டோவின் முகத்தைப் பார்க்கையில், அவள் நன்கு சிந்திக்கக் கூடியவளென அவர்களுக்குத் தென்பட்டது. ஆண் மகனொருவன் திறந்த மனதோடு கூடிய, தன்னை விடவும் வயதில் பத்து வருடங்களாவது குறைந்த ஒருத்தியையே திருமணம் செய்துகொள்ள வேண்டும். அப்படியிருந்தால்தான் அவர்களது திருமணம் ஆறு மாதங்கள் அல்லது ஒரு வருடத்துக்காவது நிலைத்திருக்கும்.

எவ்வாறாயினும் அவர்கள் மூன்று வருடங்களாகத் திருமண வாழ்க்கையில் இணைந்திருக்கின்றனர். வேலைகள் மற்றும் ஏனையவர்களின் தேவைகளுக்காகக் கலந்துகொள்ளச் செல்வதனால் அவர்களது திருமண பந்தத்திலிருந்த மகிழ்ச்சி மெதுவாக நீங்கிச் சென்றுகொண்டிருந்தது.

ராபுலாவும் டெபோகோவும் தமது முற்றத்திலிருந்து சென்றதுமே தண்ணீர்க் குடமொன்றைத் தலையிலேந்தியவாறு தாட்டோ அங்கு வந்தாள். தனக்கு அவளிடம் ஏதோவோர் தேவையிருப்பதை உணர்த்தும் விதத்தில் தோலோ அவளைப் பார்த்தான். அவள் அவனருகே சென்று டிரக்டர் வண்டியின் அருகே தண்ணீர்க் குடத்தை நிலத்தில் வைத்தாள்.

"ஏதாச்சும் கொண்டுபோக ஏற்பாடு பண்றியா? நான் நாளைக்கு ராபுலாவோடும், டெபோகோ லேஸீட்டோடும், கெலீபோனோடும் வேட்டைக்குப் போக எண்ணியிருக்கேன்."

"இந்த வருஷத்துல மிருகங்க நல்லா வளர்ந்திருக்கு. ஆனா நம்ம தோட்டத்து வட்டக்கா, பூசணி, தர்ப்பூசணி எல்லாம் நோய் வந்தது மாதிரி சின்னதாப் போயிருக்கு." எனக் கூறியவாறு அவள் டிரக்டர் வண்டியின் மீது தனது ஒரு கையை வைத்தாள்.

தீர்மானித்திருந்தவாறே மறுநாள் விடிகாலையில் ஆண்கள் ஐந்து பேரும் தமது வேட்டைக்கான பயணத்தை ஆரம்பித்திருந்தனர். பெரிய மழைக்குப் பிற்பாடு மெல்லிய தென்றல் வீசுவதே வழமை. ஜூலை

மாதமாகுகையில் எந்நாளும் வானம் நீல நிறத்தில் இருப்பதோடு குளிர்ந்த சூரியக் கீற்றுகளோடு மொத்த சூழலும் உறங்கச் செல்லத் தயாராவதைப் போன்றதொரு தன்மையைக் காட்டும். தேனின் நிறத்தைக்கொண்ட புற்கள் குளிர்ந்த தென்றல் அலைகளில் சிக்கி அசைவது, ஆயிரக்கணக்கான சிறுமியர் தமது ஆடைகளை அசைத்து நடனமாடுவதைப் போன்றிருக்கும்.

இந்த அமைதியான சூழலிலேயே அந்த ஐவரும் வேட்டைக்காகச் சென்றிருந்தனர். அந்நாளின் மதிய வேளையாகும் போது அவர்களால், தமக்குத் தேவையான அளவு விலங்குகளை வேட்டையாட முடிந்ததோடு மாலையில் அவர்கள் தமது வீடுகளுக்குத் திரும்பிவிட்டனர். அன்றைய மாலைவேளை அனைத்து வீடுகளிலும் ஒரே களேபரம். சிறுவர்கள் சுட்ட இறைச்சியைத் தமது வயிறு வீங்குமளவுக்குச் சாப்பிட்டனர். அவர்கள் நீங்கிச் சென்ற பிற்பாடு பெரியவர்கள் முற்றங்களில் வெட்டவெளியில் நெருப்பை மூட்டி பெரிய இரும்புப் பாத்திரங்களில் இறைச்சியைச் சமைக்க ஆரம்பித்தனர். அடுத்த நாள் காலைவேளையில் அவர்களது வீட்டில் சமைக்கப்பட்ட இறைச்சியை உண்டு செல்ல விருந்தாளிகள் வருகை தரவிருக்கின்றனர்.

தோலோவுக்கு இந்த நாள் மிகவும் பிடிக்கும். இக்காட்சியை அவன் அநேகத் தடவை கண்டிருக்கிறான். அவன் சிறியதொரு கதிரையில் அமர்ந்திருந்ததோடு அவனது மனைவி ஒரு காலை மடித்து நிலத்தில் அமர்ந்து நெருப்புச் சுடரைப் பார்த்தவாறு சிந்தனையில் ஆழ்ந்திருந்தாள்.

"என்ன சங்கதி?" ஒரு சந்தர்ப்பத்தில் அவன் கேட்டான்.

அவளால் எந்தவொரு கலவர நிலைமைக்கும் முகம் கொடுக்க முடியும். ஆனால் அவனால் முடியாது. ஏனைய பெண்களைப் போலவே அவளும் ஊர் விடயங்கள் குறித்தும், பிரச்சினைகள்

குறித்தும் அறிந்துகொள்வதில் ஈடுபாடு கொண்டிருந்தாள். எனவே எப்போதும் அவளுக்கு ஊர் விடயங்கள் அனைத்தும் தெரிந்திருக்கும். எனினும் அதனை பிறரிடம் வெளிப்படுத்தும்போது தேர்ந்தெடுத்துச் சொல்வதில் அவள் தேர்ச்சி பெற்றிருந்தாள்.

அன்றைய மாலை நேரத்தில் அவனது ''என்ன சங்கதி?'' எனும் கேள்விக்கு பதிலளிக்க அவள் தயாரானாள்.

''மாட்டுக் கொட்டகையில ஒரு எருமை இன்னொரு வயதான எருமையோடு மோதிக் கொண்டதில பலத்த காயம்பட்டிருக்கு''

அவள் சிறியதொரு இடைவெளி விட்டுவிட்டு விழிகளைச் சுழற்றியபடி சொன்னாள்.

''ஊர்ல இன்னுமொரு பிரச்சினை. பிலீஷியாவுக்கும் அவளோட புருஷனுக்குமிடையில திரும்பவும் சண்டை. அவங்க சமீபத்துலதான் கல்யாணம் பண்ணிக்கிட்டாங்க. ஆனா பிலீஷியா கல்யாணம் முடிக்கிறதுக்கு முன்னாடியிருந்தே நியாயமா நடந்துகொள்ளல. அதேபோல கல்யாணத்துக்கு அப்புறமும் எந்நாளும் புருஷனோட சண்டைபோடத் தொடங்கினா. அவங்களோட முற்றத்துல அவங்க சண்டை போடுற சத்தத்தத் தவிர வேறெதுவும் அயல் மனுஷங்களுக்கு கேட்டிருக்காது. அவள் இந்த நாட்கள்ல விவசாய வேலைகள்ல ஈடுபட மாட்டேங்குறாளாம். அவளோட புருஷன் ஏதோ நல்ல வேலையொண்ணுல இருக்குறதால அவ கொஞ்சம் ஓய்வெடுத்தா என்னன்னு கேட்குறாளாம். இப்ப புருஷனோட நிலைமையும் மாறியிருக்கு. அவன் இன்னிக்கு வேலையை விட்டு நின்னுட்டானாம். அவனும் கொஞ்சம் ஓய்வெடுக்கணும்னு சொல்றானாம். ஓய்வெடுக்குறதும், வெட்டியா காலங்கடத்துறதும் அவங்களுக்கு ரொம்பப் பழக்கமான ஒண்ணுதான். இந்தப் பிரச்சினையை எப்படித் தீர்க்குறதுன்னு யாருக்குமே தெரியல. அவங்க பசியிலிருக்கையில பிற மனுஷங்கதான் உதவி செய்ய வேண்டியிருக்கும்.''

ஒவ்வொரு நாளும் மனிதர்களிடையே ஏற்படும் பிரச்சினைகள் குறித்து அவள், அவனிடம் விபரிக்கத் தொடங்கினாள். சில காலத்துக்கு முன்பு ராபுலா கள்ளச்சாராயம் காய்ச்சும் இடமொன்றுக்குச் சென்று குடித்து விட்டு வந்து மனைவி அடித்த விடயத்தை அவன் தாட்டோவிடமிருந்து அறிந்துகொண்டான். அவள் அவனை மோசமாகத் திட்டுவதையும்கூட அறிந்துகொண்டான். இதற்கெல்லாம் என்ன செய்ய முடியும்? உலகில் எதையும் தேர்ந்தெடுத்துச் செய்ய இயலாது. அது எப்போதுமே வேதனையும் சிக்கலும் பின்னிப் பிணைந்தது. அவன், ராபுலா அங்கு வந்ததும் கருணையோடும் நட்போடும் புன்னகைத்தது அதனால்தான்.

இல்லை என்பதே பதில்

(எகிப்து - நஜீப் மஹ்ஃபூஸ்)

புதிய அதிபரொருவரின் வருகை குறித்த முக்கியமான தகவலொன்று பாடசாலை முழுவதும் பரவிக் கொண்டிருந்தது. அன்றைய நாளின் பாடங்களைக் குறித்து கடைசித் தடவையாகப் பார்த்தவாறு ஆசிரியர்களின் ஓய்வறையிலிருந்த அவளும் அந்தச் செய்தியைக் கேள்விப்பட்டாள். அவருக்குக் கை கொடுத்து வரவேற்கச் செல்லும் ஏனைய ஆசிரியர்களோடு இணைந்துகொள்ள அவள் விரும்பாதது போலக்காணப்பட்டாள். தவிர்க்கவியலாத ஒரு சிலிர்ப்பு அவளது உடலில் தோன்றி மறைந்தது.

"அவரோட திறமைகளைப் பற்றி அவங்க ரொம்ப உயர்வா பேசிக்கிறாங்க ... அதுபோல அவரோட கண்டிப்பான சுபாவம் பற்றியும் பேசிக்கிறாங்க" என அவளது சக ஆசிரியை ஒருத்தி கூறினாள்.

அவ்வாறு நிகழ சாத்தியமிருந்தது. இப்பொழுது அது நடந்திருக்கிறது. அவளது அழகான வதனம் வாடிப்போனது. அவளது பெரிய கருவிழிகளின் வெறித்த பார்வை நிலைத்துப்போனது.

சந்தர்ப்பம் கிடைத்ததுமே ஆசிரியர்கள் ஒற்றை வரிசையில், அலங்கரிக்கப்பட்டு திறந்திருந்த அவரது அறைக்குள் நுழைந்தனர்.

அவர் மேசைக்குப் பின்னால் அமர்ந்திருந்து ஆண்களையும், பெண்களையும் வரவேற்றார். நடுத்தர உயரத்தில், பருத்த தோற்றமும், உருண்டையான முகமும், வளைந்த மூக்கும், வெளித் தள்ளிய கண்களும் கொண்ட ஒரு நபராக அவர் இருந்தார். அவரைக் காணும் எவரும் முதலில் காண்பது வில் வடிவில் அடர்ந்திருந்த அவரது மீசையைத்தான்.

அவள் அவரது மார்பைப் பார்த்தவாறுதான் அவரிடம் சென்றாள். வேண்டுமென்று அவளையே உற்று நோக்கிக் கொண்டிருந்த அவரது பார்வையைத் தவிர்க்க அவள் கையை நீட்டினாள். அவளுக்குக் கூறவிருப்பது என்ன? ஏனையவர்கள் கூறுவதையேதான் இல்லையா? அவள் ஒரு வார்த்தைகூடப் பேசாது அமைதியாக இருந்தாள். அவரது கண்களால் அவர் கூற முற்படுவது என்ன? அவரது சொரசொரப்பான கை அவளை நோக்கி நீண்டது.

"நன்றி" என அவர் கரகரப்பான குரலில் கூறினார். அவள் திரும்பி விலகி நடந்தாள்.

அன்றாட வேலைகளில் மூழ்கியிருந்த காரணத்தினால் அவள் சற்று நேரம் அனைத்துக் கவலைகளையும் மறந்திருந்தாள் என்றபோதும் அவள் மகிழ்ச்சியாக இருப்பதாகத் தெரியவில்லை. மாணவிகள் பலரும் அவளைக் குறித்து தமக்கிடையே இவ்வாறு கதைத்துக்கொண்டனர்.

"டீச்சர் இன்னிக்கு ஏதோ மனக் கவலையில இருக்காங்க போல!"

பிரமிட் தெருவின் தொடக்கத்திலேயே அமைந்திருந்த அவளது வீட்டுக்குத் திரும்பி வந்த அவள் ஆடைகளை மாற்றிவிட்டு, உணவருந்துவதற்காகத் தனது தாயுடன் அமர்ந்தாள்.

"எல்லாம் நல்லாயிருக்கா?" என அவளது முகத்தைக் கவனித்த

அவளது தாய் கேட்டாள். அவள் சுருக்கமாகக் கூறினாள்.

"உம்மாவுக்கு அவரை நினைவிருக்கா? எங்க பாடசாலை அதிபரா அவரை நியமிச்சிருக்காங்க"

'நிஜமாவா?" என்று கேட்டுவிட்டு, சற்று அமைதியாக இருந்த தாய், தொடர்ந்தும் கதைத்தாள்.

"எப்படியிருந்தாலும் அது ஒரு முக்கியமான விஷயமில்ல. அது பழைய, ரொம்பக் காலத்துக்கு முன்பே மறந்துபோன கதை"

உணவருந்தியதன் பிறகு பயிற்சிப் புத்தகங்களைத் திருத்துவதற்கு முன்பு சற்று ஓய்வெடுப்பதற்காக அவள் தனது அறைக்குள் நுழைந்தாள். அவள் அவரை முழுவதுமாக மறந்திருந்தாள். இல்லை. முழுவதுமாக இல்லை. அவரை முழுவதுமாக மறப்பதெப்படி?

அவளுக்குக் கணிதப் பாடத்தைக் கற்பிக்கவென அவர் முதன்முதலாக வீட்டுக்கு வரும்போது அவளுக்கு பதினான்கு வயதாக இருந்தது. உண்மையில் பதினான்கு வயதை அப்போதுதான் எட்டியிருந்தாள். அவர் அவளை விட இருபத்தைந்து வருடங்கள் கூடிய வயதில் அதாவது அவளது தந்தையின் வயதில் இருந்தார். அவள், அவளது தாயிடம் இவ்வாறு கூறினாள்.

"அவர் தோற்றத்துல அசிங்கமா இருக்கார். ஆனா பாடத்தை நல்லா சொல்லித் தர்றார்"

"அவரோட தோற்றம் எங்களுக்கு முக்கியமில்ல. அவர் பாடத்தை நல்லா விளங்கப்படுத்துறார் என்பது மட்டும்தான் முக்கியமானது" என்று அவளது தாய் பதிலளித்தாள்.

அவரொரு வேடிக்கையான மனிதராக இருந்தார். அவரது அறிவினால் அவள் பயனடைந்துகொள்ள முடிந்தது. அவ்வாறெனில் அது எவ்வாறு நிகழ்ந்தது? அவளது அப்பாவித்தனத்தால், அவரது நடவடிக்கைகளில் அவளைத் தன்வசப்படுத்தும் மாற்றங்களிருப்பதை

அவள் உணரவில்லை. அவளது பெற்றோர், அவளது அத்தையின் மருத்துவ சிகிச்சைக்காகப் போன நாளொன்றில் அவளுக்கு, அவருடன் தனித்திருக்க நேர்ந்தது. தனது தந்தை போன்றிருந்த அவர் குறித்து அவளுக்குள் எந்த சந்தேகமும் இருக்கவில்லை. அவ்வாறெனில் அது எவ்வாறு நிகழ்ந்தது? அவளது புறத்தில் காதலோ, விருப்பமோ இல்லாதபோதும் அது நிகழ்ந்தது. நடந்தது என்னவென்று அவள் அச்சமுற்றுக் கேட்டாள். அதற்கு,

''பயப்படவோ கவலைப்படவோ வேணாம். இதைப் பற்றி யாரிடமும் சொல்லவும் வேணாம். உனக்குக் கல்யாண வயது வரும்போது நான் வந்து பொண்ணு கேட்குறேன்'' என்றார்.

அவர் வாக்குறுதியளித்தது போலவே ஒரு நாள் அவளைக் கரம்பற்றக் கேட்டு வந்தார். அப்போது அவள் வயதுக்கேற்ற பக்குவத்தை அடைந்திருந்ததோடு, தான் இருக்கும் கையறு நிலை குறித்து தெளிவாக உணர்ந்திருந்தாள். தனக்கு அவர் மேல் காதலோ, கௌரவமோ இல்லாததையும், தான் கனவு காணும் உலகத்திலிருக்கும் இலட்சிய நாயகன் அவரல்ல என்பதையும், அவரது எண்ணங்கள் தனக்குப் பொருந்தாதவை என்பதையும் அவள் உணர்ந்திருந்தாள். ஆனால் என்ன செய்ய இயலும்? அவளது தந்தை அதற்கு இரண்டு வருடங்களுக்கு முன்னர் காலமாகியிருந்தார்.

அந்த ஆடவனின் முன்னால் அவளது தாய் சற்றுத் தயங்கினாள். எனினும் தனது மகளிடம் அவள்,

''தனிப்பட்ட சுதந்திரத்துல உனக்கு இருக்குற விருப்பத்தைப் பற்றி எனக்குத் தெரியும். அதனால முடிவைத் தீர்மானிக்குறதை உன்கிட்டயே ஒப்படைக்கிறேன்'' என்றாள்.

தானிருக்கும் கையறுநிலை குறித்து அவளுக்குத் தெளிவாகப் புரிந்தது. ஒன்று அவள், அவரது அழைப்பை ஏற்றுக்கொள்ள வேண்டும். இல்லாவிட்டால் நிரந்தரமாகக் கதவை அடைத்து மூடிவிட வேண்டும்.

தான் வெறுக்கும் ஒரு விடயத்தின் மீது, வற்புறுத்தப்படும் நிலைக்கு அவள் முகம் கொடுக்க வேண்டியிருந்தது.

அவள் வசதியான, அழகான பெண். சரீரத்தை முழுமையாக மறைத்து ஆடையணியும் ஒழுக்கமான யுவதி. இப்போது அவள் கைவிடப்பட்டு, கண்ணியொன்றில் அகப்பட்டுப் போராடிக்கொண்டிருந்தாள். அவர், அவளையே பேராசைக் கண்களால் பார்த்துக்கொண்டிருந்தார். அவள் அவரது பலத்தை வெறுப்பது போலவே, தனது பலவீனத்தையும் வெறுத்தாள். அன்று அவர் அவளது அப்பாவித்தனத்தைக்கொண்டு தேவையற்ற பயனடைவது ஒரு புறத்திலும், அவளது அறிவை விஸ்தரிக்க கல்வியைக் கற்றுக்கொடுப்பது மறுபுறத்திலும் இருந்தது.

"நான் என்னோட வாக்குறுதியை நிறைவேற்ற வந்துருக்கேன். அது இப்பவும் நான் உன்னை நேசிக்குறதால" என்ற அவர் தொடர்ந்தும் கூறினார்;

"படிப்பிக்குறதுன்னா உனக்கு ரொம்பப் பிடிக்கும்னு எனக்குத் தெரியும். உனக்கு அறிவியல் கல்லூரியில உன்னோட கல்வி நடவடிக்கைகளை பூர்த்தி செஞ்சுக்கலாம் என்கிறதும் எனக்குத் தெரியும்"

இதற்கு முன்பு ஒருபோதும் வந்திருக்காத கோபத்தை அவள் உள்ளுக்குள் உணர்ந்தாள். அந்த அசிங்கத்தை மாத்திரமல்ல அவரது வற்புறுத்தலையும் அவள் வெறுத்தாள். திருமணத்தைத் தியாகம் செய்வது அவளுக்கு இலகுவான விடயம்தான். சுய கௌரவத்தைக் காப்பாற்றிக்கொண்டு தனியாக வாழ்வதை மகிழ்ச்சியாக ஏற்றுக்கொள்ள அவள் தயார். அவர் சொத்து சௌபாக்கியங்களை அடைய வேண்டி அவளது பின்னால் தொடர்ந்து வந்திருப்பதை அவள் அனுமானித்திருந்தாள். அவள் தாயிடம் தனது தீர்மானத்தை உறுதியாகக் கூறினாள்.

"என்னால அவரைக் கல்யாணம் பண்ணிக்க முடியாது"

"நீ ஆரம்பத்துலயே இந்த முடிவை ஏன் எடுக்கலன்னு எனக்கு ஆச்சரியமா இருந்தது" என்று அவளது தாய் கூறினாள்.

தெருவில் வைத்து அவளை வழி மறித்த அவர்,

"நீயெப்படி மறுக்க முடியும்? அதோட விளைவு உனக்குப் புரியுதா?" என்றார். அதற்கு அவர் ஒருபோதும் எதிர்பாராத விதத்தில் கடுமையாக அவள் பதிலளித்தாள்.

"உங்களைக் கல்யாணம் செஞ்சுக்குறதைப் பார்க்க, வேறெந்த விளைவையும் சந்திக்க நான் தயார்."

கல்வி நடவடிக்கைகளைப் பூர்த்தி செய்ததன் பிறகு, தனது ஓய்வு நேரத்தைக் கழிப்பதற்கு ஏதாவது செய்ய வேண்டுமே என்பதற்காக அவள் ஆசிரியையாகக் கடமையில் சேர்ந்தாள். பல இடங்களிலிருந்தும் திருமண ஆலோசனைகள் அவளுக்கு அடிக்கடி வந்தன. அனைத்தையும் புறக்கணித்தாள்.

"உனக்கு யாரையுமே பிடிக்கலையா?" என அவளது தாய் கேட்டாள்.

"நான் என்ன செய்யணும்னு எனக்குத் தெரியும்" என மென்மையாகப் பதிலளித்தாள்.

"ஆனா காலம் போயிட்டேயிருக்கு"

"காலம் போகட்டும்... நான் மன நிறைவோடுதான் இருக்கேன்."

நாளுக்கு நாள் அவள் வயதாகிக்கொண்டே போனாள். அவள் காதலைத் தவிர்த்திருந்தாள். அதற்குப் பயந்தாள். அவளது மன வலிமையைக்கொண்டு, மகிழ்ச்சி எவ்வாறாயினும் வாழ்க்கையானது, சாந்தமாகவும், அமைதியாகவும் கழிந்துவிடுமென அவள் எதிர்பார்த்தாள். சந்தோஷம் இருப்பது காதலிலும், தாய்மையிலும்

மாத்திரமேயல்ல என்ற எண்ணத்திலேயே நிலைத்திருக்க முயற்சித்தாள். தனது உறுதியான தீர்மானத்தைக் குறித்து அவள் ஒருபோதும் கவலைப்படவில்லை. ஆனால் நாளை என்ன நடக்கும் என்பதை யாரால் கூற இயலும்?

வாழ்நாளில் திரும்பவும் தனது வலி தரும் கடந்த காலத்துக்கும், தனது தற்போதைய நிகழ்காலத்துக்கும் காரணமான நபரை தினந்தோறும் சந்திக்க நேர்ந்திருப்பதால் அவள் மகிழ்ச்சியற்றிருந்தாள்.

முதன்முறையாக அவளுக்கு அவரை, அவரது அறையில் வைத்து தனியாகச் சந்திக்க நேர்ந்த சந்தர்ப்பத்தில் அவர் அவளிடம் கேட்டார்.

"நீ எப்படியிருக்கே?"

"நான் நல்லா இருக்கேன்" என அவள் அமைதியாகக் கூறினாள்.

சற்றுத் தயங்கிய பிறகு அவர் கேட்டார்.

"நீ இன்னும் ... நான் கேட்க வந்தது ... உனக்குக் கல்யாணமாயிடுச்சா?"

உரையாடலைச் சுருக்கமாக முடிப்பதை எதிர்பார்த்தவளைப் போல அவள் ஒரேயடியாக சுருக்கமாகப் பதிலளித்தாள்.

"நான்தான் முன்னாடியே உங்ககிட்ட சொல்லிட்டேனே ... நான் நல்லா இருக்கேன்."

சகோதரிகள் இருவர்

(தென்னாபிரிக்கா - அஹ்மத் ஈஸொப்)

"எனக்குப் பந்து விளையாடத் தேவைப்பட்டால், அவங்களுக்கும் தேவைப்படும். எனக்குக் கழிப்பறைக்குப் போகத் தேவைப்பட்டால் அவங்களுக்கும் போகத் தேவைப்படும். அவங்க எல்லாவிதத்திலுமே சுயநலவாதிங்க. எங்க சித்தியும் வாப்பாவும் அறைக்குள்ளே புகுந்து கதவை மூடிக்கொண்டிருப்பாங்க. சில நாட்கள்ல நாள் முழுவதுமே அப்படித்தான் இருப்பாங்க. அவங்க என்ன செய்றாங்கன்னு எனக்குத் தெரியாது. வீட்டில சாப்பிடவும் எதுவுமிருக்காது. அப்படி எதுவும் இருந்தாலும் நாங்கதான் சமைக்க வேணும். பிறகு அவங்க ரெண்டு பேரும் அறைக்குள்ளிருந்து வெளியே வந்து நாங்க சமைச்சு வச்ச சாப்பாடு எல்லாத்தையும் விழுங்கித் தள்ளுவாங்க."

"ஏன் நீ வாப்பாக்கிட்ட சொல்லக் கூடாது?"

"அந்தப் பொம்பளையக் கல்யாணம் கட்டினதிலிருந்து வாப்பா நாங்க சொல்ற எதையுமே கேட்குறதில்ல. வாப்பா நல்ல மனுஷன்தான். ஆனா அந்தப் பொம்பளையைக் கல்யாணம் கட்டினதுக்கப்புறம் அவர்கிட்ட இருந்த நல்ல குணங்களெல்லாம் காணாமப் போயிடுச்சு. அவள் அவரை நாசமாக்கிட்டாள். வாப்பா எங்களைப் பற்றித் தேடிப் பார்க்கிறதில்ல. அதனாலதான் நான் என்னோட தங்கச்சி ஹபீபாக்கிட்ட

நாம எங்கேயாவது போயிடலாம்னு சொன்னேன். அப்படித்தானே ஹபீபா?''

"நிஜம்தான்"

"இந்தப் பக்கம் வாடகைக்கு அறையொண்ணு இருக்குறதா சினேகிதங்க சொன்னாங்க. நாங்க இங்க வந்தது அப்படித்தான்.''

ருகையா என்னிடமும், எனது நண்பன் உமரிடமும் அவ்வாறுதான் விவரித்தாள். சகோதரிகள் இருவரும் அம் மாடி வீட்டுக்குக் குடிவந்தமை பெரிய களேபரத்துக்குக் காரணமாக அமைந்தது. அவர்கள் காற்சட்டையும், நீண்ட ஆடையும் அணிந்திருந்தனர். அதிலேதும் வினோதமாக இல்லை. வினோதமாக இருந்தது அவர்களது தலைமயிரின் நிறம்தான். அவர்களது தலைமயிர் செம்பு நிறத்திலிருந்தது. அவர்களது தோல் நிறத்தோடு செம்பு நிறத் தலைமயிர் சிறிதும் பொருந்தவில்லை. அடர்த்தியாக வளர்ந்திருந்த அவர்களது கூந்தல் கீழ்படியாது அடிக்கடி முகத்தில் விழுந்த காரணத்தால் அதனைச் சரிசெய்துகொள்வதற்காக அவர்கள் அடிக்கடி கூந்தலோடு போராட வேண்டியிருந்தது. எனது நண்பன் உமர் அதனை இவ்வாறு விவரித்தான்.

"அவர்கள் உல்லாசமான யுவதிகள் என்பதைத்தான் அவர்களது கூந்தல் வெளிப்படுத்துகின்றன.''

ருகையா முப்பது வயதைத் தாண்டியவளாகத் தெரிந்ததோடு ஹபீபா அதைவிடவும் வயது குறைந்தவளாகத் தெரிந்தாள். வெகு நாட்கள் செல்லும் முன்பே அவர்களது ஆடைகளில் மாற்றங்கள் நிகழத் தொடங்கின. அப் பெண்களின் இயல்போ, நவீன நாகரிகத்தின் தூண்டுதல் காரணமாகவோ சகோதரிகள் தாம் முன்னர் அணிந்துவந்த உடலை மூடும் நீண்ட ஆடைகளைத் தவிர்த்துவிட்டு மேற்கத்தேய ஆடைகளை அணியப் பழகியிருந்தார்கள்.

உமரும் நானும் அச்சகோதரிகளை நேசிக்கத் தொடங்கியிருந்தோம். நான் இளையவளான ஹபீபாவைத் தேர்ந்தெடுத்திருந்தேன். எமது புறத்தில் அவ்வாறான விசேட தெரிவொன்றும் இருக்கவில்லை. ஆகவே அவர்கள்பால் ஈர்க்கப்பட்ட நாம் இலேசான மனதோடு காதலிக்க ஆரம்பித்தோம்.

ஹபீபா எப்பொழுதுமே கால்களை உதைத்தபடியும், நடனமாடியபடியுமிருக்கும் ஒரு பெண்ணாக இருந்தாள். அவளது உடலானது, முடுக்கிவிடப்பட்ட இயந்திர விளையாட்டுப் பொருளொன்றைப் போன்றது. அவள் நடக்கும்போதுகூட விளையாட்டுப் பொருளொன்றைப் போல உதைத்தவாறும், தடுக்கியவாறுமே நடந்தாள். ஒருமுறை இடது பக்கமும், மறுமுறை வலது பக்கமும் திரும்பியவாறும் அடிக்கடி பின்னால் திரும்பித் திரும்பிப் பார்த்தவாறும் யாரையோ கண்டு பயந்ததுபோல நடந்துசெல்வாள். அவளது கை கால்களைத் தொண்ணூறு பாகைக்கு திருப்ப முடியும். தலைகீழாக ஆணியடிக்கப்பட்ட படுக்கையொன்றில் கிடப்பவளைப் போல அவள் நடந்துகொண்டாள். ஒரு தடவை அவளை முத்தமிட்டபோது ஒரு புதிய உணர்வை நான் அடைந்தேன். சரியாகச் சொன்னால் ஒரு நடமாடும் எலும்புக்கூட்டை முத்தமிட்டது போன்ற உணர்வு அது.

காலம் செல்லச் செல்ல உமரும் நானும் அச்சகோதரிகள் கூட்டணி மீது சலிப்படைந்திருந்தோம். எம்மிடமிருந்து விலகிய அவர்கள் வேறு காதலர்களைத் தேடிச் சென்றார்கள்.

காலை நேரத்தில் நேர்த்தியாக உடுத்துக்கொண்டு, தமது அறையிலிருந்து வெளியேறி அவர்கள் படியிறங்கிச் செல்வதை எவரும் காணலாம். ருகையா முன்னாலும், அவளுக்குப் பாதுகாப்பளிப்பதுபோல ஹபீபா அவளுக்குப் பின்னாலும் நடந்துசெல்வர். அவர்கள் பிரதான தெருவுக்குள் நுழைந்து தமது அலுவலகத்துக்குப் போவதற்காக ட்ராம் வண்டியில் ஏறுவர்.

சகோதரிகள் இருவரும் விற்பனைப் பிரதிநிதிகளாக கடையொன்றில் வேலை செய்துவந்தனர். மாலையில் வீட்டுக்குத் திரும்பிவரும் அவர்கள் உணவு தயாரித்து உண்டு, பாத்திரங்களையெல்லாம் கழுவிச் சுத்தம் செய்துவிட்டு அழகாக உடுத்துக்கொண்டு, சில நாட்களில் மிக அழகான ஆடைகளை உடுத்துக்கொண்டு காத்திருப்பர். மோட்டார் வாகனங்களில் வரும் மனிதர்கள் அவர்களைக் கூட்டிச்செல்வர்.

அயலில் வசிக்கும் பெண்களினது நிலைப்பாடானது, சகோதரிகள் இருவர் குறித்து அமைதியான வெறுப்பில் தொடங்கி அவர்களை மோசமான எதிரிகளாக எண்ணும்வரை வளர்ந்தது. அவர்களது அயல்வீடுகளில் வசித்த திருமணமான ஆண்கள், தம் மனைவிமாரின் பலத்த கண்காணிப்புக்குள்ளானதன் காரணத்தால் அச்சகோதரிகளை நெருங்க முடியவில்லை. ஆனால் திருமணமாகாத இளைஞர்கள் அவர்களை வட்டமிட்டனர். சகோதரிகள் இருவரும் அவர்களது காதலர்களிடையே கை மாறியபடியே சென்று இறுதியில் நரகத்துக்குப் போகப் போவதாக அஸீஸ்கான் எதிர்வு கூறினார்.

சனிக்கிழமையின் மாலை வேளைகளிலும், ஞாயிற்றுக்கிழமையின் காலை வேளைகளிலும் சகோதரிகள் இருவரும் கட்டைக் களிசானும் குட்டைப் பாவாடையும் அணிந்து தமது மாடிவீட்டின் இரும்பு வேலியில் சாய்ந்து நின்றவாறு கீழேயிருந்த இளைஞர்களோடு கதைத்துச் சிரித்தபடி காலத்தைக் கடத்தினர்.

எல்லோரும் கதைத்து வந்ததைப் போலவே, சகோதரிகள் இருவரும் கர்ப்பமடைந்தனர். ஆரம்பத்தில் இருவரும் கலவரப்பட்டு ஒருவரையொருவர் குற்றம் சாட்டிக்கொண்டனர். தனது கர்ப்பத்திற்கு உமர்தான் காரணம் என ருகையா குற்றம் சாட்டினாள். அவளிடமிருந்து எனக்கொரு அழைப்பு வந்தது.

''நான் கர்ப்பமா இருக்கேன்னு தயவுசெஞ்சு உமர்கிட்ட சொல்லுங்க. குழந்தையோட வாப்பா அவர்தான். நான் எப்ப வேணும்னாலும் அவரைக் கல்யாணம் செஞ்சுக்கத் தயார். அவர் என்னைவிட இளையவர். அதுதான் எனக்குக் கொஞ்சம் பயமா இருக்கு.''

"எப்படித் தெரியும்?"

"நாங்க பொண்ணுங்க. குழந்தைக்கு வாப்பா யாருன்னு எங்களுக்குத்தான் தெரியும். அப்படித்தானே ஹபீபா?"

"ஆமா. அப்படித்தான்."

"ஹபீபா உன்னோட குழந்தைக்கு தகப்பன் யாரு?"

"புது நகரத்துல இருக்குற ஹமீத் மஜீத். அவருக்குக் கடையொண்ணும் இருக்கு"

"இந்த விஷயம் அவருக்குத் தெரியுமா?"

"நான் குழந்தையைப் பற்றி அவர்கிட்ட சொன்னேன். அவருக்கு ஏற்கெனவே கல்யாணமாகி ஆறு பிள்ளைகளும் இருக்குன்னு அவர் சொன்னார். ஆனா இந்தக் குழந்தையையும் பார்த்துப்பேன்னு சொன்னார்".

"நீ அதிர்ஷ்டசாலி"

"நானும் அதிர்ஷ்டசாலிதான்" என ருகையாவும் சிரித்துக் கொண்டே கூறினாள்.

தந்தை எனும் குற்றச்சாட்டைப் பற்றி நான் உமரிடம் அறியத் தந்தேன்.

"அவள் கர்ப்பமானது என்னாலதான்னு அவளுக்கு எப்படித் தெரியும்?"

"சிலநேரம் பொண்ணுங்களுக்கு இருக்குற ஞானத்தால தெரிஞ்சிருக்கும்"

"நான் ஏமாந்த கோமாளியொருத்தன்னு அவ நினைச்சிட்டிருக்காளோ?"

உமர், ருகையாவைச் சந்திப்பதைத் தவிர்த்தான். அவளிடம் தவிர்க்க முடியாத சாட்சிகளேதேனும் இருக்கும் என எண்ணிப் பயந்தான்.

அவனது பெற்றோர் என்ன கூறுவார்கள்? மக்கள் என்னென்ன கதைத்துக்கொள்வார்கள்? விபச்சாரியொருத்தியின் குழந்தைக்குத் தந்தை? பள்ளிக்கூடப் பிள்ளைகள்கூட அவனைக் கிண்டல் செய்வார்கள். மோசமான இளைஞனொருவன் குறித்து உதாரணம் கூற ஆசிரியர்கள் அவனைப் பற்றிக் குறிப்பிடுவார்கள்.

எனவே சில தினங்களுக்குப் பிறகு ருகையாவைச் சந்தித்து அவளுடனான இக்கொடுக்கல் வாங்கலை முடிவுக்குக் கொண்டுவர அவன் தீர்மானித்தான். அவர்கள் வாக்குவாதம் செய்தனர். உமரிடமிருந்து அழுகை, குரோதம், துயரம் பெருக்கெடுத்தது. ஆனாலும்கூட சிக்கலைத் தீர்க்க முடியவில்லை.

ருகையா திரும்பவும் ஒரு நாள் என்னை அழைத்தாள்.

"அது என்னோட குழந்தைன்னு உமர்கிட்ட சொல்லுங்க. நான்தான் அந்தக் குழந்தையை வளர்ப்பேனே தவிர வேறு யாருமில்லை. உமரை நான் நேசிக்கிறேன்னு உமர்கிட்ட சொல்லுங்க. வருத்தப்பட வேண்டாம்னும் சொல்லுங்க".

"ஆனாலும், குழந்தைக்குக் கட்டாயமா ஒரு தகப்பன் வேணுமே?"

"என்னோட குழந்தைக்குத் தகப்பனொருத்தன் தேவையில்ல. தகப்பனொருத்தன் இல்லாம இருப்பதே எனக்கு சந்தோஷம். என்னோட மனசுக்குள்ள இருப்பது அப்படித்தான். என்னோட தகப்பனே எங்களை சரியாக் கவனிக்கல. அதனால என்னோட குழந்தைக்கும் தகப்பனொருத்தன் தேவையில்ல".

"அப்போ ஹபீபா?"

"ஹபீபாவோட குழந்தையின் தகப்பன்பற்றிக் கவலைப்படத் தேவையில்ல. அப்படித்தானே ஹபீபா?"

"ஆமா. அது உண்மைதான்."

காலம் செல்லச் செல்ல சகோதரிகள் இருவரது வயிறுகளும் வீங்கத் துவங்கின. அயல்வாசிகளின் பண்பாட்டு உணர்வுகளும் கோபமும் பெருக ஆரம்பித்தன.

'வளர்ந்து வர்ற பொண்ணுங்களுக்கு காட்டக் கூடிய புதுமையான வழிகாட்டல் இது' என எமது மாடி வீட்டின் சொந்தக்காரியான பெண்ணிடம் திருமதி. மூஸா கூறினார்.

'வளர்ந்து வர்ற பருவத்துல எனக்கு இரண்டு மகள்கள் இருப்பது அவளுங்களுக்குத் தெரியலையோ?''

'நல்லவேளை எனக்குப் பெண்பிள்ளைகள் இல்ல. அதனால எனக்கு எந்தப் பிரச்சினையும் இல்ல''.

''இதுக்கு ஏதாவது செய்யச் சொல்லி நான் என்னோட புருஷன்கிட்ட கதைக்க வேணும். பக்கத்து வீட்டுல கல்யாணமாகாத கர்ப்பிணிப் பொண்ணுங்க இருக்குறதை நாங்க பார்த்திட்டிருக்கிறதெப்படி? அடுத்தது, என்னோட மூத்த மகள் அவங்களோட சிநேகிதி''.

பாதி சீன வம்சாவளியில் வந்த திருமதி. மூஸா இவ்வாறு கூறினார்.

''கல்யாணமாகாத பொண்ணுங்க ஒருபோதும் கர்ப்பமாகக் கூடாதுன்னு என்னோட அம்மா அடிக்கடி எச்சரிப்பார்''.

''ஆமா. அது சரிதான்'' என மலாய் இனப் பெண்ணான ஹலீமா அதனை ஏற்றுக்கொண்டாள்.

''கேப்டவுன் நகரத்தில் பொண்ணுங்க ரொம்பக் கண்ணியமா நடந்துக்குவாங்க. ஆம்பளைங்ககூட சுத்தினாலும் கூட, தங்களைப் பாதுகாத்துக்கவும் தெரிஞ்சவங்க அவங்க''.

''ரெண்டு பேருமே ஒண்ணா கர்ப்பமானது எப்படின்னுதான் எனக்குத் தெரியல?'' என திருமதி. காஸிம் கேள்வியெழுப்பினார்.

''சிலவேளை ஒரே ஆம்பளை, ஒரே ராத்திரியில ரெண்டு பேரோடையும் இருந்திருப்பான்'' என எனது வீட்டின் சொந்தக்காரி நகைச்சுவையாகக் கூறினாள். இவ்வளவு நேரமும் தொடர்ந்து வந்த ஆழமான உரையாடலை மறந்து எல்லோருமே சிரித்தனர்.

''அவங்க பல தார மணத்தைப் பழக்குறாங்க போல'' என சொலமனின் மனைவி டோரதி சிரிப்போசையை அதிகரித்தவாறு கூறினாள்.

''மன்னிக்கணும் திருமதி. சொலமன்''

திருமதி. மூஸா குறுக்கிட்டார். டோரதி தனது மார்க்கத்தைத் தவறாகப் புரிந்துகொண்டுள்ளதாகச் சந்தேகித்துக் கோபப்பட்டார்.

''இது பலதார மணமில்ல. அவங்க ஒருத்தனைக்கூட இன்னும் கல்யாணம் கட்டிக்கல.''

கடந்த வருடம் மக்காவுக்கு புனித யாத்திரை சென்றுவந்த ஹாஜியானி பாத்திமா, அரேபியா போன்ற நாடுகளில் இந்த இருவரையும் கல்லெறிந்து கொல்வார்கள் எனக் கூறினார்.

''அவங்களோட மர்மஸ்தானங்களை வெட்டித் துண்டாக்கணும்'' என டோரதி கூறினாள். அவள் கீழ்த்தரமான ரசனையைக் கிளப்பிவிடும் நாவல்களை வாசிப்பதற்கு அடிமையானவள். அவள் கூறிய வசனங்களை இதற்கு முன்பு எவருமே அறிந்திராத காரணத்தால், ஏனையவர்களால் அதனைப் புரிந்துகொள்வது சிரமமாக இருந்தது. எனவே அவளுக்கு ஏதோ ஒரு வகையிலாவது அதனைத் தெளிவுபடுத்த வேண்டியிருந்தது. இறுதியில் ஏனைய பெண்கள் பேச்சோடு நிறுத்திக்கொண்ட போதிலும், அஸீஸ்கானின் மனைவி செயன்முறைப்படுத்தத் தீர்மானித்தாள்.

ஒரு மாலை நேரம், அவள் தனது வீட்டிலிருந்து வெளியேறி சகோதரிகள் இருவரும் வசித்துவரும் மாடிவீட்டுக்குச் செல்லும் படிக்கட்டுகளின் தொடக்கத்தில் போய் நின்றாள். ஆர்வத்தின்

காரணமாகச் சுற்றியிருந்த மக்களும் அங்கே குழுமினர். சகோதரிகள் இருவரும் வெளியே வந்தபோது அவள், அவர்களது வயிறுகளைப் பார்த்துக் காறித் துப்பிவிட்டுக் கத்தத் தொடங்கினாள்.

''ஆஹ் ... முஸ்லிம் பொண்ணுங்க ... ஹ்ம் ... நீங்க ரெண்டு பேரும் என்ன காரியம் பண்ணிக்கிட்டீங்க? என்ன பண்ணிட்டிருக்கீங்க? முஸ்லிம்னு சொல்லிக்குற உங்களை ஆண்டவன் தண்டிப்பான்! ஐயோ முஸ்லிம்களே ... நீங்க பண்ணிக்கிட்டது!''.

அவள் நிலத்தில் அமர்ந்து ஒப்பாரி வைக்கத் தொடங்கினாள். சகோதரிகள் இருவரும் பயந்துபோய் அவளைப் பார்த்தவாறு படிகளேறிச் சென்று தமது வீட்டுக்குள் நுழைந்து கதவை மூடித் தாழிட்டுக்கொண்டார்கள்.

திருமதி. அஸீஸ்கானின் நடவடிக்கையானது சுற்றி இருந்த குடியிருப்பினரது கேலிக்குள்ளானது. அவர்கள் சிறுவர்களை அமைதியாக இருக்கும்படி எச்சரித்தனர். எல்லோரும் தாம் வசித்துவரும் வீடுகளிலிருந்து வெளியே வந்து சகோதரிகள் இருவரும் வசித்துவரும் வீட்டைப் பார்த்துக்கொண்டிருந்தனர். சரியாகச் சொன்னால் ஏதோவொரு துயரம் நிகழ்ந்த வீடொன்றைப் போல காட்சியளித்தது அது.

மெல்லிய நூலிழையைப் போன்ற மெலிந்த சரீரத்தைக்கொண்ட அஸீஸ்கான் வந்து கூறினார்.

''எனக்கு மட்டும் நேரமிருந்தால் இந்தச் சகோதரிகளுடைய மோசமான நடத்தையைப் பற்றி புத்தகமொன்றே எழுதுவேன். இந்தக் காலத்துல முஸ்லிம் ஜனங்கள் எதிர்கொள்ற ஒழுக்கச் சீர்கேடுகளைச் சுட்டிக்காட்ட இவங்கதான் சரியான உதாரணம். இவங்கள சிறையில அடைச்சு சாகும்வரை பட்டினி போடணும்''.

''அவங்க கர்ப்பத்துக்கு அவங்க மட்டுமே காரணமல்ல'' எனும் கூற்றை ஒருவர் முன்வைத்தார். அதற்கு அஸீஸ்கான் இவ்வாறு கூறினார்.

'அவங்களுக்குத் தங்களுடைய சரீரத்துல உள்ள மர்மஸ்தானங்களைப் பாதுகாத்துக்கொள்ள முடியலன்னா நீங்க சொல்ல வர்றீங்க? இஸ்லாமிய மார்க்கத்தைப் பின்பற்றுற பொண்ணுங்க தங்களோட இச்சைக்கு அடிபணிந்து நடத்தை கெட்டுப் போறதுக்கு இஸ்லாம் மார்க்கம் ஒருபோதும் இடமளிக்கிறதில்ல''.

சில மாதங்களுக்குப் பிறகு சகோதரிகள் இருவரும் பெண்குழந்தைகளிரண்டைப் பிரசவித்தார்கள். இந்தப் பிரசவம் குறித்தும் மக்களிடையே பல கதைகள் உலவின. சிலர் குழந்தைகள் மீது அனுதாபம் காட்டியதோடு அவற்றை எடுத்து வளர்க்கவும் தமது விருப்பங்களைத் தெரிவித்தார்கள். இன்னும் சிலர் 'அக்குழந்தைகளை மிருகக்காட்சிசாலைக்குக் கொண்டுபோய் மிருகங்களுக்குத் தீனியாக்க வேண்டும்' என்றார்கள். இன்னுமொருவருக்கு அவர்களது வீட்டை தீ வைத்துக் கொளுத்த அவசியமாக இருந்தது.

சகோதரிகள் இருவரையும் அவர்களது குழந்தைகளோடு மாடி வீட்டிலிருந்து வெளியேற்றிவிட வேண்டும் என்பதே அஸீஸ்கானின் தேவையாக இருந்தது. அவர்கள் அங்கே தொடர்ந்தும் இருப்பதானது கலாசாரத்துக்கும் நற்பெயருக்கும் மார்க்கத்துக்கும் கேடு விளைவிக்கும்.

ஒரு வெள்ளிக்கிழமை மதியவேளை, ஜும்மாத் தொழுகை முடிந்ததன் பிற்பாடு அஸீஸ்கான் அப்பிரதேசத்தில் பிரபலமாக விளங்கிய கொலைகாரனாகிய குல் என்பவனின் வீட்டுக்குத்தான் முதலில் போனார். எனினும் குல் தனது பசியைப் போக்கிக்கொள்வதிலேயே அதிகக் கவனத்தைச் செலுத்தினான். கலாசாரம்பற்றிய கதையில் அவதானம் செலுத்தத் தவறிய அவன் சமிக்ஞையாகப் புன்னகைத்துக் கதவைச் சாத்தினான்.

பிறகு அவர் இஸ்லாமிய இயக்கத்தின் தலைவரான, புதுநகரப் பள்ளிவாயிலின் மதகுருவான ஹரூஃப் மௌலவியைத் தேடிச் சென்றார். அவரிடம் அஸீஸ்கானைக் கூட்டிச்சென்ற மௌலவியின்

ஊழியர்களில் ஒருவரான அப்துல்லாஹ் அங்கு நடந்ததைப் பின்னர் இவ்வாறு விவரித்தார்.

"நாங்க முகம்கொடுக்கப் போற ஒழுக்கச் சீர்கேடு பற்றியும், பாரிய சிக்கல்களைப் பற்றியும் அஸீஸ், மௌலவியிடம் விபரித்தான். அதுக்கு அவர் என்ன சொன்னார்னு தெரியுமா? அந்தப் பொண்ணுங்க ரெண்டுபேருக்கும் தண்டனை கொடுக்குறது எல்லாம்வல்ல இறைவனுடைய வேலன்னு அவர் சொன்னார். கோபம் வந்த அஸீஸ் மோசமான வார்த்தைகளால மௌலவியைத் திட்டினான். மௌலவி அவரோட ஊழியர்களோட சேர்ந்து அஸீஸைப் பிடிச்சு நல்லா அடிச்சு வெளியே துரத்திட்டார்."

அங்கிருந்த வாடகை வீடுகளின் உரிமையாளர் யூசுப்பை அஸீஸ்கான் அடுத்ததாக நாடினார். குளிர்காலங்களிலும் கூட வெண்ணிற குர்தாவை அணியும் அவர் விசித்திரமான ஒரு நபராவார். அடர்த்தியான நீண்ட தாடியை வளர்த்துள்ள அவரது தலை மொட்டையடிக்கப்பட்டிருந்தது. ஆழமான மார்க்கப்பற்றுள்ள அவர் தொழுகை நேரம் வந்துவிட்டால் நடுத்தெருவில் கூட இறைவனை நாடித் தொழக் கூடியவர். ஒரு தடவை பெருநாள் தினமொன்றில் குரங்கொன்றையும் எடுத்துக்கொண்டு அவர் அம்மாடிவீடுகளுக்கு வந்திருந்தார். அக்குரங்கின் தலையில் சிவப்பு நிறத்தில் ஒரு துருக்கித் தொப்பி இருந்தது.

"இந்தக் குரங்கு ஒரு முஸ்லிம். இந்தக் குரங்கு ஒரு முஸ்லிம்" எனக் கூறியபடி அதனை அவதானிப்பவர்களுக்கு, விஷேடமாக தனது வீட்டு வாடகைக்காரர்களுக்குக் கேட்குமாறு,

"ஆனா நீங்க முஸ்லிமில்ல. நீங்க முஸ்லிமில்ல" எனக் கத்தியபடி இரு கை நிறையக் காசுகளையள்ளி வீசினார்.

அப்பெட்டை நாய்களிரண்டையும் தனக்குச் சொந்தமான வாடகை வீட்டிலிருந்து வெளியேற்றப் போவதாக யூசுப் தனது சம்மதத்தைத் தெரிவித்தார். அவர் அதனைத் தனியே செய்வதாகப் பொறுப்பேற்றார்.

தனது குடியிருப்பில் இவ்வாறான பெட்டை நாய்கள் இருப்பதற்கு இடமளிக்க அவர் தயாரில்லை.

ஒரு ஞாயிற்றுக்கிழமை மாலை நேரம் அவர், சாரதி ஓட்டிவந்த மேர்ஸடீஸ் வாகனத்தில் வந்திறங்கினார். சகோதரிகள் இருவரும் வசித்துவரும் மாடிவீட்டுக்குச் செல்லும் படிக்கட்டுகளின் தொடக்கத்தில் நின்றுகொண்ட அவர், அவர்களைத் தான் தாக்கப் போவதாக பல தடவை அச்சுறுத்தினார். பீதிக்குள்ளான மக்கள் அவரைச் சூழ்ந்து கொண்டனர். அவர் படிக்கட்டுகளின் கைப்பிடியைப் பற்றிக்கொண்டு மிகுந்த சிரமத்தோடு படியேறினார். படிக்கட்டுகளின் இடையே சற்றுத் தங்கிச்செல்ல கட்டப்பட்டிருந்த இடத்தில் சில நிமிடங்கள் நின்று இளைப்பாறினார்.

அச்சத்தில் நடுங்கியவாறு சகோதரிகள் இருவரும் தமது வீட்டின் கதவருகே நின்றுகொண்டிருந்தார்கள். அவர் முதலில் ருகையாவை நெருங்கி அவளது கன்னத்தில் அறைந்து நாயே, பேயே என குஜராத் மொழியில் கத்தினார். அவரைத் தாண்டிச் செல்ல முயற்சித்த ஹபீபாவுக்கும் தலையில் அடி விழுந்தது. அவள் கீழே உருண்டு படிக்கட்டு வழியே கீழே விழப் பார்த்தாள்.

இதற்கிடையே யூசுப் வீட்டுக்குள் நுழைந்திருந்தார். பீதியில் நடுங்கிக்கொண்டிருந்த சகோதரிகள் இருவரும் அடுத்து அவர் என்ன செய்யப் போகிறாரென வாசலருகிலேயே நின்றவாறு பார்த்துக்கொண்டிருந்தார்கள். தொடர்ந்து அவர், கையில் ஒரு பாத்திரத்தோடு முன்னே தோன்றினார். அதன் பித்தளை மேற்பரப்பு சூரிய ஒளியில் மின்னியது. அவர் அதனைப் படிக்கட்டை நோக்கி வீசியடித்தார். அது டாங் எனச் சத்தமெழுப்பியபடி துண்டுதுண்டாக உடைந்து கீழே சிதறியது. அதனைத் தொடர்ந்து ஒரு கதிரை வந்தது. அவற்றைத் தொடர்ந்து அந்த வீட்டின் பண்டம், பாத்திரங்களெல்லாம் வெளியே வர ஆரம்பித்தன. யூசுபுக்குள் இருந்த வன்முறையுணர்வு உக்கிரமடைந்ததோடு வீட்டுப் பாவனைப் பொருட்களுக்கு

மேலதிகமாக துணிகளும் பறந்துவரத் தொடங்கின. செய்ய வழியேதுமற்ற சகோதரிகள் இருவரும் தமது வீட்டின் சொந்தக்காரர் தமது உடைமைகளுக்குச் செய்யும் அழிவுகளை அச்சத்தோடு பார்த்துக்கொண்டிருந்தார்கள்.

தொடர்ந்து யூசுப் குழந்தைகளிலொன்றைத் தூக்கிக்கொண்டு முன்னே வந்தார். ருகையாவும் ஹபீபாவும் ஒப்பாரி வைக்கத் தொடங்கினார்கள். யூசுப் ஒரு கையால் அவர்களைப் பின்னால் தள்ளிவிட்டு மறுகையால் கதறியழுது கொண்டிருக்கும் குழந்தையின் கழுத்தை நெரிக்க முயற்சித்தார்.

இச்சந்தர்ப்பத்தில் கூட்டத்தை ஊடறுத்துக்கொண்டு படிகளிலேறியவாறு சொலமன் முன்னால் வந்தார். அவர் சகோதரிகளிருவரையும் மிருதுவாக பின்னால் நகர்த்திவிட்டு யூசுப்பின் கழுத்தைப் பிடித்து அசைத்தார். அத்தோடு அவரது கைகளிலிருந்து குழந்தையைப் பிடுங்கி தாயின் கையில் கொடுத்தார். பின்னர் யூசுபைப் பிடித்து அவரது முகத்தைக் கதவு நிலைக்கம்பில் சாய்த்து அழுத்தினார். யூசுப்பின் முகம் வேதனையில் துடித்தது. யூசுப்பை மிக வலிமையாக ஆக்கிரமித்துக் கொண்ட சொலமன், அவரையும் இழுத்துக்கொண்டு படியிறங்கினார். அவர்கள் நிலத்தை அண்மித்ததும் கூட்டம் அவர்களுக்கு இடமளித்தது. சிறுவர்கள் கை தட்ட ஆரம்பித்தார்கள். யூசுப்பை படிக்கட்டு நெடுகவும் இழுத்துக்கொண்டுவந்த சொலமன், அவரது மேர்ஸிடிஸ் வாகனத்தின் கதவைத் திறந்து அவரை உள்ளே தள்ளினார். நிலைமையை உணர்ந்த சாரதி வாகனத்தைச் சற்றுப் பின்னாலெடுத்து பின்னர் அங்கிருந்து வேகமாக சென்றான்.

அதன்பிறகு நெடுங்காலமாக எமக்கு யூசுப்பைக் காணக் கிடைக்கவில்லை. எனினும் மனநோயாளி ஒருவருக்குச் சொந்தமான வீடொன்றில் இதற்குமேலும் வசிக்க முடியாதென சகோதரிகள் இருவரும் தீர்மானித்தனர். அவர்கள் புதுநகரத்திலேயே வேறொரு வீட்டைத் தேடி, அங்குக் குடியிருக்கச் சென்றனர்.

விடுதி

(நைஜீரியா - அடெவாலே மஜா பியர்ஸ்)

அந்த நகரத்தின் வடக்குப் பிரதேசமும்கூட, அவன் இதுவரைக் கடந்துவந்திருந்த ஏனைய நகரங்களைப் போலவேதான் இருந்தது. ரயில் பயணத்தில் களைத்துப்போயிருந்த அவன், அடுத்த தரிப்பிடத்தில் ரயிலிலிருந்து இறங்கி ஓய்வு விடுதியொன்றைத் தேடிச்சென்றான்.

விடுதியின் வரவேற்பறையில் பெண்ணொருத்தி அமர்ந்திருந்தாள். அவனைக் கண்டதும் புன்னகைத்தாள்.

"அறையொன்றையா பார்க்குறீங்க?" என்று கேட்டாள்.

"ஆமா"

"இந்தப் பக்கத்தால வாங்க"

அவள், அவனுக்குப் படிக்கட்டொன்றைக் காட்டிவிட்டு முன்னால் நடந்தாள். அதில் சென்று, தொடர்ந்து இருண்ட தாழ்வாரத்தின் வழியே நடந்து சென்றாள்.

"நீங்க அதிர்ஷ்டசாலி. நாளைக்கு இந்தப் பிரதேசத்துல பெரியதொரு கூட்டம் இருக்கு. அதனால இந்த அறையைத் தவிர, மற்ற எல்லா அறைகளையும் முன்னாடியே பதிவு செஞ்சுட்டாங்க"

அறைக்குள் நுழைந்தவன், பயணப் பையைக் கீழே வைத்தான். மேசையொன்று, கதிரையொன்று, கட்டிலொன்று இவற்றைத் தவிர வேறெதும் அந்த அறையில் இருக்கவில்லை.

''கழிப்பறையும் குளியலறையும் தாழ்வாரத்தின் மூலையில் இருக்கு'' என்றவள் அறையின் ஜன்னலைத் திறந்து வெளியே முற்றத்தைப் பார்த்தாள். பத்து வயது மதிக்கத்தக்க சிறுவனொருவன் சுவரில் பந்தடித்து விளையாடிக் கொண்டிருந்தான்.

''இங்க உங்களுக்கு வசதியாயிருக்கும்னு நினைக்கிறேன்'' என்றாள்.

''நானும் இப்படித்தான் எதிர்பார்க்கிறேன்'' என்றான்.

''உங்களுக்குப் பசிக்குதுன்னா, தெருவுல கொஞ்ச தூரம் போனதும், இடது பக்கத்துல மலிவு உணவு விடுதியொண்ணு இருக்கு'' என்று தொடர்ந்தும் கூறினாள்.

''நன்றி'' என்றான்.

அவள் வெளியேறினாள். அவன் பாதணியைக் கழற்றிவிட்டு, கட்டிலில் சாய்ந்து படுத்துக்கொண்டான். இரவானது. மின்குமிழை எரியச் செய்தவன், பயணப் பையிலிருந்து புத்தகமொன்றை வெளியே எடுத்து வாசிக்க முயற்சி செய்தான். எனினும் மனம் ஒன்றித்து அதனைச் செய்ய அவனால் முடியவில்லை. வெளியே சென்றுவரத் தீர்மானித்தான்.

அவனுக்குக் கீழ் மாடியில் அப்பெண்ணை மீண்டும் சந்திக்க நேர்ந்தது. அவனைக் கண்டதும் அவள் புன்னகைத்தாள்.

''நான் கொஞ்சம் நடந்துட்டு வரப்போறேன்'' என்று கூறினான்.

''சாவியை இங்க வச்சுட்டுப் போக விரும்புறீங்களா?'' என்று கேட்டாள். அவன் சாவியை அவளிடம் தந்ததும், அவள் அதைச் சுவரில் அடிக்கப்பட்டிருந்த ஆணியொன்றில் மாட்டினாள்.

நிலவு உதித்து வந்துகொண்டிருந்ததோடு, நட்சத்திரங்கள் மின்னத் தொடங்கியிருந்தன. பகல் நேர வெப்பம் மறைந்து கொண்டிருந்த தோடு, சமவெளி பகுதியிலிருந்து குளிர்காற்று வீசிக்கொண்டிருந்தது. வெண்ணிற ஆடையணிந்த உயரமான மனிதர்கள் அங்குமிங்கும் போய்க்கொண்டிருந்தார்கள். இலக்கேதுமற்று நடந்து கொண்டிருந்த அவன், பயிரிடப்பட்டிருந்த வயல்வெளியின் ஓரமாக நின்றான். சிகரெட்டொன்றைப் பற்ற வைத்துக் கொண்டான். சிகரெட் புகை அவனது தொண்டையில் சிக்கி இருமலை உண்டாக்கியது. தான் சத்தமாக இருமிக் கொண்டிருப்பதை உணர்ந்தவன், தொடர்ந்து விடுதியை நோக்கித் திரும்பிநடந்தான்.

கீழ் மாடியில் அப்பெண்ணைக் காணவில்லை. ஆணியில் மாட்டப்பட்டிருந்த சாவியை எடுத்துக்கொண்ட அவன், படிக்கட்டில் ஏறிச்சென்றான். நீண்ட நேரமாக படுக்கையில் படுத்துக்கிடந்த அவனுக்கு, வெளியேயிருந்து ஆண் குரல்கள் கேட்டன. தொடர்ந்து அவன் உறங்கிப்போனான்.

அதிகாலையிலேயே அவன் விழித்துக்கொண்டான். கனவிலிருந்து மீண்டவனுக்கு, கனவு நினைவு வந்ததும் குழப்பமொன்று உருவானது. ஆர்ப்பரித்தவாறும் சிரித்தவாறும் அங்குமிங்கும் செல்பவர்களது குரல்களை அவன் செவிமடுத்துக்கொண்டிருந்தான். இறுதியில் அவர்கள் அனைவரும் புறப்பட்டுச்செல்லும்வரை அவன் நீண்ட நேரம் காத்திருந்தான். பிறகு குளித்து முடித்தவன், படுக்கையில் சாய்ந்திருந்து புகைவண்டி நேர அட்டவணையைப் பற்றி யோசித்துக் கொண்டிருந்தான். அவன் தனது பயணத்தை இடை நடுவில் நிறுத்தியிருந்ததனால், திரும்பவும் பயணத்தை ஆரம்பிக்க வேண்டியிருந்தது. எனினும் மீண்டும் பயணத்தை ஆரம்பிப்பதற்கான சக்தியோ, தைரியமோ அவனிடமிருக்கவில்லை.

காலை பத்து மணியளவில் அப்பெண் வந்து கதவைத் தட்டினாள்.

"தொந்தரவுக்கு மன்னிக்கணும். அறையைச் சுத்தப்படுத்தத்தான் நான் வந்திருக்கேன்" என்றாள்.

"நல்லது"

"நீங்க இன்னுமொரு ராத்திரி தங்குவீங்களா?" என்று கேட்டாள்.

"அறை கிடைக்கும் என்றால் நல்லதுதான்" என்றான்.

"நேத்து ராத்திரி உங்களுக்குத் தொந்தரவா இருந்திருக்காதுன்னு நான் நினைக்கிறேன். அவங்க ரொம்ப சத்தம் போட்டுட்டிருந்தாங்க' என்றாள்.

"இல்ல ... எனக்குத் தொந்தரவாயிருக்கல" என்று பதிலளித்தான்.

"அவங்க இன்னிக்கு காலைல புறப்பட்டுப் போயிட்டாங்க. அதனால இனி நீங்க நிம்மதியா இருக்கலாம்."

அவன் பகலுணவுக்காக வெளியே சென்றான். பிறகு அறைக்கு வந்து மீதி நேரத்தை அறையிலேயே கழித்தான். மாலை நேரத்தில் சுவரில் பந்து மோதும் சத்தம் அவனுக்குக் கேட்டது. தொடர்ந்து அப்பெண், அச்சிறுவனை அழைக்கும் சத்தமும் அவனுக்குக் கேட்டது.

இவ்வாறாக ஒரு வாரம் கழிந்திருந்தது. எல்லா நாட்களும், அதற்கு முந்தைய தினத்தைப் போலவே ஒரே மாதிரியாகக் கழிந்து கொண்டிருந்தன.

காலை நேரத்தில் அறைக்கு வந்த பெண்,

"உங்களுக்கு ஏதாவது விதத்தில் உதவி தேவைப்படும் என்றால் தயங்காமல் கூறுங்கள்" என்றவள், அசௌகரியத்துக்கு உள்ளானவள் போல தொலைவில் நின்று பார்த்துக்கொண்டிருந்தாள்.

"ஒண்ணுமில்ல ... நன்றி" என்றான்.

"இன்னிக்கு ராத்திரி எங்ககூட சாப்பிட்டீங்கன்னா எங்களுக்கு ரொம்பச் சந்தோஷமா இருக்கும்" என்றாள். அவன் முடிவெடுக்க முடியாமல் திணறினான்.

''பெருசா ஒண்ணுமில்ல. சோறும், கோழிக் கறியும்தான்'' என அவனைப் பார்க்காமலேயே கூறினாள்.

''நன்றி.''

கீழே அவள் சிறுவனை அழைக்கும் சப்தம் வரும்வரை காத்திருந்தவன், பிறகு கீழ்மாடிக்கு வந்தான். அங்கு மூன்று அறைகள் இருந்ததோடு, சமையலறை வெளியே அமைந்திருந்தது. அவர்கள் உணவருந்திய அறையிலேயே அவள் உறங்கி வந்ததோடு, மற்றைய அறை சிறுவனுக்காக ஒதுக்கப்பட்டிருந்தது.

உணவருந்தியதன் பிறகு அவள் சிறுவனைப் படுக்கைக்கு அனுப்பினாள். ஆழ்ந்த அமைதியை அவளாக உடைக்கும் வரைக்கும் அவன் மௌனமாகவே இருந்தான்.

''நீங்க எதுக்காக எங்க ஊருக்கு வந்திருக்கீங்க?''

''தற்செயலாத்தான்'' எனத் தோளைக் குலுக்கி பதிலளித்தான்.

''இந்த நகரத்தைப் பற்றி என்ன நினைக்குறீங்க?'' என்று கேட்டாள்.

''விஷேசமாக ஒண்ணுமில்ல''

''எனக்கு இந்த ஊரைப் பிடிக்கல'' என்றாள். தொடர்ந்து,

''இது என் புருஷனோட ஊர். அதனாலதான் நான் இங்க வந்தேன். ஆனா புருஷன் செத்ததுக்குப் பிறகு நான் இந்த ஊரைவிட்டுப் போக விரும்பல. சில நேரங்கள்ல பொறுப்புகள் அதிகம்தான். என்றாலும் இந்த விடுதியாலதான் நான் வாழ்ந்துட்டிருக்கேன்''

''அவர் எப்போ காலமானார்?''

''இந்த டிஸம்பருக்கு அஞ்சு வருஷம் ஆகுது'' என்றாள்.

''வருத்தம் தெரிவிச்சுக்குறேன்'' என்று கூறியவன் மீண்டும் மௌனமானான். பிறகு அவள் கதைத்தாள்.

''தகப்பனொருத்தர் இல்லாம இருக்குறது, பையனுக்குக் கஷ்டமாயிருக்கு''

''ஆமா'' என்றவன் தொடர்ந்து அவளது உதடுகளை முத்தமிட்டதும் அவள் அவனது உடலைச் சுற்றிக் கைகளால் தழுவினாள். அவளது கண்களிலிருந்து கண்ணீர் வழிந்தோடியது.

அவர்கள் படுக்கையிலிருக்கும்போது அவள் கூறினாள்.

''விடுதியொண்ணை நடத்திட்டுப் போறதொண்ணும் மோசமான தொழிலில்லை''

''இல்ல'' என்றான்.

''நீங்க உங்க வேலையை செஞ்சுட்டிருக்கலாம். ரெண்டு பேர் இருக்கும்போது வேலையும் குறைவாத்தான் இருக்கும்''

காலை நேரம், அவன் தனது அறையில் புகைவண்டி நேர அட்டவணையைப் பரிசோதித்ததோடு, தனது பணப் பையை, சட்டைப் பையில் வைத்துக்கொண்டு கீழ் மாடிக்கு வந்தான். சிறுவன் பள்ளிக்கூடம் சென்றிருந்தான். அப் பெண், அவனது காலையுணவைத் தயாரித்திருந்தாள். அவன் உணவருந்தும் போது, விடுதியை நவீனப்படுத்துவது சம்பந்தமான அவளது திட்டங்களை அவனிடம் விவரித்துக்கொண்டிருந்தாள். அவன் அதில் தனது கவனத்தைச் செலுத்தவில்லை. மதியத்துக்கு தான் வெளியே செல்வதாக அவளிடம் தெரிவித்தான். அவனுடன் தானும் வர அவள் கேட்டதும், தனக்குத் தனியாகச் செல்ல வேண்டிய தேவையிருப்பதாக அவன் கூறினான்.

மதிய நேரம், வேகமாக நடந்த அவனது முகத்திலும் வாயிலும் உஷ்ணமான புழுதி படிந்தது. அவன் குறிப்பிட்ட நேரத்தில் புகைவண்டி மேடைக்கு வந்திருந்ததோடு, ரயில் வரும் ஓசை அவனுக்குக் கேட்டது.

மிகோவிக்கான வழியில் ...

(மலாவி குடியரசு - கென் லிபென்கா)

ஏற்கெனவே சனத்தினால் நிறைந்திருந்த போதிலும், சிட்டகலையில் வைத்து இன்னும் சில பயணிகளை ஏற்றிக் கொண்ட பேருந்து முன்னோக்கி நகர்ந்தது. ஈரலித்திருந்த பாதையில் விடாது பெய்யும் மார்ச் மழையின் துளிகள் பேருந்தின் கூரை மீதும் மிருதுவாக விழுந்துகொண்டிருந்தன. ஏற்கெனவே முற்றிப்போயிருந்த சோளக் கதிர்கள், அதிக மழை வீழ்ச்சியின் காரணமாக சோபையிழந்து காணப்பட்டன. இருளினால் கனத்திருந்த நீண்ட மழைக்காலம் தனது அந்திமத்தை நெருங்கிக்கொண்டிருந்தது. விரைவில் மக்கள் அறுவடையை ஆரம்பிக்கக்கூடும்.

எனினும் சேறு படிந்திருந்த பாதைகளோ, நெருங்கி வரும் அறுவடைக் காலமோ எனது உள்ளத்தில் இனிமையானதும், ஆர்வத்தை உண்டு பண்ணக்கூடியதுமான உணர்வினைத் தோற்றுவிக்கவில்லை. ஒன்பது வருடங்களாக பஸ் நடத்துனராக நான் வேலை செய்துவருகிறேன். இந்த ஒன்பது வருடங்களில் பெருந் தெருக்களில் நான் எத்தனை தடவை போய் வந்திருப்பேன்? தற்போதையது போல மழையுடனான காலங்களும், புழுதி நிறைந்த செப்டம்பரின் அந்தி வேளைகளும், குளிர் நிறைந்த ஜூன் மாதத்தின் காலை வேளைகளும், எல்லாமும் எனக்கு ஒரே மாதிரியானவைதாம்.

அவ்வாறான ஒவ்வொரு சந்தர்ப்பத்திலும் என்னிடம் எப்போதும் ஒரு எதிர்பார்ப்பே இருந்தது. அதாவது, இயன்றவரை விரைவாகப் பயணத்தை முடித்துக்கொள்வது. எனினும் எனது எதிர்பார்ப்பு ஒரு நாளேனும் ஈடேறும் அறிகுறி தென்படவேயில்லை. நடத்துனர் சேவையை தொடங்கிய நாளிலிருந்து, இதே பாதையில் பணிபுரிவதே எனக்கு இடப்பட்ட வேலையாகவிருந்தது. லிம்பேவிலிருந்து மிகோவி நோக்கிச் செல்லும் பிரதான வீதியின் இரு மருங்கிலுமுள்ள அனைத்துக் கற்களினதும், அனைத்துப் பாலங்களினதும், மரங்களினதும் வரலாறு எனக்குத் தெரியும் என்பதை சத்தியம் செய்து கூறுவேன். எனது கடந்த காலம் இந்தப் பாதைக்கே போய்விட்டது. நிகழ்காலமும் போய்க் கொண்டிருக்கிறது. இந்த வீதியைத் தவிர்த்த எதிர்காலத்தைப் பற்றி நினைத்துப்பார்க்கக்கூட என்னால் இயலவில்லை. மிகோவியிலிருந்து லிம்பே வரைக்கும். திரும்ப லிம்பேவிலிருந்து மிகோவி வரைக்கும். மீண்டும் மிகோவியிலிருந்து லிம்பே வரைக்கும் ...

பேருந்து நடத்துனராவதற்கு முன்பு வரையிருந்த எனது கடந்த காலத்தை நினைவு கூர்வதன் மூலம் எப்போதும் நான் சற்று ஆசுவாசமடைவேன். முன்னொரு காலத்தில் எனக்குத் தாயும் தந்தையும் இருந்ததை நான் அறிவேன். அக் காலத்தில் முலஞ்ஜேவில் அமைந்திருந்த விசாலமான தேயிலைத் தோட்டமொன்றில் இருந்த ஒரு சிறிய வீட்டில் நாம் வசித்து வந்தோம். கடந்த காலத்திற்குரிய இவ்வாறான நினைவுகள் எனது ஞாபகத்திலிருந்து நீங்கிச் செல்லும் கனவொன்றைப் போல இப்போது எஞ்சியிருக்கின்றன.

நான் குழந்தையாக இருக்கையில், எனது தந்தை தேயிலைத் தோட்டத்தில் வேலை செய்துகொண்டிருக்கும்போது பாம்பு தீண்டியதால் செத்துப்போனார். எனது தாய் நான் ஆரம்பக் கல்வியைக் கற்று முடிக்கும்வரை, கள் விற்று வாழ்க்கை நடத்தினார். எனது முதல் சம்பளத்தை எடுத்துக்கொண்டு வீட்டுக்குச் சென்ற நாளில், கள்ளை அதிகமாக அருந்தியதன் காரணத்தால் அவரும் இறந்து போனார்.

தனது கடமைகளையெல்லாம் நிறைவேற்றிவிட்டதால் அவர் அவ்வாறு செத்துப் போயிருக்கக் கூடும். அவளுக்கு அன்பளிப்பாகக் கொடுக்க நான் வாங்கிப் போயிருந்த துணியை, அவளது சடலத்தைப் போர்த்தவே பயன்படுத்த வேண்டி வந்தது.

எனது மூத்த சகோதரன் தென்னாபிரிக்காவின் சுரங்கங்களில் வேலை செய்யச் சென்றிருப்பதை நான் அறிந்திருந்தேன். ஆரம்பத்தில் நாங்கள் ஒருவரோடொருவர் கடிதங்களைப் பரிமாறிக்கொண்டோம். எனினும் சடுதியாக எனது சகோதரன் எனது கடிதங்களுக்கு பதிலளிப்பதை நிறுத்திக்கொண்டான். அதனால் நானும் அவனுக்கு எழுதுவதை நிறுத்திவிட்டேன்.

பேருந்து நிறுத்தமொன்றில் பேருந்து தரித்து நிற்கும் அனைத்து சந்தர்ப்பங்களிலும் ''எவரேனும் பேருந்தில் ஏறுகிறீர்களா?'' என நான் குரலெழுப்பிக் கேட்பேன். பதில் கிடைக்கவில்லையெனில், பேரூந்தின் எஞ்ஜின் மீண்டும் உயிர் பெறும். பேருந்து முன்னோக்கி நகரத் தொடங்கும். எனினும் ஒரு கணத்துக்குப் பிறகு எவரேனும் மணியை ஒலிக்கச் செய்தால் மீண்டும் பேருந்து நின்றுவிடும்.

''நான் இங்கே இறங்கணும்'' என எனக்குத் தொலைவிலிருந்த ஓரிடத்தில் எழுந்து நின்ற பயணியொருவன் கூறினான். அநேகமான பயணிகள் குரலெழுப்பி அவன் மீது தமது கோபத்தை வெளிப்படுத்தினர். பேருந்தின் வாசலை நோக்கிச் செல்ல போராடிக்கொண்டிருக்கும் பயணிக்கு, இங்கு அச்சிலேற்ற முடியாத வார்த்தைகளால் அவர்கள் திட்டினர். நான் அவர்களை அமைதிப்படுத்த எதுவும் சொல்லவில்லை. பிரதிபலனாக அம்மோசமான வார்த்தைகள் என்னை நோக்கியும் ஏவப்படக் கூடும்.

பேருந்து நடத்துனராக ஆகும் முன்பு நான் தேயிலை பரிசோதனை நிலையமொன்றின் இரசாயன ஆய்வுக்கூட உதவியாளராக வேலை செய்துவந்தேன். புதிய மற்றும் சிக்கலான இயந்திரமொன்றிலிருந்து வரும் குறிப்புகளைக் குறித்து வைப்பதே எனது தினசரி

கடமையாகவிருந்தது. தயாரிக்கப்படும் தேயிலையின் கபில நிறத்தின் அளவு, அந்த இயந்திரத்தின் மூலமாக கணிப்பிடப்படுவதாக என்னிடம் தெரிவிக்கப்பட்டிருந்தது. அந்தக் குறிப்புகளை பாதுகாப்பாக வைத்திருப்பதன் முக்கியத்துவத்தை நான் ஒருபோதும் விளங்கிக்கொள்ளவில்லை. எனது வேலை மிகவும் முக்கியமானதெனவும், உயர்தர தேயிலை தயாரிப்புக்கு எனது பணி மிகவும் தாக்கம் செலுத்துவதாகவும் எனது மேலாளர் அடிக்கடி தெரிவித்திருந்தார். எனினும் நான் அதைப் புரிந்து கொள்ளவில்லை. எவ்வாறாயினும் உன்னதமான வேலையொன்றில் நானும் பங்காற்றிக்கொண்டிருப்பதுபற்றி அறியக் கிடைத்ததனால் நான் மகிழ்ச்சியடைந்திருந்தேன். ஆனால் ஒரே இடத்தில் அமர்ந்தவாறு, ஒரே விடயத்தைக் குறிப்பெடுத்துக் கொண்டிருந்தது எனக்குப் பிடித்தமானதாக இருக்கவில்லை. இந்த ரசனையற்ற வேலையைத் தொடர்ந்து செய்தால் எனது மனநிலை பாதிக்கப்பட்டுவிடுமென நான் என்னைக் குறித்தே சந்தேகித்தேன். ஒரு வருடத்துக்குப் பிறகு நான் அந்த வேலையை விட்டுவிட்டேன். எனக்குச் சுறுசுறுப்பான வேலையொன்று தேவைப்படுகிறதென அங்கிருந்து விலகும்போது எனது நண்பர்களிடம் கூறியிருந்தேன்.

"நான் கண்டக்டராகப் போறேன். அந்த வேலையில் ஒரு புத்துணர்வு இருக்கும். ஒவ்வொரு நாளும் விதவிதமான ஆட்களை, விதவிதமான இடங்களைப் பார்க்கலாம்."

மீண்டும் மணியடித்ததோடு, பயணிகள் சிலர் இறங்குவதற்காக பேருந்து நின்றது.

"கூரை மேல என்னோட சைக்கிளிருக்கு" எனப் பேருந்திலிருந்து இறங்கிய ஒருவன் கூறினான்.

"என்னோட சோள மூட்டையும் இருக்கு" என்றான் இன்னுமொருவன்.

நான் இந்த வேலையை இந்தளவு வெறுத்துப் போனது இதனால்தான் என்பதைச் சத்தியம் செய்து கூறுவேன். இந்தக் கதைகளைக் கேட்டுக் கேட்டு எனது காதுகள் மிகவும் களைத்துப் போயிருக்கின்றன. இந்த வாக்கியங்களை நான் நூறு தடவைகள் இல்லை ஆயிரம் தடவைகள் கேட்டிருப்பேன். இந்த வார்த்தைகளிலிருந்து என்னைக் காப்பாற்றும்படி நான் தினந்தோறும் பிரார்த்திப்பேன்.

பாதையின் மோசமான பகுதியை நெருங்கிய பேருந்து, ஆமை வேகத்தில் முன்னோக்கி நகர்ந்தது. தெருவிலிருந்த சேறு நிறைந்த பள்ளங்களைத் தவிர்ப்பதற்காக வண்டியை இடதுக்கும் வலதுக்குமாகத் திருப்பித் திருப்பி நகர்த்த சாரதி முயற்சித்துக்கொண்டிருந்தார். இவ்வாறான அநேகமான சந்தர்ப்பங்களில் சக்கரங்கள் சேற்றில் புதைந்து விடுவதோடு, பேருந்தை சேற்றிலிருந்து வெளியே எடுக்க பயணிகளும் உதவ வேண்டியிருக்கும்.

''இப்படியே போனா நாங்க மிகோவிக்கு எப்பதான் போய்ச் சேருவோம்னு எனக்குச் சொல்லத் தெரியல'' என அதிகம் யோசிக்காது சத்தமாகச் சொல்லிவிட்டேன்.

எனது குரல் கேட்ட சாரதி, குற்றமிழைத்தவரைப் போல கடிகாரத்தை நோக்கினார்.

''அஞ்சு மணிக்கெல்லாம் போயிடலாம்'' என்றார்.

வயதானவராகத் தெரிந்த சாரதி முப்பது வருடங்களாகக் கடமையாற்றி வருகிறார். அவர் ஓய்வெடுக்கும் வயதை, நிறைய காலத்துக்கு முன்பே கடந்திருந்தார். எனினும் அவரை ஓய்வெடுக்கச் செய்வதற்கு போக்குவரத்து சங்கம் எடுத்த எல்லா முயற்சிகளும் பயனற்றுப் போயிருந்தன.

வசதியானவரெனச் சொல்லப்படும் இம்முதிய சாரதி, வீட்டிலிருந்து ஓய்வெடுக்காது, இந்தக் கஷ்டங்களை அனுபவிப்பது எதனாலென

எவராலும் சிந்தித்துப் பார்க்கக்கூட முடியவில்லை. அவரைப் பாதையிலிருந்து அப்புறப்படுத்தியதுமே அவர் செத்துப் போய்விடுவாரென நான் சந்தேகித்தேன். சுக்கானுக்குப் பின்னேயிருக்கும் அவரது தோற்றம் கருணை மிகுந்தது. அவரது பார்வை எப்போதும் வீதியின் இரு மருங்கையும், முன்னேயும் நோக்கி மாத்திரமேயிருந்தது என்பதை எவரும் எண்ணிப்பார்க்க முடியும். எனவேதான் அவரை வீதியிலிருந்து அப்புறப்படுத்துவதானது, மரணிப்பதற்கு முன்பே சவப்பெட்டியில் பலவந்தமாகப் படுக்க வைப்பதை ஒத்ததாக இருக்கக்கூடும்.

பேருந்தானது ஓசையெழுப்பியவாறு நகர்ந்தது. சறுக்கக்கூடிய பாதையின் முன்னால் மலையொன்றிருந்தது. வீதியின் இரு மருங்கிலுமுள்ள வடிகால்களினூடாகப் பாய்ந்துசெல்லும் தண்ணீரின் காரணத்தால் பாதை பழுதடைந்திருந்தது.

"எல்லோரும் இறங்கி வந்து தள்ளுங்க"

சாரதி மட்டுமல்லாது நான் சந்தித்த பயணிகள் அனைவரும்கூட தெருவின் பாரத்தைச் சுமக்க வேண்டுமென எனக்குத் தோன்றியது. பாதை அவர்களுக்காக ஏதேனும் தியாகம் செய்திருக்கக்கூடும். அதற்கு ஈடுசெய்ய பயணிகளால் இன்னும் முடியவில்லை என்ற எண்ணம் எனக்குள்ளே சுய கழிவிரக்கத்தைத் தோன்றச் செய்து, அசௌகரியத்தை அதிகரித்தது.

தனிமை ஜீவிதத்திலிருந்து தப்பித்துக்கொள்வதற்காக நான் நடத்துனரானேன். தேயிலையின் இருண்ட கபில வர்ணத்தை அளவிடும் இயந்திரத்தை, இன்னுமொரு இயந்திரமாகவிருந்து நோக்கியபடியே இருப்பதிலிருந்தும் தப்பித்துச் செல்ல எனக்கு அவசியமாகவிருந்தது. எனினும் ஒன்பது வருடங்களாக நடத்துனராகச் சேவையாற்றி வரும் எனக்கு மனிதர்களின் இருண்ட நிறத்தில் வேறுபாடு விளங்கவில்லை.

உண்மையில், இன்றைக்கு ஒன்பது வருடங்களுக்கு முன்பு, ஒரு மழை நாள் காலையில் லிம்பேவில் ஏற்றிக் கொண்ட பயணிகளும், இப்பொழுது இங்கிருக்கும் பயணிகளும் ஒரே ஆட்கள்தானென எனக்குத் தோன்றுகிறது. பின் ஆசனத்தில் அமர்ந்திருக்கும் முரட்டு வாயாடி மனிதன், ஒன்பது வருடங்களுக்கு முன்பும் இதே ஆசனத்திலேயே அமர்ந்திருந்து, தனது வியாபாரத்தின் வெற்றி குறித்து ஆர்ப்பரித்துக்கொண்டிருந்தான். ஜன்னலருகே அமர்ந்திருந்து எப்போதுமே புகைப்பிடித்தபடியிருக்கும் பயணி, எல்லா ஜன்னல்களையும் மூடிவிடுமாறு மிரட்டுவது முன்பும் கேட்டதுதான். அதோ ... அழுதுகொண்டிருக்கும் அக்குழந்தை ஒரு போதும் வளரும் குழந்தையல்ல. பருத்த பெண்மணி, தனது ஆசனத்தில் அருகே வந்தமரும் எவரையும் மிகவும் கெட்டிக்காரத்தனமாக புறக்கணித்துவிடுவாள். அனைவருமே ஒரே பயணிகள், ஒரே பாதை, முடிவேயற்ற ஒரே பயணம்.

"எல்லோரும் வந்து தள்ளுங்க"

மழை விடாமல் பெய்துகொண்டிருந்தது. சேற்றுப் புதைகுழிகளைத் தவிர்ப்பதற்காகச் சாரதி, பேருந்தை ஒரு பக்கத்திலிருந்து மறு பக்கத்துக்கு எடுத்தார். பேருந்தின் கனத்தை எதிர்ப்பதுபோல, எவ்வளவுதான் பயணிகள் இறங்கியிருந்தாலும் பேருந்தின் பாரத்தில் மாற்றமேதுமில்லை எனக் கூறுவதைப் போல, குன்றும்குழியுமான பாதையைக் குறித்து முறைப்பாடு செய்வதைப் போல பேருந்தானது இடைவிடாது முனகிக்கொண்டேயிருந்தது. இந்தப் பேருந்து எப்போதுமே பயணிகளால் நிறைந்திருந்தது. எப்பொழுதும் பயணிகளின் எண்ணிக்கை இரு மடங்கு, மும்மடங்காவதாகத் தோன்றச் செய்தது.

கம்பென்ஜேயில் வைத்து மழையில் நனைந்து போயிருந்த பயணிகள் சிலரை ஏற்றிக்கொள்வதற்காக பேருந்து நின்றது. அவர்களிடையே கிழிந்த மஞ்சள் நிற மழையாடையொன்றைப்

போர்த்தியபடி ஒருவன் இருந்தான். அவன் உள்ளேயேறும் போது எனது விழிகள் அவனை நோக்கின.

ஆமாம். நிச்சயமாக அது எனது தந்தை. களைப்புடனான முகம், தேயிலைக்கொழுந்து பறித்ததனால் சற்று கோணலாகிப்போயிருந்த உடல். கடந்த ஒன்பது வருடங்களில் முதன்முறையாக, நம்ப முடியாதவை என் கண்முன்னே தென்பட்டுக்கொண்டிருக்கின்றன. விந்தையான காட்சிகள். எனது தந்தை, எனது தாய், எனது சகோதரன், தேயிலைத் தோட்டத்திலிருந்த எமது சிறிய வீடு, வீட்டுக்கு முன்னேயிருந்த ஆனைக்கொய்யா, பப்பாளி மரங்கள், வீட்டிலிருந்து தொலைவில் தெரியும் தொழிற்சாலையின் செந்நிறக் கூரை, அதிலிருந்து வெளிவரும் கரும்புகை என அனைத்துமே முழுமையாக என் கண்முன்னால் காட்சியளித்துக்கொண்டிருக்கின்றன. தேயிலைக் கொழுந்துகளைப் பறிப்பவர்கள் பாடும் பாடல் எனக்குக் கேட்கிறது. மஞ்சள் நிற மழையாடை அணிந்து, மூங்கில்களால் பின்னப்பட்ட கூடைகளை முதுகில் சுமந்தவாறு தேயிலைக் கொழுந்துகளைப் பறிப்பவர்களை நான் காண்கிறேன்.

சடுதியாக எனதுள்ளம் மகிழ்ச்சியால் பூரித்துப்போயிற்று. அருகிலிருந்த மனிதனை நோக்கி ஈர்க்கப்பட்ட நான் மிகுந்த உற்சாகத்தோடு அம்மனிதனின் முதுகில் தட்டுகிறேன்.

"அப்பா"

நான் வியந்துபோய்க் கத்துகிறேன். எனது கண்களிலிருந்து கண்ணீர் வழிந்தோடிக்கொண்டிருப்பதை நான் உணர்கிறேன். திரும்பி பேருந்தினுள்ளேயிருந்த எல்லோருடனும் நான் புன்னகைக்கிறேன். என்னைச் சுற்றியிருந்த அனைவரதும் வதனங்கள் மகிழ்ச்சியால் பூரித்திருக்கும் விதத்தை நான் காண்கிறேன். ஆஹ்! எவ்வளவு அழகியது இந்த உலகம்? பேருந்தின் கூரை மீது விழும் மழைத் துளிகளின் ஓசையும் எஞ்ஜினின் முனகலொலியும் இனிமையான

சங்கீதமாக மாறியிருக்கிறது. பேருந்தில் சுக்கானைப் பிடித்திருந்த முதியவர் மகிழ்ச்சியால் மதிமயங்கிப் போயிருக்கிறார். பயணிகளின் குரல்களும், இடைவிடாது அழுதுகொண்டிருக்கும் குழந்தையின் ஓலமும் என் மனதில் விந்தையான மகிழ்ச்சியைத் தோற்றுவிக்கின்றன.

"அப்பா"

ஆமாம். எனது தந்தை, எனது தாய் ஒருபோதும் மரணித்திருக்கவில்லை. எனது சகோதரன் ஒருபோதும் தென்னாபிரிக்காவுக்குச் சென்றிருக்கவில்லை. நான் ஒருபோதும் தேயிலையின் இருண்ட நிறத்தை அளவிடும் கருவியினைக் குறிப்பெடுக்கும் வேலையைச் செய்திருக்கவில்லை.

திடீரென பேருந்தின் பிரேக் அழுத்தப்பட்டது. பேருந்து, பலத்த ஓசையோடு நின்றது. பேருந்துக்குள் நின்று கொண்டிருந்த பயணிகள் ஒருவர் மீதொருவரென விழுந்தனர். நான் எனது தந்தையெனக் கருதிய நபரைப் பிடித்தவாறு விழாதிருக்க முயற்சித்தேன். எனினும் அவர் என்னையும் இழுத்துக்கொண்டு கீழே விழுந்தார். எனது கனவுலகம் தொலைந்து போயிற்று. மரணத்திலிருந்து மீண்டு வந்ததைப் போல எனக்குத் தோன்றியது. எனது தந்தையென நான் அழைத்த நபரும், நானும் ஒருவருக்கொருவர் உதவியவாறு எழுந்து நின்றோம்.

"எல்லோரும் இறங்கித் தள்ளுங்க"

பேருந்தானது மீண்டும் சேற்றில் புதையுண்டு போயிருந்தது. முன் சக்கரங்களிரண்டும் எந்தளவுக்கு சேற்றில் புதையுண்டிருந்ததென்றால், எமக்கு மீண்டும் பயணத்தை ஆரம்பிக்க அங்கு பல மணி நேரம் செலவிட வேண்டி வந்தது.

"ஏழு மணிக்காவது நமக்கு மிகோவிக்குப் போயிருக்கலாம்" எனப் பேருந்தைச் சேற்றுக் குழியிலிருந்து மீட்கும் முயற்சி வெற்றியளித்ததும் சாரதி கூறினார்.

முன்பு அந்த வார்த்தைகள் எனது மனதுக்கு நிம்மதியளிக்கும். எனினும் இப்பொழுது அந்த வசனங்களைக் கேட்ட போது சிலிர்த்தது எனக்கு. பயண இலக்கை எட்டும் எதிர்பார்ப்பு இப்பொழுது என்னை அச்சத்துக்குள்ளாக்கியது. வெளியே அசைந்துகொண்டிருந்த சோளக் கதிர்களைப் பார்த்தவாறு நான் அமைதியாக இருந்தேன்.

கோணல் பிரார்த்தனை

(நைஜீரியா - பென் ஒக்ரி)

சபா சித்தப்பாவிடம் கடிதத்தைக் கொடுத்தபோது, அவர் திடீரென, என் கண் முன்னே முதியவராக மாறி விட்டதைப் போலத் தோற்றமளித்தார். அவரது முகம் முழுமையாக மாறிப்போனதோடு, எனது தலைக்கு மேலாக தொலைவில் பார்த்துக்கொண்டிருந்தார்.

"இதை உன்கிட்ட தந்தது எப்போ?" என ஒரு கணத்துக்குப் பிறகு கேட்டார்.

"இன்னிக்கு சாயந்தரம். சித்தி இல்லாத நேரமாப் பார்த்து சித்தப்பாக்கிட்ட இதைக் கொடுக்கணும்னு அவ என்கிட்ட சொன்னா"

அவர் எதுவும் கூறவில்லை. அவரது முகத்தைப் பார்ப்பதைத் தவிர்க்க முயற்சித்தேன். எனினும் அதனை என்னால் செய்ய முடியாதிருந்தது. அவரது முகத்தில் சுருக்கங்கள் ஆழமாகப் பரவிச் சென்றிருப்பதாக எனக்குத் தோன்றியது. அவரைப் பார்த்ததும் எனக்குள் கவலை தோன்றியது. அவர் எதையோ சொல்ல வாயைத் திறந்தார். உடனே மூடிக் கொண்டார். அவருக்கு முன்னால் நின்றுகொண்டேயிருப்பதால் நான் அசௌகரியத்துக்குள்ளானேன். திடீரென அவர் கேட்டார்.

"அவ எப்படியிருக்கா?"

அந்தக் கேள்வியால் நான் ஆச்சரியத்துக்குள்ளானேன்.

"சொல்லு... அவ எப்படியிருக்கா?"

"அவவுக்கு... அவவுக்கு ஒண்ணும் ஆகிடல சித்தப்பா"

அவர் என்னை முறைத்துப் பார்த்ததும்தான், நான் அவரது கேள்விக்கு மகிழ்ச்சிகரமான பதிலொன்றை வழங்கத் தவறியதை உணர்ந்தேன்.

"உங்கிட்ட இந்தக் கடிதத்தைத் தர்றதை யாராவது கண்டாங்களா?"

"யாரும் காணல. அவ என்னை அவவோட கடைக்குள்ள கூட்டிட்டுப் போய்த்தான் இந்தக் கடிதத்தைத் தந்தா"

அவர் தலையை அசைத்தார். அவருக்கு அப்பதில் ஆறுதலளித்தது போலிருந்தது. எனினும் நான் இன்னும் எச்சரிக்கையாகவே இருந்தேன். புதிதாக அரும்பிய புன்னகை அவரது வதனத்திலிருந்தது. பிறகு அவர் எனது தலை மீது கை வைத்து, அன்பாகத் தடவிக்கொடுத்தார்.

"உனக்கு ஏதாவது புரியுதா?"

"இல்ல சித்தப்பா"

"நாங்க ஒரு குற்றத்தோட பங்காளிங்கன்றது உனக்குத் தெரியுமா?"

அவர் என்ன கூற வருகிறாரென எனக்குப் புரியவில்லை. அதனால் நான் இல்லையென்று கூறினேன்.

"இல்லன்னு சொன்னதுக்கு அர்த்தமென்ன?"

"நான் ஆமான்னு சொல்ல வந்தேன் சித்தப்பா"

அவர் என்னை முறைத்துப் பார்த்துவிட்டு, தனது இடது கையில் வைத்திருந்த கடிதத்தைப் பார்த்தவாறு தொடர்ந்தும் என்னுடன் கதைத்தார்.

"நீ எங்ககிட்ட வந்து எவ்வளவு காலமாகுது கேமே?"

"ஒரு மாசமிருக்கும்னு நினைக்கிறேன் சித்தப்பா"

"நீ எங்கக்கிட்ட இருந்து ஏதாவது கத்துக்கிட்டியா?"

அவர் இவ்வாறான கேள்விகளையெல்லாம் கேட்பது ஏனென்பது எனக்குள்ளே எழுந்த கேள்வியாகவிருந்தது. நான் உளறியவாறே பதிலளித்தேன்.

"ஆமா சித்தப்பா"

"என்ன கத்துக்கிட்டே?"

நான் தயங்கினேன். ஆனால் அவர் வற்புறுத்தினார்.

"சமைக்கிறது எப்படி ... அடுத்தவங்களோட வசிக்கிறதெப்படி. தகவல் கொண்டுபோறதெப்படி ... இப்படி..."

"ம்ம் ... நல்லது" எனக் குறிக்கிட்டார்.

"உன்னோட அப்பா புத்திசாலி. இடைக்கிடையே தன்னோட பிள்ளைகளை சொந்தக்காரங்ககூட தங்க அனுப்பி வைக்கிறது நல்ல பயிற்சிதான். பிள்ளைங்க அதன் மூலமா எங்கே போனாலும் பிழைச்சி வாழ்ந்துக்குற விதத்தைக் கத்துக்கிடலாம்."

அவர் எனது தலைக்கு மேலாக தொலைவில் பார்த்தார். பிறகு கதிரையின் கீழே மறைத்து வைத்திருந்த விஸ்கி போத்தலொன்றை எடுத்து, அதிலிருந்து சில மிடறுகள் பருகிவிட்டு, மீண்டும் போத்தலை இருந்த இடத்திலேயே மறைத்து வைத்தார். அவர் போத்தலை மறைத்து வைத்திருப்பது அவரது மனைவியினால்தான் என எனக்குப் புரிந்தது. அவளது கையில் இப்போத்தல் சிக்கினால் பெரும் கலவரமே வெடிக்கும்.

"சித்தப்பா ... கடிதத்துக்கு பதிலையும் வாங்கிட்டு வரும்படி என்கிட்ட சொல்லியிருக்கா"

அவர் அதனைக் கண்டுகொள்ளவில்லை.

"என் பொஞ்சாதிய உனக்குப் பிடிச்சிருக்கா?" எனத் திடீரெனக் கேட்டார்.

நான் பொறியொன்றில் சிக்கிக்கொண்டிருப்பதாக எனக்குத் தோன்றியது. சித்தப்பா எப்போதும் அவ்வாறு நடந்துகொண்டதில்லை. போதையின் உச்சத்தில் இருக்கும்போது அல்லது வேறேதேனும் குழப்பத்தில் இருக்கும்போது மாத்திரமே அவர் இவ்வாறு நடந்துகொள்வார். அவரது கேள்விக்கு என்ன பதிலளிப்பதென எனக்குத் தெரியவில்லை. ஏனென்றால் எனக்கு அவரது மனைவியைப் பிடிக்கவில்லை. ஆனால் அதனை எவ்வாறு அவரிடம் கூறுவது? அவள் என்னை ஒரு அடிமையைப் போல நடத்திக்கொண்டிருந்தாள். எப்போதுமே தலையில் குட்டுவதோடு, சொற்பமாகவே உணவையும் தந்தாள். எனினும் அவள் அழகானவள். அதனால் அவளைப் பார்த்துக் கொண்டிருப்பது எனக்குப் பிடித்தமானது.

"அப்போ என் பொஞ்சாதிய உனக்குப் பிடிக்கல ... அப்படித்தானே?"

"எனக்குப் பிடிச்சிருக்கு சித்தப்பா ... பிடிச்சிருக்கு"

அவர் தனது கையிலிருந்த கடிதத்தை வெறுமனே பார்த்துக்கொண்டிருந்தார்.

"கேமே ... எனக்கு ரொம்ப அதிகமாத் தேவைப்படுறது எதுன்னு உனக்குத் தெரியுமா?" எனக் கேட்டவாறு அவர் என்னைப் பார்த்தார். அவரது பெரிய கருவிழிகள் என்னை உற்று நோக்கின. சபா சித்தப்பாவுக்கு அதிகமாகத் தேவைப்படுவது எதுவென எனக்குத் தெரியும். இந்த வீட்டுக்கு வந்ததுமே முதன்முதலில் நான் அறிந்துகொண்டது அதைத்தான். பள்ளிக்குப் போகும் ஒவ்வொரு தடவையும் அவர் அதற்காக பிரார்த்தித்து வந்தார். எல்லா

காலைவேளைகளிலும் எம்மை எழுப்பிவிடும் அவரது மனைவி, நம் எல்லோரையும் வரவேற்பறையை நோக்கி அழைத்துச் செல்வாள். அங்கு நாம் எல்லோரும் அவரது தேவைகளை முன்வைத்து இறைவனைப் பிரார்த்திப்போம். ஆரம்பத்தில் அது எனக்குக் குழப்பமாக இருந்தது. எனினும் பிறகு எனக்கு சபா சித்தப்பா குறித்து அனுதாபம் சார்ந்த உணர்வொன்றே தோன்றியிருந்தது.

"சித்தப்பாவுக்குத் தேவை ஒரு குழந்தை" என்றேன்.

அவர் மெதுவாக என்னைப் பார்த்தார். மீண்டும் கதைக்க அவருக்குச் சற்று நேரமெடுத்தது.

"உனக்குத் தெரிஞ்சிருக்கு. ஆண்டவர் சில நேரங்கள்ல எங்க பிரார்த்தனைகளுக்கு வினோதமாத்தான் பதிலளிச்சிடுறார்"

அவர் அவ்வாறு பதிலளித்ததைக் கேட்டு நான் திகைத்துப் போனேன். அவரும், அவரது மனைவியும் பக்தி மிகு கிறிஸ்துவர்களாக இருந்தனர். அவர் மீண்டும் என் தலையில் தடவினார்.

"கேமே, உனக்குத் தெரியுமா? நான் பெரிய ஒரு பிரச்சினைல சிக்கிட்டிருக்கேன். ஆனா அது எந்த மாதிரியான பிரச்சினைன்னு விளங்கிக்கொள்ற அளவுக்கு நீ இன்னும் பெரிய பையனாகல்ல"

"ஆமா சித்தப்பா"

"இப்ப போய்த் தூங்கு. ஆனா இது எதையும் யார்கிட்டயும் சொல்லக் கூடாது ... புரியுதா? சரி ... நீ போலாம் ... ஏன் இன்னும் பார்த்துட்டிருக்கே?"

"இதுக்கு பதிலொண்ணு வாங்கிட்டு வரச் சொல்லி அவ சொன்னா."

சபா சித்தப்பா களைத்துப் போனவரைப் போல மீண்டும் என்னைப் பார்த்தார்.

''நீ சிரமப்படாதே ... நானே நேர்ல போய் அவளுக்கு பதிலைச் சொல்றேன்' என்றார்.

''சரி சித்தப்பா''

அன்றிரவே நான் பதிலைக் கொண்டுவந்து தந்தால், பத்துக் கோபோ காசுகளைத் தருவதாக அவள் தந்திருந்த வாக்குறுதி நினைவில் வந்து, நான் அவரிடம் கூறினேன். ஆனால் அதைப் பற்றி நான் கவலைப்படத் தேவையற்று, அதற்குப் பதிலாக சித்தப்பா எனக்கு முப்பது கோபோ காசுகளைத் தந்தார். நான் அறையிலிருந்து வெளியேறும்போது, சபா சித்தப்பா சுவரில் தொங்கவிடப்பட்டிருந்த அவரது திருமணப் புகைப்படத்தை எனது தலைக்கு மேலால் பார்த்துக் கொண்டிருப்பது எனக்குத் தென்பட்டது.

மறுநாள் காலை, பிரார்த்தனை முடிந்ததன் பிறகு சித்தி வேலைக்குச் சென்றாள். நான் விளையாடுவதற்காக வெளியே சென்றேன். அது பள்ளிக்கூட விடுமுறை காலமென்பதால் விஷேடமாகச் செய்ய வேலை ஏதுமிருக்கவில்லை. சித்தப்பா வசித்துவந்த பிரதேசத்தில் எனக்குப் பிடிக்காத விடயமென்றால் அது, விளையாடுவதற்குப் போதுமான அளவு சிறுவர்கள் இல்லாதிருந்ததுதான். அடுத்தது, சுற்றியிருந்த பெற்றோர்கள் தமது பிள்ளைகள் வெளியேபோய் விளையாடுவதை அனுமதிக்காதது. ஏனெனில் அப்பிள்ளைகளுக்கு வீட்டுக்குள்ளேயே செய்ய நிறைய வேலைகள் இருந்தன.

நான் மேரியின் கடைக்குச் செல்லத் தீர்மானித்தேன். எனக்கு அவளிடமிருந்து இனிப்புக்கள் கிட்டும். அவளது தம்பிகளுடனும் சேர்ந்து விளையாடலாம்.

''டேமே'' என ஒரு குரல் கேட்டது. நான் நின்று திரும்பிப் பார்த்தேன். அது மேரியல்ல. எனவே அவளது சில்லறை மற்றும் காய்கறிக் கடையை நோக்கி ஓடிச் சென்றேன். என்னையழைத்தது அவளது இளைய தம்பி.

நான் அங்கு சென்றபோது, மேரி ஜன்னலால் தலையை வெளியே நீட்டி ''உள்ளே வா'' என்றாள். நான் கடைக்குள் சென்றேன். அந்தக் குறுகிய இடத்தில் சகோதர, சகோதரிகளுடன் அவள் வசிப்பது எவ்வாறென நான் வியந்தேன். அந்தச் சிறிய இடத்தில் பல வித மூடைகளும் பெட்டிகளும் அடுக்கி வைக்கப்பட்டிருந்தன.

''கேமே, என்னோட கடிதத்தை சபாக்கிட்ட கொடுத்தியா?''

''ஆமா ... நேத்து ராத்திரியே கொடுத்துட்டேனே''

''பதிலெங்கே?'' எனக் கேட்டவாறு, யாரும் காணாதிருக்க கதவைச் சாத்திவிட்டாள்.

நான் எனது செருப்புகளைப் பார்த்தேன். எனதிரு பாதங்களும் புழுதியால் மூடப்பட்டிருந்தன.

''சித்தப்பாவே நேர்ல வந்து பதில் சொல்றேன்னு சொன்னார்''

அவள் அழுக்கடைந்த மூங்கில் கதிரையில் அமர்ந்தாள். நான் தொடர்ந்தும் அங்கிருக்கக் கூடாதென எனக்குத் தோன்றியது.

''அவர் சரியாக என்ன சொன்னார்னு சொல்லு?''

நான் சற்று உற்சாகத்துடன் விவரித்தேன். அவள் என்னை உன்னிப்பாகக் கூர்ந்து கவனித்தவாறு கதைத்தாள்.

''நீ நல்ல பையன். நாங்க தர்ற தகவலைக் கொண்டுபோறாய். உன்னோட சித்தி என்ன சொன்னா?''

''சித்திக்கு ஒண்ணும் தெரியாது'' என நான் உறுதியாகக் கூறினேன்.

''நெஜமா?''

''நான் ரொம்ப நேரம் வெளியே போய் தாமதிச்சா சித்தி என்னை அடிப்பா''

''அவள் நல்லவளா?''

"தெரியல"

"ஆனா அவ இன்னும் அவருக்கொரு குழந்தையப் பெத்துக் கொடுக்கல"

"நாங்க தினந்தோறும் பிரார்த்திக்கிறோம் ... எப்பவாச்சும் ஒருநாள் கிடைக்கும்"

மேரி கேலியாகப் புன்னகைத்தாள். தொடர்ந்து,

"நான் சபா சித்தப்பாவைக் கல்யாணம் பண்ணிக்குறது உனக்கு இஷ்டமா?" என்று கேட்டாள்.

நான் அதிர்ந்தேன்.

"சபா சித்தப்பா உங்களைக் கல்யாணம் பண்ணிக்க மாட்டார். அவர் கிறிஸ்தவர்"

நான் கூறியது முட்டாள்தனமான கூற்றெனக் கருதித்தான் அவள் என்னை உற்று நோக்குகிறாளோ என எனக்குத் தோன்றியது. பிறகு சிரித்தவாறே கேட்டாள்.

"எப்படிப்பட்ட கிறிஸ்தவர்? நாங்க சேர்ந்து என்னவெல்லாம் பண்றோம்னு உனக்குத் தெரியுமா?"

எனது சித்தப்பாவைப் பற்றி அவ்வாறாகக் கதைத்தபோது எனது முகம் சிவந்தது. அவளது முகத்திலிருந்த சிரிப்பு மறைந்து போகும் விதத்தை நான் ஆராய்ந்தேன். அவளிடம் மனம் கவரக் கூடிய அழகிருந்தது. மெலிந்து நீண்ட முகம். அதில் அவளது விழிகள் துயரத்தால் கனத்திருந்தன. உயரமானவளாக இருந்த அவள் எப்போதும் கந்தல் ஆடைகளையே அணிந்திருந்தாள். அவளது கண்களைச் சுற்றி ஏதோவொரு பூச்சு பூசப்பட்டிருந்தது. முகம் முழுவதும் பவுடர் அப்பியிருந்தது. இதை விடவும் நல்ல அழகோடு, சுறுசுறுப்பான மனைவியிருக்கும்போது எனது சித்தப்பா, இந்தப் பெண்ணுக்கு இரகசியமாகத் தகவல் அனுப்புவதும், இருட்டில்

சந்திப்பதுவும் ஏனோ என எனக்குப் புரியவில்லை. அநேகமாக மேரி, அன்பான ஏழைப் பெண்ணாக இருப்பதுவும், அகங்காரமற்றவளாக இருப்பதுவும் அதற்குக் காரணமாக இருக்கக் கூடும். மீண்டும் மேரி என்னுடன் கதைத்தபோது அவள் விரக்தியுற்றவளாகத் தெரிந்தாள்.

"நான் இப்ப போகணும்" என்றேன்.

"சரி. டாமீக்கிட்ட சொல்லி இனிப்பு கொஞ்சம் வாங்கிக்கோ ... திரும்ப இங்க வந்து அவங்க கூட விளையாடு ... சரியா?"

தலையசைத்த நான் வெளியே வந்தேன். நான் கதவைச் சாத்தியபோது அவள் அழத் தொடங்கியிருப்பாளென நான் நினைத்தேன். நான் வெளியே வந்து அவளது தம்பி, தங்கைகளுடன் விளையாடினேன். நாங்கள் உதைப்பந்தாட்டமும், டென்னிஸும் விளையாடினோம். அவர்கள் எனக்குக் குளிப்பதற்கும் இடமளித்தனர். பிறகு நாங்கள் சீனத் திரைப்படமொன்றைப் பார்க்க ஒன்றாகச் சென்றோம்.

நான் திரும்பவும் வீட்டுக்கு வந்தபோது, எனது சித்தியின் வாகனம் அங்கிருப்பதைக் கண்டு அதிர்ந்தேன். அவள் அலுவலகத்திலிருந்து நேரத்தோடு வந்திருக்கிறாள் அல்லது வேறு ஏதேனும் நடந்திருக்கிறது. நான் ஓசையெழுப்பாது திண்ணை வழியே நடந்துசென்று, எனது அறைக்குள் புகுந்துகொள்ளப் பார்த்தேன். அவர்கள் சத்தமாகக் கதைத்துக் கொண்டிருந்ததால் அதைச் செவிமடுக்காதிருக்க என்னால் இயலவில்லை.

"வாங்க ... நாங்க அறைக்குள்ளே போவோம்"

"எனக்குத் தலை வலிக்குது"

"உங்களுக்கு இந்தத் தலைவலி ஒரு கிழமையா இருக்கு"

"வேலை ஜாஸ்திங்குறதால"

"என்ன வேலை?"

தொடர்ந்து அமைதி. பிறகு கடதாசிகள் இழுபடும் சத்தம். ஆழமாக மூச்செடுக்கும் சத்தம். இறுதியில் ஆறுதலாக மூச்சு விடும் சத்தம்.

''சபா, உங்களுக்கு இன்னொருத்தி இருக்காளா?''

''என்ன? ஏன் இப்படி முட்டாள்தனமாக் கதைக்குறே?''

''இல்லேன்னா ஏன் இப்படி நடந்துக்குறீங்க?''

''இங்க பாரு ... நான் ...''

''அப்படியொருத்தி இருக்கும்போதுதான் எல்லா ஆம்பளைங்களுமே இப்படிச் சொல்வாங்க''

தொடர்ந்து நீண்ட அமைதி.

''நீ ஏன் இன்னிக்கு நேரத்தோட வேலையிலிருந்து வந்தே?''

''நான் மருத்துவ பரிசோதனைக்குப் போனேன்''

''உனக்கு என்ன சொன்னாங்க? கடவுள் உன் கருப்பையை சடுதியாத் திறந்துட்டாரா?''

''நீங்க இப்படிக் கதைக்க வேண்டிய அவசியமில்ல''

சிறிது நேரம் வரைக்கும் சித்தப்பா எதுவும் கூறவில்லை. பிறகு,

''நாங்க வயசாகிட்டே போறோம்ங்குறது உனக்குத் தெரியும்ல'' என்றார்.

''அதுக்கு?''

''அதுக்கு? என்ன? குழந்தையில்லாம இருக்க உனக்கு இஷ்டமா?''

''அதுக்கு செய்ய ஒண்ணுமில்லன்னா ஏன் தொடர்ந்து போராடணும்?''

''எனக்குக் குழந்தையொண்ணு வேணும்ங்குறதால ... அதான் காரணம்... நாங்க இதைப் பற்றி பத்து வருஷமாக் கதைச்சிட்டிருக்கோம்.

எனக்குப் போதும்னாயிடுச்சு. உனக்குத் தெரியுமா? எனக்கு எல்லாமே வெறுத்துடுச்சு. ஒரு குழந்தையைப் பெத்துக் கொடுக்க உன்னால இன்னும் முடியல ... இப்போ நான் தலை முழுகிடலாம்னு நினைக்கிறேன்"

சித்தி தனது குரலையுயர்த்தி கூர்மையாகக் கதைத்தாள்.

"உங்களுக்குக் குழந்தையொண்ணு அவ்வளவு வேணும்னா போய் இன்னொருத்தியைக் கட்டிக்குங்க ... எனக்குத் தெரியும் உங்களுக்கு அதான் இப்போ தேவைப்படுதுன்னு"

சித்தப்பா களைத்துப் போனவரைப் போல மெதுவாகக் கூறினார்.

"உனக்குத்தான் தெரியுமே ... எனக்கு இன்னொருத்தியைக் கட்ட வேண்டிய அவசியமில்ல. ஆனா இங்கே வர்ற ஆட்கள் அடிக்கடி அதைப் பற்றியேதான் கதைக்குறாங்க. உனக்கும் கோபம் வரும் ... உனக்குத்தான் தெரியுமே"

எனக்கு சித்தப்பா குறித்து கவலை தோன்றியது. அவரது குரல் பலவீனமாகி, வெறும் மூச்சாக மாறியது. அவருக்குள் ஏற்பட்டிருக்கும் துயரம் அதற்குக் காரணமாக இருக்கக் கூடுமென நான் நினைத்தேன்.

"எனக்குத் தெரியும்.. எனக்குத் தெரியும் உங்களால கல்யாணம் பண்ணிக்க முடியாதுன்னு ... உங்களுக்கு எப்பவுமே தலைவலி.. இல்லேன்னா மூக்குல வலி.. வேற வேற வலியெல்லாம் வர்றது ஏன்னு எனக்குத் தெரியும். ஆனா நான் சத்தியமாச் சொல்றேன் நீங்க அப்படி ஏதாவது செஞ்சீங்கன்னா நீங்க கஷ்டத்துல விழுவீங்க ... நான் உங்களைப் பிடிச்சுப்பேன்."

தொடர்ந்து ஒரு விம்மலோசை கேட்டதோடு கதவு சத்தமாக அடைக்கப்படும் ஓசை கேட்டது. திண்ணையிலிருந்த நான் கேட்கக் கூடாததைக் கேட்டுக்கொண்டிருந்ததால் அசௌகரியமாக உணர்ந்தேன். நான் திரும்பவும் எனது அறைக்குள் புக முற்பட்ட போது கதவு திறந்தது.

''கேமே நீ இங்க என்ன பண்ணிட்டிருக்கே? முழு நாளும் எங்க போயிருந்தே? நான் உன்னைத் தேடிக்கிட்டிருந்தேன்''

சித்தப்பா மென்மையாகக் கூறினார். நான் குற்றவாளி போல உணர்ந்தேன். இந்த வீட்டுக்கு வந்த நாளிலிருந்து அவரிடமிருந்து தண்டனை பெறுமளவிற்கு நான் எந்தக் குற்றமும் செய்திருக்கவில்லை. அவர் என்னை நேசித்தார். எனினும் சித்தி என் மீது குற்றம் சாட்டினாள். நான் பாத்திரத்திலிருந்து இறைச்சியைத் திருடித் தின்பதாக அவள் கூறினாள். ஒரேயொரு தடவை மாத்திரம் நான் கருவாட்டுத் துண்டொன்றைத் திருடியிருந்தேன்.

சபா சித்தப்பா அன்பாக எனது தலையைத் தடவியபடி கூறினார்.

''உன்னை உடனே வீட்டுக்குத் திருப்பியனுப்பச் சொல்லி உன்னோட அப்பா எனக்கொரு தகவல் அனுப்பியிருக்கார். கதவுக்கிட்டயிருந்து அடுத்தவங்க கதைக்குறத ஒட்டுக் கேட்குறது நல்ல பழக்கமில்ல ... புரிஞ்சுதா?''

நான் அமைதியாகத் தலையசைத்து ''ஆமா சித்தப்பா'' என்றேன். அவர் எனது உச்சந்தலையில் செல்லமாகக் குட்டினார். எனது கண்களிலிருந்து கண்ணீர் சிதறியது.

''போய் உன்னோட சாமான்களையெல்லாம் எடுத்து வை'' எனக் கட்டளையிட்டார்.

''நான் இன்னிக்கே புறப்படணுமா?''

''இல்ல ... நாளைக்குப் போகலாம்''

அன்றிரவு இன்னுமொரு கலகத்தின் ஓசை கேட்டது. அதற்குக் காரணம் என்ன என எனக்குத் தெரியாது. அன்று மாலை நிகழ்ந்தது அதற்குக் காரணமாக இருக்கக் கூடும்.

மறுநாள் காலை, வழமையைப் போல சித்தி பிரார்த்தனை செய்வதற்காக வரவேற்பறைக்கு வரும்படி அழைக்கவில்லை. சபா

சித்தப்பா எனது தந்தையின் வீட்டுக்கு என்னை அழைத்துச்சென்றார். நான் வெளியிறங்கும்போது சித்தியைக் காணவில்லை. எனது வருகையையோ, எனது திரும்பிச் செல்லலையோ அவள் கவனத்திலேயே எடுக்கவில்லை எனப் புரிந்தது.

வாகனத்தை ஓட்டிச் செல்லும்போது சித்தப்பா மௌனமாகவே இருந்தார். நான் அவரையே பார்த்துக் கொண்டிருந்தேன். அவருக்கு ஏதோ சொல்ல வேண்டிய தேவையிருந்ததாகத் தெரிந்தது. நாங்கள் தெருவில் வாகன நெருக்கடிக்குள் சிக்கிய போது, சித்தப்பா எனது தலையில் கை வைத்து தடவிக் கொடுத்தார்.

"கேமே, எங்ககூட இருந்தப்போ நீ சந்தோஷமா இருந்தியா?"

"ஆமா சித்தப்பா. நான் சந்தோஷமாத்தான் இருந்தேன்."

சிறிது அமைதிக்குப் பிறகு அவர் மீண்டும் கதைத்தார்.

"நீ மேரியைப் பார்த்தியா?"

"நான் நேத்துப் பார்த்தேனே"

"அவள் ஏதாவது சொன்னாளா?"

"ஆமா. அவ சொன்னா சித்தப்பா அவக்கிட்டேயிருந்து தூரமாகிட்டே போறீங்களாம்... சித்தப்பாகூட இருக்கும்போது ரொம்ப சந்தோஷமாயிருக்கும்... ஆனா இப்போ சித்தப்பா தப்பிச்சுப் போகப் பார்க்கிறார்.. இப்படி.."

சித்தப்பா எனது தலையிலிருந்து கையை எடுத்தார். நான் அவரைப் பார்த்தேன். அவரது முகம் இருண்டிருந்ததோடு, நெற்றியில் சுருக்கங்கள் ஆழமாகப் பரவியிருந்தன. திடீரென அவர் பிரேக்கை அழுத்தினார். நான் முன்னே வீசப்பட்டு, முன்னாலிருந்த சாவிப் பெட்டியில் எனது தலை மோதியது. கோழிகளைத் துரத்தியவாறு மூதாட்டியொருத்தி பிரதான தெருவின் குறுக்கே பாய்ந்திருந்தாள். அவள் சித்தப்பாவின்

வாகனத்தில் மோதி விடாமல் கடைசிக் கணத்தில் காப்பாற்றப்பட்டிருந்தாள்.

''உனக்கு என்னாச்சு?''

''ஒண்ணுமில்ல ... தலையிலடிபட்டது மட்டும்தான்''

''முட்டாள் கிழவி.. வீட்டுக்காகி படுக்கைல கிடக்க வேணாம்? கிழவி என் வண்டியில விழுந்து சாகாமலிருக்க ஆண்டவர் காப்பாத்தினாரு''

எனது தந்தையின் வீட்டுக்கு வந்து சேரும் வரைக்கும் அவர் எதுவும் கதைக்கவில்லை. நான் மோட்டார் வாகனத்திலிருந்து இறங்கும்போது அவர் இரண்டு நைரா கரன்சி நோட்டுகள் அடங்கிய காகித உறையை எனது கையில் வைத்தார். நான் மிகவும் மகிழ்ச்சியடைந்தேன்.

''நன்றி சித்தப்பா''

''பரவாயில்ல கேமே'' எனப் பதிலளித்தார்.

''ஆண்டவர், சித்தப்பாவுக்கு நிறையப் பிள்ளைகளைக் கொடுக்கட்டும்!''

பிரார்த்தனை செய்யும்போது அவர் எப்போதும் கூறும் 'ஆமென்' எனும் வசனத்தை, அவர் இப்போது கூறவில்லை. அவரது முகம் பிரகாசித்ததோடு அவரது வாகனத்திலிருந்து இறங்கி, எனது தோளில் கை வைத்து, என்னை மேல்மாடிக்கு அழைத்துச் சென்றார்.

அதன்பிறகு பல வாரங்கள் கழியும் வரைக்கும் எனக்கு எனது சித்தப்பா, சித்தி,மேரி பற்றிய எந்தத் தகவல்களும் கேள்விப்படவில்லை. எனது தந்தை வீட்டில் சம்பிரதாயமாக நடைபெற்று வரும் பண்டிகையில் கலந்துகொள்ள வேண்டி என்னை அழைத்திருக்க வேண்டும். அவ்வாறான சந்தர்ப்பங்களில், தனது எல்லாப் பிள்ளைகளையும் ஒன்று சேர்த்துக்கொள்வது அவருக்கு அவசியமாக இருந்தது.

நான் பள்ளிக்கூடம் சென்று திரும்பியிருந்த ஒரு சாயங்கால நேரத்தில், கைகளில் நிறைய சாமான்களோடு சித்தப்பா எனது வீட்டுக்கு வந்தார்.

''சித்தப்பா எங்ககூட தங்க வந்திருக்கீங்களா?''

நான் கடைசியாக அவரைக் கண்டபோது இருந்ததைவிடவும் வயதாகி, மெலிந்து, இருண்டு களைத்துப் போயிருப்பதான தோற்றம் அவரிடமிருந்தது.

''இல்ல கேமே'' என்று பதிலளித்தார்.

அவரைத் தொடர்ந்து அவருக்குப் பின்னால் மேரி படியேறி வருவதை நான் அவதானித்தேன். எனது சித்தப்பா, மேரியோடு பகிரங்கமாக வெளியே வந்தது ஏன்? பிறகு சற்று மேடிட்டிருந்த அவளது வயிற்றைக் கண்டேன். எனக்குள் தோன்றியிருந்த குழப்பத்தை சித்தப்பா உணர்ந்திருக்கக் கூடும். அதனால் அவர் எனது காதில் முணுமுணுத்தார்.

''கொஞ்சம் பொறு ... நான் உனக்குச் சொல்றேன்.''

பிறகு அவர்கள் வரவேற்பறைக்குள் பிரவேசித்தார்கள். எனது தந்தை அவரது அறைக்குள்ளே இருந்தார். நான் அவரது அறையின் பின் வாசற்கதவைத் தட்டி சபா சித்தப்பா இன்னுமொரு பெண்ணுடன் வந்திருக்கிறாரெனக் கூறினேன்.

எனது தந்தை அவர்களது வருகை குறித்து முன்பே கலந்தாலோசித்திருப்பாரென எனக்கு நிச்சயமாகத் தெரியும். அதனால் அவர் புன்னகையோடு வெளியே வந்து,

''ஆஹ் ... நீ உன் இளம்பொஞ்சாதியையும் கூட்டிட்டு வந்திருக்கே'' என்றார்.

அறையின் மூலையொன்றில் நான் நின்றுகொண்டிருப்பதைக் கண்டதும், எனது தந்தையின் விழிகள் விரிந்தன. என்னை அங்கிருந்து

அகற்றிவிடுவதே அவருக்கு அவசியப்படுகிறதென எனக்குப் புரிந்தது. நான் எனது அறைக்குள் சென்றேன். அவர்கள் வரவேற்பறையில் அமர்ந்து வெகுநேரம் கதைத்துக்கொண்டிருந்தார்கள். பிறகு வெளியே வந்த சித்தப்பா எனது அறையின் கதவைத் தட்டி அவர் திரும்பிச் செல்வதாகத் தெரிவித்தார். நான் அவரைத் தொடர்ந்து படியிறங்கி வந்து, அவரது வாகனத்துக்கருகே வந்தேன்.

"கேமே, உனக்கு எங்க பிரார்த்தனை நினைவிருக்கா?"

நான் தலையசைத்தேன்.

"சரி... மேரி எனக்குக் குழந்தையொண்ணு பெத்துக் கொடுக்கப் போறா"

"அப்படீன்னா அவ சித்தப்பாவோட பெண்டாட்டியாகப் போறாவா?"

அவர் சலிப்போடு புன்னகைத்தார்.

"இல்ல கேமே"

நான் எதுவும் கூறவில்லை. ஏனெனில் எனக்கு எதுவுமே விளங்கவில்லை.

"முன்பொரு நாள் சித்தப்பா சொன்ன சிக்கல் இதானா?"

"ஆமா... ஆனா அது இன்னும் முடியல. என்னோட பொஞ்சாதிக்கு இது இன்னும் தெரியாது. அவ இங்க வர்றதைக் கண்டா நீ உள்ளே போய் உன்னோட அப்பாவோட பொஞ்சாதிக்கிட்ட சொல்லணும்... புரியுதா?"

நான் தலையசைத்தேன். இப்பொழுது அதைப் புரிந்துகொள்வது எனக்கு இன்னும் சிரமமாக இருந்தது. சித்தப்பா தொடர்ந்தும் கூறிக் கொண்டே போனார்.

"முடியுமான எல்லா விதத்திலும் அவளுக்கு உதவி செய் கேமே... தண்ணி கொண்டுவந்து தர்ற வேலை போல ஏதாவது. நான் இடைக்கிடை வந்து போறேன்"

பிறகு எனது தலையைத் தடவிக் கொடுத்தார்.

''இப்போ என்கிட்ட சில்லறையில்ல. இருந்த எல்லாக் காசுக்கும் பொறக்கப் போற குழந்தைக்குத் தேவையானதை வாங்கிட்டேன். அதனால அடுத்த தடவை வரும்போது பார்ப்போம்''

சற்று இஷ்டமில்லாமலேயே நான் தலையசைத்தேன். அவர் வாகனத்தில் ஏறியபோது, நான் அவருடன் தங்கியிருந்த காலத்தில் அவர் கூறியிருந்த ஒரு விடயம் எனக்கு ஞாபகத்தில் உதித்தது. அதை நினைவுபடுத்தியவாறு,

''ஆண்டவர் எங்க பிரார்த்தனைகளுக்கு வினோதமாத்தான் பதிலளிச்சிடுறார்... இல்லையா சித்தப்பா?'' என்றேன்.

வாகனத்தை உயிர்ப்பித்தபடியே புன்னகைத்தவாறு பதிலளித்தார்.

''ஆண்டவரே வினோதமானவர்தான்.''

மேரி வேனிற்காலத்தில் மாத்திரமல்லாது, மழைக் காலத்திலும் எம்முடனேயே தங்கியிருந்தாள். அவளது வயிறு படிப்படியாக பெருத்துப் போனதோடு, அதைப் பார்ப்பது கூட அச்சம் தருவதாக இருந்தது. அவள் பாடுபட்டு வேலை செய்யும் அமைதியான பெண்ணாக இருந்தாள். அவள், சமையல் வேலைகளில் எனது தந்தையின் மனைவிக்கு உதவியாக இருந்ததோடு, சில வேளைகளில் சந்தைக்குச் செல்வதையும், எப்போதும் துணி கழுவுவதையும் செய்து வந்தாள். நான் அவளை மிகவும் நேசித்தேன். அவளது மென்மையான வதனத்தில் கவலை படிந்திருப்பது தெரிந்தது.

சித்தப்பா எப்போதாவதுதான் வந்தார். அது அவரது தீய பண்பென நான் நினைத்தேன். அவருக்கு அத்தியாவசியமாகத் தேவைப்படும் குழந்தையை, அவருக்குப் பெற்றுக் கொடுக்கப் போகும் பெண்ணைப் பார்க்க அவர் வருவது எப்போதாவதுதான். ஒரு நாள் நாங்கள் வரவேற்பறையிலிருந்து கதைத்துக்கொண்டிருக்கும்போது, யாரோ கத்தியவாறு சாலையில் நடந்து வரும் ஓசை கேட்டது. எனது தந்தை

வாசலை நோக்கி ஓடினார். நான் அவருக்குப் பின்னால் ஓடினேன். அங்கு நான் கண்டது சித்தியை. அவள் அரிவாளொன்றையும் எடுத்துக்கொண்டு வந்து ரௌத்ரமாகக் கத்திக் கொண்டிருந்தாள்.

"போக்கிரியொண்ண பெத்துப் போடப் போற அந்த வேசியை எனக்குக் காட்டு... நான் அவளோட கழுத்த வெட்டணும்"

என்ன நடக்கிறதென நம்ப முடியாதிருந்தது. மேரியைக் கொன்றுவிட்டுத் தானும் தற்கொலை செய்துகொள்ளப் போவதாக அவள் ஓலமிட்டுக்கொண்டிருந்தாள். எனது தந்தை அவளுடன் கதைத்து அவளை அமைதிப்படுத்த முயற்சித்தார். எனினும் அவளது கோபத்தை அடக்க இன்னும் ஐந்து பேரது உதவியாவது தேவைப்படக் கூடும். பிறகு எனது தந்தை அவளை வாகனத்திலேற்றிக் கூட்டிக்கொண்டு சென்றார். மேரி மிகவும் குழப்பமடைந்திருந்தாள். எனக்கு அவளைக் குறித்தும், அவளது குழந்தையைக் குறித்தும் கவலை தோன்றியது.

அதுவரைக்கும் சித்தப்பா வரவேயில்லை. சித்தப்பா வரத் தயாராகும் போதெல்லாம் சித்தி குறுக்கிட்டுத் தடுத்திருந்தமையே அவர் வராதிருந்ததற்குக் காரணம் என்பது பிறகுதான் எமக்குத் தெரிய வந்தது.

"ஆஹ்... நீ மெதுவா வெளியே போகப் போறது அந்த வேசியைப் பார்க்கவா?"

சித்தப்பா, மேரியைப் பார்க்க அதன் பிறகு வரவில்லை. மேரிக்குக் குழந்தை பிறந்த பிறகும்கூட வரவில்லை.

அது ஆண் குழந்தை. அது பலம் வாய்ந்த தனது தந்தையின் சாயலைக்கொண்டிருந்தது. நான் மகிழ்ச்சியடைந்தேன். தொடர்ந்தும் கவலைப்படவில்லை.

இரண்டு கிழமைகள் கழிந்திருக்கும். ஒரு நாள் சித்தப்பா வந்தார். மேரி பிரசவித்திருப்பதைக் கண்டு வியந்தார். நாங்கள் அனைவரும்

அவர் மீது கோபத்துடனிருந்தோம். எனினும் அவர் மகிழ்ச்சியாக இருந்ததோடு, சிரித்துக் கொண்டேயிருந்தார். நாங்கள் கூறியதையெல்லாம் அவர் கண்டுகொள்ளவேயில்லை.

சில கிழமைகளுக்குப் பிறகு மீண்டும் வந்த சித்தப்பா அவளுக்காக ஒரு வீட்டை வாடகைக்கு எடுத்திருப்பதாகக் கூறினார். அது எமது வீட்டுக்கருகிலேயே இருந்த ஒரு சிறிய அறை. சித்தப்பாவுக்கு இப்போதுதான் புத்தி வந்து தனது பொறுப்புகள் நினைவுக்கு வந்திருப்பதாக எனக்குத் தோன்றியது. எனினும் மேரி வாடகை அறைக்குச் சென்ற பிறகும்கூட சித்தப்பா அவளை எப்போதாவதுதான் பார்க்க வந்தார். அவளது உணவுக்கும், அவள் சிறு கடையொன்றை ஆரம்பிப்பதற்கும் எனது தந்தையே பணம் கொடுத்தார்.

அடுத்த தடவை சித்தப்பாவைக் கண்டபோது நான் திகைத்துப் போனேன். அவர் சிறையிலிருந்து வெளியே வந்த ஒருவரைப் போல காட்சியளித்தார். நான் அவரைக் குறித்து தொடர்ந்தும் கவலைப்படவில்லை. இது அவரே தேடிக் கொண்டது என எனக்குத் தோன்றியது. போதையில் வந்திருந்த சித்தப்பா, தான் வராமலிருப்பதைக் குறித்து எனது தந்தையிடம் மன்னிப்புக் கோரினார். அவர் விந்தையான ஒருவராக மாறியிருந்தார்.

"கேமே ... ஒரு மனுஷனுக்கு வாழ்க்கையில முகங்கொடுக்க வேண்டியிருக்குற விஷயங்களப் பார்த்தியா?" என என்னிடம் கேட்டார்.

"சித்தப்பா ரொம்ப மாறிட்டீங்க" என்றேன்.

"நான் ரொம்பக் கஷ்டப்பட்டுட்டேன்" என்று பதிலளித்தார். என்னைப் பார்க்கக் கூச்சப்பட்டார். அவரது கண்கள் குழி விழுந்திருந்தன. பல நாட்களாக தாடியை மழித்திருக்கவில்லை.

"என்னோட பொஞ்சாதி என்னோட எல்லாத்தையும் எடுத்துக்கிட்டுப் போய்ட்டா" எனக் கூறி விம்மினார்.

''அது எப்படி?''

''நீதிமன்றம் அவளுக்கு அதையெல்லாத்தையும் கொடுத்துடுச்சு''

''நீதிமன்றம் ரொம்ப மோசம்''

''இல்ல ... நான்தான் மோசமானவன்''

நான் அமைதியாக இருந்தேன். சொற்ப நேரத்துக்குப் பிறகு சித்தப்பா கதைத்தார்.

''அவளிப்போ வேறொருத்தனோட ஊர் சுத்திட்டிருக்கா. அவன், அவ வேலை செய்ற இடத்துலயே இருக்குற பணக்காரனொருத்தன்''

அதிகம் கதைக்காத எனது தந்தை கூறினார்.

''அது ஆண்டவரோட ஆசிர்வாதம்னு கருதிக்கோ''

''ஆனா ஆண்டவர் வினோதமான ஒருத்தர்தானே'' என்றேன்.

''வாயை மூடு கேமே. ஆண்டவர் கேலிக்குரியவரில்ல'' என எனது தந்தை கூறினார்.

''ஆண்டவர் என்னோட வாழ்க்கையை என்னால தாங்கிக்கொள்ள முடியாதளவுக்கு பாரமாக்கிட்டார்'' என்றார் சித்தப்பா.

எனது தந்தை இனிப்புக்களை வாங்கிக்கொள்வதற்காக எனக்குப் பணம் கொடுத்தார். அது, அவர்களுக்குத் தனியாகக் கதைப்பதற்காக என்னை வெளியே அனுப்பும் தந்திரமென நான் அறிவேன்.

சற்று நேரம் கழித்து நான், சபா சித்தப்பாவுடன் மேரி தங்கியிருந்த இடத்துக்குச் சென்றேன். நாம் அங்கு சென்ற போது அவள் சோறும், அவரைக் கறியும் சமைத்துக்கொண்டிருந்தாள். கைக் குழந்தை உறங்கிக்கொண்டிருந்ததோடு, அவள் அதை, அவளது முதுகில் வைத்துத் துணியால் போர்த்திக் கட்டி வைத்திருந்தாள்.

சித்தப்பாவைக் கண்டதும் அவளது முகம் இருண்டது. கோபமடைந்த அவள் இரு கைகளையும் தூக்கிக்கொண்டு அவரிடம்

ஓடி வந்தாள். அவள் அவரிடம் ஓடி வந்து இரு கைகளாலும் அவரது கழுத்தைக் கட்டிக்கொண்டாள். சித்தப்பா சிரித்தார். நாங்கள் அறைக்குள்ளே சென்றோம். அது காற்றுப் புகா அறை. மேரி அதனை அழகுற நேர்த்தியாக வைத்திருப்பது தெரிந்தது. அவள் மேசையொன்றும், கதிரைகள் சிலவும், மின்விசிறியொன்றும் வாங்கியிருந்தாள்.

அவள் சித்தப்பாவுக்கென பீர் போத்தலொன்றையும், எனக்குக் கோக்கோகோலா போத்தலொன்றையும் கொண்டு வந்து தந்தாள். குழந்தை விழித்து அழத் தொடங்கியது. மேரி அதை முதுகிலிருந்து எடுத்து, கையிலேந்தி முத்தமிட்டாள். அசௌகரியத்துக் குள்ளாகியிருந்த சித்தப்பாவுக்கு குழந்தையைத் தூக்கிக்கொள்ள அவசியமாக இருந்தது. குழந்தை சந்தேகத்துக்குரிய ஏதோவொன்றைக் கண்டது போல, விழிகளை விரித்து சித்தப்பாவைப் பார்த்தது.

''ஷ் ...ஷ் ... ஷ் ...'' என்று குழந்தையைப் பார்த்துக் கூறினேன். குழந்தை அமைதியாக இருந்தது.

''இந்த அசிங்கமான மனுஷன் யார்ன்னு பிள்ளைக்குத் தெரியுமா?'' என மேரி கிண்டலாகக் குழந்தையிடம் கேட்டாள். குழந்தை விழிகளை மேலும் விரித்து சித்தப்பாவைப் பார்த்தது.

''இதுதான் குழந்தையோட அப்பா'' என்றேன்.

குழந்தை பற்களில்லாத வாயால் சிரித்தது. நாங்கள் எல்லோரும் சிரித்து மகிழ்ச்சியாக இருந்தோம். பிறகு சித்தப்பா, மேரியுடன் வசிப்பதற்காக அந்த அறைக்கே குடிவந்தார். ஒரு விதத்தில் பார்க்கும்போது 'ஆண்டவர் வினோதமானவர்' என்ற சித்தப்பாவின் கூற்று உண்மைதான்.

கட்டன்ஹாவும் மனைவியும்

(அங்கோலா - ராஉல் டேவிட்)

அந்தச் சம்பவம் நடைபெறும்போது கட்டன்ஹா - டொம்பூலா தம்பதி, ஐஸக் நதிக்கும், உலம்பு மலைக்குமிடைப்பட்ட செழிப்பான நிலப்பகுதியில் அமைந்திருந்த எழில் வாய்ந்த கிராமமான டுங்காவில் வசித்து வந்தனர். நரைத்த கூந்தலையும், அதிக அனுபவங்களையும் கொண்ட, அப்பிரதேசத்தில் பிரசவம் பார்க்கும் முதியவளான நெகும்மின் உதவியோடு அந்தக் குடும்பத்துடன் குழந்தைகள் மூவரும் இணைந்திருந்தனர்.

அவர்களுக்கு வேண்டிய அனைத்துமே பரிபூரணமாக இருந்ததால், கட்டன்ஹாவோ டொம்பூலாவோ குடும்ப வாழ்க்கையின் சிக்கல்கள் குறித்து அறிந்திருக்கவில்லை. அவர்களுக்குச் சொந்தமான பல ஏக்கர் விசாலமான விவசாய நிலத்தில் நல்ல அறுவடையைப் பெற்றுக்கொள்ள முடிந்தது. விலங்குப் பண்ணையிலிருந்தும் நல்லதொரு வருமானம் கிடைத்தது.

1937 வரைக்கும் அவர்கள் மிகவும் மகிழ்ச்சியாக வாழ்ந்துவந்தனர். 1937 இல் திடீரென நடந்த ஒரு சம்பவமானது, அவர்களது அமைதியும் சந்தோஷமும் நிறைந்த உலகத்தைச் சிதறச்செய்தது. அடிமைகளாக வேலை செய்விக்க ஆட்களைப் பிடித்துப் போகும் கூட்டத்தில் கட்டன்ஹாவும் சிக்கிக்கொண்டான்.

இவ்வாறாக ஆட்களைப் பிடித்து அடிமை வேலைகளுக்காகக் கொண்டுசெல்வதென்பது தேசமக்களுக்குப் பெருந் துயரத்தைத் தருவதாக இருந்ததோடு, ஒவ்வொரு குடும்பத்தினதும் அழிவுக்கும் காரணமாக அமைந்தது. வரிகளைக் கட்டுவதைத் தவிர்ப்பது மற்றும் ஒழுங்கு விதிகளுக்கு மாற்றம் செய்வது ஆகியவை மக்களை இவ்வாறு பிடித்துச் செல்வதற்குக் காரணமாகச் சொல்லப்பட்டது. எனினும் உண்மையில் இவ்வாறான மனிதக் கடத்தல்கள் மேற்கொள்ளப்படுவது சாந்தோம், ப்ரின்ஸஸ் தீவுகளில் அடிமை வேலைகளுக்காக ஆட்களைப் பெற்றுக் கொள்வதற்கேயாகும்.

கைது செய்யப்பட்டிருந்த மற்றவர்களோடு கட்டன்ஹாவும் ஆளுநர் அலுவலகத்துக்குக் கொண்டு செல்லப்பட்டான். இவ்வாறு கைது செய்யப்பட தான் என்ன தவறு செய்தோமென கட்டன்ஹாவுக்குத் தெரியவில்லை. கையில் ஊசி மருந்து ஏற்றப்பட்டதன் பிற்பாடு அவனுக்கு 'சாந்தோம்' நோக்கிச் செல்லும் கப்பலில் ஏற நேர்ந்தது.

அனைவரும் சாந்தோமில் இறக்கிவிடப்பட்டனர். கட்டன்ஹா, கோப்பி மற்றும் கொக்கோ தோட்டமொன்றில் வேலையில் ஈடுபடுத்தப்பட்டான். அந்தப் பணி மிகவும் கடினமானதொன்றாக இருந்தது. இரவில் திரும்ப முகாமுக்கு வருகையில் அவனுக்கு எவ்வளவு களைப்பாக இருப்பினும், அதையெல்லாம் மறந்து தான் பிறந்து வளர்ந்த பூமியான டுங்கா பற்றி நினைத்துக்கொண்டிருப்பான். அவனது உடல் சாந்தோமில் இருந்த போதிலும், அவனது உள்ளமும் எண்ணங்களும் முழுமையாக அவனது மனைவியிடமும், மூன்று குழந்தைகளிடமுமே வசித்தன. அவன் தனிமையை உணர்ந்தான். எப்பொழுதாவது விடுதலை கிடைத்து வீட்டுக்குத் திரும்பிச்செல்லும் இலக்கோடு அவன் தைரியமாக வேலை செய்தான். அவனது தைரியம் உறுதிப்பட்டுக்கொண்டே வந்தது. அவன் தொடர்ச்சியாக ஐந்து வருடங்கள் சாந்தோமில் வேலை செய்திருந்தான்.

ஐந்து வருடங்கள் மட்டுமே கழிந்து போயிருந்தன. தனித்திருந்ததன் காரணத்தால் அவன் அந்த ஐந்து வருடங்களையும் பத்தாக உணர்ந்திருந்தான். இதற்கிடையில் அவனது மனைவி டொம்பூலா பற்றிய எந்தத் தகவலையும் அவனால் பெற்றுக்கொள்ள முடியவில்லை. அவள் தனது குழந்தைகள் மூவருடனும் வேறொருவனுடன் வாழத் தொடங்கியிருந்தாள்.

டொம்பூலா மனம் கவரும் அழகுடன் கூடிய இளம் யுவதியாக இருந்தாள். செழிப்பாக வளர்ந்த மேனியைக் கொண்ட அவள் அப்பாவித் தோற்றமுடையவளாக இருந்தாள். அதனால் அந்த ஆடவன் அவள் பின்னால் வந்தது ஆச்சரியப்படத்தக்க விடயமொன்றல்ல. தனது மனதைச் சரிப்படுத்திக்கொள்ள வேண்டுமென அவள் ஆரம்பத்தில் சொல்லிக் கொண்டிருந்த போதிலும், பிறகு அவனது யோசனையை ஏற்றுக்கொண்டாள். அன்பானவனாக இருந்த அவன், அவளையும் மூன்று குழந்தைகளையும் நன்றாகக் கவனித்துக்கொண்டான்.

சாந்தோமில் கட்டன்ஹா ஆறு நாட்களும் தொடர்ந்து வேலை செய்ய வேண்டியிருந்தது. ஞாயிற்றுக்கிழமைகளில் அவன் ஓய்வெடுத்தான். வீடு குறித்த கவலை உள்ளுக்குள் இருந்தபோதிலும் அவன் சுற்றுச் சூழலுக்கேற்ப வாழ்க்கையை அமைத்துக்கொள்ளப் பழகிக்கொண்டான். கண்ணியமான குடும்பமொன்றிலிருந்து வந்த அவனுக்கு அது இலகுவாகவும் இருந்தது.

காலங்கள் கழிந்தன. வழமை போல ஒரு தினம், விடியலுக்கு முன்பு அவன் பணியாளர் வரிசையில் இணைந்திருந்தான். கொக்கோ பழங்களைச் சேகரிக்கும் பை அவனது தோளில் தொங்கிக்கொண்டிருந்தது. கை விளக்கொன்றை வைத்திருந்த மேற்பார்வையாளர், தோட்டத்தில் வேலை செய்யும் அனைத்துத் தொழிலாளர்களையும் முகாமையாளர் அழைத்துவரச் சொல்லியிருப்பதாக அறிவித்தார். எதிர்பார்த்திராத இந்த அழைப்பு

குறித்து அம்மனிதர்கள் அச்சமடைந்தார்கள். இதற்கு முன்பு நிகழ்ந்தது போல இதுவும் அவர்களுக்குக் கேடு விளைவிக்கும் நோக்கோடு அழைக்கப்படும் அழைப்பாக இருக்கக்கூடும்.

முகாமையாளரின் அலுவலகத்துக்கு அருகில் வரும்போது ஏனைய தோட்டங்களில் வேலை செய்யும் தொழிலாளர்களும் அங்குக் கூடியிருப்பதை அவர்கள் கண்டார்கள். ஒருவருக்கொருவர் கதைத்துக்கொள்வது தடை செய்யப்பட்டிருந்ததால், அவர்கள் அச்சத்தோடு அமைதியாக இருந்தார்கள்.

அவர்கள் மீண்டும் வரிசையாக ஒன்று சேர்க்கப்பட்டார்கள். நீண்ட நேரத்துக்குப் பிறகு அலுவலகத்தின் கீழ் மாடி ஜன்னலில் முகாமையாளர் தோன்றினார். அவர் கண்களைக் கசக்கி முற்றத்தில் கூடியிருந்த மக்களைப் பார்த்துவிட்டு அலுவலகத்தின் உள்ளே சென்றார்.

ஏறத்தாழ அரை மணித்தியாலம் கடந்த பிறகு திரும்பவும் அவர் ஜன்னலின் முன்னால் தோன்றினார். அவரது மொழிபெயர்ப்பாளராகவும் கடமையாற்றிய மேற்பார்வையாளரும் அவரது அருகிலேயே நின்றார். மேற்பார்வையாளரின் கரங்களில் கடதாசித் தாள்களின் கட்டொன்று இருந்ததோடு, அவர் ஒவ்வொருவராகப் பெயர் சொல்லிக் கூப்பிடத் தொடங்கினார். அவரது பெயர் சொல்லி அழைக்கும் ஓசையோடு அங்கிருந்த அமைதி சிதறிப் போனது.

டொங்குவா - இருக்கிறேன்

மெகிண்டோ - இருக்கிறேன்

நயீம் - இருக்கிறேன்

உகம்பா - இருக்கிறேன்

டுன்கோ - இருக்கிறேன்

கொரன்கா - இருக்கிறேன்

உலொம்பா - இருக்கிறேன்

கலொன்கா - இருக்கிறேன்

அநேகமாக நூறு பெயர்கள் தாண்டிய பிறகு கட்டன்ஹாவின் பெயரும் அழைக்கப்பட்டது. வெகுநேரமாக பெயர்கள் கூப்பிட்டு முடிந்ததன் பிற்பாடு முகாமையாளர் உரையாற்றினார். அவர் ஒவ்வொரு வசனமாக தெளிவாக உச்சரித்து அறிவிப்பொன்றை நிகழ்த்தினார். வரிசையில் நின்றிருந்த மக்கள் தங்கள் கழுத்துகளை நீட்டி முகாமையாளர் கூறுவதை மொழிபெயர்த்துச் சொல்லும் மொழிபெயர்ப்பாளருக்குச் செவிமடுத்தார்கள்.

"பெயர் கூறப்பட்டவர்களே... இனி உங்களால் அங்கோலாவுக்குத் திரும்பிச் செல்ல முடியும். நீங்கள் இங்கு இருக்க வேண்டிய காலம் முடிவடைந்துவிட்டது. உங்களுக்குக் கிடைக்க வேண்டிய பணத்தொகை இப்பொழுது கிடைக்கும். அதன் பிறகு உங்களால் கப்பலேற முடியும். புரிந்ததா?"

மேற்பார்வையாளரின் மொழிபெயர்ப்பு உரை முடிவதற்கும் முன்பே, மக்களிடையே தவழ்ந்திருந்த அமைதி சிதைந்து போயிற்று. அவர்களது மகிழ்ச்சி ஆரவாரத்தை, நீண்ட காலம் சிறையிலிருந்து விடுதலையாகும் ஒருவராலேயே புரிந்துகொள்ள இயலும்.

கட்டன்ஹாவின் விழிகளிலிருந்து வழிந்த கண்ணீர் பூமியில் கலந்தது. இப்பொழுது அவர்கள் மீண்டும் பயணத்துக்கு தயாராக வேண்டும். அவர்களுக்குப் பணத்தின் ஒரு பகுதி கிடைத்ததோடு, நகரத்துக்குச் சென்று அப் பணத்தைக் கொண்டு ஏதாவது விலைக்கு வாங்கிக்கொள்ளவும் முடியுமாக இருந்தது. மீண்டுமொரு தடவை பெயர் கூப்பிடப்பட்டு, அவர்களுக்குக் கடற்பிரயாண அனுமதிப் பத்திரமும் வழங்கப்பட்டது.

மீதிப் பணமும், அனுமதிப் பத்திரமும் கிடைத்ததன் பிற்பாடு 'லுஸிலா' எனும் கப்பலில் பயணிக்கும் வாய்ப்பு அவர்களுக்குக் கிடைத்தது. 'லுஸிலா' கப்பலானது நிறைய துறைமுகங்களில் பொருட்களை இறக்குவதற்காகவும், ஏற்றுவதற்காகவும் தரித்திருந்ததன் காரணத்தால், 'லெபிடோ' துறைமுகத்துக்கு அது வந்துசேர மூன்று வாரங்கள் பிடித்தது.

கப்பலிலேறிய இருபத்தோராவது நாளின் மாலை நேரம் ஆறு மணியளவில் 'லுஸிலா' கப்பலானது, அங்கோலாவுக்கு வந்து 'லெபிடோ' துறைமுகத்தில் நங்கூரம் பாய்ச்சியது. அதன் பிறகு அப்பயணிகளுக்கு துறைமுகத்தின் உள்ளே செல்ல அனுமதி வழங்கப்பட்டது. சுங்கப் பரிசோதனைகளின் பிற்பாடு அவர்கள் துறைமுகத்துக்கு வெளியே செல்ல அனுமதிக்கப்பட்டார்கள்.

கட்டன்ஹாவும் இன்னும் சிலரும் பேருந்தொன்றில் 'பொகோய்' நகருக்குச் சென்று, அவர்களது மீள் வருகை குறித்து அங்கிருந்த குடியுரிமை நிலையத்தில் தகவல் தெரிவித்தார்கள். பிறகு அவர்கள் அங்கிருந்த கடைத் தெருவுக்குச் சென்றார்கள். அங்கு கட்டன்ஹாவுக்கு அவனது பழைய நண்பர்கள் சிலரையும், நெருங்கிய உறவினர்கள் சிலரையும் சந்திக்கக் கிடைத்தது. கட்டன்ஹாவின் பிறந்த ஊரான 'டுங்கா' கிராமத்திலிருந்து வியாபார நிமித்தம் 'பொகோய்' நகரத்துக்கு வந்திருந்த கட்டன்ஹாவின் மிக நெருங்கிய உறவினரொருவனும் அவர்களில் இருந்தான்.

வியப்போடு ஒருவரையொருவர் நலம் விசாரித்துக்கொண்ட கட்டன்ஹாவும், அவனது உறவினனும் கதைப்பதற்கு நிறைய விடயங்கள் இருந்தமையால் அருகிலிருந்த மதுபானசாலைக்குச் செல்லத் தீர்மானித்தார்கள். அங்கு அவர்கள் மரித்தவர்கள் குறித்தும், காணாமல் போனவர்கள் குறித்தும் உரையாடியதோடு, கடைசியில் அவனது மனைவி குறித்தும் கதைத்தனர். உச்ச மதுவெறியிலிருந்த கட்டன்ஹாவின் உறவினன் உளறத் தொடங்கினான்.

"டொம்பூலா இப்பொழுது பெங்குலாவின் மனைவி. அவள் உன் மூன்று பிள்ளைகளோடும் இப்பொழுது பெங்குலாவுடன்தான் வசிக்கிறாள். அவர்களுக்கும் இப்பொழுது இரண்டு குழந்தைகள் இருக்கின்றன."

கட்டன்ஹாவின் முள்ளந்தண்டினூடு வேதனையொன்று பெருக்கெடுத்துச் சென்றது. திடீரென மின்சாரம் தாக்கியது போல அவன் உணர்ந்தான். மது அருந்தியிருந்ததால் அவனால் கதைக்க முடியவில்லை. கட்டன்ஹா அதியுச்ச தைரியத்தை வரவழைத்துக் கொண்டு இந்த அசுபத் தகவல் குறித்து கதைக்க முயற்சித்தான்.

"அதற்குப் பரவாயில்லை. நான் இதனை மிக நல்ல முறையில் தீர்த்து வைக்கிறேன். எப்படியிருப்பினும் அவள் எனது பிள்ளைகளின் தாய் அல்லவா!"

அவனது உறவினன் தனது முட்டாள்தனம் குறித்துக் கவலையுற்றதோடு அதுபற்றித் தொடர்ந்தும் கதைப்பதைத் தவிர்க்க முயற்சித்தான். கட்டன்ஹாவின் பொறுப்புணர்வு அவனை ஆச்சரியத்துக்குள்ளாக்கியது.

டொம்பூலா, தான் முகம் கொடுக்க நேர்ந்திருக்கும் சிக்கலுக்கு தீர்வொன்றைப் பெற்றுக்கொள்ள முயற்சித்தாள். அவள் தனது வாழ்வில் மிகத் துன்பகரமான நிலைமைக்கு முகம் கொடுத்திருந்தாள்.

பெங்குலாவும் இந்நிலைமையை எதிர்கொள்ளத் தயாராகவேயிருந்தான். புகைக் குழாயை உறிஞ்சியவாறிருந்த அவனது மனதில் பலவித சிந்தனைகள் நிரம்பி வழிந்தன. கட்டன்ஹாவின் மீள்வருகை குறித்து அறியக் கிடைத்ததன் பிற்பாடு அவன் எத் தீய செயலுக்கும்கூடத் தயாராக இருந்தான். கட்டன்ஹாவுக்கு நஷ்ட ஈடு கொடுக்கவும், தேவைப்பட்டால் நீதிமன்றம் செல்லவும் அவன் தீர்மானித்திருந்தான்.

தனக்குத் தகவலைத் தெரிவித்த உறவினனுக்கு விடைகொடுத்த பிறகு, கட்டன்ஹா நடந்தே டுங்கா நோக்கி வந்தான். அவன் தனது குலத் தலைவரான 'க்விடபோ'விடம் வரும்போது இருள் சூழ்ந்திருந்தது. அரவம் கேட்ட நாய்கள் குரைக்க ஆரம்பித்ததோடு, பதினைந்து வயது மதிக்கத்தக்க ஆண் பிள்ளைகள் இருவர் யாரென்று பார்க்க வெளியே வந்தார்கள் அவர்களைத் தொடர்ந்து வந்த பெரியவர்கள் மிகுந்த மகிழ்ச்சியோடு கட்டன்ஹாவை வரவேற்று அங்கு தங்க வைத்தார்கள்.

மறுநாள் விடிந்ததுமே பெருமளவு மக்கள் அங்கு கூடியிருந்தார்கள். அபாயங்களுக்கு முகங்கொடுக்க நேராமல் பத்திரமாகத் திரும்பி வர முடிந்ததையிட்டு அவர்கள் கட்டன்ஹாவை வாழ்த்தினார்கள். சில தினங்கள் கட்டன்ஹாவுக்கு உறவினர்களிடமிருந்து பரிசுப் பொருட்கள் கிடைத்தன. அவனால் தனது வீட்டுக்குச் செல்வதை அதற்கு மேலும் தாமதப்படுத்த முடியவில்லை.

அவன் பயணித்த ஒற்றையடிப் பாதையானது மேடுபள்ளங்கள் நிறைந்தது. மலையுச்சிக்குச் சென்றபொழுது கீழுள்ள பிரதேசம் மிக அழகாகக் காட்சியளித்தது. எதுவும் மாறியிருக்கவில்லை. மழை வெள்ளத்திலிருந்து பாதுகாக்கப்பட அவன் வெட்டியிருந்த வாய்க்கால்கள் அப்படியே இருந்தன. அவன் தனது வீட்டுக்குச் செல்லும் பாதையில் திரும்பினான். உண்மையில் அங்கு வீடொன்று இருக்கவில்லை. அங்கிருந்தது, அவனது அழிவுற்ற பழைய வீட்டின் சேதாரங்கள் மாத்திரமே. அவனது உடைமைகள் அனைத்தும் சேதமுற்றிருந்தன.

வேலி உடைந்து வீழ்ந்திருந்தது. வாசலருகே இருந்த கற்தொடர்களைக் கொண்டுதான், வீடு இருந்த இடத்தை அடையாளம் கண்டுகொள்ள முடிந்தது. வீட்டின் கூரை, நிலத்தில் வீழ்ந்து கிடந்தது. அவன் தனது கரங்களால் நீண்ட காலத்துக்கு முன்பு கட்டிய வீடு, அழிவுற்ற சேதாரங்களின் குவியலாக இருந்தது. அவனது கண்களில்

கண்ணீர் நிறைந்தது. முன்பிருந்தவாறே வீட்டைக் கட்டியெழுப்ப அவன் தீர்மானித்தான்.

ஆனால் அனைத்துக்கும் முன்பு, அவன் டொம்பூலாவைக் காண வேண்டும். அவளும் பிள்ளைகளும் அவன் உயிரோடிருப்பதைக் காணும் மகிழ்ச்சியை அனுபவிக்க வேண்டும். அவர்கள் முன்பு போலவே மகிழ்ச்சியாக இருக்க வேண்டும். அவனால் இன்னும் காத்திருக்க முடியாது. உடனடியாக தீர்மானமொன்றை எடுத்தாக வேண்டும்.

அவனது மனைவி சம்பந்தமாக எடுக்கக்கூடிய மிகச் சிறந்த தீர்வு குறித்து அவன் மிக ஆழமாகச் சிந்தித்தான். அவனுக்கு இப்பிரச்சினையைத் தனது மனைவியுடன் அமைதியான முறையில் தீர்த்துக்கொள்ள முடியுமெனினும், அவளது புதிய கணவனின் எதிர்வினை எவ்வாறானதாக இருக்கும்? இப்பிரச்சினையைச் சட்டத்தின் முன் கொண்டு செல்லுமிடத்து அங்கு எழும் தர்க்கங்களுக்கும், வேண்டுகோள்களுக்கும் முடிவற்றுப் போகும். உண்மையில் இரு சாராருக்கும் சாட்சிகள் இருக்கிறார்கள். எனினும் இறுதியில் ஒரு சாரார் தோற்றுப் போவார்கள்.

சித்தம் பிசகியவனைப் போல தனது மனைவியையும், பிள்ளைகளையும் கட்டன்ஹா நேசித்துவந்தான். அவர்கள் எப்பொழுதும் தனக்காகவே இருப்பார்களென அவன் நம்பினான். தான் வழக்கில் வெல்வது நிச்சயம் என அவனுக்குத் தோன்றியது.

மறு நாள் காலை அவன் பணத்தையும் எடுத்துக்கொண்டு பொனோய் நகருக்குச் சென்று குடியுரிமை நிலையத்துக்குள் நுழைந்தான். அன்றைய தினமே மாலையில் அவன் நீதிமன்றத்தில் மொழிபெயர்த்துச் சொல்பவரைச் சந்தித்தான். கடடன்ஹா, தான் வந்திருக்கும் காரணத்தை முழுமையாக அவரிடம் தெரிவித்தான். கட்டன்ஹாவுக்குத் தேவை, அவனது மனைவியையும் பிள்ளைகளையும் அவனிடமே பெற்றுக்கொள்வதுதான்.

அடுத்த நாள் காலை நேரம் கட்டன்ஹா குடியுரிமை நிலையத்தின் வாயிலருகிலிருந்த வரிசையில் இணைந்து தனது முறை வரும்வரை காத்திருந்தான். மொழிபெயர்த்துச் சொல்பவருடன் கலந்துரையாடியதன் பிற்பாடு கட்டன்ஹாவின் வழக்கு முன்னிறுத்தப்பட்டது. பெங்குலாவுக்கும் டொம்பூலாவுக்கும் நீதவான் மூலம் அழைப்பாணைக் கடிதத்தை அனுப்புவதற்குக் குடியுரிமை நிலைய அதிகாரி கட்டளையிட்டார்.

அவர்களிடம் அழைப்பாணைக் கடிதத்தை கொண்டுசேர்ப்பதற்கு நீண்ட தூரம் செல்லவேண்டியிருந்ததால் அதற்காகவே ஒரு நாள் செலவழிந்தது. அழைப்பாணைக் கடிதமானது, பெங்குலா எதிர்பார்த்திருந்த ஒன்றே. என்ற போதிலும் அவன் அதற்குச் சற்றுப் பயந்தான். ஏனெனில் நீதி நிலைநாட்டப்படுவது மிகவும் அபூர்வமானது என்பதனால்தான். டொம்பூலா, பெங்குலாவின் மறுவினையை அறிந்துகொள்ள விரும்பினாள் எனினும் அவனிடம் செல்லும் வழிமுறை அவளுக்குத் தெரியவில்லை.

அவர்கள் இருவருக்கும் பொனோய் நகருக்குச் செல்ல ஒரு தினம் எடுத்தது. முதலாவதாக அவர்கள் மொழிபெயர்ப்பாளரைச் சந்தித்து, வழக்கை விசாரிப்பதற்கான தினமொன்றைக் குறித்துக்கொண்டார்கள். குடியுரிமை நிலையத்தின் அதிகாரி விசாரிப்பதெல்லாம் அவசரமான வழக்குகளை மாத்திரமே. தினந்தோறும் கிடைக்கும் முறைப்பாடுகளைப் பரிசீலிப்பதிலேயே அவரது காலம் கழிந்தது.

பெங்குலாவும் டொம்பூலாவும் மூன்று நாட்கள் அங்குக் காத்திருக்க நேர்ந்ததோடு இறுதியில் அவர்களது வழக்கு விசாரிக்கப்பட்டது. முதலில் கட்டன்ஹாவும் அடுத்தது பெங்குலா, டொம்பூலா மற்றும் ஐந்து பிள்ளைகள் என முறைப்படி விசாரிக்கப்பட்டார்கள். முறைப்பாட்டையும், அழைப்பாணையையும் வாசித்துப் பார்த்த நீதவான் அனைவரையும் நோக்கினார்.

''இங்கு கட்டன்ஹா என்பது யார்?''

''நான்''

''அவ்வாறெனில் உனது கதையைச் சொல்.''

கட்டன்ஹா அவனது கதையை விவரித்தான். தான் சாந்தோமுக்கு அனுப்பப்பட்ட விதத்தையும், அங்கு ஐந்து வருடங்களைக் கழிக்க நேர்ந்ததையும் அவன் விவரித்தான். அவன் வீட்டைவிட்டு வெளியே தங்கியிருந்த காலப் பகுதியில் வீட்டிலிருந்து எந்தத் தகவலும் அவனுக்குக் கிடைக்கவில்லை. அவன் திரும்பவும் வந்தபோது அவனது மனைவி இன்னுமொருவனைத் திருமணம் செய்திருப்பதை அறியக் கிடைத்திருக்கிறது.

நீதவான் அவனது உரையின் மொழிபெயர்ப்பைக் கேட்டுக்கொண்டிருந்தார். இது மற்ற வழக்குகளைப் போலவே அவருக்குச் சாதாரணமான ஒன்று. அவரது முப்பது வருட சேவை அனுபவத்தில் இவ்வாறான சம்பவங்கள் இத்தேச மக்களிடத்தில் பொதுவானவை.

''உனக்கு உனது முதல் மனைவியே தேவையாக இருப்பது ஏன்?'' அவர் வினவினார்.

''எனக்கு அவள் முக்கியமானவள். அவளை எனது வீட்டுக்கு அழைத்துச் செல்ல வேண்டும்'' தயங்காது கட்டன்ஹா பதில் கூறினான். கட்டன்ஹாவின் பதிலிலிருந்து அவனுக்குள்ளிருந்த குருட்டுத்தனமான நம்பிக்கை தெளிவாக வெளிப்பட்டது.

''எதிராளியிடமிருந்து நஷ்ட ஈடாக என்ன பெற்றுக்கொள்ள விரும்புகிறாய்?''

''எனக்கு அவனிடமிருந்து எதுவுமே தேவையில்லை. நான் சாந்தோமிலிருந்த ஐந்து வருடங்களும் எனது குழந்தைகளை அவன பராமரித்ததற்கு நான் அவனுக்கு நன்றி செலுத்துகிறேன்'' கட்டன்ஹா பதிலளித்தான்.

எதிர்பாராத இப்பதிலால் அனைவருமே ஆச்சரியத்துக் குள்ளானார்கள். ஒரு கணம் அங்கு அமைதி நிலவியது. நீதவான் விழிகளைச் சுழற்றி ஆச்சரியத்தோடு பார்த்தார்.

"டொம்பூலா நீயா?"

"ஆமாம்"

"நீ என்ன சொல்ல விரும்புகிறாய்? இவர்களில் யாரை நீ கணவனாகத் தேர்ந்தெடுக்க விரும்புகிறாய்? கட்டன்ஹாவையா? மற்றவனையா?"

"நான் முதல் கணவனைத் தேர்ந்தெடுக்கிறேன். அவர் எனது மூத்த பிள்ளைகளின் தந்தை" டொம்பூலா தயங்காது பதிலளித்தாள்.

அந்தக் கணமே கட்டன்ஹாவின் பிள்ளைகள் மூவரும் தமது தந்தையின் பக்கம் சென்றார்கள்.

"சரி. உனது இரண்டாவது திருமணத்தின் மூலமும் உனக்கு இன்னும் குழந்தைகள் இருக்கிறார்கள் அல்லவா?" டொம்பூலாவின் பதிலை எதிர்பார்த்தவாறு நீதவான் வினவினார்.

"ஆமாம். இன்னும் இருவர் இருக்கிறார்கள். ஆனால் அவர்கள் எனது மூத்த பிள்ளைகளின் சகோதரர்கள்தானே"

வழக்கு வேறோர் திசைக்கு திரும்புவதைப் போலத் தோன்றியது. இதனால் எதிராளியை அழைப்பதற்கு நீதவான் தீர்மானித்தார்.

"இப்பொழுது நீ தீர்மானித்திருப்பது என்ன?"

"நான் தீர்மானமொன்றை எடுக்கவில்லை. நான் இப்பெண்ணைத் திருமணம் செய்தது இவள் தனியாக இருந்த காலத்திலேயே. இப்பொழுது இவளது சட்டபூர்வமான முதல் கணவன் வந்திருப்பதால் என்னால் எதையும் தீர்மானிக்க இயலவில்லை. உங்களது முடிவை வேண்டி நிற்கிறேன்."

குழம்பிப் போன நீதவான் மீண்டும் கட்டன்ஹாவை அழைத்தார்.

‘‘கட்டன்ஹா, இதற்குப் பிறகு எதிராளியின் குழந்தைகளைப் பார்த்துக்கொள்வது யார்?’’

‘‘நான் அந்தக் குழந்தைகளைப் பார்த்துக்கொள்கிறேன். அக்குழந்தைகள் எனது மனைவி பிரசவித்த குழந்தைகள். ஆகவே அந்தக் குழந்தைகளின் உரிமை எனக்குத்தான் இருக்கிறது. அவனும் எந்த நேரத்திலும் வந்து அக் குழந்தைகளைப் பார்த்துச் செல்லலாம்.’’

நீதவான் தலையசைத்தார். அமைதி மீண்டும் அரசாண்டது. இப்பொழுது நீதவான் புத்திசாலித்தனமான, கருணை மிக்க முடிவொன்றை எடுக்கவேண்டிய நிலையிலிருந்தார். அவர் சிறிது நேரம் சிந்தித்தார்.

‘‘சிலவேளை நீ இதன் பிறகு எதிராளியுடன் ஏதேனும் பிரச்சினை ஏற்படுத்திக்கொள்வாயா?’’

‘‘எதற்காக? எனது பிள்ளைகளை நன்றாக வளர்த்தெடுத்ததற்கு நான் அவனுக்குக் கடன்பட்டிருக்கிறேன். நான் அவனை எனது நண்பனொருவனாகத்தான் உபசரிப்பேன். அவனும் அப்படியே நினைப்பானென நான் நம்புகிறேன்.’’

‘‘பெண்ணே, நீ பெங்குலாவிடம் பராமரிப்புப் பணம் ஏதாவது கேட்க விரும்புகிறாயா?’’

‘‘இல்லை. ஏனெனில் அவர் இன்றிலிருந்து எனது மூத்த பிள்ளைகளின் சகோதரர்களுடைய தந்தை.’’

‘‘ம்ம்’’

அனைவருக்கும் ஒற்றுமையாக வீட்டுக்குத் திரும்பிச் செல்ல அனுமதி கிடைத்ததோடு எவரிடமிருந்தும் எவ்விதக் கட்டணமும்கூட வசூலிக்கப்படவில்லை.

பீதி

(மொரோக்கோ - அப்துல் ஜப்பார் ஸஹிமி)

தெருவின் தொடக்கத்தில் வைத்து அவனுக்கு சிகரெட் ஒன்றைப் பற்ற வைத்துக்கொள்ளத் தேவையேற்பட்டது. தன் வசமிருந்த தீப்பெட்டி வெறுமையாக இருப்பதைக் கண்டவன், தன்னைத் தாண்டிச் செல்லும் எவரிடமிருந்தாவது தீக்குச்சியொன்றை வாங்கிக்கொள்ளும் எண்ணத்தோடு சுற்றிவரப் பார்க்கையில், சாம்பல் நிற இருண்ட ஆடையொன்றையும் தொப்பியொன்றையும் அணிந்து, அதன் வலது புறத்தில் அழுக்கான வெண்ணிற லத்தியொன்றையும் தொங்க விட்டிருந்த கம்பீரத் தோற்றத்துடனான போலிஸ்கார னொருவனைக் கண்டான். உடனே அச்சத்துக்குள்ளானான். அவனது இருதயம் வேகமாகத் துடிக்கத் துவங்கியதோடு சிகரெட் அவனது கரத்திலிருந்து நழுவியது.

அவன் குழப்பத்துக்குள்ளானவன் போல சற்று நேரம் அப்படியே நின்றான். அவனது முழு உடலுமே பதறியது. நிதானமிழந்த அவன் ஒரு அடி பின்னால் வைத்தான். முரட்டுப் பூனையொன்றின் பார்வைக்கு அகப்பட்ட எலியொன்றைப் போல அவன் தப்பித்துக்கொள்ள வழி தேடினான். பாதையைக் கண்டுகொண்டு திரும்பிய அவன், பின்னால் திரும்பிப் பார்க்காது ஓடத் தொடங்கினான்.

அவனிடமிருந்த பீதியை அவதானித்த போலிஸ்காரன் அடுத்ததாக எடுக்க வேண்டிய நடவடிக்கை குறித்து எண்ணிப் பார்ப்பதற்கும் முன்பாக அச்சத்துக்குள்ளான நபர் ஓடத் தொடங்கியிருந்தான்.

''நில்லு''

போலிஸ்காரன் கத்தினான். போலிஸ்காரன் கலவரமடைந்ததோடு அவன், அந்நபரைத் துரத்தத் தொடங்கினான்.

தப்பித்து ஓடிச் செல்பவனின் முழுக் கவனமும் போலிஸ்காரனின் இரு பாதங்களின் மீது குவிந்தன. அவனின் பின்னால் போலிஸ்காரன் ''நில்'' எனக் கத்தியவாறு துரத்திக்கொண்டிருந்தான். அவன் நிற்கமாட்டான் எனவும், அவனைப் பிடிக்க முடியாதெனவும் உணர்ந்துகொண்ட போலிஸ்காரன் அவனது ஊதியிலிருந்து கூர்மையானதும் நீண்டதுமான ஓசையொன்றை எழுப்பினான். அவனது ஊதியின் எதிரொலிக்குப் பதிலளித்தவாறு இன்னுமிரண்டு போலிஸ்காரர்கள் முன்னே தோன்றினார்கள்.

''அவனைத் துரத்திப் பிடிங்க''

எனக் கத்திய போலிஸ்காரன் தனது சகாக்கள் இருவரோடும் அவனைத் துரத்த ஆரம்பித்தான்.

அந்த நபர் எந்தளவு அச்சத்துக்குள்ளானானெனில், சித்தம் பிசகிய ஒருவனைப் போல பயத்தினால் தனக்கு முன்னாலிருந்த பாதை வழியே மிக வேகமாக ஓடிக்கொண்டிருந்தான். அவன் எவ்வளவு வேகமாக ஓடிக் கொண்டிருந்தானெனில், இடையிடையே சந்திக்க நேரும் ஏனைய தெருக்களுக்குள்ளும் தன்னையறியாமலேயே நுழைந்து ஓடிக்கொண்டிருந்தான். அவனுக்கு, அவனது இதயம் துடிக்கும் ஓசைகூடக் கேட்டது. இடையே போலிஸ்காரனின் ஊதல் ஓசை திரும்பவும் கேட்டது. அந்த ஓசைக்கு இன்னுமிரண்டு போலிஸார் தோன்றினார்கள். வார்த்தையால் விபரிக்காத போதிலும்கூட நிலைமையை உணர்ந்துகொண்ட அவர்களும்கூட அம்மெலிந்த

சரீரத்தைத் துரத்தத் தொடங்கினார்கள். அவனது இரு பாதங்களிலும் பிசாசொன்று புகுந்துகொண்டது போல ஓடினான்.

"நீ இந்தப் பக்கம் போ. நான் அந்தப் பக்கம் போறேன்"

தப்பித்து ஓடிச்செல்லும் அவனுக்கு எப்போதுமே ஒரு குறுக்கு வழி அகப்பட்டது. இதன் காரணமாக போலிஸ்காரர்களின் பணி மிகவும் குழப்பத்துக்குள்ளானது. அவன் ஓடிப்போய் திரும்பப்போவது எந்தப் பாதையிலென்பதை அவர்களால் நிச்சயித்துக்கொள்ள முடியவில்லை. என்றபோதிலும் அவர்கள் தேடலோடு அவனைத் துரத்திக்கொண்டிருந்தார்கள்.

அவனுக்கு மூச்சு வாங்கியது. எனினும் திரும்பிப் பார்ப்பதற்காகவாவது ஒரு கணத்தையேனும் அவன் வீணாக்கவில்லை. போலிஸ்காரர்களுக்கும் தனக்குமிடையேயிருக்கும் இடைவெளியைக் குறைத்துக்கொள்ளும் நிலைக்கு ஆளாக அவன் விரும்பவில்லை.

அந்த வசந்த காலத்தின் சாயங்கால நேரத்தில் அவன் வீட்டிலேயே தரித்திருந்தான். கறுப்புச் சாயத் தேநீர் அருந்தியவாறு சிந்தனையில் ஆழ்ந்திருந்தான்.

அவன் இரு படுக்கையறைகளைக்கொண்ட சிறியதொரு இருப்பிடத்தில் தனது வகுப்புத் தோழர்கள் இருவரோடு வசித்துவந்தான். அவர்கள் அனைவருமே அக்டோபர் மாதத்தில்தான் அந்த நகரத்துக்கு வந்திருந்தார்கள். தேநீரைக் குடித்த பின்னர் அவனுக்கு அலுப்புத்தட்டியது. மறு நாள் வகுப்பறையில் கற்பிக்கப்படவிருக்கும் பாடத்தைப் பற்றி பார்ப்பதற்காக அவன் வரலாற்றுப் புத்தகங்களைப் புரட்டிப் பார்க்க எண்ணினான். எனினும் அதற்குப் பதிலாக அவன் ஜன்னலைத் திறந்தான். அதனூடாக வசந்த காலத்தின் குளிர்ந்த தென்றல் மிதந்து வந்ததோடு, அவனுக்குச் சற்று நேரம் தெருவில் நடந்துவிட்டு வரத் தோன்றியது.

அவன் பத்திரிகைகள் எதையும் வாசிப்பதில்லை. தனக்கு ஊதியம் கிட்டாத எந்தக் காரியத்திலும் அவன் ஈடுபடுவதில்லை. சில சமயங்களில் அவன் காப்பி விற்பனை நிலையத்துக்குச் சென்று, ஒரு கோப்பை காப்பி வாங்கி அருந்தியவாறு அங்கு நடமாடும் மனிதர்களை அவதானித்தபடியிருப்பான். பிறகு தனது அறைக்கு வந்து இலகுவான இரவுணவு ஏதாவது தயாரித்துக்கொள்வான். சில நேரங்களில் அவன் தனது சிநேகிதர்கள் இருவரோடும் அளவளாவுவதோடு, இன்னும் சில சந்தர்ப்பங்களில் வானொலி நிகழ்ச்சிகளைச் செவிமடுப்பான்.

பொதுவாக அவன் தூங்கச் செல்வதற்கு முன்பாக வரலாற்றுப் பாடத்தை திரும்பவும் நினைத்துக்கொள்வான்.

தனது இரு பாதங்களிலுமிருக்கும் பாதணிகள் தனக்குப் பாரமாக இருப்பதாக அவன் உணர்ந்தான். அவை நாடாக்களால் கட்டப்படத் தேவையற்றிருந்ததனால் அவற்றை அவனால் இலகுவாக கழற்றிவிட முடிந்தது. தெருவின் நடுவே பாதணிகளைக் கழற்றியெறிந்த அவன், நம்ப முடியாதளவு வேகத்தில் ஓடத் தொடங்கினான். அவனைத் துரத்திவரும் போலிஸ்காரர்களினது எண்ணிக்கையானது ஒவ்வொரு தெருமுனையிலும் வைத்து இரண்டு மடங்குகளானது. இவ்வளவு சீக்கிரமாக அவர்கள் உதிப்பது எங்கிருந்து, எவ்வாறு என எவராலுமே அனுமானிக்க முடியவில்லை. அவனது இருதயம் வேகமாக அடித்துக்கொண்டிருந்ததோடு, அவன் பாதையை மாறிக்கடந்தான்.

கடந்த இருபத்து நான்கு வருடங்களாக அவனை அறிந்திருந்த அனைவருமே அவன் பலம் மிக்க ஒருவன் என்பதனையும் அறிந்திருந்தனர். பார்ப்பதற்கு அமைதியானவனாகத் தெரிந்த அவன் பெற்றோருக்கு பாரிய சிக்கலெதையும் ஏற்படுத்தவில்லை பெற்றோரின் சொல்பேச்சு கேட்பவனாக இருந்த அவன், அவனது சகோதரர்களைப் போல தந்தையின் கோபத்துக்கு ஆளாகியிருக்கவில்லை. அவனது தந்தையின் குரல் கோபத்தால்

உயர்ந்த சில சந்தர்ப்பங்களிலும், அவனது சகோதரர்களுக்குத் தந்தை பலத்த குரலில் திட்டும்போதும் அவன் அஞ்சி மூலையில் ஒளிந்துகொண்டான். பாடசாலையில் அவன் பாடுபட்டு படிக்கும் மாணவனொருவனாக இருந்தான். எனினும், விஷேட திறமையெதையும் வெளிக்காட்டவில்லை. அவன் எப்போதும் படிப்பில் சாதாரண மட்டத்தில் இருந்ததோடு, ஆசிரியர் எவரேனும் கேள்விகள் கேட்டால் அசௌகரியத்துக்குள்ளானான். அத்தோடு அச்சத்துக்குள்ளாவதோடு அவனது கைகளும் உதறத் தொடங்கும். எனவே அவனது ஆசிரியர்கள் அவனைக் குறித்து, விஷேட கவனம் எதையும் செலுத்தாததோடு, அவனைத் தண்டிக்கவுமில்லை. அவன் அமைதியான, பயந்த சுபாவமுடைய, எந்தப் பிரச்சினைகளையும் ஏற்படுத்தாதவனாக இருந்தான்.

இப்பொழுது அவனுக்குக் களைப்பு தோன்றியிருந்தது. அவன் வெகுதூரம் ஓடியிருந்தான். அவனது இருதயம் வேகமாக அடித்துக்கொண்டிருந்தது. தேகம் வியர்வையில் குளித்திருந்தது. தெருக்கள் போலிஸ்காரர்களால் நிறைந்திருந்தன. எல்லா குறுக்குத் தெருக்களிலும் வைத்து போலிஸ் அதிகாரிகளின் எண்ணிக்கை அதிகரித்தது. அவனைப் பிடிக்க பெரியதொரு போலிஸ் வாகனமொன்றும் வந்து முயற்சித்துக்கொண்டிருந்தது. அந்நகரத்திலிருந்த அனைத்து போலிஸ் அதிகாரிகளும் மா நிற வதனத்தையுடைய, மரண பீதியில் முகமிருண்டுபோய், களைத்துப் போயிருந்த அந்நபரைத் துரத்திக்கொண்டிருந்தார்கள்.

அவன் நாய்களுக்கு மிகவும் பயந்தவன். நாயொன்றைக் கண்டவிடத்து, அவனது உள்ளம் அச்சத்தால் நடுங்கும். அவன் பெரியவனாக ஆன பின்பும், வரலாற்றைக் கற்ற வெற்றியாளனாக ஆன பின்பும், நகரத்துக்கு வந்த பின்பும் கூட நாய்கள் குறித்து அஞ்சினான். இப்போதும் அவனது தந்தைக்குப் பயந்தான். இன்னும் பாடசாலை ஆசிரியர்களுக்குப் பயந்தான். பாடசாலை பரிசோதகருக்கு

அஞ்சினான். அவனது தோழி மீது மாத்திரமல்லாது, அவனுடன் ஒரே அறையில் தங்கியிருக்கும் நண்பர்கள் இருவர் மீதும்கூட அச்சமொன்று அவனுள்ளத்தில் வளர்ந்தபடியிருந்தது. ஒரு தடவை பயத்தின் காரணமாக அவன் தனது சிறிய அறையிலிருந்தும் வெளியேறிச் சென்றிருந்தான்.

கடந்த வருடம் பாடசாலை வளாகத்துக்குள் போலிஸ் அதிகாரிகளின் நடமாட்டம் கண்டு அவனது முகம் வெளிறிப் போயிருந்தது. தமது கரங்களிலிருந்த வெண்ணிற லத்திக் கம்புகளை உயர்த்தியவாறு அவர்கள் மாணவர்களை துரத்திக்கொண்டிருப்பதை அவன் கண்ணுற்றான். ஒரு தடவை மாணவன் ஒருவனது தலையிலிருந்து இரத்தம் வழிவதைக் கண்டு, அவன் மயங்கி விழுந்திருந்தான். மயக்கத்திலிருந்த அவனை வீட்டுக்கு எடுத்து வந்தபோது, அவனது நெற்றியிலிருந்து வியர்வை வழிந்தோடிக்கொண்டிருந்தது. பாதி மயக்கத்திலிருந்த அவன் சித்தம் பிசகியவனைப் போல எதையெதையோ உளறிக்கொண்டிருந்தான். அவனது விழிகள் முன் தள்ளியிருந்தன. அந் நிகழ்வானது, வெகுகாலத்துக்கு அவனைப் பாதித்தது. சிவப்பு நிறத்தில் எதையேனும் காண நேரும்போது அல்லது வெண்ணிற லத்திக் கம்புகளைப் போல எதையேனும் காண நேரும்போது இந்நிலை உருவானது.

பூங்காவைச் சுற்றியிருந்த வேலி, மிகவும் உயரமாக இருந்தது. எனினும், அச்சத்துக்குள்ளாகியிருந்த அவன் சிறு கீறலொன்றாவது ஏற்படாமல் அதைத் தாண்டிக் குதிக்க முயற்சித்தான். பின்னர் வெட்டிச் சாய்த்த மரம்போல அவன் கீழே விழுந்தான். அவனிடமிருந்து சுவர்க் கடிகார ஓசையொத்த இதயத் துடிப்பு கேட்டது. காற்றுக் குழலொன்றால் காற்றடிப்பதுபோல அவன் சுவாசிக்கும் ஓசை வெளியே கேட்டது.

இதனிடையே விசில் ஓசை, மோட்டார் வாகனங்களின் ஓசை மற்றும் போலிஸ்காரர்களின் கனம் மிக்க சப்பாத்துகளின் ஓசை போன்றவை அனைத்துத் திசைகளிலிருந்தும் எதிரொலித்தன. மொத்த நகரமும் சுற்றி

வளைக்கப்பட்டிருந்தது. போலிஸார் அனைத்துத் தெருக்களிலும் பரவியிருந்ததோடு அவர்கள் ஒவ்வொரு நபரிடமும் ஆள் அடையாள அட்டை குறித்து விசாரித்து அவற்றைப் பரிசீலித்துக்கொண்டே அந்நபர்களின் முகங்களையும் கூர்ந்து கவனித்தவாறு இருந்தார்கள். மோட்டார் வாகனங்களின் அபாய ஒலியோடு நகரத்திலிருந்த அனைத்து நாய்களினது குரைப்பொலியும்கூடக் கேட்டுக்கொண்டிருந்தது.

கடந்த வருடம் இரும்பு முகமூடியணிந்தவாறு பாடசாலைக்கருகில் முகாமிட்டிருந்த போலிஸ் அதிகாரிகளைக் கண்டதும், மாணவனொருவனின் நெற்றியிலிருந்து குருதி வழிந்து கொண்டிருந்ததைக் கண்டதும் நினைவிருந்ததால், தனது முகத்தில் லத்திக் கம்பால் தாக்கப்படும் விதத்தைத்தான் அவன் கனவிலும் கண்டான். ஒவ்வொரு தடவையும் போலிஸ் அதிகாரிகளின் முகங்கள் நினைவுக்கு வந்து அவன் அச்சமுற்று அலறியடித்து விழித்துக்கொள்வதோடு, அவனுடன் அறையில் தங்கியிருந்த சகாக்கள் அவன் கனவில் பயந்து வெகுநேரம் கனவிலேயே அலறிக்கொண்டிருக்கும் சப்தத்தை அடிக்கடி செவிமடுக்க நேர்ந்தது.

மைதானத்தின் புல்வெளி மீது விழுந்துகிடந்த அவன் மீண்டும் சுயநினைவுக்கு வந்தபோது தனது உடல் முழுவதும் ஊசிகளால் துளைக்கப்படுவது போன்ற வேதனையை உணர்ந்தான். இடையிடையே தனது கைகால்களை அசைத்துப் பார்த்தபோது அவன் தனது இரு பாதங்களிலும் தொண்டைப்பகுதியிலும் ஏதோ சூடாக இருப்பதை உணர்ந்தான். அதைத் தொட்டுப் பார்த்த அவனுக்கு, அது இரத்தம் எனப்புரிந்தது.

சாராம்சம்

(உகண்டா - லினோ லெய்தோ)

அவள் உச்சஸ்தாயியில் கூச்சலிட்டாள். அத்தோடு விக்கி விக்கி அழத் தொடங்கினாள். அவளுக்கருகில் உறங்கிக்கொண்டிருந்த அவளது கணவன் விழித்துக்கொண்டான்.

"என்னாச்சு?"

மின்குமிழை எரியச்செய்தவாறே அவன் அவளிடம் வினவினான். அவள் இரு கண்களையும் கசக்கியவாறு அவனுடன் கதைப்பதற்கு முயற்சித்தாள். அவளது விழிகள் இன்னும் தூக்கக் கலக்கத்தால் நிரம்பியிருந்தன.

"கனவொண்ணு... ரொம்பத்திகைப்பாயிருக்கு. கனவொண்ணு... இல்ல... அது உண்மையில்ல. உண்மையாகக் கூடிய விஷயமுமில்ல"

"என்ன அது? உண்மையாகக் கூடாத விஷயம்?"

அவளது கணவன் கேட்டான். அவள் அமைதியானாள்.

"கொஞ்சம் தண்ணீர் குடிச்சிட்டு தூங்கு"

அவன் அவளிடம் கூறினான். அப்பொழுது என்ன நேரமென அறிந்துகொள்ள அவளுக்குத் தேவையாக இருந்தது. அதைக் குறித்து தனது கணவனிடம் கேட்கத் தயாராகும்போதே கடிகாரத்தில்

விடிகாலை இரண்டு மணியடித்தது. அவள் ஒரு கோப்பை தண்ணீர் அருந்திய பிற்பாடு, அவளது கணவன் மின்குமிழை அணைத்துவிட்டான். உறக்கம் அவளை நெருங்கவில்லை. அவள் கட்டில் மீது புரண்டபடிகிடந்தாள். அவளது கணவன் குறட்டைவிட்டுத் தூங்கிக்கொண்டிருந்தான்.

அவள் கட்டிலிலிருந்து கீழே இறங்கினாள். மின்குமிழை எரிய விடாமலேயே ஜன்னலருகில் சென்றவள், திரையை சிறிதகற்றி ஓசையெழாமல் ஜன்னலைத் திறந்தாள். குளிர்ந்த தென்றல் அவளது முகத்தில் பட்டது. அவள் தென்றலை ஆழமாக உள்ளிழுத்தாள். பஞ்சு மேகங்களிடையே ஒளிந்துகொள்ளும் பௌர்ணமி நிலவை அவள் கண்டாள். நட்சத்திரங்கள் பிரகாசமாக மின்னின. மொத்த சூழலுமே அமைதியில் மூழ்கியிருந்தது. ஓர் இனிய அமைதி. எனினும் அதற்கிடையே தொலைவில் நாயொன்று குரைக்கும் ஓசையும், வெளவாலொன்றின் கீச்சிடலும் அவளுக்குக் கேட்டது. வானில் சஞ்சரிக்கும் வெளவாலொன்று அவளது பார்வைக்குப் புலப்பட்டது. அவள் ஜன்னலினூடே இரவைப் பார்த்திருந்தாள். அவளது மனது எதுவுமற்ற சூன்யத்தன்மையால் நிரம்பியிருந்தது.

தூரத்தே ஒலிக்கும் பட்சிகளின் ஓசையை அவள் செவிமடுத்தாள். பறவைகளுக்கும் கனவுகள் தென்படுமா? பறவைகள் காணும் கனவு எவ்வாறானதாக இருக்கும்? அந்தச் சொப்பனங்கள் அவள் கண்டதுபோல பயங்கரமானவையாக இருக்குமா? பாவப்பட்டப் பறவைகள்.

பறவைகளின் ஓசை நின்றது. சிந்தனைகள்... மனங்கவர் எண்ணங்கள் அவளது மனதினுள்ளே ஆழமாக இறங்கின. உள்ளம் கவரும் காட்சிகள்... அழகான பூக்கள் நிறைந்த வீட்டுத் தோட்டம். அவள் இலக்கேயில்லாது யோசித்தாள். வாழ்வில் முதல் தடவையாக அவள் ஜீவிதத்தின் இன்னொரு பக்கத்தைக் குறித்துச் சிந்தித்தாள். சொர்க்கத்தின் மகிழ்வைத் தரும் ஜீவிதம்... அவளது ஆத்மா

சந்தோஷத்தால் பூரித்திருந்தது. தனிப்பட்ட முறையில் அவளுக்குள் எழுந்த ஆனந்தத்தை அவள் அனுபவித்திருந்தாள். எனினும் அப்பேரெழில் மிக்க பூக்கள் தீயில் சிக்கிக் கருகிப் போயின. அவள் அழுது ஓலமிட்டாள். எவ்வாறாயினும் அது குறித்து சிந்திக்காதிருக்க அவள், தனது மனதோடு போரிட்டாள். அவளுக்கு வெற்றி கிடைத்தது.

எனினும் அன்றிரவு கண்ட கனவு, பழைய ஞாபகங்களை அவளிடம் திரும்பக் கொண்டுவந்தது. அந்த அழகான பூக்களின் சுகந்தம் இரவில் கண்ட கனவின் பின்னர் ஆழமான காயமொன்றாக மாறியது. இருளையே பார்த்துக் கொண்டிருந்தவளுக்கு, வால்நட்சத்திரமொன்று விழுவது தென்பட்டது. அவள் பள்ளிக்கூட மாணவியாக இருந்த காலம் அவளுக்கு நினைவு வந்தது. ஒருவர், விழுந்துகொண்டிருக்கும் வால்நட்சத்திரத்தைப் பார்த்து ஏதேனுமொன்றைப் பிரார்த்தித்தால் அது நிறைவேறும். அவள் பிரார்த்திக்க வேண்டியிருந்தது ஒன்றே ஒன்றுதான். அதாவது, அவள் அன்றிரவு கண்ட கனவு உண்மையாகக் கூடாது. அவள் வால்நட்சத்திரத்தைப் பார்த்துப் பிரார்த்தித்தாள்.

''எனது ஒரே வேண்டுகோள், நான் கண்ட கனவு பலிக்கக் கூடாது.''

வால்நட்சத்திரம் காணாமல் போனது. அவளது விழிகள் களையிழந்தன. இதயம் துயரத்தால் கனத்தது. கன்னங்களினூடே கண்ணீர் வழிந்தோடியது.

அவளுக்கு கடந்த காலம் நினைவிலெழுந்தது. அது நீண்ட காலத்துக்கு முன்பு நடந்த சம்பவமொன்று. நல்ல விடயங்கள் வெகுகாலம் நீடித்திருப்பதில்லை. அந்தச் சம்பவமும் இந்த ஜன்னலின் அருகிலேயே நிகழ்ந்த ஒன்று.

மலைகளை நெருங்கி மறையப் போகும் சூரியனின் காட்சி மனதில் எழுந்தது. வௌவால்கள் மரங்களிலிருந்து பறந்துகொண்டிருந்தன. அவன் அவளுக்குப் பின்னால் நின்றுகொண்டிருக்கிறான் என்பதை அவள் அறியவில்லை. அவள் சிந்தனைகள் பலவற்றில் மூழ்கியிருந்தாள்.

"நீ அழுகிறாயா?"

அந்தக் குரல், அவளது செவிக்குள்ளே ஆழமாக இறங்கியது. அவள் தலையை உயர்த்திப் பார்த்தபோது அவனைக் காணக் கிடைத்தது.

"நான்..?"

இரு கரங்களாலும் கண்ணீரைத் துடைத்தவாறு அவள் கேட்டாள். சூரியன் மறைந்து இருள் சூழ்ந்திருந்தது. அவன், அவளது இரு கைகளையும் பற்றியவாறு மீண்டும் கதைத்தான்.

"நீ ஏன் அழுகிறாய்? அழாதே."

அவன் கட்டளையிட்டது அவளுக்குக் கேட்டது. அதன்பிறகு அவனைக் காணவில்லை. கண்களை மூடிக் கொண்டிருந்த அவள் மனதில், அம்மனங்கவர் காட்சி மீண்டும் திரையிடப்பட்டது. இப்பொழுது அவன் தனது பின்னாலிருப்பது போல அவள் உணர்ந்தாள். "நீ அழுகிறாயா?" எனக் கேட்கும் அவனது குரல் மீண்டும் அவளது செவிகளில் எதிரொலித்தது.

அவளது கண்கள் கண்ணீரில் மூழ்கியிருந்தது. அவன் அவளது கூந்தலை முத்தமிட்டானா? இல்லை. அவ்வாறு நடந்திருக்க முடியாது.

காலைப் பட்சிகளின் இனிய நாதம் கேட்கத் தொடங்கியது. அத்தோடு வெளிச்சமும் பரவலாயிற்று. எனினும் இன்னும் அவள் தியானத்திலிருப்பது போலிருந்தாள்.

"இந்த விடிகாலைல ஜன்னலுக்குப் பக்கத்துல என்ன செய்றே?"

அவளது கணவன் வினவுவது அவளுக்குக் கேட்டது. இப்பொழுது நன்றாக விடிந்திருந்தது.

அவள் குளித்துத் தயாராகி, உடை மாற்றி அலுவலகம் சென்றாள். அவனைப் பற்றி யாரிடமாவது விசாரிக்க அவளுக்கு அவசியமாக இருந்ததெனினும், அதைச் செய்ய முடியாது. அவனுடன் தொலைபேசியில் கதைப்பதற்கு அவளுக்குத் தேவையாக

இருந்ததெனினும், தொலைபேசிக்கு அருகில் சென்றதுமே அவளது விரல்கள் விரைத்துப் போயின. ஏற்கெனவே விழுங்கப்பட்ட ஒன்றைத் திரும்பவும் பெற்றுக்கொள்ள இயலாது.

அவள் தட்டச்சு செய்வதை தொடர்ந்தும் செய்தாள். அலுவலகத்திலிருந்து வீட்டுக்கு வந்த பிற்பாடு தையல் வேலையைத் தொடங்கினாள். நள்ளிரவு வரைக்கும் தைத்தாள். அவனை நினைவுகளிலிருந்தும் தள்ளி வைப்பதற்கு ஒரே வழிமுறை அதுதான்.

காலம் கழிந்துகொண்டிருந்தது. அவள் தட்டச்சு செய்வதையும் தைப்பதையும் தொடர்ந்தும் செய்துகொண்டேயிருந்தாள்.

அவளது மேசை மீதிருந்த தொலைபேசி ஒலித்தது. அந்த அழைப்பு அவளது அலுவலகத்தின் முகாமையாளரிடமிருந்து.

''சொல்லுங்க சார்''

''இன்றைய பத்திரிகை பார்த்தீரோ?''

''இன்னும் இல்ல சார்''

செய்திப் பத்திரிகைகளை வாசிப்பதற்கோ வேறு ஏதும் செய்வதற்கோ அவளுக்குள் எந்த விருப்பமும் இருக்கவில்லை. புத்தகமொன்றை எடுத்துவாசிக்கச் சொல்லி அவளது கணவன் அவளுக்குப் பல தடவை கூறியிருந்தான். எனினும் அவளது ஆழ்மனது மரித்துப் போயிருந்தது.

''பத்திரிகையோட ரெண்டாம் பக்கத்துல நம்ம நிறுவனத்தைப் பற்றி நிறைய விபரங்கள் வந்திருக்கு. அதையெல்லாம் வாசித்துப் பார்த்து எனக்கு அதோட சாராம்சத்தத் தயாரிச்சுத் தரணும்''

''சரி சார்''

தொலைபேசியை வைத்த அவள் செய்திப் பத்திரிகையை எடுத்து இரண்டாம் பக்கத்தைப் புரட்டினாள். அலுவலகத்தின் முகாமையாளர் சொன்ன அறிக்கை அங்கிருந்தது. அதை

வாசித்துக்கொண்டிருக்கையில் பத்திரிகையின் ஒரு மூலையிலிருந்த புகைப்படமொன்று அவளது கண்ணில் பட்டது.

அவளது இதயத் துடிப்பு அதிகரித்தது. அவள் திரும்பவும் புகைப்படத்தைப் பார்த்தாள். அவள் நன்கறிந்த அப் புன்னகை அங்கு பதிவாகியிருந்தது. அவள் கண்ட தீய கனவு பலித்திருக்கவில்லை. அவள் ஆறுதலான பெருமூச்சொன்றைவிட்டாள்.

அவள் புகைப்படத்தின் கீழிருந்த குறிப்பை வாசித்தாள்.

"அவன் உறங்கும் கல்லறை மீது
நீலப் பூக்கள் பூக்கட்டும்!
அவனது செவியிரண்டும் நிரம்பி வழிய
பட்சிகளின் பாடலோசை கேட்கட்டும்!'

தனது தலை வேகமானதொரு தாக்குதலுக்கு உள்ளானதைப் போன்ற வேதனையில் அவள் ஆழ்ந்தாள். புகைப்படத்துக்கு மேலேயிருந்த தலைப்பின் மீது அவளது விழிகள் சென்றன.

'மரண அறிவித்தல்'

கீழேயிருந்த விபரத்தை அவள் பாடுபட்டு வாசித்தாள்.

மோட்டார் வாகன விபத்தொன்றில் சிக்கிய .... தினம் காலமானார்."

அவள் கனவு கண்டதும் அதே தினம்தான். விபத்து நடந்திருப்பதுவும் அதே கணம்தானா? தொடர்ந்தும் யோசிக்க அவளுக்குச் சக்தியிருக்கவில்லை. புகைப்படத்தின் மீது அவளது கண்கள் நிலைத்திருந்தன. மேசையின் மீதிருந்த தொலைபேசி ஒலித்தது. ஆனால் அது அவளுக்குக் கேட்கவில்லை. தொலைபேசி எத்தனையோ தடவை ஒலித்தும் அவளுக்கு அது கேட்கவில்லை. அலுவலகத்தின் முகாமையாளர் அவரது அறையிலிருந்து வெளியே வந்தார்.

"இன்னும் முடியலையா?"

அவள் திடுக்கிட்டாள். அவளது கையிலிருந்த பத்திரிகை நிலத்தில் வீழ்ந்தது.

"இல்ல சார்"

"சீக்கிரம் முடிச்சிட்டா நல்லது"

"சரி சார்"

அவள் தாளொன்றைத் தட்டச்சு இயந்திரத்துள் நுழைத்து வேகமாகத் தட்டச்சு செய்தாள். அது முடிந்ததன் பிறகு மணியை ஒலிக்கச் செய்து அலுவலக உதவியாளனை அழைத்து முகாமையாளரிடம் அதை ஒப்படைக்கும்படி கொடுத்தாள்.

சாராம்சத்தைப் படித்த முகாமையாளர் வியப்படைந்தார். இது என்ன அவள் தட்டச்சு செய்திருக்கிறாள்? முழுப்பக்கமும் நிறைந்திருந்தது. 'அவன் செத்துப் போய்விட்டான். அவன் செத்துப் போய்விட்டான்' என்பது மாத்திரமே.

முகாமையாளர் அவளது இருக்கைக்கருகில் வந்தார். எனினும் அவள் அங்கு இருக்கவில்லை.

"அவள் எங்கே?" என அவர் உதவியாளனிடம் கேட்டார்.

"அவள் போய்விட்டாள் சார்"

"எங்க?"

"எனக்குத் தெரியாது சார்"

எங்கே?

.................?

.................?

.................?

வேட்பாளர்

(நைஜீரியா - சினுவா ஆச்சுபி)

ரூஃப் என்று சுருக்கமாக அழைக்கப்பட்ட ரூபஸ், அக் கிராமத்தில் பிரபலமான நபரொருவனாகத் திகழ்ந்தான். அவன் எவருக்கும் உதவி, உபகாரம் செய்யும் செயல்களில் மிகவும் மும்முரமாக இயங்கும் ஒரு இளைஞன். அத் தினங்களில் கிராமத்தில் அநேகமான இளைஞர்கள் தொழிலுக்காகவும், ஏதாவதொரு வேலையைத் தேடிக்கொள்ளவும் கிராமத்திலிருந்து நகரத்துக்குச் சென்றவண்ணமிருந்தனர். எனினும் ரூபஸ் கிராமத்திலேயே தரித்திருந்தான். செறிவான வசனங்களைச் செலவழித்து வெளிப்படையாக எதையும் கூறாவிட்டாலும்கூட கிராமத்தவர்கள் அவனை நேசித்தார்கள்.

ரூஃப் எப்போதும் வெறுமனே காலத்தைக் கடத்தும் ஒருவனல்ல. அவன் ஹார்கோட்டில் சைக்கிள் திருத்துவது பற்றிய இரண்டு வருட பயிற்சியைப் பூர்த்தி செய்தவன் என்பதை அனைவரும் அறிந்திருந்தனர். தன் முன்னேயிருந்த ஒளிமயமான எதிர்காலத்தைக் கைவிட்ட ரூஃப், அக்காலகட்டத்தில் தமது கிராமத்தவர்களுக்கு வழிகாட்டுவதற்காக ஊருக்குத் திரும்பி வந்திருந்தான்.

உமுயோப்பியோ கிராமத்தவர்களுக்கு வழிகாட்டுதலொன்று புதிதாகத் தேவைப்பட்டது எனக் கூற இயலாது. அக்கிராமத்தவர்கள் ஏற்கெனவே மக்கள் நேச இயக்கத்தைச் சார்ந்திருந்தனர்.

அக்கிராமத்தின் புகழ்பெற்ற நபரொருவரான கௌரவத்துக்குரிய மார்க்கஸ் இபே அவர்கள் கடந்த ஆட்சிக்காலத்தில் கலை விவகார அமைச்சராகவிருந்தார். (அடுத்த ஆட்சிக் காலமும் அவர்களுடையதே என்று பரவலாக நம்பப்படுகிறது.) கௌரவத்துக்குரிய அமைச்சர் உமுயோப்பியா கிராமத்திலிருந்து தேர்ந்தெடுக்கப்படுவார் என்பது குறித்து எவரும் சந்தேகப்படவில்லை. நீங்கள் அதனை மறுப்பீர்களாயின், அது சரியாகப் புழுதி உருண்டையைத் தள்ள முயற்சிக்கும் இலையானின் முயற்சியை ஒத்திருக்கும். இந்நிலையை நீங்கள் அறியவில்லையாயின், அது கேலிக்குரிய விடயமொன்றாகும். ரூஃப்பைப் போன்ற இளைஞனொருவன் இந்நிலையை அறிந்திருக்கவில்லையாயின் அது இன்னும் கேலிக்குரியதாகும்.

அனைவருமே கௌரவத்துக்குரிய அமைச்சருக்கு உதவியாக இருந்தார்கள். அவர்கள் அடுத்தடுத்து வரும் தேர்தல்களுக்குத் தயாராகினார்கள். பிரதேச சபை, மாகாண மற்றும் பெரிய தேர்தல்கள் தொடர்பான அனைத்து விடயங்களையும் ரூஃப் அறிந்திருந்தான். மக்களின் கருத்துகள் எவையென அவன் எப்பொழுதுமே தேடிப் பார்த்தறிந்தான். கடந்த தேர்தலின் பின்னர் உமுயோப்பியா கிராமவாசிகளது எண்ணங்கள் மாறியிருப்பதாகச் சில மாதங்களுக்கு முன்னர் அமைச்சருக்கு எச்சரிக்கை விடுத்தமை அதற்குச் சிறந்த உதாரணமாகும்.

கௌரவத்துக்குரிய மார்க்கஸ் இபே, ஐந்து வருடங்கள் அமைச்சராகப் பதவி வகித்தார். அக்காலத்தில் அவருக்கு நிறைய பணம் கிடைத்தது. தலைவர், டாக்டர் போன்ற பல பட்டங்களும் அவருக்குச் சூட்டப்பட்டன. சாதாரண பொது மக்களான கிராமத்தவர்கள் இவை அனைத்தையும் கண்டபோதிலும்கூட எல்லாவற்றையும் விளங்கிக் கொள்ளவில்லை. டாக்டர் என அழைக்கப்படும் அவரால் நோயாளிகளுக்குச் சிகிச்சை அளிக்க முடியுமென அவர்கள் நம்பிக்கொண்டிருந்தார்கள். எவ்வாறாயினும் ஐந்து வருடங்களுக்கு முன்னர் தேர்தலின்போது அவர்கள் மார்க்கஸ்

இபேக்கு தமது வாக்குகளை இலவசமாகவே வழங்கினார்கள். அத்தேர்தலானது இவ்வாறான பலவித விசித்திரமான விடயங்களையும் அவருக்குப் பெற்றுத் தந்திருந்தது. இப்பொழுது கிராமத்தவர்கள் தமது வாக்குகளை வேறு விதத்தில் பாவிக்க முயற்சித்தவாறு இருந்தனர்.

மடாலயத்துக்குச் சொந்தமான பள்ளிக்கூடத்தில் கற்பித்து வந்த மார்க்கஸ் இபே ஒரு வெற்றிகரமான ஆசிரியராக இருக்கவில்லை. இதற்கிடையில் அக்கிராமத்துக்கு தேர்தல் காலம் வந்ததோடு மார்க்கஸ் இபே புத்திசாலித்தனமாக அதில் பங்கெடுத்தார். அக்காலத்தில் பள்ளிக்கூட ஆசிரியையொருத்தி அவரால் கர்ப்பமாகியிருந்த காரணத்தால் மார்க்கஸ் இபேயின் தொழிலுக்கு பாதிப்பேற்படக் கூடுமென சிலர் கூறினார்கள். எனினும் அவர் இன்று ஒரு கௌரவத்துக்குரிய தலைவர். இரண்டு பெரிய மோட்டார் வாகனங்களுக்குச் சொந்தக்காரர். அப்பிரதேசத்திலிருந்த மிகப்பெரிய வீடு அவரால் கட்டப்பட்டதுகூட மிக அண்மையில்தான். எனினும் அவரது அதிர்ஷ்டம் போல, அவருக்கு இன்னும் தலைக்கனம் வந்திருக்கவில்லை. தன்னால் மக்களுக்கு ஆற்றப்பட வேண்டிய சேவைகள் அவருக்கு இன்னும் ஞாபகத்திலிருக்கின்றன.

வாய்ப்பு கிடைக்கும் சந்தர்ப்பங்களிலெல்லாம் அவர் நகரத்திலிருக்கும் அனைத்து வசதிகளையும் விட்டுவிட்டு குழாய்நீர் வசதியோ, மின்சார வசதியோ அற்ற கிராமத்துக்கு வருவார். (ஆனால் அவரது வீட்டில் மின்சார வசதியும் குழாய்நீர் வசதியும் இருந்தன.) தனக்கு அதிர்ஷ்டம் வாய்த்தது கிராமத்திலிருந்துதான் என்பதனை அவர் அறிந்திருந்தார். நன்கு உணவருந்திவிட்டு தனது அதிர்ஷ்டத்தோடு போராடச் சென்ற பறவை போல அவர் நடந்துகொள்ளவில்லை. தனது கிராமத்தை கௌரவிக்கும்விதமாக அவர் தனது வீட்டுக்கு உமுயோப்பியா வீடு என பெயர் சூட்டியிருந்தார். அவ்வீட்டுக்குக் குடிபுகுந்த அன்று, ஐந்து மாடுகளையும், பல ஆடுகளையும் அறுத்து உணவு சமைத்து

கிராமத்தவர்களுக்கு விருந்தளித்து, அவர்களை மகிழ்விக்கும் செயல்களை அவர் செய்திருந்தார். அன்று அனைவருமே அவரைப் புகழ்ந்தார்கள்.

''எமது புதல்வன் மிகவும் நல்ல மனிதன். உணவிடும்போது தலைகீழாகக் கவிழும் பீங்கான் தட்டைப் போன்றவரல்ல அவர்'' என ஒரு முதியவர் கூறினார்.

எனினும் உற்சவம் முடிந்ததன் பிற்பாடு தாம் வாக்களிக்கும் வாக்குத்தாளுக்கு பாரிய சக்தியிருப்பதாக கிராமத்தவர்கள் தமக்கிடையே கதைத்துக்கொண்டார்கள். இதற்கு முன்பு அவர்கள் அதனை உணர்ந்திருக்கவில்லை. எனினும் இனி அவர்கள் அதனை மறக்க மாட்டார்கள். கௌரவத்துக்குரிய மார்க்கஸ் இபேயும் எதற்கும் தயாராகவே இருந்தார். அவர் தனது சேமிப்பிலிருந்த ஐந்து மாத சம்பளப் பணத்தை வங்கியிலிருந்து மீளப் பெற்றுக்கொண்டார். அதில் நூற்றுக்கணக்கான பவுண்களை, பளிச்சிடும் சிலிங் சில்லறைக் காசுகளாக மாற்றி, அவற்றைச் சிறிய பொட்டலங்களாகக் கட்டி தனது அடியாட்களிடம் கொடுத்தார். அக்காசுப் பொட்டலங்கள் வசனங்களைவிடவும் அதிகமாகச் சப்தமெழுப்பிக் கதைக்கக் கூடியவை என்பதனை மார்க்கஸ் இபே அறிந்திருந்தார். பகல்வேளைகளில் அவர் மக்களைச் சந்தித்தார். இரவுகளில், அங்கிருந்த அடியாட்களைவிடவும் அதிகமாக ரூஃப் பாடுபட்டு வேலை செய்தான்.

''எமக்கென்று எங்கள் கிராமத்திலேயே அமைச்சர் ஒருவர் இருக்கிறார். அவர் எமது புத்திரன்''

கிராமத் தலைவரான ஒக்பபி எஸெண்டாவின் வீட்டில் கூடியிருந்த முதியவர்கள் குழுவொன்றிடம் அவ்வாறு அவன் தனது உரையை ஆரம்பித்தான்.

''இது எமது கிராமத்துக்கே கிடைத்திருக்கும் ஒரு மிகப் பெரிய கௌரவம் ஆகும். இந்த கௌரவம் கிடைத்தது எவ்வாறெனெ கொஞ்சம்

சிந்தித்துப் பாருங்கள். இது மக்கள் நேச இயக்கத்திலிருக்கும் எம்மைப் போன்றவர்களால்தான் என்பதை நான் உங்களுக்குச் சொல்கிறேன். உங்களால் மார்க்கஸுக்கு வாக்களிக்காதிருக்க முடியும். எனினும் மக்கள் நேச இயக்கமானது தொடர்ந்தும் அதிகாரத்திலிருக்கும். அவர்கள் எமக்குத் தண்ணீர் வசதி ஏற்பாடு செய்துதருவதாக வாக்குறுதியளித்திருக்கின்றார்கள். அதைப் பற்றி கொஞ்சம் சிந்தித்துப் பாருங்கள்.''

ரூஃபும் அவனது சகாவும் தவிர்த்து அந்த அறைக்குள் முதியவர்கள் ஐவர் இருந்தனர். சிமினி உடைந்துபோன பழைய விளக்கொன்றிலிருந்து மஞ்சள் வர்ண மங்கிய வெளிச்சம் பரவியிருந்தது. முதியவர்கள் கீழேயிருந்த ஆசனங்களில் அமர்ந்திருந்தார்கள். ஒவ்வொரு முதியவர் முன்னிலையிலும் நிலத்தில் சிலிங் சில்லறைக் காசுகள் இரண்டிரண்டு வைக்கப்பட்டிருந்தன. தாழிடப்பட்டிருந்த அறைக்கு வெளியே உச்சி வானிலிருந்த நிலா நகைக்காதிருக்க முயற்சித்துக்கொண்டிருந்தது.

''உங்களது அனைத்து வசனங்களும் சத்தியமானவையென நாங்கள் நம்புகிறோம்'' என எஸெண்டா கூறினார்.

''நாம் அனைவருமே எமது வாக்குகளை மார்க்கஸுக்கு வழங்குவோம். விருந்துபசரிப்பொன்றை மறுதலித்துவிட்டு எளிய உணவை உண்ண யார்தான் விரும்புவார்? எமது வாக்குகளும், எமது கிராமத்தவர்களது வாக்குகளும் அவருக்குக் கிடைக்குமென மார்க்கஸிடம் கூறுங்கள். ஆனாலும் எமக்குக் கிடைத்திருப்பவை இரண்டு சிலிங் சில்லறைக் காசுகள் மாத்திரமே என்பதைக் கூறத்தான் வெட்கமாக இருக்கிறது'' எனத் தொடர்ந்தும் கூறிய அவர் அக் காசுகளைக் கையிலெடுத்து அதன் பெறுமதியை உறுதியாகத் தெரிந்துகொள்வது போல பரிசீலித்தார்.

''ஆமாம். இரண்டு சிலிங் சில்லறைக் காசுகள் மட்டும்தான் எனில் வெட்கத்துக்குரிய விடயமிது. மார்க்கஸ் வறியவர் ஒருவர் எனில்

(மரித்துப் போன எமது மூதாதையரின் நாமத்தால் அவ்வாறு நிகழாதிருப்பதாக !) நான்தான் எனது வாக்கை முதலாவதாக இலவசமாகவே அவருக்குக் கொடுப்பவன். போனதடவை நாங்கள் அப்படித்தான் செய்தோம். ஆனால் இன்று மார்க்கஸ் ஒரு பெரிய மனிதன். பெரிய மனிதர்களைப் போலவே வேலை செய்கிறார். நாங்கள் முன்பு மார்க்கஸிடம் பணம் கேட்கவில்லை. இதற்குப் பிறகு கேட்கப்போவதும் இல்லை. ஆனால் இன்று எமது நாள். இன்று நாங்கள் இரோகோ மரத்தில் ஏறுகிறோம் (இரோகோ எனப்படுவது ஆபிரிக்காவில் விறகுக்காகப் பாவிக்கப்படும் மர வகைகளிலொன்று). சந்தர்ப்பத்தைப் பயன்படுத்தி விறகுகள் எல்லாவற்றையும் வெட்டிக் கொள்ளாவிட்டால் நாங்கள் முட்டாள்கள்.''

ரூஃபுக்கு ஒத்துக்கொள்ள வேண்டியிருந்தது. இதற்கிடையில் சந்தர்ப்பத்தைப் பயன்படுத்தி அவன் தனக்கு வேண்டியளவு விறகுகளை சேகரித்துக்கொண்டிருந்தான். நேற்று அவன் மார்க்கஸுக்குச் சொந்தமான பெறுமதியான ஒரு ஆடையை அவரிடமிருந்து கேட்டுப் பெற்றிருந்தான். ஞாயிற்றுக்கிழமை ரூஃப் ஐந்தாவது பியர் போத்தலையும் கேட்டு நின்றபோது மார்க்கஸின் மனைவி முறையிட்டாள். அவள், சில காலத்துக்கு முன்பு மார்க்கஸை சிக்கலில் மாட்டிவிடப் பார்த்த ஆசிரியை. அவள் அவ்வாறான ஒரு பெண்தான். எனினும், அவளது கணவன் அவளை பகிரங்கமாகத் தூய்மைப்படுத்தியிருந்தான். காணி நிலமொன்றைக் கேட்டு வாதிட்ட ரூஃபுக்கு அதிலும் வெற்றியே கிடைத்திருந்தது. ஆகவே முதியவர்கள் விறகு குறித்துக் கதைக்கும் சிலேடைக் கதைகளை அவனால் தெளிவாகப் புரிந்துகொள்ள முடிந்தது.

"சரி" என ஆங்கிலத்தில் பதிலளித்த அவன், இபோவர் பக்கம் திரும்பினான்.

"இம் மாதிரியான சிறு சிறு விடயங்களுக்காகச் சண்டை போடாதிருப்போம்" எனக் கூறியவாறு எழுந்தவன், தனது ஆடையை

உடலை நெறுக்கும்விதமாக இரு கைகளாலும் இறுக்கமாகப் பிடித்துக்கொண்டு பணப்பொதிக்குள் மீண்டும் ஒரு தடவை கையைவிட்டான். அத்தோடு ஏதோ பூஜைப் பொருளொன்றை வைப்பதுபோல இன்னுமொரு சிலிங் காசை முதியவர்கள் முன்பு வைத்தான். அதனை அவன் அவர்களது கைகளில் தரவில்லை. குனிந்து அவர்களுக்கு முன்பு நிலத்தில் வைத்தான். எனினும் அக்காசை அம்மக்கள் கையால் தொடவில்லை. அவர்கள் நிலத்தைப் பார்த்து விட்டு அதுவும் போதாதென்று திரும்பவும் தலையை அசைத்தார்கள். ரூஃப் மீண்டும் எழுந்து அனைவருக்கும் இன்னுமொரு சிலிங் காசினைக் கொடுத்தான்.

"என்னிடம் இருப்பது இவ்வளவுதான்"

என அவன் கூறினான். அவன் கூறுவது பொய் என்பது வெளிப்படையானது. எனினும் அவன் சமயோசிதமாக வார்த்தைகளைப் பாவித்தான். முதியவர்களும் அவ்வாறேதான் கதைத்தார்கள்.

"இனி நீங்கள் விரும்பினால் போய் உங்கள் எதிரிக்கு வாக்களியுங்கள்" என ரூஃப் கூறினான்.

உடனே பொருத்தமான வசனங்களைப் பாவித்து முதியவர்கள் அவனை ஆற்றுப்படுத்தினார்கள். கடைசியாக இருந்தவரும் கதைத்து முடித்ததன் பின்னர் அவர்களால் காசுகளைத் தம் வசப்படுத்திக்கொள்ள முடியும். அவர்கள் தமது பெருமிதத்தின் பெரும்பங்கை இழந்திருக்கவில்லை.

"முன்னேற்ற இயக்கக் கட்சி'யே எதிரிக்கட்சியாக இருந்தது. கரையோரப் பிரதேசத்தில் வாழ்ந்துவந்த ஒரு கோத்திரத்தாரால் அரசியல், மதச் சுதந்திரம் மற்றும் தனிப்பட்ட மரண அச்சுறுத்தல்களிலிருந்து தப்பித்துக்கொள்ளும் எண்ணத்தோடு அக்கட்சி ஆரம்பிக்கப்பட்டிருந்தது. அக்கட்சியின் தலைவர்கள்

உமுயோப்பியா கிராமத்தில் புத்திசாலித்தனமாக நடந்துகொள்ளவில்லை. தம்மால் வெற்றிபெற முடியாது எனத் தெளிவாகத் தெரிந்தபோதிலும் கூட, அவர்கள் மக்கள் நேச இயக்கத்தோடு நேருக்கு நேராகப் போட்டியிடத் துணிந்திருந்தனர். அப்பிரதேசத்தின் குற்றவாளிகள் சிலரதும், உணர்ச்சிவசப்பட்ட இளைஞர்கள் சிலரதும் ஆதரவோடு மோட்டார் வாகனங்கள் மற்றும் ஒலிபெருக்கிகளைப் பாவித்து பெரிய ஓசைகளைக் கிளப்பியவாறு அவர்கள் அப்பிரதேசம் முழுவதும் சுற்றி வந்தார்கள். முன்னேற்ற இயக்கக் கட்சியானது, உமுயோப்பியா கிராமத்துக்காக எவ்வளவு பணத்தைச் செலவிட்டனர் என்பதை எவரும் அறிந்திருக்கவில்லை. எனினும் அப்பணத்தொகை மிக அதிகளவிலிருக்கும் என மக்கள் கதைத்துக் கொண்டார்கள். அப்பிரதேசத்தில் வசித்துவந்த அக்கட்சியின் ஆதரவாளர்கள் சந்தேகத்துக்கிடமின்றி, மிகவும் வசதிபடைத்தவர்களாக ஆகினர்.

ரூஃப் கூறியது போல நேற்று இரவு வரையில், அனைத்தும் திட்டமிட்டபடியே நடைபெற்றுக் கொண்டிருந்தது. அதற்கிடையில் முன்னேற்ற இயக்கக் கட்சி ஆதரவாளர் குழுவின் தலைவனொருவன் அவனைச் சந்திக்க திடீரென வந்திருந்தான். அவர்கள் இருவரும் முன்பே ஒருவரையொருவர் அறிந்திருந்ததோடு, கடந்த காலத்தில் நண்பர்களாகவும் இருந்தவர்கள். எனினும் அவனது இவ்வருகையானது, இரகசியமானதும் அவ்வாறே வியாபார ரீதியான ஒன்றாகவும் அமைந்திருந்தது. வார்த்தைகள் எவையும் வீணாக்கப்படவில்லை. அவன், ஐந்து பவுண்களை ரூஃப் முன்பு வைத்துவிட்டு பேச்சை ஆரம்பித்தான்.

''எமக்கு உனது வாக்கு வேண்டும்'' என்றான்.

இருக்கையிலிருந்து எழுந்த ரூஃப் கதவருகே சென்று மிகக் கவனமாகக் கதவை தாழ்ப்பாளிட்டுவிட்டு மீண்டும் தனது இருக்கையில் வந்து அமர்ந்துகொண்டான். இச்சிறிய

இடைவேளையானது, அவனிடம் முன்வைக்கப்பட்டிருக்கும் வேண்டுகோளைப் பரிசீலித்துப் பார்ப்பதற்கான காலத்தை எடுத்துக்கொள்வற்கு அவனுக்கு உதவியது. அவன் கதைத்துக்கொண்டிருக்கும்போதும் தரையில் வைக்கப்பட்டிருந்த செந்நிற காசுத் தாள்களின் மீதிருந்த கவனம் திரும்பவில்லை. அக்காசுத் தாள்களில் வரையப்பட்டிருந்த விவசாயிகள் அறுவடை செய்யும் காட்சியின் மீது அவனுக்குள் மிகுந்த ஆசை எழுந்தது.

''நான் மார்க்கஸுக்காக வேலை செய்கிறேன் என்பதை நீ நன்கறிவாய்'' அவன் நலிந்த குரலில் கூறினான். ''இது மிகவும் அநீதமானது''

''நீ வாக்களிக்கும் நேரத்தில் மார்க்கஸ் அங்கிருக்க மாட்டார் அல்லவா? எமக்கு இன்றிரவு செய்ய நிறைய வேலைகள் இருக்கின்றன. நீ இதை எடுத்துக்கொள்கிறாயா? இல்லையா?''

''இந்த உரையாடல் இந்த அறையைத் தாண்டி வெளியே கேட்காது அல்லவா?'' என ரூஃப் வினவினான்.

''எமக்குத் தேவை வாக்குகள். வேறு சிக்கலேதுமில்லை''

''சரி'' என ரூஃப் ஆங்கிலத்தில் கூறினான். புதியவன், தனது உதவியாளனொருவனை அழைத்தான். அந்த உதவியாளன் சிவப்புத் துணியால் சுற்றப்பட்ட எதையோ எடுத்துவந்தான். அவன் அதனைச் சுற்றியிருந்த துணியை விலக்கினான். அது களிமண் பாத்திரத்தில் வைக்கப்பட்ட மிகப் பயங்கரமான ஒரு பொருளான 'மே ஜ' (மாந்திரீக சக்தி கொண்டதாக ஆபிரிக்கர்கள் நம்பும் பொருட்களிலொன்று) ஆகும்.

''மபந்தாவிடமிருந்து வாங்கிக்கொண்டு வந்தேன். இதன் பயன்பாட்டினை நீ அறிந்திருப்பாய் அல்லவா?நீ யாருக்கு வாக்களிக்கப் போகிறாய் என்பதைக் கூறி சத்தியம் செய். அந்தச் சத்தியத்தை மீறினால் அதனை இந்த 'மே ஜ' பார்த்துக்கொள்ளும்.'

'மே ஐ'யைக் கண்டதுமே ரூஃபின் இருதயம் நின்றுவிட்டது. மாந்திரீக செயற்பாடுகளினால் மபந்தா பெற்றிருக்கும் பிரபல்யத்தை அவன் அறிந்திருந்தான். அவன் எப்பொழுதும் உடனடித் தீர்மானத்தையெடுக்கும் ஒருவன். மதுகாவுக்கு வழங்கும் ஒரேயொரு வாக்கினால் மார்க்கஸினைத் தோற்கடிக்க முடியுமா என்ன? மார்க்கஸ் வெற்றி பெறுவது நிச்சயம்.

''நான் மதுகாவுக்கே வாக்களிக்கிறேன். அவ்வாறு செய்யா விட்டால் அதனை 'மே ஐ' கேட்கட்டும்''

''அவ்வளவுதான்'' எனக் கூறியவன் தனது உதவியாளனுடன் எழுந்துநின்றான். உதவியாளன் மாந்திரீகப் பொருளை மீண்டும் துணியில் சுற்றியெடுத்து மோட்டார் வாகனம் நோக்கிச்சென்றான்.

''ஆனால் மதுகாவினால் மார்க்கஸைத் தோற்கடிக்க முடியாது'' என ரூஃப் கதவருகே வைத்துக் கூறினான்.

''இப்போதைக்கு சில வாக்குகள் போதும். அடுத்த தடவை அவருக்கு அதிக வாக்குகள் கிடைக்கும். அவர் கொடுப்பது சிலிங் சில்லறைக் காசுகளையல்ல, பவுண் காசுத்தாள்கள் என்பதனை மக்கள் கேள்விப்படுவார்கள். அப்பொழுது மக்கள் செவிசாய்ப்பார்கள்.''

தேர்தல் நாள் விடிகாலை நேரம். ஐந்து வருடங்களுக்கொருதடவை உதிக்கும் முக்கியமான தினம். மக்கள் தமது வாக்குகளைப் பயன்படுத்தும் தினம். மரங்களிலும், விளக்குத் தூண்களிலும், சுவர்களிலும் சுவரொட்டிகள் ஒட்டப்பட்டிருந்தன. 'மக்கள் நேச இயக்கத்துக்கு உங்கள் வாக்குகளை அழியுங்கள்'. 'முன்னேற்ற இயக்கக் கட்சிக்கு உங்கள் வாக்குகளை அழியுங்கள்'.

வழமைபோலவே கௌரவத்துக்குரிய மார்க்கஸ் இபே, புதுமையான முறையில் நிகழ்வுகளை ஏற்பாடு செய்திருந்தார். உமுருவிலிருந்து கொண்டுவரப்பட்ட உயர் மட்டத்திலான இசைக்குழு வொன்றை வாக்களிக்கும் நிலையத்துக்கு சற்றே தூரத்தில் நிறுத்தி

வைக்க ஏற்பாடு செய்திருந்தார். வாக்களிக்க வந்த அநேகமான கிராமத்தவர்கள் அவ்விடத்துக்குச் சென்று இசைக்கேற்ப நடனமாடினார்கள். கௌரவத்துக்குரிய மார்க்கஸ் இபே அவர்கள், தனது பெரிய, பச்சை நிற மோட்டார் வாகனத்தில் அமர்ந்து புன்னகைத்தவாறும், தலையசைத்துக்கொண்டும் இருந்தார். ஒரு புத்திக்கூர்மையுள்ள கிராமத்தவர் மோட்டார் வாகனத்தினருகே வந்து மார்க்கஸுக்குக் கைகொடுத்துவிட்டுக் கூறினார் ''நல்ல ஏற்பாடு. இதற்குப் பிறகு எல்லோருக்கும் இதைச் செய்ய வேண்டியிருக்கும்.''

ரூஃப் மற்றும் ஏனைய ஆதரவாளர்கள் அங்குமிங்கும் ஓடி வாக்காளர்களுக்கு இறுதிக் கணத்தில் அறிவுரைகளை வழங்கிக் கொண்டிருந்தார்கள். அவர்களது செயற்பாடுகளின் காரணமாக அவர்களது தேகங்கள் வியர்வையில் நனைந்திருந்தன.

''மறந்து விடாதீர்கள்'' என அவன் மீண்டும் ஒரு தடவை, வாக்களிக்க வந்திருந்த பெண்கள் குழுவினரிடம் கூறினான்.

''எங்கள் சின்னம் மோட்டார் வாகனம்'' (பெண்களால் எழுத்துகளை வாசிக்க முடியாது.)

''மார்க்கஸ் அவர்கள் அமர்ந்திருக்கும் காரைப் போன்ற கார் ஒன்று.''

''நன்றி அம்மா'' எனக் கூறிய ரூஃப் ''அதுதான் உங்கள் மோட்டார் வாகனம். மோட்டார் வாகனச் சின்னமிருக்கும் வாக்குப் பெட்டியே உங்கள் வாக்குப் பெட்டி. மனிதத் தலையிருக்கும் அடுத்த வாக்குப் பெட்டியைப் பார்க்காதீர்கள். தலை ஒழுங்காக வேலை செய்யாதவர்களுடைய வாக்குப் பெட்டி அது'' என்றான்.

இப் பதிலானது, மிகப் பலத்த ஓசையோடு எழுந்த சிரிப்புக்குக் காரணமாக அமைந்தது. ரூஃப் உடனடியாக அமைச்சரருகே சென்றதும் அவன் அவரது நன்றி கலந்த புன்னகையால் உபசரிக்கப்பட்டான்.

"மோட்டார் வாகனத்துக்கு வாக்களியுங்கள்" என அவன் கத்தினான். அவனது தொண்டைத் தண்ணீர் வற்றியிருந்தது. "காருக்கு வாக்களித்து விட்டு அதிலேயே ஏறிச் செல்லுங்கள்."

"நாங்கள் போகாவிட்டாலும் எமது பிள்ளைகளாவது காரில் போவார்கள்" என ஒரு பெண் கூறினாள்.

கௌரவத்துக்குரிய மார்க்கஸ் இபே அமைதியாகவும், நம்பிக்கையுடனும் இருந்தபோதிலும்கூட கவனமாகவும் இருந்தார். பத்திரிகைச் செய்திகளுக்கிணங்க அவருக்கு வெற்றியும், எதிர்க்கட்சிக்கு பலத்த தோல்வியும் கிட்டுமென அவர் அறிந்திருந்தார். எனினும் ஒரு வாக்கினைக்கூட இழப்பதற்கு அவர் தயாரில்லை. முதலில் வாக்களிக்க வந்த வாக்காளர்கள் குழு வாக்களித்து முடித்த உடனேயே அவர் தனக்காக வேலை செய்யும் அடியாட்களை அழைத்து அவர்களது வாக்குகளையும் இட்டு வரச் சொன்னார்.

"ரூஃப் நீ முதலில் போ" என்றார்.

ரூஃப் சற்று அசௌகரியமாக உணர்ந்தபோதிலும்கூட அவன் அதனைக் காட்டிக்கொள்ளவில்லை. காலைவேளையிலிருந்து வழக்கத்தைவிடவும் அதிகமாக ஓடியாடி நடந்து தனது மனதுக்குள்ளேயிருக்கும் அதிருப்தியை மறைக்க முயற்சித்துக்கொண்டிருந்தான்.

(இக் கதையில் குறிப்பிடப்பட்டிருக்கும் நைஜீரியாவின் தேர்தல் முறைக்கு இணங்க, வாக்குகள் அளிக்கப்படும் முறை இதுதான். ஒவ்வொரு வேட்பாளர்களுக்காகவும் அவர்களது கட்சியின் நிறங்கள் மற்றும் சின்னங்கள்கொண்ட வாக்குப் பெட்டிகள் இரகசிய அறையொன்றில் வைக்கப்பட்டிருக்கும். வாக்காளர் அந்த இரகசிய அறைக்குச் சென்று தனக்குப் பிடித்த வேட்பாளரது சின்னமும், வர்ணமும்கொண்ட வாக்குப்பெட்டிக்குள் தமது வாக்குகளை இடுவர்).

இப்பொழுது அவனுக்கு வாக்களிக்கும் நிலையத்துக்குள் செல்ல வேண்டியிருந்தது. காவல்துறையினர் அவனைப் பரிசீலித்து, போலி வாக்குத்தாள்கள் அவனிடமில்லை என்பதை உறுதிப்படுத்திக்கொண்டு, அவனை உள்ளே செல்ல அனுமதித்தார்கள். அத்தோடு தேர்தல் அலுவலர் அவனுக்கு வாக்குப்பெட்டிகள் இரண்டையும் தெளிவுபடுத்தினார். அச்சந்தர்ப்பத்தில் அவனது நடவடிக்கைகள் நிதானமானவையாக இருக்கவில்லை. இரகசிய அறைக்குள் நுழைந்த அவனால் மோட்டார் வாகனம் மற்றும் மனிதத் தலைச் சின்னங்கள் பொறிக்கப்பட்ட வாக்குப் பெட்டிகளிரண்டினைக் காணக் கூடியதாக இருந்தது. அவன் தனது வாக்குத்தாளை மிகக் கவனமாகப் பார்த்தான். இரகசியமாகவேனும் மார்க்கஸுக்கு வாக்களிப்பது எவ்வாறு? திரும்பச் சென்று தனக்கு ஐந்து பவுண் காசுத் தாள்களை வழங்கியவனிடம் அதனைத் திரும்பக் கொடுக்கத் தோன்றியது அவனுக்கு. ஐந்து பவுண். அது செய்ய முடியாதவொன்றென அடுத்த கணமே அவன் உணர்ந்தான். அவன் ‘மே ஐ’ முன்பு சத்தியம் செய்திருந்தான். சிவப்பு நிறக் காசுத் தாளில் வரையப்பட்டிருந்த அறுவடைக் காட்சி அவனது மனதில் தோன்றியது. அக்கணம், சுவரருகேயிருந்த காவலதிகாரிகளின் குரல் கேட்டது.

''இந்த ஆள் உள்ளே சென்று இவ்வளவு நேரமாக என்ன செய்கிறான்? ஒரு குழந்தையைப் பிரசவிக்கிறானா என்ன?'' என ஒரு காவலதிகாரி, தேர்தல் அலுவலரிடம் வினவுவது அவனுக்குக் கேட்டது.

ரூஃபின் மனதினுள்ளே மின்னல் கீற்றுப் போல ஒரு எண்ணம் பளிச்சிட்டது. வாக்குத் தாளை இரண்டாக மடித்த அவன், அதனைச் சரிபாதியாகக் கிழித்து, இரண்டு துண்டுகளையும் இரண்டு வாக்குப் பெட்டிகளிலும் இட்டான். முதல் துண்டை மதுகாவின் பெட்டியிலிட அவன் மறக்கவில்லை. நான் மதுகாவுக்கு வாக்களித்துவிட்டேனென அவன் தன்னிடமே கூறி உறுதிப்படுத்திக்கொண்டான்.

அறையைவிட்டு வெளியே வந்ததும், அவன் அன்று திரும்பவும் வாக்களிக்க முடியாதவாறு தேர்தல் ஆணையாளர் விஷேட மையொன்றின் மூலம் அவனது விரலில் அடையாளமிட்டார். வாக்களிக்க உள்ளே சென்றபோதிருந்த பயமும் பதற்றமும் வாக்களிக்கும் நிலையத்திலிருந்து வெளியே வரும்போது அவனிடம் இருக்கவில்லை.

அவ்வாறெனில் இது ஏன் இவ்வாறு நிகழ்ந்தது?

(நைஜீரியா - சினுவா ஆச்சுபி)

''இனிய மாலை வணக்கம்'' எனக் கூறியவாறு ஓபி கதவைத் திறந்தார்.

''இனிய மாலை வணக்கம். நீங்கதான் ஒகொன்கோ ஐயாவா?'' என வந்தவர் வினவினார்.

ஆமாமென ஓபி பதிலளித்ததும் வீட்டுக்குள் நுழைந்த அந் நபர், தன்னை ஓபிக்கு அறிமுகப்படுத்திக்கொண்டார். அக்பாடா என அழைக்கப்படும் காவியுடையை ஒத்ததும், நீண்டதும், விலை உயர்ந்ததுமான நவீன நாகரிகத்துடனான ஆடையொன்றை அவர் அணிந்திருந்தார்.

''உட்காருங்க''

''நன்றி'' எனக் கூறிவிட்டு அமர்ந்த அப் புதியவர், தனது ஆடைக்குள்ளிருந்த பைக்குள் கையை விட்டு நீண்ட கைக்குட்டையொன்றை வெளியே எடுத்து தனது முகத்தைத் துடைத்துக் கொண்டார்.

''ஐயாவுடைய நேரத்தை வீணாக்க நான் விரும்பல'' எனக் கூறியவாறே ஆடைக்குள்ளால் கையைவிட்டு இரு கைகளினதும்

அக்குள்களில் படிந்திருந்த வியர்வையையும் அக்கைக்குட்டையால் ஒற்றித் துடைத்துக் கொண்டார்.

''என்னோட மகன், வர்ற செப்டெம்பர்ல இங்கிலாந்து போறதுக்கு விரும்புறான். அரசாங்கம் கொடுக்குற புலமைப்பரிசிலொன்றை அவனுக்கு எடுத்துக் கொடுக்கணும்னு நான் விரும்புறேன். ஐயாவால அதைச் செய்ய முடியும்னா, இதோ இருக்கு ஐம்பது பவுண்.''

தனது ஆடையின் முன்புறப் பையிலிருந்து அவர் காசுத்தாள் கட்டொன்றை வெளியே எடுத்தார். எனினும் அவ்வாறான ஒன்றைத் தன்னால் செய்யமுடியாது என ஓபி, அவருக்குத் தெளிவுபடுத்தினார்.

''சுருக்கமா சொன்னா, புலமைப்பரிசில் கொடுக்குறது நானில்ல. நான் செய்ற ஒண்ணே ஒண்ணுன்னா, விண்ணப்பப் படிவங்களப் பார்த்து, நாங்க கேட்டிருக்கிற தகைமைகள் உள்ளவங்களை மாத்திரம் புலமைப்பரிசில் குழுவுக்கு சிபாரிசு செய்றது மட்டும்தான்''

''அதையேதான் ஐயா எனக்கும் செய்யணும்'' வந்தவர் சொன்னார். ''அதையே எனக்கும் செஞ்சு கொடுங்க''

''ஆனா நான் சிபாரிசு செஞ்சேன்கிறதுக்காக, குழு அதை ஏற்றுக் கொள்ளுமென நினைக்க இயலாது''

''அதப் பத்தி யோசிக்காதீங்க. ஐயாவோட பங்கை மட்டும் செய்யுங்களேன்.''

ஓபி அமைதியானார். அந்தப் பையனுடைய பெயர் ஓபிக்கு நினைவிலிருக்கிறது. அவனுடைய பெயர் இறுதிப் பட்டியலுக்குத் தெரிவாகியிருந்தது.

''ஏன் காசு செலவழிச்சு அவரை அனுப்பல? உங்கக்கிட்டதான் காசு இருக்கே? இந்தப் புலமைப்பரிசெல்லாம் காசு இல்லாத ஏழைப் பசங்களுக்குத்தான்.''

அதற்கு அப்புதியவர் சிரித்தார்.

''இந்த உலகத்துல யார்க்கிட்டயும் காசில்ல'' எனக் கூறியவாறு அவர் எழுந்தார். காசுத்தாள் கட்டை ஓபி முன்னாலிருந்த மேசை மீது வைத்தார்.

''இது ஒரு சின்னப்பரிசு மாத்திரம்தான். எதிர்காலத்துல நாம நல்ல நண்பர்களாயிருப்போம். பையனோட பெயரை மறக்க வேணாம். நான் போயிட்டு வாறேன். க்ளப்புகள் எதற்கும் வர மாட்டீங்க போல? நான் ஒருநாளும் கண்டதில்ல''

''நான் அதுல உறுப்பினரில்ல''

'உறுப்பினராகியிருக்க வேணாமா?'' என்றவர் தொடர்ந்தார். ''போயிட்டு வாறேன்.''

காசுத்தாள் கட்டு அன்றைய நாள் முழுவதும், விடியும் வரையிலும்கூட அங்கேயே கிடந்தது. ஓபி அதனை ஒரு பத்திரிகைத் தாளால் மூடினார். கதவை இறுகச் சாத்தினார். ''இந்த விடயமென்றால் மிகவும் கீழ்த்தரமானது'' என தனக்குள்ளே கூறிக்கொண்டார்.

அன்றைய நள்ளிரவில் அவர் திடுக்கிட்டு விழித்தார். அதன் பிறகு நீண்ட நேரமாக அவருக்கு உறக்கமே வரவில்லை.

''நீ ரொம்ப அழகா ஆடுறே.''

அவள், அவரது உடலை இன்னுமின்னும் நெருங்கி வருகையில் அவர் சொன்னார். மேலும் கீழுமாக, மிகவும் வேகமாக அவளது சுவாசக் காற்று வெளியேறியது. அதன்பிறகு அவர், அவளது கரங்களையெடுத்து தனது தோள்களைச் சுற்றிப் போட்டுக்கொண்டார். அப்போது அவளது இரு உதடுகளும், அவரது உதடுகளுக்கு ஒரு சென்றிமீற்றர் தூரத்திலிருந்தது. இசைக்கப்பட்டுக்கொண்டிருந்த சங்கீதத்தின் தாளம் குறித்த கவனம் அவர்கள் இருவரிடையேயும் இப்போது இல்லை. சற்று நேரத்திற்குப் பிறகு ஓபி, அவளைத் தனது படுக்கையறைக்கு அழைத்து வந்தார். ஆரம்பத்தில் அவள் சற்றுத் தயங்கினாலும் பிறகு அவள் அதற்கு அனுமதியளித்தாள்.

தெளிவாகச் சொன்னால், அவள் தற்போது பள்ளிக்கூட அப்பாவி மாணவியொருத்தியல்ல. தனது நடவடிக்கையை அவள் மிகவும் அறிந்திருந்தாள். எவ்வாறாயினும், அவள் இறுதிப்பட்டியலுக்கு தெரிவாகியே இருந்தாள். எனினும் இங்கு நடைபெற்றது மிகவும் அநீதியானது. இது அவ்வாறில்லையென தெளிவுபடுத்துவதில் அர்த்தமில்லை. ஒருவர் குறைந்தபட்சம் தனக்கு மாத்திரமாவது நேர்மையாக இருத்தல் வேண்டும்.

சற்று நேரத்துக்குப் பிறகு அவர், அவளைத் தனது வாகனத்தில் ஏற்றிச்சென்று நகரத்தில் இறக்கிவிட்டார். திரும்பி வரும் வழியில், இச்சுவாரஸ்யமான சங்கதியைப் பகிர்ந்துகொள்வதற்காக அவர், கிறிஸ்தோபரின் வீட்டுக்கும் சென்றார். அதுபற்றி அவருடன் கலந்துரையாடி, சிரித்து மகிழ்ந்து, அதன் மூலமாக இறுதியில் அதனை மறந்துவிட அவரால் இயலுமாக இருக்கும். எனினும் அன்று அவர் அவ்விடயத்தைக் குறித்துக் கதைக்கவில்லை. "இன்னுமொரு நாள் சொன்னாலென்ன?" என அவருக்குத் தோன்றியது.

"ஒகொன்கோ ஐயா நீங்கள்தானா?" அந்நிய நபரொருவர் வினவினார்.

"ஆமா"

ஓபி பதிலளித்தார். அவராலேயே அறிந்துகொள்ள முடியாதளவிற்கு அவரது குரல் மாறிப்போயிருந்தது.

அறை சுழலத் தொடங்கியது. அந்நிய நபர் எதையோ வினவிக்கொண்டிருந்தார். எனினும் காய்ச்சலில் விழுந்தவனுக்கு ஏதேதோ குரல்கள் தெளிவற்றுக் கேட்பது போல அது தொலைவிலிருந்து ஒலிக்குமொரு குரலாக அவருக்குக் கேட்டது.

அந்நிய நபர், ஓபியின் உடலைப் பரிசோதித்தார். சட்டைப்பையிலிருந்த காசுத்தாள்களைக் கையிலெடுத்தார். அதனைத் தொடர்ந்து அவர் எதனைப் பற்றியோ வினவத் தொடங்கினார்.

அழகியின் பெயரும் அதில் இழுபட்டது. சரியாகச் சொன்னால் கிராமப்புறங்களில் சட்டத்திற்குக் கட்டுப்படாது உசுப்பேற்றப்பட்ட காட்டுமிராண்டிகளின் முன்னால், மாவட்ட அதிகாரி கலவரக் கட்டுப்பாட்டுச் சட்டத்தை வாசிப்பது போன்றது அது. இதற்கிடையில் இன்னுமொரு நபர் ஓபியின் கதவருகேயிருந்த தொலைபேசியை நோக்கிச்சென்று போலிஸை அழைத்தார்.

எவரும் தமக்குள்ளே கேட்டுக்கொண்ட கேள்வியொன்றிருந்தது. "இது ஏன் இவ்வாறு நிகழ்ந்தது?" என்பது அது. கற்றறிந்த நீதிவான்கூட, எம்மை முதன்முதல் கண்டபோது வினவியது, படித்த மனிதனொருவன் இவ்வாறான ஒன்றை ஏன் செய்தார் என்ற கேள்வியைத்தான்.

அகுளகே

(நைஜீரியா - சினுவா ஆச்சுபி)

அவளுக்கும், அவளது சகோதரர்களுக்குமிடையே திடீரெனத் தோன்றிய மனக்கசப்பின் காரணமாக, சுவரின் ஒரு ஓரமாக வைக்கப்பட்டிருந்த நோயாளிப் படுக்கையில் அகுளகே சாய்ந்திருந்தாள். அவள், அவர்கள் முணுமுணுப்பதை அச்சத்தோடு கேட்டுக்கொண்டிருந்தாள். அவர்கள் இதுவரை அவளுக்கு செய்யப்போவதைப் பற்றி எதுவும் கதைத்துக்கொள்ளவில்லை. எனினும் அது என்னவென்று அவள் அறிந்திருந்தாள். அவளது தாயின் தந்தை வசித்து வரும் எஸி எனும் பிரதேசத்துக்கு தன்னைக் கொண்டுசெல்லும்படி வேண்டி நிற்பதுவே அவளுக்கு அவசியமாக இருந்தது.

எனினும் சகோதரர்களுக்கும், அவளுக்குமிடையே தோன்றியிருந்த மனக்கசப்பு விநோதமானதாக, எவ்வளவு தூரம் வளர்ந்திருந்ததென்றால், அவர்களுடன் கதைப்பதற்குக்கூட அவளது பிடிவாதம் இடம்கொடுக்கவில்லை. அவர்களால் முடிந்ததைச் செய்யட்டும். முன்தினமிரவு அவளது சகோதரர்களில் மூத்தவனான ஒஃபோடிலேக்கு அவளுடன் கதைக்கத் தேவைப்பட்டு, அவளருகில் வந்து நின்று எதுவும் கதைக்காமல், கண்ணீர் நிறைந்த கண்களால்

அவளைப் பார்த்துக்கொண்டிருந்ததை மட்டுமே செய்தான். அவன் அழுவது யாரால்? அவன் அசிங்கத்தைச் சாப்பிடட்டும்.

பிறகு, இடைக்கிடையே அவளிடம் வந்து கலைந்துபோகும் பாதித் தூக்கத்தில், தனது வியாதியைக் குறித்து எவ்வித உணர்வுமற்ற அகுளகே தொலைவில் அமைந்திருந்த தனது பாட்டனாரின் வீட்டுக்குச்சென்றாள். மீண்டுமொரு தடவை அவள் அக் கிராமத்தின் அழகு ராணியானாள்.

அகுளகே அவளது தாயின் ஒரே மகளாகவும், கடைக்குட்டியாகவும் இருந்தாள். அவளுக்கு மூத்த சகோதரர்கள் ஆறுபேர் இருந்ததோடு, அவளது தந்தை அவள் சிறுமியாக இருக்கும்போதே செத்துப்போயிருந்தார். அவர் சொத்துகள் பல உள்ள செல்வந்தராக இருந்தபோதிலும், அவரது சில பிள்ளைகள் தமக்கேயுரிய பயிர்நிலங்களில் விதைத்திட்ட போதிலும், அவரது குடும்பத்தினர் அவர்களது உண்மையான தேவைகள் என்னவென்று அறிந்திருக்கவில்லை.

ஒவ்வொரு வருடத்திலும் பல தடவை அகுளகேயின் தாய், தனது பிள்ளைகளை எஸியில் வசிக்கும் தமது உறவினர்களைப் பார்க்க அழைத்துச் சென்றுவந்தாள். அது சிறுவர்களின் நடை வேகத்தைப் பொறுத்து, உமோஃபியாவிலிருந்து முழுமையான ஒரு நாள் பயணமாக இருந்தது. சில சமயங்களில் அகுளகே, தாயின் தோள் மீதிருந்தும், சில சமயங்களில் நடந்தும் பயணித்திருக்கிறாள். சூரியன் உச்சிக்கு வரும் நேரத்தில் அவளது தாய், பாதையின் ஓரத்திலிருக்கும் மரவள்ளிச் செடியிலிருந்து இலைகளைப் பறித்து அவளது தலைக்கு நிழல் கிடைக்கச் செய்வாள்.

அகுளகே, தனது தாயுடைய தந்தையின் வீட்டுக்குச் செல்லும் அப்பயணத்தை மிகவும் ஆவலோடு எதிர்பார்த்திருந்தாள். பாட்டனார், வெண்ணிறத் தலைமயிரும், அடர்த்தியான மீசையும் கொண்ட பெரிய மனிதராவார். சில நேரங்களில் அம்முதியவர், நுனி கூர்மையாகத்

தொங்கும்விதமாக தனது மீசையைக் கயிற்றைப் போல முறுக்கிக்கொள்வார். அவர் பனங்கள்ளைக் குடிக்கும்போது மீசையின் நுனியிலிருந்து துளிகளாய்ச் சிதறும். அகுளகே அதைக் கண்டு அளவற்ற சந்தோஷத்தை உணர்வாள். முதியவர் அதனை அறிந்திருந்ததால், அவர் அவளது மகிழ்ச்சியை அதிகப்படுத்துவதற்காக இன்னும் கள்ளைக் குடித்துக் காட்டிவிட்டு, வாயைக் கழுவிக்கொள்வார்.

அகுளகே, அவரது தாயின் மறு உருவமாக இருக்கிறாளென அனைவரும் கூறியதால், அவர் தனது பேத்தியுடன் மிகவும் நெருக்கமாக இருந்தார். அவர், அவளை அகுளகே என அழைத்தது அபூர்வம். எப்பொழுதும் அவர் அவளை 'அம்மா' என்றே அழைத்து வந்தார். அவரைப் பொறுத்தவரையில், உண்மையிலேயே அவள், வாழ்க்கைச் சக்கரத்தில் அவரது தாயின் மீள் வரவாகும். எஸிக்குச் சென்று வந்தால், தனக்கு எதிலிருந்தும் மீண்டுவிடலாமென அகுளகே அறிந்திருந்தாள். அவளது பாட்டனார், அவளை மிரட்ட யாருக்கும், ஒருபோதும் இடமளித்திருக்கவில்லை.

சுவரின் எதிர்ப்புறத்திலிருந்து கேட்ட ஓசைகள் தற்போது அதிகரித்திருந்தன. சில நேரம், அயல்வாசிகள் அவளது சகோதரர்களிடம் தமது எதிர்ப்பைத் தெரிவிப்பதாக இருக்கக்கூடும். அவ்வாறெனில் அனைவருமே இப்பொழுது இதைத் தெரிந்துகொண்டிருப்பார்கள். எல்லோருமே அசிங்கத்தை உண்ணட்டும். அவளால் எழுந்துகொள்ள முடியுமாக இருந்திருப்பின், அவளது கட்டிலருகே வைக்கப்பட்டிருக்கும் பழைய துடைப்பக்கட்டையை எடுத்து எல்லோரையும் அடித்துத் துரத்தியிருப்பாள். அவள், தனது தாய் உயிருடன் இருந்திருந்தால் எவ்வளவு நன்றாக இருந்திருக்கும் என யோசித்தாள். அவ்வாறிருந்திருந்தால் இதெல்லாம் அவளுக்கு நடந்திருக்காது.

அகுஎகேயின் தாய் இரண்டு வருடங்களுக்கு முன்னர் காலமான போது, சடலத்தைப் புதைப்பதற்காக அவளது உறவினர்களுடன் அவளும் எஸிக்கு அழைத்து வரப்பட்டாள். தனது ஜீவிதத்தில் அநேகமான கஷ்டங்கள், கவலைகளைக் கண்டிருந்த முதியவர் ''ஆண்டவன் என்னை விட்டுவிட்டு எனது பிள்ளைகளைக் கொண்டு செல்வதேனோ?'' எனப் புலம்பியவாறிருந்தார். எனினும் சில தினங்களுக்குப் பிறகு அவர் அறுவடைக்கு வந்திருந்தவர்களிடம், ''நாங்கள் அனைவருமே ஆண்டவனின் சேவல்கள். சில வேளைகளில் அவன் குஞ்சொன்றை உணவாகத் தேர்ந்தெடுப்பான். சில வேளைகளில் வயதானதைத் தேர்ந்தெடுப்பான்'' எனக் கூறினார். அகுஎகேவுக்கு இந்தக் காட்சிகள் தெளிவாக ஞாபகம் வந்ததோடு மீண்டுமொரு தடவை அவள் அழத்தொடங்கினாள். முதியவர் அவளது அறுவெறுப்பான மரணம்பற்றிக் கேள்விப்பட்டதும் என்ன செய்வார்?

அகுஎகேயின் வயதையொத்த பிள்ளைகள் தமது முதலாவது பிரசித்தமான நடனத்தை, அவளது தாயின் மரணம் நிகழ்ந்த பிறகு வந்த முதல் கோடைக் காலத்தில் அரங்கேற்றினார்கள். அகுஎகே தனது நடனத்தின் மூலம் சமூகத்தில் மிக மேலான உணர்வுகளை உண்டு பண்ணியிருந்தாள். அவளது கரம்பற்றக் கேட்டு வந்தவர்களின் எண்ணிக்கை மேலும் பத்து மடங்கால் அதிகரித்திருந்தது. ஒவ்வொரு சந்தை தினத்திலும், ஒவ்வொரு இளைஞர்கள் அவளது சகோதரர்களுக்குப் பனங்கள்ளைக் கொண்டுவந்து கொடுத்தார்கள். எனினும் அகுஎகே அவர்கள் அனைவரையும் தவிர்த்துவிட்டாள். அவளின் சகோதரர்கள் அதனால் கவலையில் ஆழ்ந்திருந்தார்கள். அவர்கள் அனைவருமே, விஷேடமாக தமது தாயின் மரணத்துக்குப் பின்னர், தமது ஒரே தங்கையை மிகவும் நேசித்ததோடு, அவர்கள் தமது தங்கைக்கு மகிழ்ச்சியைப் பெற்றுக்கொடுப்பதில் ஒருவரோடொருவர் போட்டியிட்டனர்.

சிறந்த திருமண வாழ்க்கைக்காக இருக்கும் வழிகளை அவள் தவிர்ப்பதே அவர்களுக்கிருந்த ஒரே தொந்தரவாக இருந்தது. தம்மை மணமுடிக்க முன்வரும் அனைத்து இளைஞர்களையும் புறக்கணித்துவிடும் பிடிவாதம்கொண்ட பெண்கள், இறுதியில் பெருந் துயரத்துக்கு ஆளாவார்கள் என்றும், ஒன்வுஎரோவின் கதையில் தனது கரம்பிடிக்க வந்த எல்லா நல்ல மனிதர்களையும் புறக்கணித்து விட்டு, இறுதியில் கட்டிளம் இளைஞர்கள் மூவரின் உருவத்தில் தன்னை அழிக்க வந்த கஞ்சனின் பின்னால் ஓடிச் சென்ற ஒன்வுஎரோவைப் போல எப்போதுமே துயரத்தில் ஆழ்ந்திருப்பார்கள் என்றும் அவளது மூத்த சகோதரனான ஒஃபோடிலே அவனால் முடிந்தளவு பலமாக அவளை எச்சரித்திருந்தான்.

அகுஎகே அதற்குச் செவிமடுக்கவில்லை. இப்பொழுது அவளது காவல் தெய்வம் அவளது எதிர்பார்ப்பைச் சிதறடித்துவிட்டிருக்கிறது. அவளை வியாதியொன்றுக்கு ஆளாக்கிவிட்டிருக்கிறது. இப்போது அவர்கள், அவளது வீங்கிக்கொண்டிருக்கும் வயிற்றை ஆரம்பத்தில் தாம் கவனிக்கவில்லை எனப் பொய்யாக மறைத்துக் கொண்டிருக்கிறார்கள்.

அவளைக் குணப்படுத்தவென பல பிரதேசங்களிலிருந்தும் மருத்துவர்கள் அழைத்துவரப்பட்டார்கள். எனினும் அவர்களில் எவரதும் மூலிகைகளாலோ, வேர்களாலோ எந்தப் பலனும் இருக்கவில்லை. குறி பார்த்துச் சொல்லப்பட்டதற்கிணங்க, அகுஎகேயின் சகோதரர்கள் பனை மரமொன்றின் உயரே படர்ந்திருந்த கொடியொன்றைத் தேடி மரங்களினூடாகச் சென்றார்கள்.

''அதனைக் கண்டதுமே, கைக் கோடரியொன்றை எடுத்து, அவ்வாறு தொங்கிக்கொண்டிருக்கும் கொடியை வெட்டிவிடுங்கள். உங்களது தங்கையைப் பிணைத்துக்கொண்டிருக்கும் பூதம் அவளைக் கைவிட்டுச் சென்று விடும்'' என்று குறி சொல்பவன் கூறியிருந்தான். சகோதரர்கள் உமோஃபியாவுக்கும், அதனைச் சுற்றியிருந்த

கிராமங்களுக்கும் அதைத் தேடிச் சென்று அவ்வாறான பனை மரமொன்றைக் கண்டு, அக்கொடியை மரத்தினின்றும் வேறாக்கினர். எனினும் அவர்களது தங்கை அப்பிணைப்பிலிருந்து விடுபடவில்லை என்பதோடு, நிலைமை இன்னும் மோசமான கட்டத்துக்குத் திரும்பியிருந்தது.

இறுதியில், அகுளகே அப்பூமிக்கே அறுவெறுப்பான வீங்கும் வியாதியால் விழுங்கப்பட்டிருப்பதாகவும், அடுத்துச் செய்ய வேண்டியது பற்றியும் அவர்கள் அனைவரும் ஒன்றிணைந்து கவலையோடு கலந்துரையாடி, முடிவெடுத்தார்கள். அகுளகே அவளது சகோதரர்களது கலந்துரையாடலின் நோக்கம் என்னவென்று புரிந்து கொண்டாள். அவளது மூத்த சகோதரன், அவள் படுத்துக்கொண்டிருந்த அறையில் கால் வைத்ததுமே, அவள் குரலெழுப்பிக் கத்தத் தொடங்கியதோடு அவன் அங்கிருந்து ஓடிச்சென்றுவிட்டான்.

இந்த நிலைமை ஒரு நாள் முழுவதும் இருந்ததோடு, அவள் வீட்டில் வைத்தே இறந்து போய்விட்டால், கடவுளின் கோபம் முழுக் குடும்பத்தின் மீதும், இல்லாவிட்டால் முழுக் கிராமத்தின் மீதும் இறங்கி, அனைவரும் பாரிய விளைவொன்றை எதிர்கொள்ள வேண்டி வருமென கதை பரவியது. அவர்கள் உமோஃபியாவின் ஒன்பது கிராமங்களுக்கும் அவ்வியாதியைப் பரப்புகிறார்களென அயல்வாசிகள் வந்து அவளது சகோதரர்களை எச்சரித்திருந்தார்கள்.

அன்று அந்திவேளையானதும், அவர்கள் அவளை அடர்ந்த வனாந்தரத்துக்குள் கொண்டுசென்றனர். அவர்கள் அவளுக்கென அங்கு தற்காலிகக் குடிசையொன்றைக் கட்டி, படுக்கையொன்றையும் தயார் செய்து வைத்திருந்தார்கள். அப்பொழுது அவள் களைப்பாலும், கோபத்தாலும் அமைதியாக இருந்ததோடு, அவர்கள் அவளை அங்கே விட்டுவிட்டுச் சென்றார்கள்.

மறுநாள் காலைவேளையில், சகோதரர்களில் மூவர், அவள் இன்னும் உயிருடன் இருக்கிறாளா எனப் பார்ப்பதற்காக மீண்டும்

காட்டுக்குள் சென்று பார்த்தார்கள். அவர்களை மிகுந்த கவலைக்குள் ஆழ்த்தும் விதமாக, குடிசை வெறுமையாக இருந்தது. அவர்கள் அதனை மற்றவர்களிடம் தெரிவிக்க ஓடிச் சென்றார்கள். அனைவரும் மீண்டும் வந்து, காட்டில் அவளைத் தேடத் தொடங்கினார்கள். அவர்களது அவளின் எவ்வித அறிகுறியுமில்லை. அவ்வாறான சந்தர்ப்பங்களில், முன்பு நடந்திருக்கக்கூடிய விதத்தில், சந்தேகத்துக்கிடமின்றி காட்டு விலங்குகளுக்கு அவள் இரையாகியிருக்கக் கூடும்.

இரண்டு, மூன்று பௌர்ணமிகள் கடந்து சென்றதன் பிறகு, அவர்களது பாட்டனார், அகுஎகே குறித்து தான் கேள்விப்பட்ட தகவலைச் சந்தேகத்துக்கிடமின்றி அறிந்துகொள்வதற்காக உமோஃபியாவுக்கு தூதுவனொருவனை அனுப்பி வைத்தார். சகோதரர்கள் அவள் மரணித்துவிட்டதை உறுதிப்படுத்தும் தகவலைத் தெரிவித்ததும், அவன் திரும்பவும் எஸிக்குச் சென்றான். சகோதரர்கள் அனைவரையும் தன்னை வந்து சந்திக்குமாறு கட்டளையிட்ட தகவலை ஒன்றிரண்டு கிழமைகளுக்குப் பிறகு மீண்டும் தூதுவன் மூலமாக அனுப்பியிருந்தார் முதியவர்.

அவரது பேரன்கள் வந்துசேரும்போது அவர் தனது குடிலில் அமர்ந்து காத்துக்கொண்டிருந்தார். சம்பிரதாய முறைப்படி அவர் அவர்களை வரவேற்றதன் பிறகு, அவர்களுக்கு அண்மையில் நிகழ்ந்திருந்த துர்பாக்கியம் குறித்தான நினைவுகளினால் மௌனமாக இருந்ததன் பிறகு, அவர் அவர்களது சகோதரி எங்கே எனக் கேட்டார். மூத்த சகோதரன் அகுஎகேயின் மரணம் குறித்து விபரித்தான். முதியவர் தனது வலது கையில் தலையைச் சாய்த்தவாறு அவன் அனைத்தையும் கூறி முடிக்கும்வரை செவிமடுத்துக்கொண்டிருந்தார்.

''அவ்வாறென்றால் அகுஎகே இறந்துவிட்டாள்?!'' என அவர் கேள்வியையே பதிலாகக் கூறினார்.

‘‘நீங்கள் ஏன் எனக்குத் தகவல் அனுப்பவில்லை?’’

சகோதரர்கள் அனைவரும் மௌனமாக இருந்தார்கள். பிறகு தமக்கு அனைத்து சடங்குகளையும் முழுமையாக நிறைவேற்ற வேண்டியிருந்தது என மூத்த சகோதரன் கூறினான். முதியவர் தனது வாயைக் கழுவிக்கொண்டார். பிறகு திடீரென எழுந்து, தனது படுக்கையறையை நோக்கி மெதுவாக நடந்துசென்று, அலங்காரமாகச் செதுக்கப்பட்டிருந்த கதவைத் திறந்தபோது அங்கே அகுளகேயின் ஆவி, புன்னகைக்காது, மகிழ்ச்சியைப் பிரதிபலிக்காது அவர்களது முன்பு காட்சியளித்தது. அனைவருமே எழுந்து நின்றதோடு, ஓரிருவர் அப்போதே குடிலுக்கு வெளியே ஓடிச்சென்றுவிட்டிருந்தார்கள்.

‘‘எல்லோரும் திரும்பி வாருங்கள்’’ என முதியவர் சோகம் கலந்த புன்னகையோடு கூறினார்.

‘‘இந்த இளம்பெண் யாரென்று உங்களுக்குத் தெரியுமா? எனக்குப் பதில் தெரிய வேண்டும். ஒஃபோடிலே நீதான் மூத்தவன். நீ எனக்குப் பதில் கூற வேண்டும். யாரிவள்?’’

‘‘இது எனது தங்கை அகுளகே’’

‘‘இவள் உனது தங்கை அகுளகே? ஆனால் அவள் வீங்கும் வியாதி தாக்கி செத்துப்போய்விட்டதாக நீ இப்போதுதானே கூறினாய்? செத்துப் போனவள் எப்படி மீண்டும் இங்கே இருப்பாள்?’’

எங்கும் அமைதி நிலவியது.

‘‘உங்களுக்கு, வீங்கும் வியாதி என்றால் என்னவென்று தெரியாவிட்டால், தெரிந்தவர்களிடம் அதைப் பற்றி ஏன் கேட்காமலிருந்தீர்கள்?’’

‘‘நாங்கள் முழு உமோஃபியா, அபாமே எல்லா இடங்களிலுமிருந்த மருத்துவர்களிடமும் கேட்டுப்பார்த்தோம்’’

‘‘நீங்கள் அவளை ஏன் என்னிடம் கொண்டுவரவில்லை?’’

மீண்டும் பேரமைதி நிலவியது.

முதியவர் அதன்பிறகு, தான் அவர்கள் எல்லோரையும் ஒன்றாக அழைத்தது, அன்றிலிருந்து அகுளகே தனது மகளாகிவிட்டதாகவும், அவளது பெயர் மடெஃபி என்பதையும் தெரிவிக்கவே என சில வார்த்தைகளில் கூறி முடித்தார். அவள் இனியும் உமோஃபியாவின் புதல்வியல்ல. இனி அவள் எஸியின் புதல்வி. அவர்கள் அமைதியாக ஒருவரையொருவர் பார்த்துக்கொண்டார்கள்.

''அவள் திருமணம் முடிக்கும்போது அவளுக்கான சீதனம் இனி எனது பொறுப்பாகும். உங்கள் சடங்கு, சம்பிரதாயங்கள் ஏதும் பாக்கியிருந்தால் இப்போது அதைச் செய்துவிட்டுப் போகலாம். காரணம், அகுளகே உமோஃபியாவில் செத்துப்போய்விட்டாள் என்பதனால்'' எனக் கூறி முடித்தார் முதியவர்.

தனது சகோதரர்களை வரவேற்கும் எந்த வசனத்தையும் உதிர்க்காது, மடெஃபி திரும்பவும் தனது அறைக்குள் நுழைந்துகொண்டாள்.

சாபம்

(அங்கோலா -ஒஸ்கார் ரிபாஸ்)

''ஓ அத்தையே ... எனக்கு அதிர்ஷ்டம் அடிச்சிட்டுது. எனக்குப் பணம் நிறையக் கிடைச்சிருக்கு''

விடிகாலையிலேயே வீட்டுக்குள் நுழைந்த முஸோகோ வெற்றிப் புன்னகையோடு தனது கையிலிருந்த சிறிய பொதியைக் காட்டினாள்.

''சத்தம் போடாதே. வெளியே யாருக்காவது கேட்கும். வா ... வாங்க அறைக்குள்ளே போவோம்'' என்று சிறிய கதிரையொன்றில் அமர்ந்தவாறு கரித்துண்டினாலும், உப்பினாலும் பல் துலக்கிக்கொண்டிருந்த அவளது அத்தை கூறினாள். கரி மற்றும் உப்பை வாயில் அடக்கியவாறு முற்றத்தில் அங்குமிங்கும் நடந்துகொண்டிருந்த பாட்டியும் இந்தச் சத்தம் கேட்டு உடனே அங்கு வந்தாள்.

''என்ன? என்ன?'' என அவள் ஆர்வத்தோடு கேட்டாள்.

''எனக்கு அதிர்ஷ்டம் அடிச்சிட்டுது. எனக்குக் கிடைச்சது என்னோட அதிர்ஷ்டம்''

இறுதியில் கதவு, ஜன்னல்கள் மூடப்பட்டன. பெண்கள் மூவரும் இரும்புக் கட்டிலின் மீதமர்ந்து துடிதுடிக்கும் இதயத்தோடு பணத்தை எண்ணிப் பார்த்தார்கள்.

''ஆயிரத்து இருநூற்றுப் பத்து. இதுவே போதாதா? ஆண்டவன் எங்களைப் பார்த்துட்டான். அவன் இந்த ஏழைகளை மறந்துடல''

''இனி உங்க வாய்களைப் பாதுகாத்துக்கணும். நீங்க எதையுமே காணல. புரியுதா? இந்தக் காசைக்கொண்டு உங்களுக்கு ஒரு புதிய வீடு வாங்கிக்கலாம். மகளே ... அதில் சந்தோஷமாக வாழலாம்'' என பாட்டி அறிவுறுத்தினாள்.

''இல்ல பாட்டி.. எனக்கு எதுக்கு வீடு? நாங்க அழகான உடுப்புகள், தங்க நகைகள், கையால் சுத்துற தையல் மெஷின் எல்லாம் வாங்குவோம். அதுக்குத்தான் இந்தக் காசு போதுமாகும்.''

''உனக்கு வேண்டியதெல்லாம் வாங்குறதுக்குப் பரவாயில்ல. ஆனா நாங்க இருக்கிற குடிசை எப்பவும் குடிசையேதான். அதுக்கு சொல்ல வேற வார்த்தையுமில்ல. முட்டாளாகாதே'' என்று அவளது அத்தை அதற்கு எதிர்ப்பைத் தெரிவித்தாள்.

மகிழ்ச்சியால் அவளது தலை ஆர்ப்பரித்தது. அவள் அறை முழுவதையும் ஒரு சுற்றுச் சுற்றிவந்தாள். அவளுக்குள்ளேயிருக்கும் சந்தோஷத்தின் ஒரு பகுதியையேனும் அவள் வெளிப்படுத்தியே ஆக வேண்டும். பாட்டி சிரித்துக்கொண்டே கை தட்டினாள்.

''இங்க பாரு. காசு வந்தா மனுஷங்க மூளையும் குழம்பிடுமா?''

''நீ ஆடு மகளே ஆடு ... உன்னைப் பெத்தவங்களோட ஆத்மாக்கள் உன் மேல கருணை காமிச்சிருக்காங்க'' என அத்தை சந்தோஷமாகக் கூறினாள்.

சிறிது நேரம் கழிந்தது. அயலில் வசிக்கும் பெண்ணொருத்தி முழு பிராந்தியத்துக்குமே கேட்கும்படி ஓலமிடத் தொடங்கினாள்.

'' என்னோட காசு ஆயிரத்து இருநூற்றுப் பத்து யாருக்குக் கிடைச்சது? அது கிடைச்சவங்க என்கிட்ட திருப்பிக் கொடுத்துடுங்க. என்கிட்டயிருந்து அது காணாமல் போயிடுச்சு. ஏழை நான் எவ்வளவு

பாடுபட்டு அந்தக் காசை உழைச்சேன் ... என்னோட பணத்தைத் திருடாதீங்க ... ஆயிரத்து இருநூற்றுப் பத்து எங்கிட்ட இருந்து தொலைஞ்சு போச்சு ... யாருக்கு அது கிடைச்சது? ஆண்டவன் பேரால் ஏழை என்மேல இரக்கம் காட்டி அந்தக் காசை திருப்பிக் கொடுத்துடுங்க''

அயல்வீட்டுப் பெண்ணின் ஒப்பாரி கேட்டு முஸோகோ தனக்குக் கிடைத்த பணத்தை அதன் உரிமையாளரிடமே கொடுத்துவிடத் தீர்மானித்தாள். ஆனாலும் சுய கௌரவமும் பயமும் அவளைத் தடுத்தன. பணத்தின் உரிமையாளர் யாரென்று தெரியாவிட்டால் பரவாயில்லை. ஆனால் இப்போது பணத்தின் உரிமையாளர் யார் எனத் தெரியும் என்பதோடு அவர் பக்கத்து வீட்டுக்காரரும்கூட.

''அத்தை ... நான் காசைத் திருப்பிக் கொண்டுபோய் டொனானாவுக்குக் கொடுக்கப் போறேன். அவர் அழுவுற சத்தம் கேட்கலையா?'' என்று அவள் கூறினாள்.

''நீ என்ன சொன்னே? திருப்பிக் கொடுக்க? நீ இந்தக் காசைத் திருடல ... அப்படித்தானே? உனக்கு அது தெருவிலருந்து கிடைச்சது ... அதுக்கு அர்த்தம் அது உனக்குத்தான் உரித்து என்பது. பிறகு நீ எதுக்கு பயப்படுறே?'' என அத்தை கபடப் பார்வையோடு பதிலளித்தாள்.

''உன்னோட சந்தோஷத்த தொலைச்சுடாதே. உனக்குக் காசு தானாக் கிடைச்சது. நீ திருடல. யாருக்காவது ஏதாவது தானாக் கிடைச்சதுன்னா அது கிடைச்சதுதான். அதுக்கு ஒண்ணும் செய்ய முடியாது. முட்டாளாகாதே'' என்று அத்தைக்கு சார்பாகப் பாட்டியும் கூறினாள்.

கலைந்து போயிருந்த ஆடைகளோடு டொனானா ஒப்பாரி வைப்பதைக் கண்டவர்கள் அவள் மீது அனுதாபம் கொண்டனர்.

''நிறையக் காசு. ஏழைப் பொம்பளை. யாரு அந்தக் காசை எடுத்தது? இல்ல. இங்குள்ளவங்க யாரும் அப்படிப்பட்ட வேலையைச் செய்ய மாட்டாங்க. இங்குள்ளவங்க யாரும் ரத்தக் காட்டேறிகளில்ல.

உரித்துள்ளவள் இவ்வளவு ஒப்பாரி வைக்கும்போது யாரால அந்தப் பணத்தை ஒளிச்சுவச்சுக்கொண்டிருக்க முடியும்? அப்படிப்பட்ட மனசு இங்க யாருக்கும் இருக்காது. இப்படிப்பட்ட குற்றத்தை யாராலும் செய்யமுடியாது. ஜீவிக்கிற கஷ்டம் எல்லோருக்குமே தெரியும் ... டொனானா, உன்னோட காசு எங்கே காணாமல் போச்சு?'' என அவளைச் சுற்றியிருந்தவர்களில் ஒருவன் கேட்டான்.

''எனக்குத் தெரியல. எந்நாளும் போல இன்னிக்குக் காலைலயும் நான் புகையிலையைக் கொடுத்து வேலையொண்ணு தேடிக்கலாம்னு கிவானாஸாவுக்குப் போனேன். ரயில் நிலையம் வரைக்கும் நடந்து போனேன். அப்போதான்... ஆண்டவனே...என்னோட பணத்தைக் காணோம்னு தெரிஞ்சது. நான் உடனே வீட்டுக்குத் திரும்பி வந்தேன். வர்ற வழியில் தெரு முழுக்க ஒரு அங்குலம்கூட விடாமல் தேடிப்பார்த்தேன். வீட்டுக்கு வந்தும் வீடு முழுக்க புரட்டிப் புரட்டித் தேடிப்பார்த்தேன். பெட்டிகள், லாச்சிகள் எல்லாத்தையும் இழுத்துக் கவிழ்த்துத் தேடிப் பார்த்தேன். எல்லா இண்டு இடுக்குகள்லயும் தேடிப்பார்த்தேன். கட்டில், மெத்தைகளைக் கவிழ்த்துக்கூடப் பார்த்துட்டேன். ஆனா காசோட எந்தத் தடயமுமில்ல'' என்று அவள் கவலையோடு அழுதவாறே கூறினாள்.

''எவ்வளவு கஷ்டப்பட்டு உழைச்சு சம்பாதிச்ச பணம்? ஐயையோ'' என அவள் கவலையோடு இரு கரங்களையும் உயர்த்தினாள்.

''நான் முழு ஸ்கெம்பன்வா பிராந்தியத்துக்குமே கேட்கக் கத்திட்டேன். புங்கோ பிராந்தியத்துக்கும் கேட்கக் கத்திட்டேன். மைஸங்காவுக்குப் போய்க் கத்திட்டேன். இறைச்சி, மீன் சந்தைக்கும் போய் ஓலமிட்டேன். செய்ய முடிஞ்சதெல்லாம் செஞ்சிட்டேன். எல்லா இடங்கள்லயும் தேடியும் பார்த்துட்டேன். ஐயையோ நான் அவ்வளவுதான். யாருமே என்னோட பணத்தை திரும்பக் கொண்டுவந்து தரல ... யாருமே ... ஐயையோ''

‘‘காசை எடுத்தவங்க அதைத் திரும்பக் கொண்டுவந்து தரலன்னா?’’

‘‘இவ்வளவு ஒப்பாரி வைக்குற இந்தப் பொம்பளைக்கு காசைத் திரும்பக் கொண்டுவந்து கொடுக்காதவங்கதான் இந்த உலகத்துல இருக்குறவங்கள்லயே ரொம்ப மோசமானவங்க.’’

சூட்டோடு சூடாக சில தினங்கள் கழிந்தன. லுவண்டாவில் வசித்த ஏழை மக்கள் அனைவருமே டொனானாவுக்கு நிகழ்ந்த துயரம் தமக்கு நிகழ்ந்த துயரம் எனக் கருதி அவள் மீது அனுதாபம் காட்டினார்கள். உண்மையில் டொனானாவைப் போலவே ஏழைகளான அயல்வீட்டுக்காரர்களுக்கு அவள் குறித்துக் கவலைகொள்ளாது இருக்க இயலுமா? அவர்கள் அனைவருமே உழைத்துப் பணம் சம்பாதிப்பதிலுள்ள கஷ்டத்தை அறிவார்கள். ஒவ்வொருவரின் துயரம் குறித்தும் அவர்கள் அனுபவப்பட்டிருக்கிறார்கள்.

ஏழைகள் எப்போதுமே சக ஏழைகளுக்கு உபகாரம் செய்வார்கள். வீட்டு வேலைகளிலும் ஏனைய விடயங்களிலும் உதவிகள் புரிவார்கள். அவர்கள் எவருக்குமே வாழ்க்கையென்பது சுகமானதாக இருந்ததில்லை. வேலை செய்யும் சந்தர்ப்பங்களில் அவர்கள் தமது எஜமான் தரப்பிலிருந்து வரும் ஏச்சுப் பேச்சுகளுக்கும், கேலி கிண்டல்களுக்கும் ஆளாக வேண்டியிருந்தது. என்றபோதிலும் அவர்கள் தமது எஜமானர்களை மகிழ்விக்கப் பாடுபட்டார்கள். தத்தமது வீடுகளில் தமக்கே உரித்தான கஷ்டங்களையும், துயரங்களையும் அனுபவித்தவாறு, தமது பசி போக்க அவர்கள் எவ்வளவு தூரம் பாடுபட்டு வேலை செய்ய வேண்டியிருந்தது என்பதை அந்த இறைவன் மட்டுமே அறிவான்.

முழு பிரதேசத்திலுமே பரவியிருந்த ஓலமானது, மீண்டுமொரு தடவை அனைத்து இடங்களிலும் கேட்டது. இந்தத் தடவை அது முறைப்பாடல்ல. சாபமிடுதல்.

‘‘தொலைந்துபோன எனது பணத்தைத் திருப்பித் தரும்படி நான் வேண்டி நின்றேன். யாருமே செவி சாய்க்கவில்லை. இதை நன்றாகக்

கேளுங்கள். பிறகு நானொரு மோசமான பெண்ணொருத்தி எனக் கூறவேண்டாம். நான் சபிக்கப் போகிறேன். அதற்குப் பிறகு அதுபற்றி முறையிட வேண்டாம். எனது பணத்தை எவர் எடுத்திருப்பினும் அவர் செத்துப்போக வேண்டும். அந்தப் பிணத்தின் நகங்களை வெட்டுவது யார்? அவரும் செத்துப்போக வேண்டும். அந்தப் பிணத்தினைப் புதைப்பது யார்? அவர்களும் செத்துப்போக வேண்டும். இந்த அழிவுகளுக்கு நான்தான் காரணமென யாராவது கூறினால் அவரும் செத்துப்போக வேண்டும்.'

"யாரும் பணத்தை எடுத்திருந்தால் அவர் அழிந்து போவார்" என சாபங்களினால் ஏற்படும் அழிவுகளின் விபரீதங்களைப் பற்றி அறிந்திருந்த பெண்கள் முணுமுணுத்தனர்.

சிறு குழந்தைகள் இருக்கும் தாய்மார் தமது பிள்ளைகளின் சட்டைப் பைகளில் மிகுந்த கவனத்தோடு தேடிப் பார்த்தார்கள். சிலவேளை சிறுவர்களுக்கு இப்பணம் கிடைத்திருக்கக் கூடும். அவர்கள் இனிப்புகளுக்கும், விளையாட்டுச் சாமான்களுக்கும் இப்பணத்தை செலவழித்திருக்கக்கூடும்.

"ஆமாம். பிள்ளைகள் இப்படி முட்டாள்தனமான வேலைகள் செய்வார்கள்" என முதியவர்கள், தாய்மாரின் தீர்மானத்தை ஆதரித்தனர். அப் பிரதேசத்தின் அனைத்துத் திசைகளிலும் மரண பயம் பரவியிருந்தது. ஆண்டவனே, அப்பணத்தை எடுத்தது யார்? எவர் அப்பணத்தை வைத்துக்கொண்டிருக்கும் பாறாங்கல்லைப் போன்ற இதயம் அமைந்த நபர்? அவர் ஏன் திருப்பிக்கொடுக்க முன்வரவில்லை?

எல்லோரையும்விட முஸோகோ பயந்தாள். குடும்பத்தினரது வற்புறுத்தலை அவளால் இன்னும் பொறுத்துக் கொண்டிருக்க முடியாது. அவளது குடிசைக்கு பல தடவைகள் கேட்ட அயல்வீட்டுப் பெண்ணின் சாபமானது, அவளது இரு காதுகளிலும் எதிரொலித்துக்கொண்டேயிருந்தது.

''நான் தேடுவதை ஒளித்துவைக்க வேண்டாம். உழைத்துச் சம்பாதிப்பதில் உள்ள கஷ்டம் தெரியும்தானே?''

டொனானாவின் சாபத்தின் காரணமாக முஸோகோவிடமிருந்த மகிழ்ச்சி காணாமல் போயிருந்தது. அழகான ஆடை, தங்க நகை, மகிழ்ச்சி இவையனைத்தும் அதல பாதாளத்தில் வீழ்ந்துவிட்டன. அவள் மீண்டுமொரு தடவை அவளது அத்தையிடமும் பாட்டியிடமும் பணத்தைத் திரும்பக் கொடுத்துவிடுவதுபற்றிக் கேட்டாள். ''வேண்டாம் ... வேண்டாம் ... முட்டாளாகி விடாதே'' என்றார்கள் இருவரும்.

ஆனால் இப்போது அவர்கள் விரும்பினாலும் விரும்பாவிட்டாலும் அவளுக்குக் கிடைத்த பணத்தைத் திருப்பிக் கொடுத்துவிட வேண்டும்.

''அத்தை ... டொனானா சொன்னது கேட்டுச்சா?'' அவள் கடுமையாகக் கேட்டாள்.

''ஆமா. அவள் வேண்டிய மட்டும் சபிக்கட்டும். விரும்பிய வரைக்கும் சாபம் கொடுக்கட்டும்''

''சாபம் ... சாபம் ...டொனானா விளையாட்டுக்குச் சொல்லவில்லை'' என முஸோகோ கவலையோடு கூறினாள்.

எனினும் முதியவள், தமக்கு எதிர்பாராமல் கிடைத்த பணத்தைக் கொடுக்கவிரும்பாது, சொல்பேச்சுக் கேட்காத பிள்ளைக்குக் கடுமையாக உபதேசித்தாள்.

''இங்க பாரு. அந்தக் காசு உன் கையிலிருக்கும்போது கை சுடுதா? கெட்ட நெனைப்புகளை மறந்துடு. சாபங்களெல்லாம் காத்தோடு போயிடும். நான் ஒண்ணும் நேத்து பொறந்தவளில்ல. புரியுதா?''

''ஆனா பாட்டி ...''

''கவலைப்படாதே. உனக்கிருக்கிறது வீண் பயம். நாங்க காசைத் திருடியிருந்தா எங்களுக்குக் கஷ்டம் வரும். ஆனா அதை நீ

தெருவிலிருந்துதானே கண்டெடுத்திருக்கிறாய் ... இதெல்லாம் டொனானாவோட பொய்கள். அவள் பொய்யா மிரட்டுறாள். சொல்றதையெல்லாம் செய்ய மாட்டாள். காசைத் திருப்பிக்கொடுக்காதே. உனக்குக் காசு கிடைச்சது உன்னோட அதிர்ஷ்டம். நீ புதுமையான ஒருத்திதான்'' என்று அவள் தொடர்ந்தும் கூறினாள்.

''அந்தப் பொம்பளைக்கு இப்படிக் காசு கிடைச்சிருந்தா அவ அதைத் திருப்பித் தந்திருப்பான்னு நீ நெனக்கிறியா?'' என அவளது அத்தை கேட்டாள்.

இவ்வாறான உபதேசங்களால் முஸோகோ பணத்தை மீளக் கொடுக்கும் எண்ணத்தைக் கைவிட்டாள். ஏழைச் சிறுமி. அவள் இப்போது தீச் சுடர்களுக்குள் பற்றியெறிவதைப் போல உணர்ந்தாள். 'உனது கையில் அப்பணம் இருக்கும்போது உன் கை சுடுகிறதா?' என அவளது பாட்டி கேட்டிருந்தாள். ஆமாம். அவளது கை சுடவில்லை. ஆனால் இதயம் பற்றியெரிகிறது. அவளது முழு வாழ்க்கையுமே பற்றியெரிகிறது.

''நான் இப்போது சாபத்தின் சக்தியால் அழிந்துபோய்விடுவேன். கேட்கிறதா? அந்தப் பெண் சபிக்கும் ஓசை கேட்கிறதா?''

''தொலைந்துபோன எனது பணத்தைத் திருப்பித்தரும்படி நான் வேண்டி நின்றேன். யாருமே செவி சாய்க்கவில்லை. இதை நன்றாகக் கேளுங்கள். பிறகு நானொரு மோசமான பெண்ணொருத்தி எனக் கூற வேண்டாம். நான் சபிக்கப் போகிறேன். அதற்குப் பிறகு அதுபற்றி முறையிட வேண்டாம். எனது பணத்தை எவர் எடுத்திருப்பினும் அவர் செத்துப்போக வேண்டும். அந்தப் பிணத்தின் நகங்களை வெட்டுவது யார்? அவரும் செத்துப்போக வேண்டும். அந்தப் பிணத்தினைப் புதைப்பது யார்? அவர்களும் செத்துப்போக வேண்டும். இந்த அழிவுகளுக்கு நான்தான் காரணமென யாராவது கூறினால் அவரும் செத்துப்போக வேண்டும்.'

நாள் முழுவதும் சிந்தித்து எடுத்த தீர்மானத்தின்படி, தனக்குக் கிடைத்த பணத்தைத் திரும்பவும் அதன் உரிமையாளருக்கே திருப்பிக்கொடுத்துவிட முஸோகோ தீர்மானித்தாள். அவளது அத்தையிடமும் பாட்டியிடமும் இதைப் பற்றிக் கூற வேண்டுமா? வேண்டாம். அவர்கள் தடை விதிப்பார்கள்.

தனது ஆடையினுள் பணத்தை மறைத்துக்கொண்ட அவள், புழுதி படிந்த தெருவிலிறங்கி அடி வைத்து முன்னோக்கி நடந்தாள். எனினும் விளங்கிக்கொள்ள முடியாதவொரு சக்தியால் அவள் மறு திசைக்குத் தள்ளப்பட்டாள். அவள் தனக்குள்ளேயே வாதித்தாள். 'நல்லது. டொனானாவின் பணத்தை திருப்பிக் கொடுத்துவிடவா? ஆமாம். ஆனால் நடந்தது என்னவென்று அவளிடம் கூற வேண்டி வரும். பல நாட்களுக்குப் பிறகு அப்பணத்தைத் திருப்பிக் கொடுப்பதற்கு வெட்கப்பட வேண்டி வருமோ?'

யோசனையோடு நடந்துசென்றவள், தான் டொனானாவின் வீட்டு வாசலருகே வந்துவிட்டதை உணர்ந்தாள். அவள் வீட்டினுள்ளே செல்ல வேண்டுமா? வேண்டாமா? இப்போது என்ன நடக்கும்? அவளால் இப்பணத்தைக் கொடுக்க இயலுமா? இயலாது. ஒருபோதும் இயலாது. உள்ளுக்குள் வெட்கமடைந்தாள். இந் நாசமாய்ப்போன பணம் அவளது நிம்மதியைக் கெடுத்துவிட்டது.

டொனானா தனது பணத்தை வேண்டி நின்றாள். ஆனால் பலனேதுமில்லை. அவளது கண்ணீருக்கு பதில் கிடைக்கவேயில்லை. இப்பொழுது எஞ்சியிருப்பது ஒன்றே ஒன்றுதான். அது எடுத்தவர் நாசமாகிப் போகும்படி சாபமிடுவது. அவள் தானடைந்த நஷ்டத்தைக் கண்டுகொள்ளாது விட்டிருந்தால் கூட, தீய மனதுள்ள எவரோ ஒருவர் அவளது பணத்தைக்கொண்டு ஆனந்தித்திருக்கக் கூடும்.

அவள் பெரும்பாடுபட்டு உழைத்துக் களைத்து, தேவைகளைத் தியாகம் செய்து சேமித்துவைத்திருந்த பணம். இல்லை. அவ்வாறு நடைபெற வேண்டியதில்லை. எடுத்தவர் யாராக வேண்டுமானாலும்

இருக்கட்டும். எனது கோரிக்கைக்கு செவி சாய்க்கட்டும். ஆமாம். அவர் இதைக் கேட்க வேண்டும். அவள் எல்லோருக்கும் கேட்கும் விதத்தில், எல்லாத் திசைகளிலும் வேண்டி நின்றாள். எல்லோரும் அவளது துயரத்தை அறிந்தனர். எட்டுத் தினங்களாக அவளது ஓலம் பற்றி, அப்பிராந்தியத்திலிருந்த மிகவும் வறியவர்களிடையே கூட கதைத்துக்கொள்ளப்பட்டது. சாபமிடப் போவதாக அவள் சத்தியம் செய்திருக்கிறாள். இப்பொழுது அவள் அதற்குத் தயாராகி வருகிறாள். அவள் அவரை மன்னிக்க வேண்டுமா? அவளது பணத்தை எடுத்த நபர் அவள் மீது அனுதாபம் காட்டினாரா? பாறாங்கல் இதயம் கொண்ட நபர்.

டொனானா, அம்ப்ரிஸை நோக்கிச் சென்றாள். அப்பிரதேசம் மாந்திரீகர்களுக்குப் பிரசித்தி பெற்ற இடம். ஆவிகளின் துணையோடு அவர்கள் திருடனைப் பிடித்து வேற்று லோகத்துக்கு அழைத்துச் செல்லக் கூடும். ஆமாம். ஒரு நிமிடத்தில் திருடனைக் கண்டுபிடித்துவிடுவார்களாம்.

"எனது காணாமல்போன பணத்தை எடுத்துக்கொண்ட நபரை அழிக்க ஆவிகளை வரவழைக்க வேண்டும். உங்களது சக்தியைக் கொண்டு அதற்கான ஏற்பாடுகளைச் செய்யுங்கள்" என டொனானா, மாந்திரீகர்களிடம் கூறப் போகிறாள்.

கோரமான உருவங்கள் வரையப்பட்டிருந்த மாந்திரீகர்களின் குடிலுக்குச் சென்றிருந்த அவள் நிலத்தில் குந்தியமர்ந்தாள். அவளது கண்களிலிருந்து கண்ணீர் வழிந்தோடியது. அவள் சத்தியம் செய்தாள்.

"ஹோனோஜி, ம்யுஞ்சி, முத்தினிகொங்கோ ஸ்வாமிகளே... சர்வ பலம் பொருந்திய இறைவனே, நான் எட்டு நாட்களாக எனது காணாமல்போன பணம் குறித்து அழுதுகொண்டிருந்தேன். யாருமே எனக்குச் செவிமடுக்கவில்லை. எனது துயரத்துக்கு செவி கொடுங்கள் ஐயா. எனது பணத்தையெடுத்தவர் யாராயிருப்பினும் அவர் செத்துப் போகட்டும். அந்தப் பிணத்தைக் குளிப்பாட்டுபவனும் செத்துப்

போகட்டும். அந்தப் பிணத்தைப் புதைக்கச் செல்பவர்களும் செத்துப் போகட்டும். இந்த அழிவுகளுக்கு நான்தான் காரணமென யாராவது கூறினால் அவரும் செத்துப் போகட்டும். எனது ஓலம் எல்லோருக்குமே கேட்டது. ஆனால் எவருமே எனக்குக் கருணை காட்டவில்லை.''

புழுதி படிந்த ஆட்டெலும்பொன்றைக் கைகளிலெடுத்த மாந்திரீகன் அச்சாபத்தை முதலில் ஆகாயத்துக்கு அனுப்பினான். அதன்பிறகு கிழக்குக்கும் மேற்குக்கும் அனுப்பினான்.

''இனி சாவிலிருந்து பாதுகாத்துக்கொள்ளப் பார்த்துக்குங்க. ஆவிகள் என்பது கேலிக்குரிய விஷயமில்ல.''

இறுதியில் மழை பெய்ய ஆரம்பித்ததும் சாபமும் பலிக்கத் தொடங்கிற்று. அவள் சாகசக்காரியா? இல்லை. அவளைப் பார்த்து அப்படிக் கூற இயலுமா? அவள் சாபமிடப் போவதாக முன்பே எச்சரித்திருந்தாள். இல்லை. இல்லை ... அவள் மோசமான விதத்தில் நடந்துகொள்ளவில்லை. அவளது பிரார்த்தனையானது அவளது பணத்தை எடுத்தவர் அழிந்துபோக வேண்டும் என்பதாகவே இருந்தது. அப்பணத்தை எடுத்தவர்கள் அதன் விளைவுகளை இப்பொழுது அனுபவிக்கட்டும்.

முஸோகோ பல நாட்களாக உடல்நலமற்றிருந்தாள். வீட்டில் செய்த மருத்துவங்களால் அவளுக்குச் சுகம் கிட்டவில்லை. விடாத காய்ச்சல், வயிற்று வலி ஆகியவற்றோடு அவள் இரத்த வாந்தியெடுத்தாள்.

''மந்திரிக்குற ஒருத்தரிடம் காட்டிப்பார்ப்போமா?'' எனப் பாட்டி கேட்டாள். அவளுக்கு இப்போதுதான் டொனானாவுடைய சாபத்தின் ஆழம் புரிந்தது.

நாட்டு வைத்தியர் மறுநாள் காலையிலேயே வந்தார். ஆனால் அவரால் எதுவும் செய்ய இயலவில்லை. இவை எல்லாமும் பணத்தினால்தான். தெருவில் கிடைத்த பணம். உரிமையாளரிடமிருந்து மறைத்த பணம்.

''ஆண்டவனே, சாகும் வயது எனக்கில்லை. இதெல்லாம் இன்னும் அனுபவிக்காத அப்பணத்தினால் வந்த வினை'' என முஸோகோ வாடிய முகத்தோடு மூச்சுவிட்டாள்.

அன்றிரவு வானில் இடி மின்னல் அதிகரித்தது. அத்தையும் பாட்டியும் தயக்கத்தோடு பிரார்த்தித்தார்கள்.

''இறைவா, முஸோகோ உனக்கு என்ன தீங்கு செய்தாள்? சிறு ஏழைச் சிறுமி. அவள் இப்போது எங்களை விட்டுச் செல்லப் போகிறாள்''

அவர்களது ஒப்பாரி ஓசை கேட்டு, அயல் வீட்டுப் பெண்ணொருத்தி ஓடி வந்தாள்.

''என்னாச்சு? என்ன?''

''என்னாச்சுன்னு எங்களுக்குத் தெரியல. எங்களோட சின்னப்பொண்ணு எட்டு நாட்களாக சுகமில்லாமல் இருந்தாள். இப்போதுதான் செத்துப்போனாள்'' என வாடிப்போன முகங்களோடு, கட்டில் மீது கிடத்தப்பட்டிருந்த சடலத்தைப் பார்த்தவாறு அவர்கள் ஒப்பாரி வைத்தார்கள்.

மேலும் எட்டுத் தினங்கள் கழிந்தன. அன்று முழு பிராந்தியமுமே கவலைகொள்ளும் விதமாக ஒரு சம்பவம் நடந்தது.

''தெரியுமா சேதி? டொனானா செத்துப்போயிட்டாளாம்''

''செத்துப்போயிட்டா?''

''ஆமா. அவளுடைய புதைகுழிக்கு மேல சிவப்புச் சேவலொண்ணு இருந்துச்சாம்''

''சிவப்புச் சேவலா? அது பிசாசாச்சே!''

''நிஜம்தான். அது பிசாசுதான்''

"ஆமா. அவள் காணாமப் போன காசுக்காகப் பலியெடுக்கத்தான் அம்ப்ரிஸுக்குப் போனாள். திருடனை ஆவிகளிடம் பிடிச்சுக் கொடுக்கத்தான் அவளுக்குத் தேவைப்பட்டது"

"பார்த்தியா? அவளுக்கு இன்னொருத்தரை அழிக்கத் தேவைப்பட்டது. அது அவளுக்கே பலிச்சிருக்கு"

"அதோடு பாரு ... அந்த நாட்கள்ல பெய்த மழை ..."

"ஆவிகள் அப்படித்தான். அதுங்க ஒண்ணு மழையோடயோ இல்லாட்டி காத்தோடயோதான் வரும். மனுஷங்களைப் போல இல்ல"

"அப்போ... புதைகுழிக்கு மேல சிவப்புச் சேவல்?"

"ஆமா... செத்துப் போனவ வீட்டு முன்னாடி ஒரு பிசாசையும் நேத்து சில பேர் கண்டிருக்காங்களாம் ..."

"இதுன்னா ஒரு பேரழிவுதான். அவளோட சாபத்தாலதான் இதெல்லாமே நடக்குது"

"சாபம் கொடுத்தா அப்படித்தான். டொனானா பள்ளிக்குப் போய் பிரார்த்திச்சிருந்தா அவளோட காசு திரும்பக் கிடைச்சிருக்கும். அத்தோடு உரித்தாளி செத்துப்போயிருக்கவும் மாட்டாள்."

மேலும் சில தினங்கள் கழிந்தன.

"ஆஹ் ... அன்னிக்கு முஸோகோ செத்துப் போனாள் ... இன்னிக்கு அவளோட அத்தை இஸபெலா ... பேரழிவுதான் இது"

"ஆமா ... இந்த மழை தானாகப் பெய்யல ... ஆவிகள் பெய்ய வைக்குது"

முஸோகோவினதும் டொனானாவினதும் சவ ஊர்வலங்களில் கலந்துகொண்டவர்களும்கூட சுகவீனமுற்று இறந்துபோனமை வியப்பளிக்கக் கூடியதாக இருந்தது.

‘‘ஆண்டவன் என்னை மன்னிக்கட்டும். பணத்தை எடுத்தது முஸோகோதான் என்று நான் இப்போதுதான் கேள்விப்பட்டேன்.’’

‘‘நெஜமாவா?’’

‘‘எனக்குத் தெரியல ... அப்படியொரு வதந்தி பரவியிருக்கு. எப்படியிருந்தாலும் பொறுக்கியெடுத்த காசை உரித்தாளியிடம் சேர்க்க அவள் விரும்பினாளாம். ஆனா அவளோட பாட்டியும் அத்தையும் அதைத் தடுத்தாங்களாம்’’

‘‘ஓஹ் ஆண்டவனே! அந்த வயசான பொம்பளைங்ககூட அடுத்தவங்க காசை பயன்படுத்திக்க நெனச்சது ஏன்?’’

‘‘டொனானாவும் அவங்களும் நல்ல சினேகிதர்களாம்’’

‘‘பைத்தியம் ... சினேகிதர்கள் என்றால் இப்படிச் செய்வாங்களா? வெளியே சினேகம் ... உள்ளுக்குள் எதிரி’’

‘‘முகத்தைப் பார்க்கலாம் ... அகத்தைப் பார்க்க முடியாதுன்னு ஒரு பழைய பழமொழிகூட இருக்கே. ஆனா என்னோட கவலையெல்லாம் ... ஏழைச் சிறுமி சின்ன வயசுலேயே செத்துப்போயிட்டா. அவளென்றால் நல்லவள் ... இப்ப அத்தையும் ...’’

‘‘ஆண்டவன் என்னை மன்னிக்கட்டும். அவள் இப்ப எங்களோடு இல்ல. அத்தையாலும் பாட்டியாலும் அவள் செத்துப்போயிட்டாள். அத்தையும் செத்துப்போயிட்டாள். டொனானாவும் செத்துப்போயிட்டாள்’’

‘‘டொனானாவை எனக்கு நல்லாத் தெரியும். ஆனா அவ சாபமும் கொடுப்பான்னு எனக்குத் தெரியல. அவ ஏன் பழைய காலத்தைப் போல சாபம் கொடுத்தாள்? பிணத்தைக் குளிப்பாட்டுறவங்களும் செத்துப் போவாங்க ... பிணத்தைப் புதைக்கிறவங்களும் செத்துப் போவாங்கன்னு சொல்லி ...?’’

"அந்தச் சாபம் இப்போ தேவைக்கும் அதிகமாகவே பலிச்சிருக்கு"

ஆனாலும் மரணங்கள் முடியவில்லை.

"ஒரு கெட்ட சேதியைக் கேட்டியா? மனுஷங்க திடீர் திடீர்ன்னு தெருவுல விழுந்து செத்துப் போறாங்களாம்."

"இருக்காது. யாராவது குடிகாரர்களாக இருக்கும்"

"இல்ல. கத்ரீனாவைத் தெரியலையா?"

"அந்த ஏழைப் பொண்ணுதானே?"

"ஆமா. கபினோ ரயில் நிலையத்துக்கருகிலாம். மருத்துவர்கிட்ட போன பயணமாம்."

காய்ச்சல், வயிற்றுவலி, இரத்த வாந்தி ஆகியன அப் பிராந்தியம் முழுவதும் பரவியிருந்தன. ஒருவரைத் தொடர்ந்து மற்றொருவரென உயிரை விட்டனர். அச்சவ ஊர்வலங்களில் கலந்துகொண்டவர்களும் மாண்டுபோயினர். கிராமத்தில் ஒற்றுமை இல்லாமல் போனது. எவருமே சவ ஊர்வலங்களில் கலந்துகொள்ளவில்லை. சுகவீனமுற்றவருக்குச் சேவை செய்ய குடும்பத்தினர் கூட முன் வரவில்லை.

இதற்கிடையில் புதிய தகவலொன்று முழு பிரதேசத்திலும் பரவத் தொடங்கியது. சாபத்திலிருந்து மீள்வதற்காக முஸோகோவின் குடும்பத்தினர் டொனானாவிடமிருந்து எடுத்த பணத்தை வீதியில் விட்டெறிந்துள்ளனர். சிறுவர்கள் அப்பணத்தை பொறுக்கியிருக்கின்றனர். நிறைய அப்பாவி சனங்கள் செத்துப்போக வேண்டி வந்தது அதனால்தான். இன்னும் எத்தனை பேர் சாகப் போகிறார்களென்பது அந்த ஆண்டவனுக்கு மட்டும்தான் தெரியும்.

"தெருவுல கிடக்குற காசை எடுக்க வேணாம். விளங்குதா? அது ஒரு சாபம். எல்லோரும் செத்துப் போய்க் கொண்டிருக்கிறதப் பாரு" எனத் தாய்மார் தமது பிள்ளைகளுக்கு அறிவுறுத்தினர்.

எனினும் மரணங்கள் நின்றுவிடவில்லை. 'சவத்தைக் குளிப்பாட்டுவது யார்? அவரும் செத்துப் போவார். பிணத்தின் நகங்களை வெட்டுவது யார்? அவரும் செத்துப்போவார். சவ ஊர்வலத்தில் கலந்துகொள்பவர்கள் யார்? அவர்களும் செத்துப்போவார்கள்' என்ற சாபத்தின் பாரதூரம் காரணமாக தம்மால்கூட எதுவும் செய்ய முடியாதென மாந்திரீகர்கள் கையை விரித்தனர்.

"இது ஏதோ மழையோடுவந்த தொற்று நோய்" என ஒரு வைத்தியர் கூறினார்.

"அப்படிச் சொல்லி மக்களை ஏமாத்த முடியாது. எங்க மந்திரவாதிகளையும் ஏமாத்த முடியாது" என தமது எதிர்ப்பினைத் தெரிவித்த கிராமத்தினர்

"ஒரு தொற்றுநோயுமில்ல. இது ஆவிகளோட வேலைதான்" என்றார்கள்.

மனிதன்

(கொங்கோ குடியரசு ஈ.பீ.டொங்காலா)

''...இல்லை. இந்தத் தடவை தப்பிச் செல்ல முடியாது. நாற்பத்தெட்டு மணித்தியாலங்களுக்குப் பிறகு அம்மனிதன் ஒளிந்திருக்கும் இடத்தைக் கண்டுபிடித்திருக்கிறார்கள். அவன் ஒளிந்திருக்கும் ஊரைக்கூட கண்டுபிடித்தாயிற்றாம்.''

''எவ்வளவு வதந்திகள் பரவிக்கொண்டிருக்கின்றன?''

''ஒரே சந்தர்ப்பத்தில் அம்மனிதனை பல இடங்களில் காணக்கிடைத்திருக்கிறது. சரியாகச் சொன்னால் பல சந்தைகளில் ஒரே நேரத்தில் தோன்றுவதற்கு வரம் கிடைத்த ஒருவனைப் போல. இராணுவத்தினர் அம்மனிதனை தேசத்தின் மத்திய பிரதேசத்தில் கண்டு துரத்திச்சென்றிருக்கிறார்கள். ஆனாலும் பிடித்துக்கொள்ள முடியவில்லையாம். வடக்கின் சதுப்பு நிலத்தில் பாரசூட் மூலம் குதித்த இராணுவத்தினர், தாம் அம் மனிதனைச் சுற்றிவளைத்துத் தாக்கியதாகக் கூறுகின்றனர். அவர்களுக்குக் கிடைத்த ஒரே சாட்சி பாறையின் உச்சியில் கிடைத்த இரத்தக் கறை. முற்பகுதியில் இருக்கும் இராணுவத்தினர், தாம் அம்மனிதன் தப்பிச்செல்ல முற்பட்ட படகுக்கு வேட்டு வைத்ததாகக் கூறுகின்றனர். அம்மனிதன் நதியின் வழியே தப்பிச்செல்ல முற்பட்ட வேளையில் துரதிஷ்டவசமாக படகு மூழ்கியதாம்.''

இவ்வாறான அனைத்து விடயங்களும் கருத்துகளும் முன்வைக்கப்பட்ட போதிலும் விசாரணை நடவடிக்கைகள் கைவிடப்படவில்லை. அப்பொழுதும்கூட, ஈடுபடுத்தப்பட்டிருந்த காவல்துறை வலையமைப்பு இன்னுமின்னும் பலப்படுத்தப்பட்டது. காவல்துறைக்குப் புதிதாக ஆட்கள் இணைத்துக்கொள்ளப்பட்டது மாத்திரமன்றி, இராணுவ வீரர்களுக்கு முழுமையான பலத்தைப் பிரயோகிக்கும் அங்கீகாரமும் வழங்கப்பட்டிருந்தது.

இராணுவத்தினர் அப்பிரதேசத்தின் தொழிலாளர் குடியிருப்புகளை ஆக்கிரமித்தனர். வீடுகளின் கதவுகளை உடைத்த அவர்கள் பஞ்சையும் வைக்கோலையும் உபயோகித்து தயாரிக்கப்பட்டிருந்த மெத்தைகளை துப்பாக்கி முனையில் பொருத்தப்பட்டிருக்கும் இரும்பு உளியினால் குத்தி ஓட்டையாக்கி, அவற்றுக்குள் தாம் தேடி வந்த மனிதன் இருக்கிறானா எனத் தேடிப்பார்த்தனர். தானியங்களைச் சேமித்துவைத்திருந்த சாக்கு மூட்டைகளில் துவாரங்களிட்டுப் பரிசோதித்தனர். தாம் கேட்கும் கேள்விகளுக்கு உடனடியாகப் பதில் கூறாத ஊராரைத் துப்பாக்கிப் பிடியால் தாக்கினர். தமது வீடு உடைபடுவதற்கு எதிர்ப்பைத் தெரிவித்த ஒவ்வொருவரும் தாக்குதலுக்குள்ளாக நேர்ந்தது. எனினும் இவ்வனைத்து இராணுவத் தந்திரங்களாலும் சாதகமான பதிலைப் பெற்றுக்கொள்ள முடியவில்லை. முழு தேசமுமே குழப்பத்துக்குள்ளானது. அவர்கள் தேடும் அவ்வீரச் செயலைச் செய்த மனிதன் ஒளிந்திருப்பது எங்கே?

தேசப்பிதா, மாபெரும் வழிகாட்டி, மக்களின் மீட்பர், சிரேஷ்ட தலைவர், ஆயுட்கால ஜனாதிபதி, இராணுவத்தின் பிரதான கட்டளைத் தளபதி மற்றும் நாட்டு மக்களின் நேசத்துக்குரிய தந்தையான அவர், சாதாரண பொதுமக்கள் நுழைவது முற்றுமுழுதாகத் தடைசெய்யப்பட்ட ஒரு மாளிகையிலேயே வாழ்ந்துவந்தார். போர்த் தந்திரங்கள் குறித்து பட்டம் பெற்ற இஸ்ரேல் பேராசிரியரொருவரின் அறிவுரைக்கிணங்க வடிவமைக்கப்பட்ட பாதுகாப்பு வளையங்கள்

மாளிகையைச் சுற்றிவர இருந்தன. ஒருபோதும், எந்தத் தீவிரவாதத் தாக்குதலும் நடத்த ஒரு வழியும் இல்லை.

அரண்மனையைச் சூழவிருந்த பிரதேசத்தின் ஐநூறு யார் தூரத்துக்கு வெளியே பத்து யாருக்கு பத்து யார் இடைவெளியில் ஆயுதம் தாங்கிய இராணுவத்தினர் காவலுக்கு நின்றனர். அவர்கள் பகலிரவாக தமது கடமையைச் செய்துவந்தனர். இவ்வாறான இன்னுமிரு பாதுகாப்பு வளையங்கள் இருநூறு யார் தூரத்திலும், நூறு யார் தூரத்திலும் கூடஈடுபடுத்தப்பட்டிருந்தன. அரண்மையைச் சுற்றி வர ஆழமான நீர் அகழி. அந்நீர் அகழியானது, ஆபிரிக்க மற்றும் இந்திய முதலைகளினதும், மத்திய அமெரிக்காவிலிருந்து கொண்டுவரப்பட்ட, சிறிய மீன்களால் வயிற்றை நிரப்பி திருப்திகொள்ளாத முதலைகளினதும் வாழிடமாக இருந்தது. நீர் அகழிக்கு வெளியே இன்னுமொரு அகழி இருந்ததோடு, அந்த அகழியானது எந்தவொரு விலங்கினையும் தமது விஷப்பற்களால் தாக்கி கணத்தில் கொன்று விடக் கூடிய சக்தி வாய்ந்த கறுப்பு மற்றும் பச்சை நிற மும்பாஸ் பாம்புகளால் நிறைந்திருந்தது. (மும்பாஸ் எனப்படுவது பச்சை மற்றும் கறுப்பு நிறத்தில் ஆபிரிக்காவுக்கு மாத்திரமே சொந்தமான கொடிய விஷமுள்ள பெரிய பாம்பு இனமாகும்.)

அரண்மனையைச் சுற்றிவர, உறுதியான கற்களால் கட்டப்பட்ட அறுபது அடி உயரமான மதில்சுவர் இருந்தது. அதில் இடத்துக்கிடம் காவல் கூடமும், பரிசோதனைக் கூடமும் கட்டப்பட்டிருந்தன. மதிலின் உச்சியில் தேடல் விளக்குகளும் ஆணி முற்கம்பிகளும் கண்ணாடித் துண்டுகளும் பொருத்தப்பட்டிருந்தன. மாளிகைக்குள்ளே செல்ல மிகப்பெரிய வாயில்கள் இரண்டு இருந்ததோடு அதைத் திறந்தவுடன் அது நீர் அகழிக்குக் குறுக்கே இட்ட பாலமாக மாறும். அந்தக் கதவை உள்ளேயிருந்து மாத்திரமே இயக்க முடியும்.

ஆயுட்கால ஜனாதிபதி வாசம் செய்த நூற்றைம்பது அறைகளுள்ள மாளிகைக்குள்ளே பல இடங்களிலும் விசாலமான கண்ணாடிகள்

பொருத்தப்பட்டிருந்தன. அவை எல்லாப் பொருட்களினதும், மனிதர்களினதும் விம்பங்களை இரு மடங்கு, மும்மடங்குகளாகக் காட்டின. அக்கண்ணாடிகளைக் காண நேரும், மாளிகைக்குள் பிரவேசிக்கும் எவருமே அசௌகரியத்துக்குள்ளாவர். தமது ஒவ்வொரு அசைவையும் எவரோ ஒருவர் பார்த்துக் கொண்டிருக்கிறார் எனும் உணர்வு எவருக்குள்ளும் தோன்றுவதைத் தவிர்க்க முடியாது. அனைவரினதும், அனைத்து செயற்பாடுகளும் கண்ணாடிக்குக் கண்ணாடி பரவிச் சென்று, இறுதியாக இருக்கும் கண்ணாடியில் பிரதிபலிக்கும். தேசத்தின் தந்தை அந்தக் கண்ணாடியைப் பார்க்கும்போது, அங்கு நடைபெறும் அனைத்தையும் கண்டுகொள்ள முடியும். நாட்டில் அடிக்கடி நிகழும் கலவரங்களையும், சதித் திட்டங்களையும் தடுக்க இப்பாதுகாப்பு வேலைத் திட்டங்கள் பெரிதும் பயனுள்ளவையாக அமைந்திருந்தன.

அந்த மாளிகைக்குள் இனத்தின் தலைவர், ஆயுட்கால ஜனாதிபதி ஓய்வெடுப்பது எவ்வறையிலென எவருக்குமே தெரியாது. அவரது திருப்தியை முன்னிட்டு தொடர்ச்சியாக இரவுகளில் சேவை செய்த தாசிப்பெண்கள்கூட அதை அறிந்திருக்கவில்லை. இன்பம் அனுபவிப்பதற்காக அவரால் உபயோகிக்கப்பட்ட, இன்னும் பருவமடையாத சிறுமிகள்கூட அவர் உறங்கும் அறையை அறிந்திருக்கவில்லை.

தேசப் பிதா, உன்னதமான வழிகாட்டி, இராணுவத்தின் பிரதான கட்டளைத் தளபதியான அவரை நேரடியாகக் காண்பதென்பது நாட்டு மக்களுக்குச் சிரமமாக இருந்தது. எனினும், அவரது உருவப்படங்களை அனைத்து இடங்களிலும் காணக்கூடியதாக இருந்தது. எல்லா வீடுகளிலும் அவரது புகைப்படங்களைத் தொங்கவிட வேண்டும் என்பது அரச கட்டளையாக இருந்தது. வானொலியில் செய்தியறிக்கை ஆரம்பித்ததும், முடிவுற்றதும் அவரைப் பற்றிய உயர்ந்த கருத்துகளை தெரிவிப்பதோடுதான். தொலைக்காட்சி செய்தியறிக்கை

ஆரம்பித்ததும், வாசிக்கப்பட்டதும், முடிவுற்றதும் அவரது புகைப்படத்தின் முன்னிலையில்தான்.

அனைத்துப் பத்திரிகைகளும், அவற்றை அச்சிடும் ஒவ்வொரு தடவையும் அவரைக் குறித்து பொதுமக்கள் கூறும் வர்ணனைகள்பற்றிய விபரங்களைப் பிரசுரிப்பதற்காக நான்கு பக்கங்களை ஒதுக்க வேண்டியிருந்தது. எல்லா இடங்களிலும் அவரைக் காணக்கூடியதாக இருந்தபோதிலும், அவரை நெருங்குவது மிகக் கடினமான காரியமாக இருந்தது. எனவே அவ்வாறான வீரச் செயலைச் செய்வதென்பது எவராலும் சாத்தியப்படாத ஒன்று.

இவ்வளவு தடைகளையும் தாண்டி அம்மனிதன் அவ்வீரச் செயலைச் செய்திருக்கிறான். இராணுவக் காவல்வீரர்களைத் தாண்டிச் சென்று, முதலைகளிலிருந்தும் பாம்புகளிலிருந்தும் தப்பி, அறுபது அடி உயரமான மதிலையும் தாண்டி உள்ளே நுழைந்து, கண்ணாடி பிம்பங்களில் சிக்கிக்கொள்ளாது தவிர்த்து, ஆயுட்கால ஜனாதிபதி அருகே சென்ற அவன் அவரைக் கொலை செய்திருக்கிறான். சாதாரண ஒரு கலகக்காரனைக் கொன்றுபோடுவதைப் போல, அவன் அதனைச் செய்திருக்கிறான். பிறகு காவல்கூடங்கள், பாலம், பச்சை மற்றும் கறுப்பு நிறப் பாம்புகள், முதலைகள் மற்றும் பாதுகாப்பு வளையங்களைக் கடந்து, தப்பித்துச் சென்றிருக்கிறான். இவையெல்லாம் நடைபெற்று நாற்பத்தெட்டு மணி நேரங்கள் கடந்த பிறகும், அவன் இன்னும் சுதந்திரமாக இருக்கிறான்.

அதன் பிறகுதான் வதந்திகள் பரவத் தொடங்கியிருந்தன. அவை எங்கிருந்து ஆரம்பித்தன என எவருக்கும் தெரியவில்லை. ''அம்மனிதன் துரத்தப்படுகிறான்... அவன் இருக்கும் இடம் தெரியும்... அவன் ஒளிந்திருக்கும் ஊரைக் கண்டுபிடித்து அதைச் சுற்றி வளைத்தாயிற்று... இம்முறை அவனுக்குத் தப்பித்துச் செல்ல முடியாது.'

இராணுவத்தினர் நிறைந்த ஜீப் வண்டிகள், ட்ரக் வண்டிகள், லாரிகள், ஆயுதத் தாங்கிகள் ஆகியவை, விடிகாலை மூன்றுமணிக்குத் தமது

பயணத்தை ஆரம்பித்தன. யுத்த தாங்கிகள் அப்பிரதேசத்தின் வீடுகளைச் சுற்றிப் பயணிக்க முயற்சிக்கவில்லை. அவை நேராகப் பயணித்தன. அவர்கள் தாண்டி வந்த கிராமங்கள் தீப்பற்றி எரியத் தொடங்கின. ஊராரின் சடலங்கள் அவர்களது சக்கரங்கள் பதிந்துருளும் இடையறாச் சங்கிலிக் கோவைகளிடையே சிக்குண்டு நொறுங்கித் துணுக்குகளாகின.

படையினர் மிக விரைவிலேயே குறிப்பிடப்பட்ட கிராமத்தை அடைந்தனர். தமது துப்பாக்கி முனையில் பொருத்தப்பட்ட இரும்பு கூர் முனைகளால் குத்தி கிராமத்தவர்களை எழுப்பினர். கிராமத்தவர்களது அனைத்து இடங்களிலும் இழுத்துத் தேடினர். தானியக் களஞ்சியங்களை ஒன்றுமில்லாமலாக்கினர். மரங்களின் மேலே பார்த்தனர். பரண்களின் மேலே ஏறிப் பார்த்தனர். எனினும் அவர்கள் தேடிவந்த மனிதனைக் கண்டுபிடிக்க முடியவில்லை. இராணுவத்தின் கட்டளை தளபதி கோபத்தில் வெடித்தான்.

''அவன் இங்கேதான் இருக்கிறான் என்பது எனக்குத் தெரியும். எமது அன்புக்குரிய மக்கள் தலைவர், ஒருபோதும் மரிக்காத அவ்வீரரைக் கொன்ற நாசகாரனை எனக்குத் தெரியும். அந்தப் பாவிக்கு மீசை இருந்தது. அவனுக்கு ஒரு கண் குருடாக இருந்தது. அவன் மறைந்திருக்கும் இடத்தினை உங்களால் பத்து நிமிடங்களுக்குள் கூற முடியாவிட்டால், நான் உங்கள் வீடுகள் எல்லாவற்றுக்கும் தீ வைப்பேன். உங்களில் ஒருவரைத் தேர்ந்தெடுத்து சித்திரவதைப்படுத்தி துப்பாக்கியால் சுட்டுக்கொல்வேன்.'

பத்து நிமிடங்கள் கழிந்தன. உலகத்தைப் படைக்கும் சந்தர்ப்பத்தில் இருந்திருக்கக் கூடிய அமைதியைப் போன்ற அச்சுறுத்தும் அமைதியொன்று அங்கே ஆட்சிபுரியத் துவங்கியது. அதனைத் தொடர்ந்து கட்டளை தளபதி பழிவாங்கும் படலத்தை ஆரம்பிக்கும்படி கட்டளையிட்டான். அவர்கள் கிராமத்தவரை உடல்ரீதியாக சித்திரவதைப்படுத்தத் தொடங்கினர். சிலரை இரு கால்களிலும்

தொங்கவிட்டுத் தாக்கினர். இன்னும் சிலரது திறந்திருந்த காயங்களில் மிளகாய்த் தூளிட்டு அழுத்தினர். ஏனையவருக்குப் பசுஞ்சாணியைக் கொடுத்து உண்ணுமாறு நிர்ப்பந்தித்தனர். ஆன போதிலும் கூட கிராமத்தவர்கள் இனத்தின் தந்தையை வேட்டையாடிய மனிதனின் பெயரைக் கூறவில்லை.

தொடர்ந்து இராணுவத்தினர், அக்கிராமத்தின் அனைத்து வீடுகளுக்கும் தீ மூட்டினர். கிராமத்தவர்கள் ஒரு வருடமாகப் பாடுபட்டுப் பெற்றுக்கொண்ட அறுவடை விளைச்சல்களைக்கூட தீயிட்டு அழித்தனர். எனினும் அவர்களுக்குத் தேவையான தகவல்களைப் பெற்றுக்கொள்ள முடியவில்லை. உண்மையில் அவர்களது அமைதிக்குக் காரணம் மிக எளிதானது. அது, இனத்தின் தந்தையைக் கொன்றது யாரென உண்மையிலேயே அவர்கள் அறிந்திராததுதான்.

அம்மனிதன் தனது செயலைத் தனியாகவே நிறைவேற்றியிருந்தான். அவன் அதற்காக மாதக்கணக்கில் தயாராகியிருந்தான். கற்றுக்கொள்ளுதல், ஆய்வு செய்தல் மற்றும் திட்டமிடல் ஆகியவற்றுக்கு நீண்ட காலம் எடுத்திருந்தான். அதனைத் தொடர்ந்து போலி மீசையொன்றை ஒட்டிக்கொண்ட அவன், கொள்ளையனைப் போல இடது கண்ணை கறுப்புத் துண்டொன்றால் மறைத்துக்கொண்டான். உட்புக முடியாத மாளிகைக்குள் நுழையக் கூடிய வழிமுறைகளை அவன் அறிந்திருந்தான். ஆகவேதான் ஏகாதிபத்தியவாதியான நாட்டின் தலைவரை வெற்றிகரமாகக் கொல்ல அவனால் முடிந்திருந்தது.

அவன் அக்காரியத்தை எவ்வளவு இலகுவாக நிறைவேற்றினான் என்றால், தான் பிடிபட்டு தன்னை எவ்வளவுதான் சித்திரவதை செய்து வேதனைக்குள்ளாக்கினாலும் உண்மையை வெளியிட்டு விடாமலிருப்பதற்கான ஆத்ம சக்தியும் தன்னம்பிக்கையும் அவனுள்ளே இருந்தது. தான் ஒருபோதும் உண்மையை வெளியிட

மாட்டேனென அவன் தனது மனசாட்சியுடன் சத்தியம் செய்திருந்தான். அவனது இரகசியம் வெளிப்பட்டுவிட்டால், அத் தந்திரோபாயங்களை மீண்டும் பாவிக்க முடியாது போகும். அதைத் தவிர்ப்பதே அவனது தேவையாக இருந்தது.

எவ்வாறாயினும் இராணுவத்தினர் தனது கிராமத்துக்கு வந்திருப்பது குறித்து அவன் வியப்படைந்தான். அவர்கள் உண்மையிலேயே அவனை அடையாளம் கண்டுகொண்டிருப்பார்களா? இல்லாவிட்டால் அவர்கள் செய்வதெல்லாம் போலி மிரட்டல்களா? உண்மையில் இராணுவத்தினர் அவனைப் பற்றி அறிந்திருக்கவில்லை. எதையுமே அறிந்திராத ஊராரோடு சேர்ந்து அவனும் இராணுவத்தினர் முன்னே நின்றுகொண்டிருந்தான். முழுமையாக மீசையை மழித்திருந்த அவன் தனது இரு கண்களாலும் அடுத்ததாக என்ன நடக்கப்போகிறதென அவதானித்தபடியிருந்தான்.

கிராமத்தவரின் மௌனம் குறித்து கட்டளை தளபதி மிகவும் கோபமடைந்திருந்தான்.

''நான் கடைசியாகத் திரும்பவும் சொல்கிறேன். ஒற்றைக் கண்ணுடைய அவன் ஒளிந்திருக்கும் இடத்தை நீங்கள் எவரும் தெரிவிக்காதுவிட்டால், எமது அன்புக்குரிய தலைவர், எமது கட்சியின் நிறுவுனர், இனத்தின் தந்தையைக் கொன்ற பாவி ஒளிந்திருக்கும் இடத்தைப் பற்றிக் கூறாதுவிட்டால் நான் உங்களில் ஒருவனைத் தேர்ந்தெடுத்து சுட்டுக் கொல்வேன். நான் உங்களுக்கு இன்னும் ஐந்து நிமிடங்கள் தருகிறேன்.''

கோபத்தால் மூர்க்கமாகியிருந்த கட்டளை தளபதி, தனது கைக்கடிகாரத்தை உற்று நோக்கினான். இரண்டு நிமிடங்கள் ... ஒரு நிமிடம் ... முப்பது நொடிகள் ...

''நான் சத்தியமாகச் சொல்கிறேன் ... அந்த மனிதனைப் பற்றி எமக்கொன்றும் தெரியாது. அவன் இந்த ஊர்க்காரன் ஒருவனல்ல

என்பதனை நாம் சத்தியமிட்டுச் சொல்கிறோம்'' என கிராமத்துத் தலைவன் குறுக்கிட்டான்.

''உன்னிடம் எமக்கு வேலையில்லை. நான் உங்களில் ஒருவனைத் தேர்ந்தெடுத்து அவனைச் சுட்டுக் கொல்லப் போகிறேன். அப்பொழுது உங்களால் புரிந்துகொள்ள முடியுமாக இருக்கும். ஹேய் ... உன்னைத்தான்.''

அவன் எதிர்பார்த்தவாறே கட்டளை தளபதி அவனை நோக்கி விரலை நீட்டினான். அவன் அதிர்ச்சியடையவில்லை. அவனுக்கும் அதுதான் உண்மையிலேயே தேவையாக இருந்தது. தனக்குப் பதிலாக இன்னுமொருவனைக் கொன்றழிக்க இடமளித்து, மீதி ஆயுட்காலத்தை நிம்மதியாகக் கழிப்பது எப்படியென சிந்தித்தவாறு அவன் நிம்மதியற்றிருந்தான். தனது இரகசியம் தன்னோடே செத்துப்போவது அவனுக்கு மகிழ்ச்சியைத் தந்தது.

''உனது கிராமத்தவர்களதும், கிராமத்துத் தலைவனினதும் சொல்பேச்சுக் கேட்காத தன்மையால் உனக்கு உயிர்த் தியாகம் செய்ய நேர்ந்திருக்கிறது. நீயொரு அப்பாவி. ஆனால் உயிர்ப் பலிகடா நீதான். இவனை மரமொன்றில் கட்டி வைத்து சுட்டுக் கொல்லுங்கள்.''

அவர்கள் அவனைக் கைகளாலும் கால்களாலும் துப்பாக்கிப் பிடிகளாலும் துப்பாக்கியின் இரும்பு முனைகளாலும் தாக்கினர். தொடர்ந்து பூமி நெடுகவும் இழுத்துக்கொண்டு சென்று மா மரமொன்றோடு சேர்த்து வைத்துக் கட்டினர். அவனுக்குப் பின்னால் அழுது ஓலமிட்டவாறு சென்ற அவனது மனைவி மிக மோசமாக அப்புறப்படுத்தப்பட்டாள். இராணுவத்தினர் நால்வர் அவனைக் குறிபார்த்தனர்.

''கடைசியாகக் கேட்கிறேன். கொலைகாரன் ஒளிந்திருப்பது எங்கே?''

''எமக்குத் தெரியாது'' என கிராமத்துத் தலைவன் கூறினான்.

"சுட்டுக் கொல்லுங்கள்."

அவனது இருதயம் இலேசாக அதிர்ந்தது. ஓசையெதையும் எழுப்பாமலேயே அவன் கீழே சரிந்தான். அவர்களால் மீண்டும் ஒருபோதும் கொலைகாரனைத் தேடிக் கண்டுபிடிக்க முடியாது.

புகை மண்டலம் மறைந்துபோயிற்று. முரட்டுக் கயிற்றால் கட்டப்பட்டிருந்த சடலத்தைப் பார்த்தவாறு கிராமத்தவர்கள் ஆழ்ந்த மௌனத்தில் மூழ்கியிருந்தனர். தனது மிரட்டலை செயல்படுத்தியிருந்த கட்டளை தளபதி அவர்களுக்கு முன்னாலிருந்தான். உன்மத்தம் கொண்ட மனநிலை ஏற்படுத்தியிருந்த அதிர்வால் கட்டளை தளபதி அடுத்து என்ன செய்வதெனத் தீர்மானிக்க முடியாதிருந்தான்.

"நல்லது" என அவன் கூறவும், கிராமத்தவர்கள் அவனது சுபாவத்தைப் புரிந்துகொண்டனர்.

"என்ன நல்லது?" கிராமத்துத் தலைவன் கோபத்துடன் கத்தினான்.

"நீங்கள் தேடுகிற மனிதன் குறித்து எமக்குத் தெரியாதென்று நான் சொன்னேன் அல்லவா? நீங்கள் எம்மை நம்பவில்லை. இப்பொழுது எங்களிலொருவரைப் பலியெடுத்துவிட்டீர்கள். இனி நாங்கள் என்ன சொல்வது?"

கட்டளை தளபதிக்கு பதிலாகச் சொல்ல எதுவுமிருக்கவில்லை. அடுத்ததாகச் செய்ய வேண்டியது என்ன என்பதைத் தீர்மானிக்க முடியாது திரும்பிய அவன் இராணுவத்தினரை அழைத்தான்.

"நாங்கள் முன்னே செல்வோம். கொலைகாரன் அடுத்த கிராமத்தில் ஒளிந்திருக்கக் கூடும். காலத்தை வீணாக்க முடியாது. முன்னே செல்வோம்."

கிராமத்தவர்களை நோக்கித் திரும்பிய அவன் கத்தினான்.

"நாங்கள் அந்த நாசகாரனைத் தேடிக் கண்டுபிடிப்போம். ஒளிந்திருக்கும் இடத்திலிருந்து வெளியே எடுப்போம். அவனது செவி,

நகங்கள், கண்களைப் பிடுங்குவோம். அவனது தாய், மனைவி, பிள்ளைகள் முன்னிலையில் அவனை நிர்வாணமாக்கித் தொங்கவிடுவோம். அதன் பிறகு பிணத்தை நாய்களுக்கு உண்ணத் தருவோம். நான் சொல்வதைச் செய்யக் கூடியவன்.''

ஜீப் வண்டிகளும் யுத்த தாங்கிகளும் அம்மனிதனைத் தேடிச்செல்ல வேறு திசைக்குத் திரும்பின.

அவர்கள் இன்னும்கூட அம்மனிதனைத் தேடுகிறார்கள். அவன் எங்கேயாவது ஒளிந்திருக்கக் கூடுமென அவர்கள் நம்புகிறார்கள். ஆனால் எங்கே? தேசத் தலைவரின் கொடுமைகளால் பாதிக்கப்பட்டிருந்த மக்களது இதயங்கள், அம்மனிதனைப் பற்றிக் கதைக்கப்படுவதைக் கேட்கும்போதெல்லாம் வேகமாகத் துடித்தன. ஒரு காலத்திலும் இருந்திராத வண்ணம் காவல்துறை வளையங்கள் அதிகப்படுத்தப்பட்டிருந்தன.

புதிய ஜனாதிபதி, இனத்தின் இரண்டாவது தந்தை, இனத்தின் நிறுவுனரது பாதையை அடியொற்றி தனது கோத்திரத்தைச் சேர்ந்த கூலிப்படைக் கொலைகாரர்களையும் உளவாளிகளையும் பாதுகாப்புப் பிரிவுத் தலைவர்களாக நியமித்தார். தனது குலத்தைச் சேர்ந்தவர்களையே பாதுகாப்புப் பிரிவுகளில் நியமித்தபோதிலும்கூட இனத்தின் இரண்டாவது தந்தை, தனது மாளிகையிலிருந்து வெளியே வர விரும்பவில்லை. அவர், தான் ஒருவராலும் கொல்லப்பட முடியாத சாகாவரம் பெற்ற நபரொருவர் என அறிக்கையொன்றை வெளியிட்டார். ஆனால் அவர் மாளிகையின் பாதுகாப்பான இடமொன்றில் ஒளித்திருந்தார். எவ்வளவுதான் பாதுகாப்பு வளையங்கள் இருந்தபோதிலும், திடீரென அம்மனிதன் தன் முன்னே தோன்றி தன்னைக் கொலை செய்ய இடமிருக்கிறது என்ற சந்தேகம் அவருக்குள் இருந்தது.

இப்போதும், தேச மக்களின் எதிர்பார்ப்பான அம்மனிதனை, மக்கள் இல்லையெனச் சொன்னவாறு, எதிர்பார்த்திருக்கின்றனர்.

எனது தேசத்தை மீளப் பெறுகிறேன்

(தென்னாபிரிக்கா - பார்த்தோ ஸ்மித்)

ஒரு பிற்பகல் வேளையில் ஜோஹன்னர்ஸ்பர்க் கலை அருங்காட்சியத்துக்கு முன்பாக வைத்து முதன்முறையாக நான் சில்வானே க்ஷுமாலோவைச் சந்தித்தேன். கந்தலாகிப் போயிருந்த பழைய மழைக் கோட்டொன்றை அணிந்திருந்த அவன், இருண்ட நிறக் காட்சியக கட்டடத்தின் படிக்கட்டில் நின்றவாறு, கோட் பைக்குள் கைகளை நுழைத்து, நவீன பிரான்ஸ் கலைபற்றிக் குறிப்பிடப்பட்டிருந்த விளம்பரத்தைப் பார்த்துக்கொண்டிருந்தான். நான் படியேறும்போது அவன் என் பக்கம் திரும்பிப் பார்த்துவிட்டு, என்னிடம் வந்தான்.

"மன்னிக்கணும் ஐயா" அவனது குரல் தெளிவானதாகவும், வரவேற்பதாகவும் இருந்தது. ஆனால் அவன் அணிந்திருந்த பழைய ஆடையினாலோ என்னவோ அவன் பதற்றமுற்றவன் போலக் காணப்பட்டான்.

"எனக்கு அந்த ஓவியங்களையெல்லாம் பார்க்கணும்னு ரொம்ப ஆசை. ஆனா அவங்க என்னை உள்ளே நுழைய விடுறாங்களில்ல"

சடுதியாக எனது ஆர்வம் அதிகரித்தது. ஓவியக் கலைஞர் ஒருவரிடம் அல்லது ஓவியம்பற்றி ஆர்வமுள்ள கறுப்பினத்தவர் ஒருவரிடம் இவர்கள் ஏன் இவ்வாறு நடந்துகொள்கிறார்களென

எனக்கு விளங்கவில்லை. அதனால் எனக்கு அவன் மீது அனுதாபம் தோன்றியது. கறுப்பு அல்லது வெளுத்த தோலாக இருப்பதால் மாத்திரம் ஓவியக் கலைஞர்களிடையே வித்தியாசம் இருக்க முடியுமா என என்னையே நான் கேட்டுக்கொண்டேன். நான் கறுப்பினத்தவர்களைச் சந்திக்கும் எல்லாச் சந்தர்ப்பங்களிலும் அந்த உணர்வு எழுவதைத் தவிர்க்க முடியவில்லை. எனது புரிதல் ஒரு விதத்தில் அச்சம் தருவது. இந்நாட்டிற்குரித்தான பாரம்பரியத்தின் எதிர்காலம் தங்கியிருப்பது மில்லியன் கணக்கிலான கறுப்பினத்தவர்களின் உள்ளங்களிலேயன்றி, எம்மிடமல்ல.

''கொஞ்சம் இங்கேயே இரு'' என்றேன்.

காட்சியகத்தின் உரிமையாளரைத் தேடிச் சென்றேன். தினசரிப் பத்திரிகையொன்றின் கலை விமர்சகனாக நான் இருந்த காரணத்தால் காட்சியக உரிமையாளரை அடிக்கடி சந்திக்க நேர்ந்திருந்தது. அதனால் ஓவியக் கண்காட்சியைப் பார்வையிட சில்வானேயையும் கூட்டிச் செல்ல அனுமதி பெறுவது சிரமமாயிருக்கவில்லை.

நான் மீண்டும் அவனிடம் வந்தபோது அவனது முகம் எதிர்பார்ப்பால் நிரம்பியிருப்பதைக் காணக்கூடியதாக இருந்தது.

''இப்படி வா'' என்றேன்.

அவன் முழுமனதோடு நன்றி தெரிவித்தான். எனக்குச் சற்றுப் பின்னால் அவன் நடந்துவந்தான். நாங்கள் விசாலமான மண்டபத்துக்குள் நுழைந்தோம். அமைதியான மண்டபத்துக்குள்ளேயிருந்த பெரிய பளிங்குச் சிலைகளின் கவனத்துக்கு தான் ஆளாகி விடுவேனோ என்று அஞ்சியது போல, அவன் ஓசையெழுப்பாது மெதுவாக அடி வைத்து நடந்தான். பிரான்ஸ் ஓவியங்கள் வைக்கப்பட்டிருந்த மண்டபம் வெறிச்சோடிப் போயிருந்தது. நான் சில்வானேயைத் தனியே பார்த்து ரசிக்க விட்டுவிட்டு, Braque, Derain, Utrillo, Matisse, Picasso உள்ளிட்ட பல பிரபல

ஓவியர்களின் கலைப்படைப்புகளுக்குள் என்னைத் தொலைத்துவிட்டேன். கண்காட்சியகம் முழுவதையும் ஒரு முறை சுற்றிவந்த பிறகுதான் அவன் இன்னும் அங்கேயிருப்பது நினைவுக்கு வந்தது. அவன் பிக்காஸோவின் ஓவியமொன்றுக்கு முன்னால் நின்று கொண்டிருந்ததோடு, அவனுக்குப் பின்னாலிருந்த வெண்ணிறச் சுவரில் அவனது முகத்தின் கருநிழல் வீழ்ந்திருந்தது. அந்த ஓவியம் அவனது மனதை வெகுவாக ஈர்த்திருப்பதாகத் தெரிந்தது.

"கண்காட்சி உனக்குப் பிடிக்கலையா?" என்று கேட்டேன்.

"அது அழகாயிருக்கு" என எவ்வித உணர்வுமற்றுக் கூறினான்.

"ஏன் உனக்குப் பிடிக்கல?"

அவன் அதற்கு உடனடியாகப் பதிலளிக்கவில்லை. தொடர்ந்து ஓவியத்தை மிகவும் ஆர்வத்தோடு பார்த்துக் கொண்டிருந்தான். பிறகு தயங்கியவாறு கூறினான்.

"மனுஷங்களால உண்டாக்கப்பட்டவை மாத்திரம்தான் இதுல வரையப்பட்டிருக்கு."

எனது விழிகள் கேன்வஸின் மீது வரையப்பட்டிருந்த ஓவியத்தின் மீது விரைந்து சென்றன. அது உண்மைதான் என்பதை நான் உணர்ந்தேன். வீடுகள், விளக்குக் கம்பங்கள், தெருக்களே அந்த ஓவியத்தில் இருந்தன. மலைகளோ, புல்வெளிகளோ, மரங்களோ அந்த ஓவியத்தில் இருக்கவில்லை. எமது அவதானம் திரும்பியிருந்தது எம்மிடமும், எமது வேலைகளிலும் மாத்திரமே. இயற்கையின் பிரமாண்டம், அதன் முக்கியத்துவத்தை எமது வாழ்வில் இழந்திருந்தது.

"அது நிஜம்தான்" சிந்தித்தவாறே கூறினேன்.

"ஆனா இவற்றினாலும் அவங்களால பல விஷயங்களைக் கூற முடிஞ்சிருக்கு. அந்த ஓவியத்தைப் பாரு" என பிக்காஸோவின்

ஓவியமொன்றைச் சுட்டிக்காட்டினேன். அதில், பழங்கால தெருவிளக்கொன்று கண்களோடும் கால்களோடும் காணப்பட்டது. அவர் அந்த ஓவியத்தை ‘ஆந்தை’ எனப் பெயரிட்டிருந்தார்.

‘‘நாங்க இந்தத் தெருவிளக்கை இரும்பு, கண்ணாடி, திரியைக்கொண்டு எமது கைகளாலேயே உருவாக்குறோம். இது பொறியியல், தொழிநுட்பத்தோட குறியீடா இருக்கு. ஆனா இது தெருவிளக்கைப் போலவே, ஓர் ஆந்தையும் கூட. உனக்கு ஆந்தைகளைப் பற்றித் தெரியுமே. அது இருளுல உட்கார்ந்துகிட்டு, சாவைப் பற்றி எதிர்வு கூறிட்டிருக்கும் ...’’

‘‘இவை திறமைமிக்க படைப்புகள்தான். எனக்குப் புரியுது ஐயா’’ முழுமனதோடு ஏற்றுக்கொள்ளாவிட்டாலும் வரவழைத்துக்கொண்ட சம்மதத்தோடு கூறினான். நாங்கள் அமைதியாக சில கணங்கள் அந்த ஆந்தையையே பார்த்துக்கொண்டிருந்தோம். அவனும் ஒரு ஓவியனா எனத் தெரிந்துகொள்ளும் ஆர்வம் என்னைத் தின்று கொண்டிருந்தது.

‘‘நீ என்ன வரைகிறாய்? இயற்கை? மலைகளும் மரங்களும் புல்வெளிகளும்?’’ என இறுதியில் கேட்டே விட்டேன்.

நான் அவனைக் கிண்டல் செய்கிறேனோ என்ற அவனது பார்வை எனது முகம் முழுவதும் ஓடியது. பிறகு சிறு குழந்தைக்குள்ளிருக்கும் ஆர்வத்தோடு அவன் பதிலளித்தான்.

‘‘ஆமா ஐயா. பூமிங்குறது உயிருள்ள ஒண்ணு ... அது சுவாசிச்சிட்டிருக்கு ... ஆனா இதெல்லாம் ...’’ என்ற அவன் பிக்காஸோ ஓவியத்தை ஏளனமாகப் பார்த்தான்.

‘‘நான் உன்னோட ஓவியங்களைப் பார்க்க விரும்புறேன்’’

‘‘நான் ஒரு நாள் அதையெல்லாம் கொண்டுவந்து காட்டுறேன்’’ என்ற அவனது குரலில், ஒருபோதும் அது நடக்காது என்ற தொனியிருப்பதை நான் உணர்ந்தேன்.

‘‘இல்ல ... நான் உன் வீட்டுக்கே வந்து பார்க்குறேன். நீ வேலை செய்ற இடத்தைப் பார்க்க விரும்புறேன்’’

‘‘எனக்கு வீடில்ல’’ என்றவன் என் புறமிருந்து முகத்தை வேறு பக்கம் திருப்பிக் கொண்டான்.

‘‘நான் ஒரு குடிசையில வசிக்கிறேன்’’

‘‘எங்க?’’

‘‘மொரொகாவுல’’

‘‘நான் நாளை சாயங்காலம் உன்னோட இடத்துக்கு வருவேன் ... மாலை நான்கு மணிக்கு நீ என்னை போலிஸ் நிலையத்துக்கருகில சந்திக்கணும்’’

‘‘சரி ஐயா’’ என அவன் விருப்பமில்லாது ஏற்றுக்கொண்டான். நாங்கள் அங்கிருந்து வெளியேறினோம். காட்சியகத்துக்குள் நுழைந்தது போலவே அவன் எனக்குப் பின்னால் சற்றுத் தள்ளி நடந்துவந்தான். அவன் நாளை அங்கு வரமாட்டான் என எனக்குத் தோன்றியது.

பிரதான தெருவில் வைத்து நான் அவனது முகவரியைக் கேட்டு வாங்கி குறித்துக்கொண்டேன். நாங்கள் சற்று முன்னால் நடந்து சென்றதும் அவன் நின்றான்.

‘‘என்னோட பஸ்ஸைப் பிடிக்க நான் இங்கே திரும்பணும். ரொம்ப நன்றி ஐயா’’

‘‘மறந்துடாதே ... நாளை மாலை நான்கு மணிக்கு’’

‘‘நல்லது ஐயா.’’

அவன் குறுகிய ஒழுங்கையில் திரும்பி நடந்தான். நான் சற்று இடைவெளிவிட்டு அவனைப் பின் தொடர்ந்தேன். பேருந்து நிலையத்திலிருந்த நீண்ட வரிசையில் அவன் இணைந்துகொண்டான்.

பேருந்து, பயணிகளால் நிரம்பி வழிந்துகொண்டிருந்தது. அனைவருமே ஒருவரையொருவர் தள்ளிக்கொண்டு முண்டியடித்து முன்னால் செல்ல முனைந்துகொண்டிருந்தனர். சிலர், காகக் கூட்டமொன்று மரக் கிளையொன்றை மூடியிருப்பது போல பேருந்தின் கதவிலிருந்த கைப்பிடியில் தொங்கிக்கொண்டிருந்தனர். சில்வானே க்ஷுமாலோ கறுப்பர்களிடையே நுழைந்து காணாமல் போனான்.

மறுநாள் மொரொகாவை நெருங்கிய நான் முதலில் உணர்ந்தது அங்கிருந்து எழுந்த துர்நாற்றத்தைத்தான். நூற்றுக்கணக்கான, ஆயிரக்கணக்கான மக்கள் வசிக்கும் அச்சிறிய பிரதேசத்தில் அநேகரது வியர்வை நாற்றமும், பழுதடைந்த உணவுப் பண்டங்களின் நாற்றமும், மனிதக் கழிவுகளின் நாற்றமும் கலந்திருந்தன. அப்பகுதியைச் சுற்றியிருந்த பல மைல் தூரத்துக்குக் காற்றில் அத்துர்நாற்றம் பரவியிருந்தது. குடிசைகளைப் போர்த்தியவாறு பரவும் துர்நாற்றமானது, அங்கு தென்படக்கூடிய காட்சிகளினால் மாத்திரமல்ல என நான் உணர்ந்தேன். போலிஸ் நிலையத்தை நான் நெருங்கியபோது, அந்தத் துர்நாற்றம் எனக்குப் பழகிப் போயிருந்த காரணத்தால், சிரமமில்லாது சுவாசித்துக்கொண்டிருந்தேன்.

சில்வானே க்ஷுமாலோ எனக்காகக் காத்துக்கொண்டிருந்தான். அவனது வாடிய முகத்தில் தென்பட்ட இருண்ட நோயாளித் தோற்றம் என்னைத் தாக்கியதைப் போல உணர்ந்தேன். முன் தினம் மாலைவேளையில் அவனது விழிகளில் இருக்காத பார்வையொன்று இப்பொழுது இருந்தது. அவனது முகத்தில் இயலாமையும் கோபமும் சுய பச்சாதாபமும் கலந்திருந்தது.

"நாங்க கார்ல போவோமா? இல்லேன்னா நடந்து போவோமா?" என எனது காரைச் சுட்டிக்காட்டியவாறு கேட்டேன்.

"நீங்க விரும்பினா நடந்தே போயிடலாம் ஐயா"

"கொஞ்சம்கூட தயக்கமில்ல ... நடந்தே போகலாம்"

நான் வாகனத்தைப் பூட்டிவிட்டு சாக்குகளாலும், தகரங்களாலும் களிமண்ணாலும் அமைக்கப்பட்டிருந்த குடிசைகளினூடாகச் சென்ற குகை போல ஒடுக்கமான பாதையில் நடந்தேன். விளையாடிக்கொண்டிருந்த சிறுவர்களால் அப்பிரதேசம் அதிர்ந்துகொண்டிருந்தது. சில சிறுவர்கள் கந்தலாடைகளை அணிந்திருந்தனர். ஏனைய சிறுவர்கள் நிர்வாணமாக இருந்தனர். நாங்கள் நெருங்கியதும் அமைதியான அவர்கள், வினோதமான விலங்கொன்றைப் பார்ப்பது போன்று எம்மைப் புதுமையாகப் பார்த்தனர்.

எல்லாக் குடிசைகளின் முன்னாலும் சிறிது வெளிச்சத்தைக் கக்கியவாறு அடுப்புகள் எரிந்துகொண்டிருந்தன. பெண்கள் இரவுணவைத் தயாரித்துக்கொண்டிருந்தனர். கனத்த புகை மண்டலம் அனைத்தையும் மூடியவாறு பரவிக் கொண்டிருந்தது. எனது விழிகள் எரிச்சலை உணர்ந்தன.

வளைந்து சுருக்கம் விழுந்த தகரங்களால் அமைக்கப்பட்டிருந்த குடிசையொன்றின் முன்பாக சில்வானே க்ஷுமாலோ நின்றான். சிறியதொரு முற்றம் பாதுகாப்பு வேலியால் நேர்த்தியாக சூழப்பட்டிருந்தது. கூரையில் இடைக்கிடையே பழைய இரும்புத் துண்டுகள் பொருத்தப்பட்டிருந்தன. பலகைக் கதவில் பச்சை வர்ணம் பூசப்பட்டிருந்தது. சிறிய ஜன்னலின் துவாரமொன்று தடித்த காகித அட்டைகொண்டு மறைக்கப்பட்டிருந்தது.

மறைந்துகொண்டிருக்கும் சூரியனின் கதிர்களைப் பார்த்தவாறு வீட்டுச் சுவரில் சாய்ந்து ஒரு மூதாட்டி அமர்ந்திருந்தாள். சில்வானே க்ஷுமாலோவைப் போலவே அவளும் நோயாளி போலிருந்தாள். அவளது வதனம் எந்தளவு மெலிந்து உள்வாங்கியிருந்ததென்றால், அவளது சுருக்கங்கள் நிறைந்த தோலினூடே மண்டையோட்டைக் காண முடிந்தது.

சில்வானே க்ஷுமாலோ சிறிய நுழைவாயிலைத் திறந்ததும் நாங்கள் உள்ளே சென்றோம். இருந்த இடத்திலிருந்து அசையாமல் மூதாட்டி என்னை வரவேற்றாள்.

"அது என்னோட அம்மா" என நாங்கள் வீட்டினுள்ளே நுழையும்போது சில்வானே கூறினான். பிறகு எமக்குப் பின்னாலிருந்த கதவை மூடிவிட்டான். மங்கிய வெளிச்சத்தில் அங்கிருந்த இரும்புக் கட்டில்கள் இரண்டு, சிறிய பலகை மேசையொன்று, மூன்று கதிரைகள், கோப்பை, தட்டுகள் அடுக்கி வைக்கப்பட்டிருந்த சமையலறை அடுக்கு ஆகியவற்றை என்னால் காண முடிந்தது. பதப்படுத்தப்பட்ட ஆட்டுத் தோல் நிலத்தில் விரிக்கப்பட்டிருந்தது.

"இதான் என்னோட வீடு" எனச் சற்று வெறுப்போடு கூறியவன் "தயவுசெய்து உட்காருங்க ஐயா" என்றான்.

நான் மேசையின் அருகிலிருந்த கதிரையின் மீது அமர்ந்தேன். சில்வானே மூலையிலிருந்த பெட்டியொன்றை வெளியே இழுத்து, அதற்குள்ளேயிருந்த கேன்வஸ் ஓவியங்களை வெளியிலெடுத்து அவற்றை மேசை மீது வைத்தான்.

"இதுல எதுவும் சட்டமிடப்படல. நான் இதையெல்லாம் உயர்த்திப்பிடித்துக் காட்டுறேன்."

அவன் கவனமாக முதலாவது ஓவியத்தை உயர்த்திக்காட்டினான். அது இருண்ட நிறங்களால் வர்ணம் பூசப்பட்டிருந்த இயற்கைக் காட்சியின் ஓவியம். பெரிய தூரிகைக் கோடுகளை அதில் காண முடிந்தது. மக்கள் நடமாட்டமற்ற விசாலமான பரந்தவெளி. பின்னணியில் மலையைக் காணக்கூடியதாக இருந்தது. அது அலங்காரங்களற்ற, முரட்டுத்தனத்தைக் காட்டுவது போலிருந்ததால் எனக்குப் பிடிக்கவில்லை. அவன் எனது உணர்வுகளைப் புரிந்துகொண்டவன் போல, உடனடியாக அந்த ஓவியத்தை வைத்துவிட்டு, வேறொரு கேன்வஸ் ஓவியத்தை

உயர்த்திக்காட்டினான். இதிலும் வித்தியாசமாக எதுவும் இல்லை. பரந்த சமவெளி. மூன்றாவது ஓவியத்திலும் மாற்றமேதும் இல்லை.

எனக்குள்ளே அனுதாபம் தோன்றியதோடு, அவன் அடுத்த ஓவியத்தை எடுக்கும் முன்பே நான் அதைப் பற்றி அபிநயத்தால் உணர்த்தினேன். அந்த நிலக் காட்சி ஓவியத்தைக் கூர்ந்து கவனித்தபோது ஏதோ பழகியதும், புதுமையான யதார்த்தமும் அதில் தென்பட்டது. மலைத்தொடர் பின்னால் செல்வதையும், சமவெளி முன்னால் வருவதையும் காணக் கூடியதாக இருந்தது. இந்த ஓவியங்களின் பின்னாலிருப்பது இதயத் துடிப்பின் ஓசை. உறங்கிக் கொண்டிருக்கும் வன விலங்கொன்று எழுந்துகொள்வதைப் போல சில்வானே க்ஷுமாலோவின் படைப்புகள் எனது கண்முன்னால் உயிர் பெற்றன. சடுதியாக எனக்கு எல்லாமும் உறைத்தது.

இது ஆபிரிக்கா. சூரியக் கதிர்களால் உஷ்ணமான வாழ்க்கையைக்கொண்டிருக்கும், இதுவரைக்கும் என்னால் புரிந்துகொள்ள இயலாத, விசாலமான முரட்டு ஆபிரிக்கா. இங்கு அனைத்து மரங்களும் மலைத்தொடர்களும் மனித உருவங்களும் உயிருள்ளவை. பின்னணியிலிருந்த அனைத்துக் கருமேகங்களும்கூட பூமிக்கு நெருக்கமாக இருந்தன. முந்தைய தினம், மாலை நேரம் சில்வானே கூறியது இப்போது எனக்குப் புரிந்தது. 'இந்த நிலம் வாழ்ந்து கொண்டிருக்கிறது. அது சுவாசிக்கிறது.'

அவன் இடைக்கிடையே தனது புதிய ஓவியங்களை வெளியே எடுத்து வெளிச்சத்தில் பிடித்துக்காட்டினான். எனினும் எனது கவனம் அவற்றின் மேல் செல்லவில்லை. அந்த விசாலமான நிலம், இந்தச் சிறிய குடிசையின் நான்கு சுவர்களுக்குள் சிறைப்பட்டிருப்பதாக எனக்குத் தோன்றியது. வெப்பமான சூரியக் கதிர்களால் அவதியுறும் இருண்ட வர்ண மலைத்தொடரானது, அடுப்பிலிருந்து இப்பொழுதுதான் இறக்கி வைத்த பாண் போல கொதித்தது. குளிர்காலத்தில் சமவெளி நிலமானது, சவ ஆடையைப் போன்று

வெண்மையானது. நான் அத்தேசத்தின் உள்ளிருக்கும் ஆன்மாவைப் புரிந்துகொண்டேன். அமைதியான, என்றென்றைக்குமான சூன்யம்.

"இவையெல்லாம் அற்புதமானவை சில்வானே" என அவன் தனது இறுதி ஓவியத்தை வைக்கும்போது கூறினேன்.

"நீ ஆபிரிக்காவின் இதயத் துடிப்பைப் பற்றிப் பிடித்துக்கொண்டிருக்கிறாய்"

"உங்களுக்கு அவை பிடித்திருக்கிறதைக் குறித்து எனக்கு ரொம்ப சந்தோஷம்" எனத் தாழ்மையாகக் கூறினான்.

"உன்னோட ஓவியக் கண்காட்சியொன்றை ஏற்பாடு பண்ணணும்"

அவன் வேகமாகக் கண்களை இமைத்தவாறு என்னைப் பார்த்தான். பிறகு விழிகள் கீழே தாழ்ந்தன.

"ரொம்ப நன்றி ஐயா. ஆனா கண்காட்சி எதுவும் எனக்கு வேணாம்"

"ஏன் வேணாம்?"

"நான் இந்த ஓவியங்களையெல்லாம் வரைஞ்சது என்னோட ஆத்ம திருப்திக்காக. என்னோட மக்களுக்காக."

"ஆனா உன்னோட மக்கள் எப்போதாவது ஓவியங்களை விலைகொடுத்து வாங்கியிருக்காங்களா?"

"இல்ல. ஆனா எப்போதாவது ஒருநாள் வாங்குவாங்க"

"அதுவரைக்கும் நீ எப்படி ஜீவிப்பாய்? உனக்கு கேன்வஸ்கள், வர்ணங்கள் வாங்கக் காசு எப்படிக் கிடைக்கும்?"

"மாசத்துல ஒரு கிழமை நான் ஒரு தோட்டத்துல கூலியாளா வேலை செய்றேன்."

அவன் ஓவியங்கள் அனைத்தையும் பெட்டிக்குள் அடுக்கினான். அவன் அதற்காகக் குனிந்திருந்தபோது, அவன் மண்வெட்டியையும்,

அலவாங்கையும் உயர்த்தி வேலை செய்யும் விதத்தைக் கற்பனை செய்து பார்க்க முயற்சித்தேன். அவன் மிகவும் மெலிந்த உடலுடையவன்.

அந்த விசாலமான சமவெளியும், பரந்த மலைத்தொடர்களும் அன்றைய மாலை நேரத்திலிருந்து எனது இதயத்தைப் பிடித்து உலுக்கிக்கொண்டிருந்தன. ஒரு குறிப்பிட்ட வடிவமற்ற, அலங்காரமற்ற அந்த ஓவியங்களை எனது இதயத்திலிருந்து அகற்ற முடியவேயில்லை.

நான் மீண்டும் ஒரு தடவை மொரொகாவுக்குச் சென்றேன். ஒரு வார்த்தைகூடப் பேசாது சில்வானே தனது புதிய கேன்வஸ் ஓவியங்களை வெளியே எடுத்து, வெளிச்சம் விழும் இடமொன்றில் வைத்தான். அன்று கண்ட ஓவியங்களின் சமவெளிகள், முந்தைய தினம் கண்ட ஓவியங்களிலிருந்த சமவெளிகளைவிடவும் மிகவும் முரட்டுத்தனம் மிக்கவையாக எனக்குத் தோன்றியது. மலைத்தொடர் மிகவும் கரடுமுரடாக இருந்தது. இரண்டாவது தடவையாகச் சென்றதன் பிறகு, கேன்வஸிலிருந்த ஓவியங்கள் அதி யதார்த்தவாதத் தன்மை கொண்டவையாக நான் உணர்ந்தேன். நீண்ட காலமாக நான் இந்தத் தேசத்தைக் கண்டிருந்தது ஒரு சுற்றுலா பயணியாகத்தான்.

மூன்றாம் முறை நான் போகும்போது சில்வானே வெளியே சென்றிருந்தான். அவனது தாய் மறைந்து செல்லும் சூரியக் கதிர்களுக்கு முகம் கொடுத்தவாறு சுவரில் சாய்ந்து அமர்ந்திருந்தாள். நான் நுழைவாயிலைத் தள்ளித் திறந்தபோது அவள் சிரமத்தோடு எழுந்துநின்றாள்.

"அவன் வீட்டுல இல்லையே ராசா... ஆனா இப்ப வந்துடுவான்"

"நான் அவன் வரும்வரைக்கும் காத்திருக்கட்டுமா?"

நாங்கள் அமைதியாக அங்கு நின்றுகொண்டிருந்தோம். வானில் புகையினிடையே சஞ்சரித்துக்கொண்டிருந்த இரண்டு பிணந் தின்னிக் கழுகுகளைப் பார்த்துக்கொண்டிருந்தோம்.

"உங்க மகன் ஒரு நாளைக்கு பெரிய ஆளா வருவான்"

"ஆனா அந்த நாளைப் பார்க்க அவன் ஜீவிச்சிருக்க மாட்டான் ராசா."

அவளது குரல் சலனமற்று ஒலித்ததோடு, அவளது பார்வை ஆகாயத்தில் வட்டமிட்டுக்கொண்டிருந்த கழுகுகளின் மீது நிலைத்திருந்தது.

"ஏன் அப்படிச் சொல்றீங்க நீங்க?"

"எங்களுக்குள்ளேயே இருக்குற ஒரு பெரிய மிருகம் எங்களைத் தின்னுட்டிருக்கு..." அவளது நரம்பு முடிச்சுகள் கொண்டிருந்த கையால் தொண்டையைச் சுட்டிக் காட்டியவாறு கதைத்தாள்.

"அது எங்களைத் தின்னு தீர்த்துடும்"

"நீங்க விடுகதை போல சொல்றீங்க"

"ஆம்பளை நரி குகையைவிட்டு வெளியே போகலைன்னா உங்களால ரொம்ப நாள் வாழ ஏலாது ராசா. ஆம்பளை நரி சாப்பாட்டைத் தேடி குகையிலிருந்து வெளியே போகணும்"

"எனக்கு இப்போ புரியுது. சில்வானே வீட்டுக்கு உணவுகொண்டு வர்றதில்ல"

"அவன் குழந்தையா இருந்தப்போ நான் உழைச்சு சாப்பாடு கொண்டுவந்தேன். இப்ப எனக்கு வயசாயிடுச்சு... இப்ப குழந்தை நான்தான் ராசா ... ஆனா அவன் வீட்டைவிட்டு வெளியே இறங்குறானில்ல."

ஒரு கழுகு திடீரென எல்லையற்ற உச்சி வானில் தொலைதூரம் பறந்ததோடு, அது முற்றுப்புள்ளியாகி முழுமையாகக் காணாமல் போகும்வரை ஆகாயத்தின் தொலைவில் சென்றது. கழுகினைப் பார்த்துக்கொண்டிருந்த மூதாட்டியின் விழிகள் ஈரலித்தன.

''என்னால சில்வானேயைப் புரிஞ்சுக்க முடியல'' என்றவள் அமைதியாகக் கூறிக்கொண்டே போனாள்.

''அவனும் இந்தக் கழுகைப் போலத்தான். சாப்பாடு இருக்குறது பூமியில. ஆனா அவன் அதை ஆகாசத்துல தேடிட்டிருக்கான்''

''அவன் பெறுமதியான வேலையைத்தான் செஞ்சுட்டிருக்கான்.''

அவள் என்னைப் பார்த்த பார்வையில் சில்வானேயின் கூச்ச சுபாவத்தைக் காண முடிந்தது.

''சில நேரம் நீங்க சொல்றது சரியாத்தானிருக்கும் ராசா ... எனக்குத் தெரியல ... ஆனா எங்களுக்குள்ள இருக்குற மிருகம் எங்களை விழுங்கிட்டிருக்கு''

''சில்வானே ஒருநாளும் அவனோட ஓவியங்களை விற்கலையா?'' எனக்கு மூதாட்டி மீது ஆழ்ந்த அனுதாபம் தோன்றியது. எனினும், எனது முட்டாள்தனமான கேள்விக்கு அனுதாபம் காட்டுவது போல அவள் விந்தையாக என்னைப் பார்த்தாள்.

''உங்களைப் போல ஆட்கள்தான் இது போன்றவற்றையெல்லாம் வாங்குவாங்க ராசா'' என மென்மையாகக் கூறினாள்.

''அவங்ககிட்டதான் வேண்டியளவு செலவழிக்க காசு இருக்கும். ஆனா எங்க ஆட்கள் இதையெல்லாம் வாங்கி என்ன செய்றது? ஆஹ்! இதோ அவனே வந்துட்டான்.''

அடர்ந்த இருளினிடையே வந்துகொண்டிருந்த சில்வானேயின் உயர்ந்த சரீரத்தை என்னால் அடையாளம் கண்டுகொள்ள முடிந்தது.

''நீங்க அவன்கிட்ட எடுத்துச் சொல்லணும் ராசா ... அவன் பெரிய ஆட்கள் சொன்னா கேட்பான்'' அவள் சடுதியாகச் சொன்னாள்.

''நான் அவனோடு கதைக்குறேன்'' நுழைவாயில் திறபடும் ஓசையோடு நான் அவளுக்கு வாக்குறுதியளித்தேன்.

"நீ வரும் வரைக்கும் அந்தியிலிருந்து இந்த ராசா காத்துட்டிருக்கார் மகனே" என தனது மகனை வரவேற்றுக் கூறினாள்.

"நான் பார்த்துக்குறேன்" என்று சில்வானே கூறினான். அவன் எனக்காகக் கதவைத் திறந்தான். உள்ளே இருளாக இருந்தது. அவன் மேசை மீது குப்பி விளக்கொன்றைப் பற்றவைத்து வைத்தான். மெல்லிய கரும்புகை அதிலிருந்து வெளிக் கிளம்பியதோடு எல்லாப் பக்கங்களுக்கும் மெல்லிய வெளிச்சம் படர்ந்தது. மேசைக்குக் கீழேயும், கட்டிலுக்குக் கீழேயும் இருண்ட நிழல் ஒளிந்துகொண்டது.

"நான் புதிய ஒரு சித்திரத்தைப் பூர்த்தி செஞ்சிட்டேன்" சில்வானே முகத்தில் உதித்த புன்னகையோடு கூறினான். அவனது வதனத்தில் புதியதொரு தோற்றமிருந்தது. அவனது கண்கள் குழி விழுந்திருந்தன. அவனது கன்னங்கள் விலங்குகளுடையவை போல உள்வாங்கியிருந்தன. அவனது தோல் இருண்டு போயிருந்தது. எனக்கு மூதாட்டியின் வார்த்தைகள் நினைவுக்கு வந்தன. முதற்தடவையாக எனக்கு சில்வானேயின் உடல்நலமின்மை புரிந்தது.

"எனக்குக் காட்டு" என்றேன்.

"இங்கே வெளிச்சம் ரொம்பக் கம்மியா இருக்கு"

"அதுக்குப் பரவாயில்ல"

அவன் பெட்டியிலிருந்து ஓவியத்தை வெளியே எடுத்து, குப்பி விளக்கின் மந்தமான வெளிச்சத்தின் அருகே கொண்டுசென்றான். அந்த ஓவியமும் பழக்கப்பட்டதே. சமவெளி மலைத்தொடர் புல்வெளி. ஆனால் அதிலொரு புதுமை இருந்தது. அதன் பின்னணியில் மொரொகாவின் ஒரு பகுதி இருந்தது. அசுத்தமான குடிசைகள், புகை, சனக் குவியல் ஆகியன அழகான இயற்கைச் சூழலிலிருந்த குப்பை மேடுகளைப் போன்றிருந்தன. எனினும் குப்பை மேட்டிலிருந்து உதிக்கும் மனித உருவங்கள் இருளில் பிரகாசிக்கும் நட்சத்திரங்களைப் போன்றிருந்தன.

"இது உன்னோட சிறந்த ஓவியமொன்று" என அவன் கேன்வஸை எடுத்து வைக்கும்போது நான் கூறினேன்.

"ஐயா அப்படிச் சொன்னதுல எனக்குச் சந்தோஷம்"

"இப்ப நாங்க நிஜமாவே ஒரு கண்காட்சியை ஏற்பாடு செய்யணும்."

அவன் எதிரியைப் பார்ப்பது போல என்னைப் பார்த்தான்.

"இல்ல ஐயா."

அவனது குரலில் கோபம் எதிரொலித்தது.

"இல்லேன்னா நீ எனக்கு ஓவியங்கள் ஒண்ணு, ரெண்டை விற்கணும்"

"என்னோட தேசத்தை நான் விற்குறதா உங்களுக்குத் தேவை?"

"உன்னோட உணர்வுகளை மதிக்குறேன் சில்வானே. ஆனா சில பேர் இயற்கைக் காட்சிகளை ஓவியங்களாக்கி அதையெல்லாம் விற்குறாங்க ... அவங்களுக்கிடையில பெரிய பெரிய ஓவியக் கலைஞர்களும் இருக்காங்க"

"நான் சும்மா ஒண்ணும் இயற்கைக் காட்சிகளை ஓவியமாக்கல"

"பின்னே நீ வேறென்ன செஞ்சிட்டிருக்கே?"

"நான் அதையெல்லாம் திரும்ப எடுத்துட்டிருக்கேன்" அவன் உணர்ச்சி மிகுதியாகப் பதிலளித்தான். அவனது கோபம் தெளிவானது. அவனது விழிகள் கோபத்தால் பளிச்சிட்டன.

"நீ என்ன சொல்ல வர்றே?"

"நீங்க என்னை விளக்கமாச் சொல்ல வற்புறுத்துறீங்க"

"நான் உன்னோட நண்பன்.. நீ என்கிட்ட என்ன வேணும்னாலும் சொல்லலாம்" என நான் அவனை ஊக்கப்படுத்தும் விதமாகக் கூறினேன்.

''நீங்க எங்ககிட்டயிருந்து அபகரிச்சுக்கிட்ட நிலத்தை நான் திரும்ப எடுத்துட்டிருக்கேன். காலையிலேயே புறப்பட்டுப் போயிடுறேன். அந்தியாகுறப்போ அந்த பூமியிலிருந்து ஒரு பகுதியை எடுத்துட்டுத் திரும்ப வர்றேன். அதான் நான் பண்ணிட்டிருக்கேன்''

''ஆனா இந்த நாடு எங்க எல்லோருக்குமே உரியதுதானே'' என நான் உரையாடலைத் திசைதிருப்பும் எண்ணத்தில் கூறினேன்.

''இந்த நாடு எங்களுக்கு மட்டுமே உரித்தானது ... நீங்க அதை அழிச்சுட்டிருக்கீங்க''

''நாங்க எப்படி அழிச்சிட்டிருக்கோம்?''

''உங்களோட வாகனங்கள், ரயில், வீடுகளால எங்களோட நாடு அழிஞ்சிட்டிருக்கு. இன்னும் சில வருஷங்கள் போனா ஒரு மரம் நாட்டக் கூட இடம் மிஞ்சியிருக்காது. புல் முளைக்கக்கூட இடமிருக்காது. ஆறுகளுக்குச் சுதந்திரமா ஓட முடியாமப் போயிடும். இப்பவே எங்களுக்கு எங்களோட சுதந்திரம் பறி போயிருக்கு. உங்களோட சுரங்கங்கள்லயும், பட்டறைகள்லயும் எங்களைச் சிறைப்படுத்திட்டீங்க. எங்களைச் சேரிகளுக்குத் தள்ளிட்டீங்க''

கோபத்தோடு மேசையில் கையால் அடித்தவன், ஜன்னலைப் பார்த்தவாறு பேச்சை நிறுத்தினான். இவையெல்லாமும் பல காலங்களாக அவனது மனதினுள் ஆர்ப்பரித்துக்கொண்டிருந்த விடயங்கள் என்பது எனக்குப் புரிந்தது. இந்த எண்ணங்களை அவனது மனதிலிருந்து அப்புறப்படுத்த வேண்டும்.

''இந்தப் பிரதேசங்கள் ...'' என்றவன் தொடர்ந்தான்.

''அலெக்ஸான்ட்ரா, ஆர்லான்டோ, சொபியாடவுன் எல்லாமும் உங்களோட கார், ரயில், பட்டறை, வீடு எல்லாத்துக்கும் இடத்தைப் பெற்றுக்கொள்ள எங்களைக் கொண்டுவந்து தள்ளுற குப்பை மேடுகளல்ல''

''நீங்க கிராமங்கள்ல இருந்து சொந்த விருப்பத்தோடுதானே இங்க வந்தீங்க?'' என்று நான் குறுக்கிட்டேன்.

''ஏன்னா நீங்க எல்லாரும் ஊரைவிட்டுட்டு, பண்ணை நிலங்களுக்குப் போக எங்களைப் பலவந்தப்படுத்தினீங்க. நீங்கதான் எல்லா ஜீவனோபாய மார்க்கங்களையும் இந்தப் பிரதேசங்களுக்குக் கொண்டுவந்தீங்க ... நீங்க எலும்பைக் கொண்டு வந்து புதைச்சிட்டா, நாய்கள் அதன் பின்னால வந்துடும்னு உங்களுக்கு நல்லாத் தெரிஞ்சிருந்தது ... அதனால நாங்க இங்க வரவேண்டியிருந்துச்சு ... நீங்க அந்த எலும்புகளையெல்லாம் புதைச்சு காங்க்றீட் போட்டு மூடிட்டீங்கன்றது இப்பத்தான் எங்களுக்கு விளங்குது''

''உங்களுக்கு உங்க வீடுகள்லயே வேண்டிய மட்டும் எலும்புகள் இருக்கு ... ஆனா நீங்கதான் அதைச் சாப்பிட மறுக்குறீங்க''

''நீங்க கிண்டல் செய்யலாம் ... ஆனா நான் எச்சரிக்கிறேன். வெள்ளைக்காரன்கிட்ட இருந்து எங்க நாட்டைத் திருப்பியெடுக்கப் பாடுபடுறது நான் மட்டுமில்ல ... நிறையப் பேர் முயற்சி பண்ணிட்டிருக்காங்க''

''எப்படி?''

''அவங்க ரகசியமா உங்ககிட்ட வந்து உங்களோடதையெல்லாம் திருடிட்டிருக்காங்க. உங்க பொம்பளைங்களையெல்லாம் நாசமாக்கிட்டிருக்காங்க. சிலபேரைக் கொன்னுடறாங்க. எங்களுக்குத் தெரியாதுன்னு நினைக்கிறீங்களா? எங்களுக்கு ஒரு விஷயம் நல்லாத் தெரியும். உங்களைப் பயமுறுத்தத்தான் நாங்க முயற்சிக்குறோம். இந்த நாட்டுல உங்களை, இருட்டுக்குப் பயந்த குழந்தையோட நிலைமைக்கு ஆளாக்கத்தான் நாங்க முயற்சி பண்ணிட்டிருக்கோம்''

''ஆனா அதைப் பார்க்க நீ உயிரோட இருக்க மாட்டே.''

அவன் கேள்வியோடு என்னைப் பார்த்தான்.

‘‘நீ பட்டினியில இருக்கே சில்வானே. பட்டினி, உன்னைச் சாவுக்கு இட்டுச் செல்லும் வியாதி’’ நான் அவனுக்கு முன்னால் எழுந்து நின்றேன். அவனது கண்களின் பிரகாசம் படிப்படியாகக் குறைந்துசென்று வெற்றுப் பார்வையாக மாறியது.

‘‘உன்னை மட்டுமில்ல ... உன்னோட அம்மாவையும்தான். அவங்க உன்னைச் சின்ன வயசுலருந்து வளர்த்து ஆளாக்கியது போதும். அவங்களுக்கு இப்போ வயசாயிடுச்சு. இப்போ அவங்களைத்தான் குழந்தை மாதிரி பார்த்துக்கிடணும். நீ அவங்களுக்குச் சாப்பாடு கொடுக்குறதில்ல.’’

அவன் பதிலளிக்கவில்லை. ஆனால் எனது வார்த்தைகள் அவன் மீது பிரயோகிக்கப்பட்ட பலத்த தாக்குதல் என்பதாக நான் உணர்ந்தேன்.

‘‘உன்னோட கைகள் எப்பவுமே வெறுமையால நிறைஞ்சிருக்கு சில்வானே. கைகள் நிறையணும்னா ஏதாவது கொடுக்கணும்.’’

உடனடியாக அவன் என்னைப் பார்த்தான். அவனது கண்களில் புதியதொரு பிரகாசம் தெரிந்தது.

‘‘உங்களுக்கு என்ன தெரியும்?’’ என அவனது குரல், மெல்லிய தொனியில் கூறியது.

‘‘நீங்க எங்களோட முழு தேசத்தையுமே பிடிச்சுக்கிட்டு எங்களுக்குப் பட்டினியை உரித்தாக்கிட்டீங்க ... எங்களுக்கு சுதந்திரமா அங்கேயும் இங்கேயும் போய்வர இருந்த உரிமையை, எங்களோட எதிர்பார்ப்புகளை இல்லாமலாக்கிட்டீங்க’’

‘‘நான் உன்னோட நண்பன் சில்வானே. உன்னோட ஒரு ஓவியத்தை எனக்கு வித்துடு ... அதைக்கொண்டு நீ சீவிக்கலாம்’’

‘‘மனுஷங்களோட பட்டினியால பலன் அனுபவிச்சிக்கிட்டு அவங்களோட தேசத்தைப் பிடிக்கப் பார்க்குற நீங்களெல்லாம் என்ன மாதிரியான ஆட்கள்?’’ என உதடுகளை இறுக்கமாக வைத்துக்கொண்டு கூறினான்.

''நான் உன்னோட பட்டினியால பலன் அனுபவிக்க முயற்சிக்கல''

''நான் பட்டினியில இருக்குறது உங்களுக்குத் தெரியும். பட்டினியில இருக்குற ஒருத்தன் சாப்பாட்டுக்காகத் தன்னோட கண்களைக்கூட விற்பான்னும் உங்களுக்குத் தெரியும். உங்களுக்கு இது எல்லாமே தெரியும். நான் உங்களையும் ஒரு பிணந்தின்னிக் கழுகாகத்தான் பார்க்குறேன்.''

அவன் எந்தளவு கோபத்துடன் இருந்தான் என்றால், என்னைப் பார்ப்பதைக் கூட தவிர்த்தவன், மறுபக்கம் திரும்பிக் கொண்டான்.

நான் மீண்டும் மொரொகாவின் நிலக்காட்சி உள்ளடக்கப்பட்ட ஓவியத்தைப் பார்க்க மேசையின் அருகே சென்றேன். அந்த ஓவியத்திலிருந்த அனைத்து ரேகைகளும் நூற்றாண்டுகளாக நிலைத்திருக்கும் கோபங்களால் சூழப்பட்டிருந்தன. அனைத்தையும் வெளிப்படுத்தும் காட்சி அது.

''இது நிஜமில்லை'' என அமைதியாகக் கூறினேன்.

''நீ உன்னுடைய சிநேகிதனைப் புரிஞ்சுக்கணும்''

நான் எனது பணப் பையிலிருந்து ஐந்து பவுண் காசுத்தாளொன்றை வெளியே எடுத்தேன். அது என் தரப்பிலிருந்து நேர்ந்த தவறொன்று. சில்வானே அதைக் கண்டு காயமடைந்த காட்டுப் பன்றியைப் போல துடித்தான்.

''எனக்கு உங்க பணம் அவசியமில்ல'' அவனது தலையிலிருந்து உள்ளங்கால்வரை பதறியது.

''தயவு செஞ்சு நான் சொல்றதைக் கேளு சில்வானே''

''எனக்கு உங்க காசு தேவையில்ல''

நான் காசுத்தாளை மேசை மீது வைத்துவிட்டு கதவருகே செல்ல முயற்சித்தேன். ஆனால் அவன் முந்திக் கொண்டான்.

''எனக்கு இது வேணாம்'' என்ற அவனது குரல் அழுவதைப் போல இருந்தது.

''வேணாம்னா வீசிடு'' நான் தைரியமாகக் கூறிவிட்டு கதவருகே சென்றேன். தொடர்ந்து எதிர்பாராத ஒரு விடயம் நிகழ்ந்தது. அவன் கேன்வஸ் ஓவியத்தை எடுத்துவந்து எனது கையில் வைத்து அழுத்தினான்.

''இதை எடுத்துக்குங்க'' என்றான்.

''எனக்கு வேணாம் சில்வானே''

''வேணாம்னா வீசிடுங்க''

அவன் எனது வார்த்தைகளால் என்னையே திருப்பித் தாக்கினான். பெரிய கண்ணீர்த் துளிகளிரண்டு அவனது கன்னங்களில் வழிந்தோடியது. அவன் மென்மையாக என்னை ஓரமாகத் தள்ளினான்.

''ஆனா நீங்க ஒரு நாளும் திரும்ப வர வேணாம். திரும்ப ஒரு நாளும் மீண்டும் வர வேணாம்.''

அவன் எனக்காகக் கதவைப் பிடித்துக்கொண்டு நின்றான். நான் அவனுக்கு நன்றி தெரிவிக்காமலேயே வெளியேறினேன். எனக்குக் கூற எதுவுமிருக்கவில்லை. அவன் பட்டினியால் வாடிக்கொண்டிருப்பதனால் அவனது கண்களை எனக்கு விற்றிருக்கிறான்.

எனது தொண்டையில் வலி தந்தவாறு அவ்வேதனையானது சிக்கிக்கொண்டது. நுழைவாயிலில் கரகர ஓசை எழுகையில் நான் ஒற்றையடிப் பாதையில் கால் வைத்திருந்தேன். மொரொகா உயிரோடு இருப்பது எனக்குத் தென்பட்டது. புகையினிடையே அணைந்தணைந்து எரியும் தீயின் செந்நிறக் கண்கள் என்னைப் பார்த்துக் கொண்டிருந்தன.

அச்சம் தரும் அமைதியான காரிருளில் பறக்கும் இராக் காலத்து

வண்ணத்துப்பூச்சி போல நான் அக் குடிசைகளிடையே துயருற்ற தனித்த சிறு மனிதனாக ஆகியிருந்தேன். பொறியொன்றில் சிக்கிய எலியைப் போல. அத் தேசத்துக்கு அவசியமற்ற புதியவனொருவனைப் போல. அந்த பூமியிலிருந்து நான் விரைவாக வெளியேறினேன்.

இத் தொகுப்பில் அடங்கியுள்ள சிறுகதைகளை எழுதிய எழுத்தாளர்கள் பற்றிய குறிப்பு

க்றேஸ் ஒகொட் (Grace Ogot)

கென்ய வரலாற்றில் முதன்முறையாக ஆங்கிலத்தில் தொகுப்பை வெளியிட்ட பெண் எழுத்தாளராக அறியப்படும் க்றேஸ் ஒகொட், 1930 ஆம் ஆண்டு மே மாதம் 15 ஆம் திகதி, கென்யாவில் பிறந்தவர். இவர் எழுத்தாளர், ஊடகவியலாளர், மருத்துவத் தாதி, அரசியல்வாதி, தானாதிபதி எனப் பன்முகம்கொண்டவராகத் திகழ்ந்தவர்.

கென்யாவில் ஆரம்ப மற்றும் உயர்கல்வியைப் பூர்த்தி செய்த இவர் 1949-1953 காலப்பகுதியில் உகண்டா வைத்தியசாலையில் மருத்துவத் தாதியாக பயிற்சி பெற்றார். பின்னர் இங்கிலாந்து சென்ட்தாமஸ் வைத்தியசாலையில் தாய்மார் மற்றும் குழந்தைகளுக்கான மருத்துவத் தாதியாகப் பணியாற்றினார். பின்னர் 1958 ஆம் ஆண்டு தனது

நாட்டுக்குத் திரும்பிய இவர் மருத்துவத் தாதியாகவும், பல்கலைக்கழக மாணவ சுகாதார சேவையிலும் கடமையாற்றினார்.

இப்பணிகளினூடே BBC சர்வதேச சேவையில் ஆவண எழுத்தாளராகவும் அறிவிப்பாளராகவும் கடமையாற்றியிருக்கிறார். அத்தோடு ஏர் இந்தியா நிறுவனத்துக்கான கிழக்கு ஆபிரிக்காவின் மக்கள் தொடர்பு அதிகாரியாகவும் பணியாற்றியிருக்கிறார்.

1975 ஆம் ஆண்டு ஐக்கிய நாடுகளின் கென்யாவுக்கான கட்டளை தூதுவராகக் கடமையாற்றிய இவர், 1976 ஆம் ஆண்டு யுனெஸ்கோவின் கென்யாவுக்கான கட்டளை தூதுவர் குழுவில் ஒருவராகவும் இருந்திருக்கிறார். அத்தோடு அதே ஆண்டில் கென்யா எழுத்தாளர் சங்கத்தைத் தோற்றுவிப்பதில் பெரிதும் பாடுபட்டார். 1983 ஆம் ஆண்டு, பாராளுமன்றத்தில் ஒரேயொரு பெண்ணாகவும், முதல் பெண் உதவி அமைச்சராகவும் அங்கம்வகித்த பெருமை இவரைச் சேர்கிறது.

தனது 29 ஆம் வயதில் வரலாற்றுப் பேராசிரியர் பெத்வெல் அலான் ஒகொட்டைத் திருமணம் செய்த இவர் நான்கு பிள்ளைகளின் தாயாவார். தனது தந்தையும் பாட்டியும் தனக்கு மரபுக் கதைகளைச் சொல்லித் தந்ததாகவும், அவையே தன்னைப் பிற்காலத்தில் ஒரு எழுத்தாளராக மாற்றியது என்பதாகவும் குறிப்பிட்டிருக்கும் இவர், கதைகளை எழுதுவதிலும், வாய் மூலமாக பண்டைய மரபுக் கதைகளை சொல்லித் தந்து ஊக்கமளிப்பதிலும் தனது கணவர் பெரிதும் உதவினார் எனவும் தெரிவித்திருக்கிறார். இவர் 2015.03.18 அன்று தனது 85 ஆவது வயதில் நைரோபியில் காலமானார்.

தற்பொழுது ஆவணப்படுத்தப்பட்டுள்ள இவரது தொகுப்புக்களில் சில Aloo kod Apul&Apul (1981) in Luo, Ber wat (1981) in Luo, The Graduate, Nairobi: Uzima Press, 1980, The Island of Tears (short stories), Nairobi: Uzima Press, 1980, Land Without Thunder; short stories, Nairobi: East African Publishing House, 1968, Miaha (in Luo), 1983; translated as The Strange Bride by Okoth Okombo (1989), The Other Woman: selected short stories, Nairobi: Transafrica, 1976, The Promised Land: a novel, Nairobi: East African Publishing House, 1966, The Strange Bride translated from Dholuo (originally published as Miaha, 1983) by Okoth Okombo, Nairobi: Heinemann Kenya, 1989.

கமாரா லயே (Camara Laye)

சஹாராவிலிருந்து உதித்த, முதல் எழுத்தாளர்களில் ஒருவராக அறியப்படும் கமாரா லயே 1928 ஆம் ஆண்டு ஜனவரி முதலாம் திகதி கினி குடியரசில் பிறந்தவர். புராதன நகரமான கௌரூஸ்ஸாவில் வளர்ந்த இவர், கோனாக்ரியிலுள்ள தொழில்நுட்பக் கல்லூரியில் தனது உயர்கல்விக்காகச் சேரும் வரையில், உள்ளூரிலேயே அரச பாடசாலையிலும், குர்ஆன் மத்ரஸாக்களிலும் கல்வி கற்றவர்.

1953 ஆம் ஆண்டில் வெளியிடப்பட்ட இவரது சுயசரிதையான "The Dark Child" நாவலானது, கினியில் வாழ்ந்த தனது சிறுபிராயத்தைக் கவிதைத்தனமான வரிகளால் விபரிப்பதாக எழுதப்பட்டிருந்தது.

1956 ஆம் ஆண்டில் கினிக்குத் திரும்பி வந்த இவர், இரண்டு வருட காலம் பொறியியலாளராகக் கடமையாற்றிய பின்னர், தகவல்துறை அமைச்சின் ஆய்வு நிலையத்திற்கான தலைவராகப் பொறுப்பேற்றார். தொடர்ந்து வந்த பத்து வருட காலப்பகுதியில் **Black Orpheus, Presence Africaine** உள்ளிட்ட பல சிறுகதைகளை எழுதியுள்ளார்.

பலராலும் பேசப்பட்ட **"The Radiance of the King"** (1954) நாவல், **"A Dream of Africa"** தொகுப்பு உள்ளிட்ட பல புத்தகங்களை வெளியிட்டுள்ள இவர் 1964 ஆம் ஆண்டிலிருந்து செனகலுக்கு இடம்பெயர்ந்து, அங்கு டகார் பல்கலைக்கழகத்தில் இஸ்லாமியக் கற்கை நெறி ஆய்வாளராகக் கடமையாற்றினார். 1980 ஆம் ஆண்டு செனகலில் காலமானார்.

ஆல்ஃப் வண்ணென்பர்க் (Alf Wannenburgh)

தென்னாபிரிக்க எழுத்தாளராகவும், ஊடகவியலாளராகவும் அறியப்பட்ட ஆல்ஃப் வண்ணென்பர்கின் முழுப் பெயர் ஆல்ஃப்ரட் ஜோன் வண்ணென்பர்க் என்பதாகும். 1936 ஆம் ஆண்டு, கேப் டவுனில் பிறந்த இவர், ஜேர்மன் வம்சாவளியைச் சேர்ந்தவராவார். கேப் டவுன் பல்கலைக்கழகத்தில் உயர்கல்வியைக் கற்றுக்கொண்டிருந்த காலத்திலிருந்து, நில அளவை உதவியாளராகவும், விற்பனையாளராகவும், எழுத்தாளராகவும் பகுதி நேரமாக வேலை செய்துவந்தார்.

1963 ஆம் ஆண்டில் வெளியான 'Quartet' எனப்படும் தொகுப்பானது, நான்கு தென்னாபிரிக்க எழுத்தாளர்களின் படைப்புகளை உள்ளடக்கியது. இதில் இவரது 'எதிரொலிகள்' எனும் சிறுகதை உள்ளடக்கப்பட்டிருந்ததோடு, தென்னாபிரிக்க அரசாங்கத்தால் இத்தொகுப்பு தடை செய்யப்பட்டது. தொடர்ந்து 1965 ஆம் ஆண்டு இத்தொகுப்பு லண்டனில் வெளியிடப்பட்டது.

இவரது, தென்னாபிரிக்க மண் சரிவு சம்பந்தமான படைப்பும் முக்கியமானது. வரலாற்றிலிருந்தும் மறக்கடிக்கப்பட்ட சுரங்கத் தொழிலாள க்ரிகுவா மற்றும் கோய்கோய் மக்களைப் பற்றி அதில் எழுதியிருந்தார். அத்தோடு வைரச் சுரங்கங்களில் ஊதியமின்றிப் பாடுபடும் மக்களைப் பற்றியும், அவற்றை விற்பனை செய்து பணம் சம்பாதிக்கும் நிறுவனங்களைப் பற்றியும் விரிவாக மற்றுமொரு புத்தகத்தை எழுதிய இவரது காலத்தால் மறக்கடிக்க முடியாத தொகுப்புகளில் சில இவை. 'The world of shooting', 'Quartet', 'Rhodesian Legacy', 'The Forgotten Frontiersmen', 'Diamond People'.

பல அச்சுறுத்தல்கள் வந்தபோதும் நாட்டைவிட்டுப் புலம் பெயராது, தென்னாபிரிக்காவிலிருந்துகொண்டே தொடர்ந்தும் எழுதி வந்த இவர் 2010 ஆம் ஆண்டு, கேப் டவுனில் காலமானார்.

கூகி வா தியாங்கோ

(Ngugi Wa Thiongo)

கென்ய எழுத்தாளரான கூகி வா தியாங்கோ 1938 ஆம் ஆண்டு ஜனவரி, ஐந்தாம் திகதி கென்யாவில் பிறந்தவர். பெற்றோர் இட்ட பெயர் ஜேம்ஸ் கூகி. தனது பாடசாலை உயர்கல்வியை கென்யாவில் கற்ற இவர், உகாண்டா பல்கலைக்கழகத்தில் ஆங்கில மொழியில் பட்டப்படிப்பை பூர்த்தி செய்தார்.

கல்வி கற்கும் காலத்தில் இவரது குடும்பம் மாஓ மாஓ யுத்தத்தில் சிக்கிக் கொண்டது. தாய் உட்பட குடும்பத்தவர்கள் சித்திரவதை செய்யப்பட்டனர். எனவே காலனி ஆதிக்கத்துக்கு எதிர்ப்புத் தெரிவிக்கும் விதமாக தனது பிராந்திய மொழியான கிகுயு மொழியின் மரபுக்கேற்ப தனது பெயரை கூகி வா தியாங்கோ மாற்றிக் கொண்டார். ஆங்கில மொழியில் எழுதி வந்த இவர் பின்னர் கிகுயு, ஸ்வாஹிலி மொழிகளிலும் தனது எழுத்தினைத் தொடர்ந்தார்.

Mutiiri சஞ்சிகையைத் தொடங்கியவரும், அதன் ஆசிரியருமான இவர் நாடகங்கள், நாவல்கள், சிறுகதைகள், கட்டுரைகள், சிறுவர் இலக்கியங்கள் எனப் பல துறைகளிலும் தனது பங்களிப்பை ஆற்றியிருக்கிறார். இவரது படைப்புகள் ஏற்படுத்திய தாக்கங்கள் காரணமாக குடும்பத்தோடு கைது செய்யப்பட்டதும், நாடு கடத்தப்பட்டதுமான மோசமான அனுபவங்கள் இவருக்கு இருக்கின்றன.

பல்கலைக்கழக பேராசிரியராகக் கடமையாற்றி வந்த இவர், 2004 ஆம் ஆண்டு கென்யாவில் வைத்து கொள்ளையர்களின் தாக்குதலுக்கு உள்ளானதன் காரணத்தால் அமெரிக்காவுக்கு இடம்பெயர்ந்து அங்கு தனது குடும்பத்தோடு வசித்து வருகிறார். இவரது மகன் மூகொமா வா கூகியும் சிறந்த கவிஞராகவும் நூலாசிரியராகவும் அறியப்பட்டிருக்கிறார்.

கிழக்கு ஆபிரிக்காவிலிருந்து உதித்த முதல் தர எழுத்தாளராக கூகி வா தியாங்கோ சர்வதேசம் முழுவதும் கொண்டாடப்படுகிறார். இவரால் ஆபிரிக்க இலக்கியம், அரசியல் மற்றும் அடிமை வாழ்க்கை முறை குறித்து எழுதப்பட்டவையும், மொழிபெயர்க்கப்பட்டவையும் ஏராளம்.

இவற்றுக்கிடையில் 'Homecoming : Essays on African and Caribbean Literature', 'Decolonising the Mind : The Politics of Language in African Literature', 'Writers in Politics', 'Detained : A Writer's Prison Diary', 'Moving the Centre : The Struggle for Cultural Freedoms' ஆகியவை முக்கியமானவை. 'Weep not Child', 'The River Between', 'A Grain of Wheat', 'Petals of Blood', 'Devil on the Cross', 'Matigari' ஆகியவை இவரது நாவல்களாகும். 'Secret Lives' இவரது சிறுகதைத் தொகுப்பு. 'This Time Tomorrow and Other Plays', 'The Black Hermit', 'The Trial of Dedan Kimathi', 'I Will Marry When I Want', 'Mother Sing for Me' ஆகியவை இவரது நாடகத் தொகுப்புகளாகும்.

அமா அடா ஐடூ (Ama Ata Aidoo)

ஆபிரிக்கப் பெண் எழுத்தாளர்களில் குறிப்பிடத்தக்க ஒருவரான அமா அடா ஐடூ, 1940 களில் கானா குடியரசிலுள்ள ஒரு குக்கிராமத்தில் பிறந்தவர். இவரது தந்தைதான் அக்கிராமத்தில் முதன்முதலாக ஒரு பள்ளிக்கூடத்தை ஆரம்பித்தவர். அத்தோடு அமா அடா ஐடூவையும் கல்வி கற்க ஊக்குவித்தார்.

தனது பதினைந்து வயதினிலேயே ஒரு பெண் எழுத்தாளராக வர வேண்டுமெனக் கனவு கண்ட அமாவின் கனவு, தொடர்ந்து வந்த நான்கு வருடங்களில் செய்திப் பத்திரிகையொன்று நடத்திய சிறுகதைப் போட்டியில் இவர் முதல் பரிசினை வென்றதோடு பலித்தது.

தொடர்ந்து கானா பல்கலைக்கழகத்தில் இலக்கியப் பட்டப்படிப்பைப் பூர்த்திசெய்து அங்கேயே பேராசிரியரானார். 1964இல் தனது முதலாவது ஆவணத் திரைப்படத்தை வெளியிட்டார். சிறுகதைகள், கவிதைகள், நாடகப் பிரதிகள் எனப் பல தொகுப்புகளை இவர் வெளியிட்டுள்ளதோடு, சிறந்த நூலிற்கான 'பொதுநலவாழ் எழுத்தாளருக்கான விருது' உள்ளிட்ட பல விருதுகளை இலக்கியப் படைப்புகளுக்காக பெற்றுள்ளார் என்பது குறிப்பிடத்தக்கது.

1982 ஆம் ஆண்டு ஜனவரியில் கானாவுக்கான கல்வியமைச்சராக நியமிக்கப்பட்டதோடு கானா முழுவதற்குமாக இலவசக் கல்வியை

வழங்க முயற்சித்தார். 18 மாதங்களாகப் பாடுபட்டும் அதை செயற்படுத்த இயலாமல் போனமையால் தனது பதவியை ராஜினாமா செய்தார். தொடர்ந்து முழு நேர எழுத்தாளராக மாறி ஸிம்பாப்வே, அமெரிக்கா போன்ற நாடுகளுக்குப் பயணித்துவருகிறார்.

கரோபோ மோசெஸ் மொட்ஸிசி (Karobo Moses Motsisi)

கரோபோ மோசெஸ் மொட்ஸிசி (Karobo Moses Motsisi) என்ற இயற்பெயரைக் கொண்ட காஸே மொட்ஸிசி தென்னாபிரிக்காவைச் சேர்ந்த ஊடகவியலாளரும் எழுத்தாளரும் ஆவார்.

1932 ஆம் ஆண்டு, ஜோஹன்னர்ஸ்பர்கில் பிறந்த இவர், அங்கேயே கல்வி கற்று பின்னர் சிறிது காலம் தென்னாபிரிக்காவின் கௌதெங்க் மாகாணத்திலுள்ள ப்ரிடோரியா எனும் நகரத்தில் ஆசிரியராகக் கடமையாற்றியுள்ளார். அத்தோடு 'ட்ரம்' (Drum) இதழில் ஊடகவியலாளராகப் பணியாற்றியதோடு ட்ரம் (ஈஹூதட்), த கிளாசிக் (கூடனு இடுேச்ண்ண்டிஞ்), த வேர்ல்ட் (The World) ஆகிய இதழ்களில் தொடர்ச்சியாக எழுதி வந்துள்ளார்.

1977 ஆம் ஆண்டு, தனது 45 ஆவது வயதில் காலமான இவரது படைப்புகளையெல்லாம் ஒன்று சேர்த்து 'ராவன்' பதிப்பகமானது, 1978 ஆம் ஆண்டு 'காஸே - கோ (Casey & Co)' எனும் முழுத் தொகுப்பாக வெளியிட்டுள்ளது.

அலெக்ஸ் லா குமா (Alex La Guma)

தென்னாபிரிக்க எழுத்தாளரான அலெக்ஸ் லா குமா 1925.02.20 அன்று, தென்னாபிரிக்க கம்யூனிஸ்ட் கட்சியின் பிரதான தலைவர்களுள் ஒருவராக இருந்த ஜேம்ஸ் லா குமாவுக்கு மகனாக, கேப் டவுனில் பிறந்தவர்.

கேப்டவுனிலுள்ள பாடசாலைகளில் ஆரம்பக் கல்வியைக் கற்ற இவர், 1945 ஆம் ஆண்டு தனது பட்டப்படிப்பை தொழில்நுட்பக் கல்லூரியொன்றில் பூர்த்தி செய்ததோடு. கம்யூனிஸ்ட் கட்சியில் இணைந்து அரசியலில் ஈடுபட்டார். 1957 ஆம் ஆண்டு தனது முதல் சிறுகதையான 'Noctum' ஐ எழுதியதோடு, தொடர்ந்து பத்திரிகைகளிலும் எழுதிவந்தார். இதனால் 1962 ஆம் ஆண்டு வீட்டுக் காவலில் வைக்கப்பட்ட இவர், 1966 ஆம் ஆண்டு லண்டனுக்கு புலம்பெயர்ந்தார்.

தனது வாழ்நாளின் மீதிக் காலத்தை புலம்பெயர்ந்தவராகக் கழித்த இவர், 1985 ஆம் ஆண்டு கியூபாவில் காலமான போது, கரீபியனிலுள்ள ஆபிரிக்க தேசிய காங்கிரஸின் தலைமைத் தூதுவராகக் கடமையாற்றிக்கொண்டிருந்தார்.

அலெக்ஸ் லா குமாவின் எழுத்துகளில் காணப்பட்ட மனதுக்கு நெருக்கமான உரையாடல்கள், யதார்த்தமான சித்தரிப்புகள், அழுத்தங்களுக்குள்ளானவர்களின் பரிதாபமான நிலை குறித்த

விபரிப்புகள் ஆகியன அவரை இருபதாம் நூற்றாண்டின் குறிப்பிடத்தக்க ஆபிரிக்க எழுத்தாளராக ஆக்கியிருந்தது. 1969 ஆம் ஆண்டு தனது எழுத்துகளுக்காக 'இலக்கியத்துக்கான தாமரை விருது' வென்ற இவரது தொகுப்புகள் சில A Walk in the Night and Other Stories, (1962), Mbari (Publishers), Ibadan, Nigeria, And a Threefold Cord (1964), (East) Berlin, GDR: Seven Seas Publishers, The Stone&Country (1967), (East) Berlin, GDR: Seven Seas Publishers, In the Fog of the Seasons' End (1972), London: Heinemann, A Soviet Journey (1978), Moscow: Progress Publishers, Time of the Butcherbird (1979), London: Heinemann.

மரியமா பா (Mariama Ba)

'ஆபிரிக்காவின் தாய்' என வர்ணிக்கப்பட்ட எழுத்தாளரும், ஆசிரியரும், பெண்ணியவாதியுமான மரியமா பா, 17.04.1929. அன்று செனகலில் பிறந்தவர். சிறு வயதிலேயே தாயை இழந்த இவரை, இவரது பாட்டனாரும், பாட்டியுமே வளர்த்துவந்தனர். எனவே 'பெண் குழந்தைகள் கல்வி கற்கக் கூடாது' என்ற சமூக பழக்க வழக்கத்துக்கேற்ப இவருக்கும் ஆரம்பக் கல்வியோடு, படிப்பை நிறுத்திவிடுமாறு குடும்பத்தின் மூத்தவர்கள் வற்புறுத்திவந்தனர்.

இவரது தந்தை அப்போது சுகாதார அமைச்சராகக் கடமையாற்றியவர். அவரது ஊக்குவிப்போடு இவர் தொடர்ந்தும் கல்வி கற்று, தனது பதினெட்டு வயதில் ஆசிரியக் கல்வியில் பட்டப்படிப்பை பூர்த்திசெய்தார். தொடர்ந்து 12 வருடங்கள் ஆசிரியையாகக் கடமையாற்றிய இவர், செனகல் வலயக் கல்வி அதிகாரியாக நியமிக்கப்பட்டார். பாராளுமன்ற உறுப்பினரான Obeye Diop ஐத் திருமணம் செய்திருந்த இவர், ஒன்பது குழந்தைகளோடு அவரால் கை விடப்பட்டார்.

தனது பல வருட கால திருமண பந்தத்தின் துன்ப அனுபவங்களையும், ஆபிரிக்க சமூகத்தில் பெண்களின் துயர வாழ்வியலையும் 'So Long a Letter' எனும் தனது முதல் நாவலில் தெளிவாக விபரித்திருக்கிறார் மரியமா பா. இந்த நாவல் இவருக்கு, 1980 ஆம் ஆண்டிற்கான 'நோமா' விருதினைப் பெற்றுத் தந்தது. மறு வருடம் தனது இரண்டாவது தொகுப்பை வெளியிட இவர் ஆயத்தமாகிக்கொண்டிருந்தவேளை, 17.08.1981 அன்று காலமானார்.

பலதார மணம் என்பது சர்வ சாதாரணமாக இருக்குமொரு சமூகத்தில், கை விடப்படும் மூத்த தாரங்கள் மற்றும் பலியாகும் இளம் பெண்கள் குறித்து பகிரங்கமாகவும் தைரியமாகவும் குரல் கொடுத்த முதல் பெண்மணியாக இவரைக் குறிப்பிடலாம். ஆபிரிக்கர்களால் தனது பாட்டியாக, தாயாக, சகோதரியாக, மகளாக, தோழியாக பார்க்கப்படும் இவர் எழுதியுள்ள இவரது முதல் நாவலின் ஒவ்வொரு அத்தியாயங்களும் தனித்தனி சிறுகதையாகவும் கவனிக்கப்படுபவை.

அதிலிருக்கும் ஒரு அத்தியாயமே இத்தொகுப்பில் தரப்பட்டிருக்கும் 'திருமணம்' எனும் சிறுகதையாகும்.

கேப்ரியல் ஜிபாபா ஒகாரா
(Gabriel jibaba Okara)

எழுத்தாளர் கேப்ரியல் ஜிபாபா ஒகாரா (Gabriel jibaba Okara) நைஜீரியாவைச் சேர்ந்த எழுத்தாளராவார். 1921 ஆம் ஆண்டு நைஜீரியாவில் பிறந்த இவர் 1949 ஆம் ஆண்டு நோர்த்வெஸ்டர்ன் பல்கலைக்கழகத்தில் ஊடகவியல் கற்கைநெறியைப் பூர்த்தி செய்தார். நைஜீரிய சிவில் யுத்தத்துக்கு முன்பான காலப்பகுதியில் கிழக்கு நைஜீரிய அரச சேவையில் பணியாற்றியுள்ள இவர் புகழ்பெற்ற கவிஞராகவும் அறியப்பட்டவர் ஆவார்.

1970 ஆம் ஆண்டு இவரது ஒரு நாவலும், 1978 ஆம் ஆண்டு ஒரு கவிதைத் தொகுப்பும் வெளிவந்துள்ளன. 1979 ஆம் ஆண்டு இவரது கவிதைத் தொகுப்பானது பொதுநலவாய விருதினை வென்றது. கவிதைகள், நாவல், கட்டுரைகள், சிறுகதைகள் எனப் பல இலக்கியப் படைப்புகளை இவர் எழுதியுள்ள போதிலும், அவற்றில் பெரும்பான்மையானவை நைஜீரிய சிவில் யுத்தத்தின்போது அழிக்கப்பட்டுவிட்டமை துயரமான ஒரு நிகழ்வாகும்.

தற்போது 96 வயதாகும் இவரை கௌரவப்படுத்தும் விதமாக, இந்த 2017 ஆம் ஆண்டு ஏப்ரல் மாதம் 'கேப்ரியல் ஒகாரா இலக்கியத்

திருவிழா'வை நைஜீரியா பல்கலைக்கழகமான Port Harcourt நிகழ்த்தியது குறிப்பிடத்தக்கது.

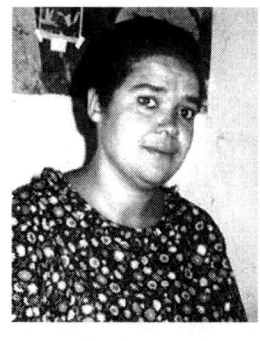

பெஸீ ஹெட் (Bessie Head)

தென்னாபிரிக்க பெண் எழுத்தாளரான பெஸீ ஹெட் 1937 ஆம் ஆண்டு, ஜூலை மாதம் ஆறாம் திகதி பிறந்தவர். விருதுகள் பல பெற்ற பல நாவல்களையும், சிறுகதைத் தொகுப்புகளையும் எழுதியுள்ள இவர் இன்றும்கூட ஆளுமை மிக்க எழுத்தாளர்களில் ஒருவராக அறியப்படுகிறார்.

1950 களின் பின்னர் பள்ளிக்கூட ஆசிரியையாகவும், 'ட்ரம்' எனும் சஞ்சிகையில் ஊடகவியலாளராகவும் கடமையாற்றிய இவர், அரசியல் நிலவரங்களின் காரணமாக 1964 ஆம் ஆண்டு பொஸ்த்வானாவிற்கு ஒரு அகதியாக புலம்பெயர்ந்தார். அங்கு 1986 ஆம் ஆண்டு ஏப்ரல் மாதம் 17 ஆம் திகதி தனது 48 ஆம் வயதில் காலமான பெஸீ ஹெட் தனது மரணம் வரைக்கும் தீவிரமாக எழுதி வந்தவர். இவரது சர்வதேச புகழ்பெற்ற முக்கியமான தொகுப்புகளுள் சில.

When Rain Clouds Gather, Maru, A Question of Power, The Collector of Treasures and Other Botswana Village Tales, Serowe: Village of the Rain Wind, A Bewitched Crossroad: An African Saga, Tales of Tenderness and Power, A Woman Alone: Autobiographical Writings, A Gesture of Belonging: Letters from Bessie Head, The Cardinals. With Meditations and Short Stories, Imaginative Trespasser: Letters between Bessie Head, Patrick and Wendy Cullinan, When Rain Clouds Gather and Maru.

நஜீப் மஹ்ஃபூஸ் (Naguib Mahfouz)

இலக்கியத்துக்கான நோபல் பரிசினை வென்றுள்ள எழுத்தாளர் நஜீப் மஹ்பூஸ் 11.12.1911. அன்று எகிப்து, கெய்ரோவில் ஒரு மத்தியதரக் குடும்பத்தில் பிறந்தவர். கட்டுக்கோப்பான இஸ்லாமியக் குடும்பத்தில் பிறந்த இவர், தனது பால்ய கால அனுபவங்களையும், குடும்ப மற்றும் சமூக நிகழ்வுகளையும், தான் நேரில் கண்ட புரட்சிகளையும் தனது எழுத்துகளின் மூலமாக வெளிப்படுத்தியுள்ளார்.

கெய்ரோ பல்கலைக்கழகத்தில் 1934 ஆம் ஆண்டு மெய்யியல் துறையில் தனது பட்டப்படிப்பைப் பூர்த்திசெய்த இவர், தனது பாடசாலைக் காலம் தொட்டே பல்வேறு ஆக்கங்களை எழுதி வந்திருக்கிறார். அத்தோடு 1934 ஆம் ஆண்டு தொடக்கம், 1971 ஆம் ஆண்டு தனது அறுபதாவது வயது வரையில் அரசாங்க ஊழியராக பல அரசு அலுவலகங்களில் பணி புரிந்திருக்கிறார்.

1939 ஆம் ஆண்டு Khufu's Wisdom எனும் தனது முதல் நாவலை எழுதி வெளியிட்ட இவர் தொடர்ந்து 34 நாவல்களையும், 15 சிறுகதைத் தொகுப்புக்களையும் எழுதி வெளியிட்டிருக்கிறார். அத்தோடு, திரைப்படங்களுக்கான கதை வசனங்களையும், நாடகங்களையும் எழுதியிருக்கிறார்.

இதுவரையில் இலக்கியத்துக்கான நோபல் விருதினை வென்றுள்ள ஒரேயொரு அறபு எழுத்தாளரான இவர், 1988 ஆம் ஆண்டு அந்த விருதினை வென்றெடுத்தார். அதனைத் தொடர்ந்து அறபு மொழி இலக்கியங்கள் உலகம் முழுவதும் பரவலாக எடுத்துச்செல்லப்பட்டன. அதற்கு முன்பு இரு தடவை எகிப்து அரச இலக்கிய விருதினை வென்றிருந்த இவருக்கு, 1989 ஆம் ஆண்டு ஜனாதிபதி விருதையும், 1995 ஆம் ஆண்டு, கௌரவ டாக்டர் பட்டத்தையும் கெய்ரோவிலுள்ள அமெரிக்கப் பல்கலைக்கழகம் வழங்கி கௌரவித்தது. தொடர்ச்சியாக எழுதிவந்த இவர் 30.08.2006. அன்று தனது 94 ஆவது வயதில் கெய்ரோவில் காலமானார்.

அஹ்மத் ஈஸொப் (Ahmed Essop)

1931 ஆம் ஆண்டு இந்தியாவில் பிறந்த இவர், தனது மூன்று வயதில் பெற்றோர் தென்னாபிரிக்காவில் குடியேறியதன் காரணமாக அங்கு வளர்ந்தவராவார். 1956 இல் தென்னாபிரிக்கப் பல்கலைக்கழகத்தில் தனது பட்டப்படிப்பைப் பூர்த்திசெய்ததோடு, தொடர்ந்து ஆசிரியராகப் பணியாற்றியுள்ளார்.

1986 ஆம் ஆண்டு தனது ஆசிரியத் தொழிலைக் கைவிட்ட இவர் தொடர்ந்து முழுநேர எழுத்தாளரானார்.

இவரது படைப்புகளில் அநேகமானவை, தென்னாபிரிக்க சமூகத்தில் இந்தியர்கள் எதிர்கொள்ள நேரும் சவால்களை விபரிப்பவையாகும். 1959 ஆம் ஆண்டு தொடக்கம் பல தொகுப்புக்களை வெளியிட்டுள்ள இவர், தனது முதலாவது சிறுகதைத் தொகுதியான The Hajji and Other Stories எனும் தொகுப்புக்கு 1979 ஆம் ஆண்டு 'ஒலிவ் ஷ்ரெய்னர் (Olive Schreiner) விருதினை வென்றுள்ளார்.

அஹ்மத் யூசுப் என்ற பெயரில் தனது முதல் தொகுப்பை வெளியிட்ட இவரது குறிப்பிடத்தக்க தொகுப்புகள் சில.

The Dark Goddess (1959), The Visitation (1979), The Emperor (1984), The Hajji and Other Stories (1988), Noorjehan and Other Stories (1990), The King of Hearts and Other Stories (1997), The Third Prophecy (2004), History and Satire in Salman Rushdie's The Satanic Verses (2009), The Universe and Other Essays (2010), Exile and Other Poems (2010), The Moors in the Plays of Shakespeare (2011), The Garden of Shahrazad and Other Poems (2011), Charles Dickens and Salman Rushdie: A Comparative Discourse (2014)

அடெவாலே மஜா-பியர்ஸ்
(Adewale Maja&Pearce)

ஆபிரிக்க இலக்கியத்தில் பல்துறைகளிலும் பங்காற்றி வரும் அடெவாலே மஜா பியர்ஸ் 1953 ஆம் ஆண்டு லண்டனில் பிறந்து, நைஜீரியா, லாகோஸில் வளர்ந்தவர். திரும்பவும் உயர்கல்வியைப் பூர்த்திசெய்வதற்காக லண்டன் வந்த இவர், ஆபிரிக்கக் கல்வி சம்பந்தமாகக் கற்று பட்டப்படிப்பைப் பூர்த்தி செய்திருக்கிறார். Index on Censorship சஞ்சிகையின் ஆபிரிக்க தேச ஆசிரியராக இருந்த இவர் தற்போது The New Gong Publishing எனும் பதிப்பகத்தை வைத்திருக்கிறார். பல தொகுப்புகளையும் வெளியிட்டிருக்கிறார்.

தனது நைஜீரிய அனுபவங்களை வைத்து பல சிறுகதைகளை எழுதிவரும் இவர் பிரித்தானிய - நைஜீரிய கலாசாரங்களைக் குறித்து ஆய்வு செய்து விரிவான ஆவணக் கட்டுரையை எழுதியிருக்கிறார். நைஜீரிய கலாசாரம் இலக்கியம் அரசியல் துறைகளில் பல ஆய்வுகளை மேற்கொண்டு வரும் இவர் தற்பொழுது நைஜீரியாவில் வசித்துவருகிறார்.

சர்வதேச கவனத்தை ஈர்த்துள்ள இவரது குறிப்பிடத்தக்க தொகுப்புகளில் சில Loyalties and Other Stories, In My Father's Country, How many miles to Babylon?, A Mask Dancing, Who's Afraid of Wole

Soyinka?, From Khaki to Agbada, Remembering Ken Saro&Wiwa and Other Essays, A Peculiar Tragedy, Counting the Cost, 1998 and 1999 annual reports on human rights violations in Nigeria, Dream Chasers, The House My Father Built.

கென் லிபென்கா (Ken Lipenga)

எழுத்தாளராகவும் ஊடகவியலாளராகவும் அரசியல்வாதியாகவும் அறியப்பட்டுள்ள கலாநிதி.கென்லிபென்கா 1952 ஆம் ஆண்டு, பெப்ரவரி 14 ஆம் திகதி மலாவி குடியரசிலுள்ள பலோம்பே மாவட்டத்தில், சிரிங்கா எனும் ஊரில் பிறந்தவர்.

தனது ஆரம்பக் கல்வியை நஸோம்பேயிலும் முலாஞ்ஜேயிலும் கற்ற இவர், உயர்கல்வியையும், பட்டப்படிப்பையும் ஸோச் ஹில் கல்லூரியிலும், மலாவி பல்கலைக்கழகத்திலும், பூர்த்தி செய்தார். ஆங்கிலத்திலும் வரலாற்றுக் கல்வியிலும் தேர்ச்சி பெற்றிருந்த இவருக்கு கனடாவில், ஆங்கில இலக்கியத்தில் கட.ஈ கற்கைநெறியை மேற்கொள்ளும் வாய்ப்புக்கிடைத்தது.

1984 இல் அப்பட்டப்படிப்பைப் பூர்த்தி செய்த இவர் நாட்டுக்குத் திரும்பி பேராசிரியராகப் பணியாற்றினார். தொடர்ந்து 1986 இல் ஒரு பதிப்பகத்தின் முகாமையாளராகக் கடமையாற்றிய இவர் எழுதிய கட்டுரைகளின் காரணமாக 1992 ஆம் ஆண்டு பணியிலிருந்து

இடைநிறுத்தப்பட்டார். என்றபோதும் சுயாதீன ஊடகவியலாளராகக் கடமையாற்றி வந்தார். 1997 ஆம் ஆண்டு முதல் அரசியலில் ஈடுபட்டு வரும் இவர் மலாவி நிதியமைச்சராகவும், பாராளுமன்ற உறுப்பினராகவும் இருந்துவருகிறார்.

புகைப்படக் கலைஞராகவும், மலையேற்ற விரும்பியாகவும், தூண்டில் மீன் வேட்டையில் சிறந்தவராகவும் அறியப்படும் இவர், தனது ஓய்வு நேரங்களில் லோவி எனும் மொழியைப் பற்றி ஆய்வு செய்து வருகிறார்.

Waiting for a Turn & Paperback (Anthology)& 1981, Of "been&tos" and messiahs: Millennialism in Armah's fiction (essay)- 1986 ஆகியன இவரது குறிப்பிடத்தக்க தொகுப்புகளாகும்.

பென் ஒக்ரி (Ben Okri)

வட நைஜீரியாவில் 15.03.1959 ஆம் ஆண்டு பிறந்த கவிஞரும் எழுத்தாளரும் நாவலாசிரியருமான பென் ஒக்ரி, பின் நவீனத்துவ எழுத்திலும், பின் காலனித்துவ கலாசாரத்தை எழுதுவதிலும் புகழ்பெற்றவர். இவரது தந்தை, சட்டக் கல்வியைப் பயில்வதற்காக லண்டன் சென்றபோது, தாயுடன் சிறு குழந்தையான இவரையும் எடுத்துச்சென்றார். எனவே தனது ஆரம்பக்

கல்வியை லண்டனில் கற்றதோடு, ஒன்பது வருடங்களின் பின்னர் குடும்பத்தினரோடு நாட்டுக்குத் திரும்பிவந்தார்.

தனது 14 வயதிலிருந்து கவிதைகளை எழுதத்தொடங்கிய இவர், தொடர்ந்து சமூகம், அரசியல் சார்ந்த கட்டுரைகளையும், சிறுகதைகளையும் எழுதிவந்தார். பின்னர் அரசாங்கத்தின் மோசடி குறித்து வெளிப்படையாக எழுதியதன் காரணமாக, கொல்லப்பட வேண்டியவர்களது பட்டியலில் இடம்பிடித்தார். அதனால் புலம் பெயர வேண்டி வந்ததோடு, 1970 களின் இறுதியில் இங்கிலாந்துக்குச் சென்று உயர்கல்வியைத் தொடர்ந்தார். அங்கு வீடற்றவராகவும் நாதியற்றவராகவும் அலைந்த காலத்தில் தொடர்ந்து எழுதிக் கொண்டேயிருந்தார். நெருக்கடி மிகுந்த இக்காலகட்டத்தைத்தான் தன் வாழ்வின் முக்கியமான காலகட்டம் என்று இப்போதும் குறிப்பிடுகிறார்.

இவர், 'Flowers and Shadows' எனும் தனது முதலாவது நாவலை இருபத்தோராம் வயதில் வெளியிட்டதைத் தொடர்ந்து West Africa எனும் இதழில் கவிதை ஆசிரியராகப் பணியாற்றியதோடு, BBC உலக சேவையிலும் தனது பங்களிப்பைச் செய்து வந்தார். இக்காலகட்டத்தில் நிறைய எழுதி வந்ததோடு, தொகுப்புக்களையும் வெளியிட்டுள்ளார். 1991 ஆம் ஆண்டு 'The Famished Road' எனும் இவரது புனைவு நாவல் புக்கர் பரிசினை வென்றதும், சர்வதேச ரீதியில் அறியப்பட்டார். இன்று வரையும் பல நாவல், கவிதை, கட்டுரை மற்றும் சிறுகதைத் தொகுப்புகளை வெளியிட்டுள்ள இவர், பல சர்வதேச விருதுகளையும் வென்றுள்ளார். திரைப்படத்துறையிலும் திரைக்கதையாசிரியராகப் புகழ்பெற்றிருக்கும் இவர் தற்போது இங்கிலாந்தில் வசித்து வருகிறார். இவரது குறிப்பிடத்தக்க தொகுப்புகளுள் சில இவை.

Flowers and Shadows, The Landscapes Within, The Famished Road , Songs of Enchantment , Astonishing the Gods, Dangerous Love , Infinite Riches, In Arcadia, Starbook , The Age of Magic , Incidents at the Shrine, Stars of the New Curfew, An African Elegy, Birds of Heaven, A Way of Being Free, Mental Fight, Tales of Freedom, A Time for New Dreams, Wild.

ராஉல் டேவிட் (Raul David)

ராஉல் மாத்யூ டேவிட் எனும் முழுப்பெயர் கொண்ட எழுத்தாளரான ராஉல் டேவிட் 1918 ஆம் ஆண்டு ஏப்ரல் மாதம் 23 ஆம் திகதி அங்கோலா நாட்டிலுள்ள பெங்குஎலா மாகாணத்தில் காண்டா எனும் பிரதேசத்தில் பிறந்தார். தனது கிராமத்தில் ஆரம்பக் கல்வியைக் கற்ற அவர் மேற்படிப்புக்காக கலாங்கு எனும் நகரத்துக்கு அனுப்பி வைக்கப்பட்டார். உயர்கல்வியைப் பூர்த்திசெய்ததும் அரச சேவையில் இணைந்து பல தரப்பிலும் பணியாற்றியுள்ளார்.

பணி நிமித்தம் நாட்டின் பல பிரதேசங்களுக்கும் பயணிக்க வேண்டியிருந்த காரணத்தால் பல மொழிகளைக் கற்றுக் கொள்ளவும் கிராமப்புற பண்ணைத் தொழிலாளர்களுடன் நெருங்கிப் பழகவும், அவர்களது பிரச்சினைகளை அறிந்து கொள்ளவும் அவருக்குச் சந்தர்ப்பங்கள் கிடைத்தன. அவற்றைக் கட்டுரைகளாகவும் இலக்கியப் படைப்புகளாகவும் எழுதிவந்தார். அவை பின்னாட்களில் புத்தகங்களாகத் தொகுக்கப்பட்டுள்ளன.

அங்கோலா எழுத்தாளர்கள் சங்கம் (UEA) உருவாகுவதற்கான பிரதான காரணகர்த்தாவான இவர், பல்வேறு கலாசார, இலக்கிய செயற்பாடுகளிலும், ஆப்பிரிக்க - ஆசிய எழுத்தாளர்களின் ஒன்றுகூடலிலும் முக்கிய பங்கு வகித்துள்ளார். அங்கோலாவில் 2005 ஆம் ஆண்டு தனது 87 ஆம் வயதில் காலமான இவரது குறிப்பிடத்தக்க சில தொகுப்புகள்.

Colonized and settlers (1974), Poems (1977), Traditional Tales of Our Land (I) (1978); Narratives at random (1979), Traditional Tales of Our Land (II) (1981), Against the law and the flock (1988), Song of Our People, written versions of songs and poems in language Umbundu (1988), Song of Yesterday to Listen and Tell (1989), From Traditional Justice of Umbundus (1997), Benguela in time and space (2000) and Old Owl history.

அப்துல் ஜப்பார் ஸஹிமி (Abdel Djabbar Sahimi)

மொரோக்கோ தேசத்து எழுத்தாளரான அப்துல் ஜப்பார் ஸஹிமி, 1938 ஆம் ஆண்டு பிறந்தவர். 1960 களில் அதிகமாக எழுதிவந்த எழுத்தாளராக அறியப்படும் இவரால் வெளியிடப்பட்ட சிறுகதைத் தொகுதியான Al&Mumkin min Al&Mustaheel [The Possibility of the Impossible] எனும் சிறுகதைத் தொகுதியானது, மிகச்சிறந்த ஆபிரிக்க இலக்கியங்களில் ஒன்று என இலக்கியவாதிகளால் இன்றும் கொண்டாடப்பட்டுவருகிறது. இத்தொகுப்பிலிருக்கும் சிறுகதையானது, அத் தொகுப்பிலிருக்கும் சிறுகதைகளுள் ஒன்றாகும்.

லினோ லெய்தோ (Lino Leitao)

உகண்டா வம்சாவளியைச் சேர்ந்த எழுத்தாளர் லினோ லெய்தோ இந்தியா, கோவாவிலிருந்த போர்த்துக்கேய காலனியொன்றில் பிறந்தார். போர்த்துக்கேய மற்றும் ஆங்கிலப் பாடசாலைகளில் கல்வி கற்ற இவர், கர்நாடகப் பல்கலைக்கழகம், மொன்றியல் பல்கலைக்கழகம் ஆகியவற்றில் தனது உயர்கல்வியைத் தொடர்ந்தார்.

இவரது சிறுகதைகள் Goa Today, Gulub, Gomantak Times (Goa); Afro&Asian Quarterly, Journal of Asian Litearature (Michigan State University), The Toronto South Asian Review, Massachusetts Review, Short Story International (New York),The Antigonish Review ஆகிய இதழ்களில் தொடர்ந்தும் பிரசுரிக்கப்பட்டுள்ளதோடு, பல சிறுகதைத் தொகுப்புகளையும் வெளியிட்டுள்ளார்.

பிற்காலத்தில் உகன்டா, மொன்றியல் நகரங்களில் வசித்த இவர், 2008 ஆம் ஆண்டு தனது 77 வயதில் மொன்றியலில் காலமானார்.

சினுவா ஆச்சிபி (Chinua Achebe)

எழுத்தாளர் சினுவா ஆச்சிபி பற்றி சிறியதொரு குறிப்பை முன்வைப்பது கடினம். ஆபிரிக்க

இலக்கியத்தின் பிதாமகனென இவர் கொண்டாடப்படுகிறார். 1958 இல் வெளிவந்த சினுவா ஆச்சிபியின் 'Things Fall Apart' நாவலின் மூலமாகவே ஆபிரிக்க நாவலும் ஆபிரிக்க இலக்கியமும் உலகத்தின் கவனத்துக்கு கொண்டுவரப்பட்டன. ஆபிரிக்க நாவலாசிரியர்களிடையே மிகவும் அதிகளவில் பேசப்பட்டவர் சினுவா ஆச்சிபி. இவரது முதலாவது நாவலின் தொகுப்புகள் உலகம் முழுவதும் 8 மில்லியனுக்கும் அதிகமாக விற்பனையாகியிருப்பதோடு, 45க்கும் மேற்பட்ட மொழிகளில் அந்நாவல் மொழிபெயர்க்கப்பட்டிருக்கிறது.

நைஜீரியாவினதும், உலகில் ஏனைய நாடுகளினதும் பல்கலைக்கழகங்களில் பேராசியராகக் கடமையாற்றிய இவருக்குப் பல நாடுகளின் பல்கலைக்கழகங்களினது கௌரவ பட்டம் கிடைக்கப்பெற்றுள்ளது. நைஜீரியாவின் அதியுயர் விருதான நைஜீரியா தேசிய விருது இவருக்குக் கிடைத்துள்ளது. இவரது இலக்கியப் படைப்புகள் குறித்து எழுதப்பட்டுள்ளவை ஏராளம். அவற்றுள் மிகவும் விஷேடமானதாகக் குறிப்பிடப்படுவது, 1990 இல் இவரது அறுபதாவது பிறந்த தினத்தை முன்னிட்டு நடத்தப்பட்ட சர்வதேச விழாவில் முன்வைக்கப்பட்ட 'Eagle on Iroko' எனும் தொகுப்பாகும்.

'No Longer At Ease', 'Arrow of God', 'A Man of the People', 'The Anthills of the Savannah' ஆகியன இவர் எழுதிய ஏனைய நாவல்களாகும். 'Girls at War and Other Stories' இவரது ஒரேயொரு சிறுகதைத் தொகுப்பாகும். 'Beware Soul Brother' இவரது காவிய நூலாக உள்ளதோடு, இவரது இலக்கிய மற்றும் விமர்சனக் கட்டுரைகள் 'Morning Yet on Creation Day' எனும் பெயரில் தொகுப்பாக

வெளிவந்துள்ளது. அதேபோல இவர் நைஜீரிய அரசியல் குறித்து எழுதிய படைப்புக்களும், இவரது சிறுவர் கதைகளும் கூட குறிப்படத்தக்கவை. புக்கர் பரிசு உள்ளிட்ட பல சர்வதேச விருதுகளை வென்றுள்ள இவர் 2013 ஆம் ஆண்டு தனது 82 ஆம் வயதில் அமெரிக்காவில் காலமானார்.

ஒஸ்கார் ரிபாஸ் (Oscar Ribas)

அங்கோலா நாட்டு எழுத்தாளரான ஒஸ்கார் பெந்தோ ரிபாஸ் 1909 ஆம் ஆண்டில் பிறந்தவர். இவர் 1927 ஆம் ஆண்டு, தனது பதினெட்டு வயதில் 'Clouds that pass' எனும் தனது முதலாவது நாவலை வெளியிட்டதோடு, 1929 ஆம் ஆண்டு, தனது இருபதாவது வயதில் 'Resque of a lack' எனும் தனது அடுத்த நாவலையும் வெளியிட்டார்.

தனது இருபதாவது வயதிலேயே பார்வையை இழந்த இவர் தொடர்ந்தும் தனது ஆய்வுகளைச் செய்து வந்ததோடு, ஆக்கங்களையும், புத்தகங்களையும் எழுதிவந்தார்.

1950 ஆம் ஆண்டில் Flowers and Thorns, 1951 ஆம் ஆண்டில் The Evil Spell, 1952 ஆம் ஆண்டில் Magic மற்றும் Echoes of my land ஆகியன இவர் எழுதிய குறிப்பிடத்தக்க தொகுப்புகளாகும். அத்தோடு தனது

பதினெட்டு வருட ஆய்வுகளின் முடிவாக Angolan Divinations and Rites எனும் பிராந்திய கலாசார மற்றும் மார்க்கம் சம்பந்தமான தொகுப்பை 1958 ஆம் ஆண்டு வெளியிட்டுள்ளார்.

அங்கோலா நாட்டின் சம்பிரதாயங்களை வெளிப்படுத்தும்விதமாக பல படைப்புகளை எழுதியுள்ள இவர், ஆபிரிக்கக் கலாசாரங்களை இலக்கியம் வழியாக உலகம் முழுவதற்கும் எடுத்துச்சென்ற எழுத்தாளர்களில் குறிப்பிடத்தக்க ஒரு எழுத்தாளராகத் திகழ்ந்தார். இலக்கியத்துக்காக "Medal Gonçalves Dias for the National Library of Rio de Janeiro" உள்ளிட்ட பல விருதுகளை வென்றுள்ள இவர் 2004 ஆம் ஆண்டு, போர்த்துக்கல்லிலுள்ள லிபன் நகரில் காலமானார்.

ஈ.பீ.டொங்காலா - E.B. Dongala (Emmanuel Boundzeki Dongala)

கொங்கோ குடியரசில் 1941 ஆம் ஆண்டு ஜூலை மாதம் 14 ஆம் திகதி பிறந்த எழுத்தாளர் ஈ.பீ. டொங்காலா ஒரு இரசாயனவியலாளர் ஆவார். தனது ஆரம்பக்கல்வியை கொங்கோ குடியரசின் தலைநகரில் கற்ற இவர், தனது உயர்கல்வியையும் பட்டப்படிப்பையும் அமெரிக்காவில் மேற்கொண்டார். அதனைத் தொடர்ந்து பிரான்ஸுக்குச் சென்ற இவர் அங்கு சேதன இரசாயனவியலில் பி.எச்.டி (Ph.D) பட்டப்படிப்பைப் பூர்த்தி செய்த பின்னர் கொங்கோ குடியரசுக்குத் திரும்பி வந்து, அங்கு 1998 ஆம் ஆண்டுவரை ஆசிரியராகக் கடமையாற்றினார். அக்காலப்பகுதியில்

அங்கு இடம்பெற்ற உள்நாட்டு யுத்தத்தின் காரணமாக நாட்டை விட்டு வெளியேற நிர்ப்பந்திக்கப்பட்ட இவர், தனது நண்பரும் எழுத்தாளருமான பிலிப் ரூத்தின் உதவியோடு தற்போது அமெரிக்காவில் குடியேறி அங்குள்ள பல்கலைக்கழகத்தில் பேராசிரியராகக் கடமையாற்றி வருகிறார்.

ஃப்ரெஞ்ச் மொழியில் எழுதிவரும் எழுத்தாளர் டொங்காலாவின் படைப்புகள் இதுவரையில் பன்னிரண்டுக்கும் அதிகமான மொழிகளில் மொழிபெயர்க்கப்பட்டுள்ளன. பல பிரபல இதழ்களில் கட்டுரைகளையும், ஆக்கங்களையும் எழுதிவரும் இவர், இதுவரையில் நான்கு நாவல்களையும், ஒரு சிறுகதைத் தொகுப்பையும் வெளியிட்டுள்ளார். இவரது தொகுப்புகள், சர்வதேச விருதுகள் பலவற்றைப் பெற்றுள்ளதோடு, இவரது சிறுகதைத் தொகுப்பான Jazz et Vin de Palme (Jazz and Palm Wine) எனும் தொகுப்பு கொங்கோ குடியரசால் தடைசெய்யப்பட்டது.

இவரது, குழந்தைப் போராளிகளைப் பற்றிய விருது பெற்ற நாவலான 'Johnny Mad Dog' 2008 ஆம் ஆண்டு இதே பெயரில் திரைப்படமாகவும் வெளிவந்தது குறிப்பிடத்தக்கது. இத் தொகுப்பில் இடம்பெற்றுள்ள 'மனிதன்' எனும் சிறுகதை இவரது தடைசெய்யப்பட்ட சிறுகதைத் தொகுதியிலிருந்து பெற்றுக் கொள்ளப்பட்ட ஒரு கதையாகும்.

பார்த்தோ ஸ்மித் - Bartho Smit

(Bartholomeus Jacobus Smit)

தென்னாபிரிக்காவில் 15.07.1924. அன்று பிறந்த எழுத்தாளர் பார்த்தோ ஸ்மித், கவிஞராகவும், நாடகாசிரியராகவும், நாடக இயக்குனராகவும் தனது திறமையை வெளிக்காட்டியவர். பல்கலைக்கழக பட்டப்படிப்பை திறமையாகப் பூர்த்திசெய்த இவர், தென்னாபிரிக்காவின் சிறந்த எழுத்தாளர்களில் ஒருவராக அறியப்பட்டு'செல்வாக்கு மிக்க ஆபிரிக்க எழுத்தாளர்கள்' குழுவில் ஒருவராகத் தேர்ந்தெடுக்கப்பட்டவர்.

இவரது படைப்புகள் பலவும் போர்க்காலப் படைப்புகளாக இருந்தமையினால் தென்னாபிரிக்காவில் களம்காண தடை விதிக்கப்பட்டிருந்தன. எனினும், சர்வதேச விருதுகள் அவற்றிற்காக அவரைத் தேடி வந்தன. Hertzog Prize, Perskor Prize, Encyclopædia Britannica Award ஆகியவை அவற்றுள் குறிப்பிடத்தக்கவை. படைப்புலகில் தீவிரமாக இயங்கி வந்த இவர், புற்றுநோய் பாதிப்பில் 31.12.1986 அன்று காலமானார்.